D1772464

ஒரு சூத்திரனின் கதை

ஒரு சூத்திரனின் கதை

ஏ.என். சட்டநாதன் (1905 - 1990)

திருநெல்வேலி மாவட்டம் செங்கோட்டையில் 6.5.1905இல் ஆறுமுக நாயக்கர்-அயனம்மாள் தம்பதியரின் இரண்டாம் குழந்தையாகப் பிறந்தார். திருவனந்தபுரம் மகாராஜா கல்லூரியில் பயின்று 1926இல் எம்.ஏ. பட்டம் பெற்றார். 1928இல் அனைத்திந்திய சிவில் சர்வீஸ் தேர்வில் சுங்கம் மற்றும் ஆயத்தீர்வைத் துறைக்குத் தேர்ந் தெடுக்கப்பட்டுப் பல முதன்மைப் பொறுப்புகளை வகித்து, சென்னை, கல்கத்தா, பம்பாய், தில்லி முதலிய நகரங்களில் பணியாற்றினார். 1946 முதல் ஐக்கிய நாடுகள் அவை சார்ந்த பல குழுக்களில் இந்தியப் பிரதிநிதியாகப் பணியாற்றினார். 1956இல் விருப்ப ஓய்வுபெற்றார்.

1969இல் மு. கருணாநிதி தலைமையிலான தி.மு.க. அரசு அமைத்த முதலாம் பிற்படுத்தப்பட்டோர் ஆணையத்தின் தலைவராக நியமிக்கப்பட்டார். குழந்தைகளுக்கான சில ஆங்கிலப் புத்தகங்களை எழுதினார். 19.6.1990இல் சென்னையில் காலமானார்.

உத்தரா நடராஜன்

லண்டன் பல்கலைக்கழக கோல்ட்ஸ்மித் கல்லூரியின் ஆங்கிலத் துறையில் முதுநிலை விரிவுரையாளர். 19ஆம் நூற்றாண்டு ஆங்கில இலக்கியத்தைப் பயிற்றுவிப்பதிலும் ஆராய்வதிலும் ஈடுபட்டுள்ளார். *Hazlitt and the Reach of Sense, Blackwell Guides to Criticism: The Romantic Poets* ஆகியவை இவருடைய நூல்கள்.

கே. முரளிதரன் (1976)

பத்திரிகையாளர், மொழிபெயர்ப்பாளர். *இந்தியா டுடே* தமிழ்ப் பதிப்பில் ஒன்பது ஆண்டுகள் பணியாற்றியவர். பிறகு சென்னை யிலிருக்கும் சிங்கப்பூர் துணைத் தூதரகத்தில் அரசியல் ஆலோசகராக இருந்தார். இப்பொழுது 'என்டிடிவி-இந்து'வில் பணியாற்றுகிறார். *கச்சத்தீவும் இந்திய மீனவரும்* நூலின் இணையாசிரியர். குல்தீப் நய்யாரின் *Scoop*, தாரிக் அலியின் *Who Killed Indira G?*, பி. ராமனின் *The Kao Boys of R&AW* முதலான புத்தகங்களைத் தமிழில் மொழிபெயர்த்திருக்கிறார்.

ஆ. திருநீலகண்டன் (1968)

திருநெல்வேலி ம.தி.தா. இந்துக் கல்லூரியில் வரலாற்று இணைப் பேராசிரியராகப் பணியாற்றுகிறார். திராவிட இயக்கம் பற்றி ஆய்வு மேற்கொண்டுள்ள இவருடைய கட்டுரைகள் *காலச்சுவடு, புதுவிசை* இதழ்களில் வெளியாகியுள்ளன.

ஒரு சூத்திரனின் கதை

ஏ. என். சட்டநாதன்

பதிப்பாசிரியர்
உத்தரா நடராஜன்

தமிழில்
**கே. முரளிதரன்
ஆ. திருநீலகண்டன்**

காலச்சுவடு பதிப்பகம்

● அன்பார்ந்த வாசகருக்கு,

வணக்கம்.

காலச்சுவடு நூலை வாங்கியமைக்கு நன்றி.

நூலின் உள்ளடக்கம், உருவாக்கம், அட்டைப்படம் இன்ன பிற அம்சங்கள் பற்றிய உங்கள் கருத்துகளையும் ஆலோசனைகளையும் காலச்சுவடு வரவேற்கிறது. தகவல், எழுத்து, வாக்கியப் பிழைகள் தென்பட்டால் கட்டாயம் தெரிவித்து உதவுங்கள். நூல் தயாரிப்பில் கடும் குறைபாடு இருப்பின் மாற்றுப் பிரதி உங்களுக்குக் கிடைக்கக் காலச்சுவடு ஏற்பாடு செய்யும்.

மின்னஞ்சல்: **publisher@kalachuvadu.com**

காலச்சுவடு நாகர்கோவில் அலுவலகத்துக்குக் கடிதம் அனுப்பலாம்.

தங்கள்
எஸ்.ஆர். சுந்தரம் (கண்ணன்)
பதிப்பாளர் — நிர்வாக இயக்குநர்

ஒரு சூத்திரனின் கதை ◆ ஏ.என். சட்டநாதன் ◆ பதிப்பாசிரியர்: உத்தரா நடராஜன் ◆ © உத்தரா நடராஜன் ◆ தமிழில்: கே. முரளிதரன், ஆ. திருநீலகண்டன் ◆ முதல் பதிப்பு: டிசம்பர் 2010, ஏழாம் பதிப்பு: செப்டம்பர் 2023 ◆ வெளியீடு: காலச்சுவடு பப்ளிகேஷன்ஸ் (பி) லிட்., 669 கே.பி. சாலை, நாகர்கோவில் 629001

oru cuuttiranin katai ◆ Tamil translation of A.N. Sattanathan's Autobiography, *Plain Speaking* ◆ Edited by Uttara Natarajan ◆ © Uttara Natarajan ◆ Translated by K. Muralitharan, A. Thiruneelakandan ◆ Language: Tamil ◆ First Edition: December 2010, Seventh Edition: September 2023 ◆ Size: Demy 1× 8 ◆ Paper: 18.6 kg maplitho ◆ Pages: 272

Published by Kalachuvadu Publications Pvt. Ltd., 669 K.P. Road, Nagercoil 629001, India ◆ Phone: 91-4652-278525 ◆ e-mail: publications @kalachuvadu.com ◆ Printed at Clicto Print, Jaleel Towers, 42 KB Dasan Road, Teynampet Chennai 600018

ISBN: 978-93-80240-37-4

09/2023/S.No. 383, kcp 4693, 18.6 (7) 1k

புதிய தலைமுறைக்காக

லார்ஸ் மற்றும் ஜூல்ஸ் சட்டநாதன்
மலைக்கா, நீல் மற்றும் அமர் ராமசந்திரன்
அபிமன்யு மற்றும் சம்யுக்தா நடராஜன்
சஹிர் மற்றும் சுரபி டிசௌசா

செடி கொடி வளர

பொருளடக்கம்

நன்றி	11
முன்னுரை	13
ஒரு சுயசரிதைப் பயிற்சி	23
தமிழ்நாட்டில் திராவிட இயக்கமும் அதன் பாரம்பரியமும்	191
குறிப்புகள்	247

ஒரு சூத்திரனின் கதை தமிழில் வெளிவருவதில் பலர் பங்காற்றியுள்ளனர். இந்த நூலின் முதல் நான்கு இயல்களை மொழிபெயர்த்தவர் ஆ. திருநீலகண்டன். புத்தகத்தின் முன்னுரையையும் முதல் பாகத்தின் எஞ்சிய எட்டு இயல்களையும் நான் மொழிபெயர்த்தேன். புத்தகத்தின் இரண்டாம் பகுதியாக அமைந்துள்ள 'தமிழ்நாட்டில் திராவிட இயக்கமும் அதன் பாரம்பரியமும்' சென்னைப் பல்கலைக்கழகப் பெரியார் ஈ.வெ.ரா. அறக்கட்டளை உரைகளை மொழிபெயர்த்தவர்கள் வ. ஜெயதேவன், சிவ. மாதவன். சென்னைப் பல்கலைக்கழகம் *1984*இல் வெளியிட்ட இந்த மொழிபெயர்ப்பு இங்கே பயன்படுத்தப்பட்டிருக்கிறது.

மொழிபெயர்ப்பை ஆங்கிலத்துடன் ஒப்பிட்டுத் திருத்தங்கள் செய்துகொடுத்தவர் பேராசிரியர் ச. தில்லைநாயகம்.

இந்நூல் உருவாக்கத்தின் அனைத்துக் கட்டங்களிலும் ஆலோசனை அளித்து, திருத்தங்கள் செய்தவர் பேராசிரியர் ஆ.இரா. வேங்கடாசலபதி.

இந்நூலை வெளியிடும் வாய்ப்பளித்த சட்டநாதனின் பேத்தி பேராசிரியர் உத்தரா நடராஜன் அவர்களுக்கும், மூலநூலின் வெளியீட்டாளர் பெர்மனன்ட் பிளாக் பதிப்பகத்திற்கும் நன்றி உரியது.

சென்னை **கே. முரளிதரன்**
10.11.2010

நன்றி

இந்தப் புத்தகம் வெளிவருவதற்கு ராஜேஸ்வரி சுந்தர் ராஜனுக்குத்தான் முதலில் நன்றி சொல்ல வேண்டும். தட்டச்சுப் பிரதியைப் படித்துப்பார்க்க ஒப்புக்கொண்டதோடு, படித்து முடித்தவுடன் பெர்மணன்ட் பிளாக் பதிப்பகத்தின் ருக்குன் அத்வானியையும் அவர் அறிமுகப்படுத்திவைத்தார். ராஜியும் ருக்குனும் பகிர்ந்துகொண்ட கருத்துகளும், அவர்கள் காட்டிய உற்சாகமும் என் தாத்தாவின் எழுத்துகளைப் பற்றிய என் பார்வை சரிதான் என்பதை உறுதிப்படுத்தின. அவருடைய நினைவுக் குறிப்புகளையும் அவருடைய உரைகளையும் சேர்த்து வெளியிட வேண்டும் என்பது ராஜியின் யோசனை. இந்தப் புத்தகத்தில் ருக்குன் காட்டிய ஆர்வம் என்னையும் தொற்றிக் கொண்டது. இந்தப் புத்தகத்தின் பெயரைப் பற்றி நாங்கள் இருவரும் விவாதித்த தருணங்களில் எனக்கு ஒரு நண்பர் கிடைத்துவிட்டார் என்பதும் புரிந்தது.

இந்தப் புத்தகத்தை வெளியிடுவதில் மிகவும் முக்கியப் பங்கு வகித்தவர் எனது தாயார் ரமணி நடராஜன். எந்தத் தடையுமின்றி நான் கேட்ட கேள்விகளுக்கெல்லாம் பதிலளித்த தோடு, பல தகவல்களையும் சேகரித்துத் தந்தார். இந்தப் புத்தக உருவாக்கத்தில் நான் செல்லும் திசை சரியா, தவறா என்பதையும் அவ்வப்போது உணர்த்தினார். இந்தப் புத்தகத்திற்கு அவரது பங்களிப்பு மிகவும் ஆதாரமானது. அவர் செய்த உதவிகளை இங்கே முழுமையாக விவரித்துவிட முடியாது.

குறிப்புகளை எழுதுவதில் என் தந்தை என். நடராஜனும் என் அத்தை அருணா பிள்ளையும் செய்த உதவிகள் மறக்க முடியாதவை. லண்டன் ஸ்கூல் ஆஃப் எகனாமிக்ஸின் பழைய மாணவர் அலுவலகம், ரெஜிஸ்டரி, ஆக்ஸ்போர்ட் க்ரைஸ்ட் சர்ச்சின் ஜூடித் கர்தோய்ஸ், காயத்ரி கிருஷ்ணஸ்வாமி, கே. கிருஷ்ணஸ்வாமி, கேம்பிரிட்ஜ் ட்ரினிட்டி ஹாலின் லாரா லே, மலையாள மனோரமாவின் மாமென் மேத்யூ, கீதி, டாம் பாளின், பி. பெரியசாமி, இந்து என். ராம், கல்பகம் ரமணன், வசந்தா ராமகிருஷ்ணா, கே. ராமமூர்த்தி, ஜி. ரவிக்குமார், ஆர். சண்முகசுந்தரம், எம். சுப்ரமணியன், எஸ். சுரேஷ் ஆகியோருக்கு நான் நன்றிசொல்லக் கடமைப்

பட்டிருக்கிறேன். பின்னணித் தகவல்களுக்காகவும் பொது அறிவிற்காகவும் நான் பல புத்தகங்களைப் பார்வையிட்டேன். தென்னிந்தியப் பண்பாடு, அரசியல் குறித்த புத்தகங்களுக்கு நான் மிகுந்த கடன்பட்டிருக்கிறேன்.

ஆக்ஸ்போர்டிலிருக்கும் இந்தியன் இன்ஸ்ட்டிடியூட் லைப்ரரியின் ஊழியர்கள் செய்த உதவி குறிப்பிடத்தக்கது. புத்தகத்தின் இரண்டாவது பகுதியாக அமைந்திருக்கும் சட்டநாதனின் உரைகளைத் திரும்பவும் பதிப்பிக்க உரிமையளித்த சென்னைப் பல்கலைக்கழகத்திற்கு என் நன்றிகள். தமினா சொராப்ஜி, க்ரீம் ஸ்டோன்ஸ் ஆகியோர் என் தினசரி நடவடிக்கைகளில் மிகுந்த பரிவுடன் உதவிசெய்தனர். மீனா டிசௌஸா, லதா துலீப் சிங், கார்த்திக் நடராஜன் ஆகியோர் அளித்த ஆதரவையும் உற்சாகத்தையும் மறக்க முடியாது.

ரவி வைத்யநாதனுக்கு நான் பட்டிருக்கும் கடனுக்கு எந்த வார்த்தையாலும் நன்றி சொல்லிவிட முடியாது.

உத்தரா நடராஜன்

முன்னுரை

தமிழ்நாடு முதல் பிற்படுத்தப்பட்டோர் ஆணையத்தின் தலைவராக இருந்த, மறைந்த ஏ. என். சட்டநாதன் இந்த நினைவுக் குறிப்புகளை 1958இல் எழுதினார். பள்ளிக்கூட மாணவர்கள் பயன்படுத்தும் கோடுபோட்ட பயிற்சிக் குறிப் பேட்டில் முதல் பக்கத்திலிருந்து கடைசிப் பக்கம்வரை நெருக்கமான கையெழுத்தில் இதை எழுதியிருக்கிறார். அவரது நினைவுக் குறிப்புகள், 'ஒரு சுயசரிதைப் பயிற்சி (1958)' என்ற தலைப்பில் நூலின் முதல் பகுதியாக இடம்பெறுகின்றன. 1905இல் அவர் பிறந்ததிலிருந்து 1928இல் அவர் இரண்டாவதாகச் சேர்ந்த வேலை வரையிலான காலகட்டம் இதில் பேசப் பெற்றிருக்கிறது. நோட்டுப் புத்தகமும் அத்தோடு முடிந்து விடுகிறது. சுயசரிதையும் அரைகுறையாக நிற்கிறது. இதை முழுமையாக எழுதி முடித்துவிட வேண்டுமெனச் சட்டநாதன் நினைத்திருந்தார். ஆனால் அம்முயற்சியைத் தொடரவில்லை. சில வருடங்களுக்குப் பிறகு இதை வெளியிடுவது பற்றி யோசிக்க ஆரம்பித்திருக்கிறார். அப்போதுதான் இந்தத் தலைப்பைச் சூட்டியிருக்கிறார். நகைச்சுவையாகவும், தான் எழுதியிருந்த பயிற்சி நோட்டுப் புத்தகத்தைக் குறிக்கும்வகை யிலும் இந்தத் தலைப்பை அவர் தேர்ந்தெடுத்திருக்கலாம். ஆனால், அவருடைய வாழ்நாளில் இதை வெளியிடும் முயற்சி நிறைவேறவில்லை. அவர் இரண்டொருவரிடம் இதுபற்றி ஆலோசித்துப் பார்த்திருக்கிறார். அவர்கள் இது குறித்து உற்சாகம் காட்டவில்லை. அவருக்கே தனது குறிப்புகள் குறித்து மோசமான அபிப்பிராயம் ஏற்பட்டுவிட்டது. அவை அரசு அதிகாரிகள் எழுதும் அறிக்கைகளுக்குரிய நடையில் இருந்ததாக அவரே சொன்னதாகத் தெரிகிறது.

2001இல்தான் நான் இந்தக் குறிப்பேட்டைப் பார்த்தேன். அதைத் தட்டச்சு செய்ய ஆரம்பித்தேன். அதைத் தொடர்ந்து இந்தப் புத்தகம் உருப்பெற்றது.

இந்நூலின் இரண்டாம் பகுதியில் தமிழ்நாட்டில் திராவிட இயக்கத்தைப் பற்றிச் சட்டநாதன் 1981இல் ஆற்றிய மூன்று உரைகள் இடம் பெற்றிருக்கின்றன. புத்தகத்தின் பொதுத் தலைப்பு பதிப்பாளரின் ஒப்புதலோடு, பதிப்பாசிரியரால் முடிவு செய்யப்பட்டது.

○

ஏ. என். சட்டநாதன் செங்கோட்டையில் 1905 மே 6இல் பிறந்தார். படையாச்சி சாதியைச் சேர்ந்த ஆறுமுக நாயக்கர்-அயனம்மாள் தம்பதியின் இரண்டாம் குழந்தை இவர். அத்தம்பதியின் முதல் ஆண் குழந்தை. மிகவும் வறுமையான சூழலில் வளர்ந்த சட்டநாதன், அந்நகரத்தில் வாழ்ந்து வந்த ஒரு பணக்காரக் குடும்பத்தினரின் உதவியால் பள்ளிக் கல்வியையும் கல்லூரிப் படிப்பையும் முடித்தார். அந்த உதவியைப் பெறுவதற்கு ஒரு வழியாகவே சட்டநாதன் என்ற பெயர் தனக்குச் சூட்டப்பட்டது என்று அவர் குறிப்பிடுகிறார். திருவனந்தபுரத்தில் உள்ள மகாராஜா கல்லூரியில் 1926இல் வரலாற்றுப் பாடத்தில் முதல் வகுப்பு ஆனர்ஸ் பட்டம் பெற்றார். மதுரையிலும் திருச்சியிலும் சில வருடங்கள் கல்லூரி விரிவுரை யாளராகப் பணியாற்றிய பிறகு, 1929இல் சுப்பீரியர் சிவில் சர்வீஸ் தேர்வில் தேர்ச்சியடைந்தார். இது அவரது நீண்ட காலக் கனவு. சுங்கம் மற்றும் மத்திய கலால் துறையில் அவர் அமர்த்தப்பட்டார். தற்போது வங்க தேசத்தில் இருக்கும் சிட்டகாங்கில் துணை ஆட்சியராக முதலில் நியமிக்கப்பட்டார். இதற்கு ஆறு மாதங்களுக்குப் பிறகு தன் சொந்த ஊருக்கு அருகிலுள்ள சுந்தரபாண்டியபுரத்தைச் சேர்ந்த மீனாட்சியைத் திருமணம் செய்துகொண்டார். அவர்களுக்கு ஒரு மகனும் மூன்று மகளுமாக நான்கு குழந்தைகள். சட்டநாதனின் மூன்றாம் குழந்தை எனது அம்மா.

ஆட்சிப் பணியில் சட்டநாதன் மிகச் சிறப்பாகப் பணியாற்றினார். 1942-44இல் சென்னையிலுள்ள உப்பு வருவாய் மற்றும் மத்திய கலால் ஆட்சியரகத்தில் பொறுப்பேற்றார். அப்போது இவர் உருவாக்கிய கலால் வழிமுறைகள் பிறகு நாடு முழுவதும் பின்பற்றப்பட்டன. 1945-48இல், இந்தியப் பிரிவினைக் காலகட்டத்தில், அவர் சிம்லாவில் பணியாற்றி வந்தார். அப்போது புதிதாக உருவான இந்தியா, பாக்கிஸ்தான் நாடுகளின் கலால் மற்றும் சுங்க எல்லைகளை வகுக்கும் பொறுப்பு இவருக்குக் கொடுக்கப்பட்டது. 1947இல் நியூயார்க்கில் ஐக்கிய நாடுகள் சபையின் போதைப்பொருள் ஆணையத்துக்

கான இந்தியக் குழுவின் உறுப்பினராக இருந்தார். 1950, 51இல் நடந்த ஐந்தாவது, ஆறாவது கூட்டங்களுக்குத் தலை வராகவும் இருந்தார். 1956இல் உடல்நலத்தை முன்னிட்டு விருப்ப ஓய்வு பெற்றுக்கொண்டார். அப்போது அவர் கல்கத்தாவில் சுங்கம் மற்றும் மத்திய கலால் துறையின் ஆட்சியராக இருந்தார்.

சட்டநாதனின் ஓய்வுக் காலம் அவருடைய அறிவுத் தேடலுக்கு ஒரு துவக்கமாக அமைந்தது. சென்னையில் குடியேறிய அவர் சமஸ்கிருதத்தையும் தமிழ்ச் செவ்விலக்கியங் களையும் கற்கலானார். தன் இளமைப் பருவம் முதல் ஆர்வம் செலுத்திவந்த நாடகத் துறையிலும் முழுமையாக ஈடுபட்டார். அதைவிட முக்கியமாக, இந்தியா முழுவதுமிருக்கும் நாளிதழ் களுக்கும் பத்திரிகைகளுக்கும் அரசியல், பொருளாதாரம், நடப்பு நிகழ்வுகள் குறித்து ஏராளமாக எழுதினார். இந்த நினைவுக் குறிப்புகள் அவர் ஓய்வுபெற்ற கொஞ்ச காலத்தில் எழுதப்பட்டவை. குழந்தைகளுக்கென *The Jester, the Judge and the Minister, Folk Tales from the South* என இரண்டு புத்தகங்களை எழுதினார். இரண்டுமே இப்போது அச்சில் இல்லை என்பது வருந்தத்தக்கது. 1980களின் இறுதியில் அவரது உடல்நலம் குன்றி, அவரது அறிவுசார் செயல்பாடு களும் குறைந்தன. 1990 ஜூன் 19இல் சென்னையில் சட்டநாதன் காலமானார்.

1970 நவம்பரில் சமர்ப்பிக்கப்பட்ட தமிழ்நாடு முதலாவது பிற்படுத்தப்பட்டோர் ஆணையத்தின் அறிக்கைதான் சட்ட நாதனின் மிகச் சிறந்த பொதுவாழ்க்கைக்கான பங்களிப்பு. 1969இல் மு. கருணாநிதி தலைமையிலான தி.மு.க. அரசு சட்டநாதனைத் தலைவராகக் கொண்டு இந்த ஆணையத்தை அமைத்தது. இந்தியாவின் இடஒதுக்கீட்டு வரலாற்றில் தமிழ்நாடு ஒரு முன்னுதாரணமாக இருக்கிறதென்றால், அந்த வரலாற்றில் சட்டநாதனுக்கும் ஒரு முக்கியமான இடம் உண்டு. இடஒதுக்கீட்டிற்கு வருமான வரம்பு இருக்க வேண்டுமெனத் தனது அறிக்கையில் சட்டநாதன் பரிந்துரைத்தார். இந்தப் பரிந்துரை செயல்படுத்தப்பட்டதும், பிறகு நீக்கப்பட்டதும் தமிழக அரசியலில் பெரும் தாக்கத்தை ஏற்படுத்தின. பிற்படுத்தப்பட்டோரில் மேல்தட்டினரை ஒதுக்கிவிட வேண்டும் என்ற தனது வாதத்திற்குச் சட்டநாதன் பயன்படுத்திய *upper layer* அல்லது *upper crust* என்ற சொற்றொடர்கள், தற்போது இந்த மேல்தட்டினரைக் குறிக்கப் பயன்படுத்தப்பட்டுவரும்

creamy layer என்பதற்கு முன்னோடியாக அமைந்தன; இடஒதுக்கீட்டை நிர்ணயிக்க எவை காரணிகளாக இருக்க வேண்டுமென்பது குறித்த 1992ஆம் வருடத்து உச்ச நீதிமன்ற தீர்ப்பிற்குப் பிறகு பயன்படுத்தப்பட்டுவரும் சொற்றொடருக்கு முன்னோடியாகவும் அமைந்தன.

சட்டநாதனின் நினைவுக்குறிப்புகள் காட்டும் வெளிச்சத்தில் அவரது பிற்படுத்தப்பட்டோர் ஆணைய அறிக்கையின் ஒவ்வொரு வரியிலும் சமூக ரீதியாகப் பின்தங்கியிருத்தல், ஒதுக்கப்படுதல் ஆகியவற்றில் அவருக்கு இருந்த நேரடி அனுபவத்தையும் அனுபவ அறிவையும் நாம் வாசிக்க முடியும். அவர் அந்த அறிக்கைக்காக மிகத் தீவிரமாக உழைத்தார். அதற்கென ஊதியம் பெற்றுக்கொள்ளவும் மறுத்துவிட்டார். அறிக்கையின் துவக்கத்தில் முதலமைச்சருக்கு இவர் எழுதிய கடிதத்தின் முடிவில், தனக்கே உரிய நேரடியான, வாலுவான மொழியில் இப்படிக் குறிப்பிடுகிறார்: "இந்த ஆணையத்தில் மிகுந்த விருப்பத்துடன் பணியாற்றினேன். இது என் அன்புப் பணி. சமூகத்தின் பலவீனமான பிரிவினரின் நலனில் மிகுந்த அக்கறை காட்டிவரும் தங்கள் அரசுக்கு இந்த அறிக்கை பயன்படும் என்பது என் உள்ளார்ந்த நம்பிக்கை."

O

இந்தப் புத்தகம் மிகச் சரியான தருணத்தில் வெளி வருகிறது. சமீப காலமாக இந்தியச் சுயசரிதைகளின் மீதான ஆர்வம் வெகுவாக அதிகரித்திருக்கிறது. சுயசரிதங்களையும் வாழ்க்கை வரலாறுகளையும் பொதுவான வாசகர்கள் எப்போதும் விரும்பிப் படித்துவந்திருக்கிறார்கள். இது தொடர்பாக அறிவுத்துறையினரிடம் ஆர்வம் அதிகரித்திருப்பதே இங்கே கவனிக்கத்தக்கது. வாழ்க்கைக் கதைகள், குறிப்பாக இந்திய வாழ்க்கைக் கதைகள், குறிப்பாக விளிம்புநிலை மனிதர்களின் வாழ்க்கைக் கதைகள் எதிர்ப்புக் குரல்களாக மதிக்கப்படுகின்றன, கொண்டாடப்படுகின்றன.

பெருகிவரும் வரலாறுகளின் வரிசையில் இந்த நிறை வடையாத சுயசரிதை ஒரு முக்கியமான பங்களிப்பை ஆற்றுகிறது. உள்ளடக்கத்தைப் பொறுத்தவரை தலித்களின் வாழ்க்கைக் கதைகள் பொது வெளிக்குப் பெருமளவில் வந்து குவிந்தாலும் 'பாரம்பரியமான தீண்டாமைக் கோட்டிற்கு சற்றே மேலே இருக்கும்' சாதியினரின் வாழ்க்கைக் கதைகள் அதிகம் வெளிவரவில்லை. இவர்கள் 'தீண்டத்தகுந்த' சூத்திரச் சாதிப் படிநிலையில் மிகக் கீழ்நிலையில் இருப்பவர்கள். தமிழ்நாடு

அரசின் தற்போதைய வகைப்பாட்டின்படி 'மிகப் பிற்படுத்தப்பட்ட வகுப்பினர்'. தமிழ்நாட்டில் மிகப்பிற்படுத்தப்பட்ட வகுப்பினரில் மிகப் பெரிய சாதியான வன்னியர் அல்லது படையாச்சி சமூகம் அரசியலில் ஒரு குறிப்பிடத்தகுந்த தாக்கத்தை ஏற்படுத்தி யிருக்கிறது. சட்டநாதன் இந்தச் சாதியைச் சேர்ந்தவர்தான். ஆனால் ஆங்கில வாசகர்களைப் பொறுத்தவரை இந்தச் சமூகம் கண்ணுக்குத் தெரியாத ஒன்றாகவே இருக்கிறது. மேல் சாதி வாசகர்களுக்குத் தமிழகத்தின் சூத்திர சாதியினருக்குள் நிலவும் சமூக அந்தஸ்து வேறுபாடுகளைப் பற்றிப் பெரிதாக எதுவும் தெரியாது. சூத்திரர்களுக்கும் தலித்களுக்கும் இடையிலான வித்தியாசம்கூடச் சில சமயம் அவர்களுக்குப் புரிவதில்லை. மேல் சாதி அல்லது தலித் என்ற வரையறைகளுக்குள் வராத ஒரு சமூகத்தினரின் பிரச்னைகளை முன்வைப்பதன் மூலம் சாதிய பாரபட்சத்தையும், அதை அனுபவிப்பவர்களையும் குறித்த பார்வையைச் சட்டநாதன் மேலும் தெளிவுபடுத்துகிறார். ஆனால், இப்படிச் சொல்வதன் மூலம் சட்டநாதனின் அனுபவமும் தலித்களின் அனுபவமும் ஒன்று எனச் சொல்லவரவில்லை; சொல்லவும் முடியாது. கீழ்நிலைச் சாதிகளின் அடையாளம் மற்றும் அனுபவங்களின் பன்முகத்தன்மையைப் புரிந்துகொள்வதென்பது, இவை பற்றிய அறிமுகமில்லாத வாசகர்கள் அனைத்துச் சாதி ஒடுக்குமுறை களையும் ஒரேதன்மைத்தனவாகப் பிறழ உணர்வதைத் தவிர்க்க உதவும். தனித்தன்மைகளைப் புரிந்துகொள்வது யதார்த்தம் பற்றிய விழிப்புணர்வை மிகுவிக்கும்.

சட்டநாதனின் நினைவுக் குறிப்புகளின் மற்றொரு முக்கியமான அம்சம், அவை ஆங்கிலத்தில் எழுதப்பட்டிருப்ப தாகும். இந்திய எழுத்தாளர்கள் ஆங்கிலத்தில் எழுதும்போது அதன் 'உள்ளூர்த் தன்மை' எப்படியிருக்கும் என்பது குறித்த விவாதத்தில் நான் இறங்கவிரும்பவில்லை. பல ஆண்டுகளாக இந்தி எதிர்ப்புப் போராட்டம் நடந்துவந்திருக்கும் தமிழகத்தில், அதன் இருமொழிக் கொள்கையை வைத்துப் பார்க்கும்போது, ஆங்கிலத்தின் நிலை இங்கே சிக்கலானது. தன் காலத்தில் பள்ளிக்கூடங்களில் தமிழ் கற்பிக்கப்படுவது எப்படி இருந்தது என்பது குறித்து சிந்தனையைத் தூண்டும் அவதானிப்புகளைச் சட்டநாதன் முன்வைக்கிறார். ஆனால், இந்தியர்களால் ஆங்கிலத்தில் எழுதப்படும் சுயசரிதைகள் குறித்துக் கடந்த காலத்தில் உருவாக்கப்பட்டிருக்கும் பொதுமைப்படுத்தல்களை இச்சுயசரிதை பொய்யாக்குகிறது - குறிப்பாக, ஜூடித் வால்ஷ் போன்றவர்களின் கருத்துகளை.

. . . இந்திய சுயசரிதைகளின் ஒரு முக்கியமான அம்சம் என்னவென்றால், அதன் ஆசிரியர்களின் பண்பாட்டு, பிராந்தியப் பின்புலங்களை உறுதியாக வலியுறுத்து வதற்குப் பதிலாகத் தெளிவில்லாமல் சொல்லிச்செல்வது தான். இந்தச் சுயசரிதையாளர்கள்... உள்ளூர் கலாச்சாரம், பாரம்பரியம் ஆகியவற்றைத் தெளி வில்லாமல் சொல்வதை விதியாகவே வைத்திருக் கிறார்கள்.

எல்லா இந்தியர்களும் - பல்வேறு பிராந்தியங்களைச் சேர்ந்த, பண்பாட்டு பாரம்பரியங்களைச் சேர்ந்த, வேறுவேறு காலகட்டங்களைச் சேர்ந்தவர்கள்கூட ஒரு குழுவைச் சேர்ந்தவர்களாக - மேற்கத்தியமயமான ஆங்கிலக் கல்வி பெற்ற மேட்டுக்குடி இந்தியர்கள் என்று நம்பும் அளவுக்கு ஆங்கிலத்தில் சுயசரிதை எழுதும் ஆசிரியர்களின் எழுத்து இருக்கிறது.

இம்மாதிரியான பொதுமைப்படுத்தல்களின் போதாமை களைச் சட்டநாதனின் நினைவுக்குறிப்புகள் வெளிச்சமிட்டுக் காட்டுகின்றன. இந்த நினைவுக் குறிப்புகளில் வேறு பிரச்னைகள் இருக்கலாம். இதில் ஆசிரியரே தனது கதையைச் சொல்கிறார். இந்திய மொழியில் எழுதப்பட்டு, ஆங்கிலத்தில் மொழிபெயர்க் கப்பட்ட ஒரு சுயசரிதையின் ஆசிரியராக வெளிப்படவில்லை. அவர் தன் குரலில் பேசும்போது, அவரது தனித்தன்மையை, அவரது மனிதத் தன்மையை, அவரது சுயத்தைப் புரிந்து கொள்கிறோம். ஆங்கிலம் இதற்கு மிகத் தோதாக இருக்கிறது.

உண்மையில் இம்மாதிரி வகைப்படுத்தல்களுக்குள் அடங்காமல் இருப்பதுதான் சட்டநாதனுடைய சொல்லாடலின் முக்கியமான பலம். இந்த நினைவுக் குறிப்பு காலமுரணாக அமைந்திருக்கிறது. கடந்த நூற்றாண்டின் முதல் சில பத்தாண்டுகளைப் பற்றி இப்புத்தகம் பேசுகிறது. ஆனால், எழுதப்பட்டதோ கடந்த நூற்றாண்டின் மத்தியில் - சுதந்திரத் திற்குப் பிந்தைய இரண்டாவது தசாப்தத்தில். இருபத்தொன்றாம் நூற்றாண்டின் துவக்கத்தில் பதிப்பிக்கப்படுகிறது. உள்ளடக் கத்திலும் சரி, நிலைப்பாட்டிலும் சரி வால்ஷ் குறிப்பிடும் இருபதாம் நூற்றாண்டின் முற்பகுதியில் எழுதப்பட்ட மேட்டுக்குடி ஆங்கில எழுத்துகளிலிருந்தும் 1980களின் துவக்கத்திலிருந்து வெளிவர ஆரம்பித்த விளிம்புநிலையினரின் எதிர்ப்பு எழுத்துகளிலிருந்தும் இந்தச் சுயசரிதை விலகி நிற்கிறது. பல எதிர்நிலைத் தொடர்புகள் - பிராமணர்/பிராமணரல்லாதோர்,

பணம் படைத்தவர்/ இல்லாதோர், அதோடு மென்மையான முறையில் வடக்கு/தெற்கு என்பவை உள்பட - இடம்பெற்றிருந்தாலும் இந்த நினைவுக் குறிப்புகள் அவற்றில் ஒன்றை ஆதரிக்கின்றன என்றோ, எதிர்க்கின்றன என்றோ சொல்ல முடியாது.

மாறாக, சட்டநாதன் பல்வேறு முரண் நிலைகளைத் தன் நூலில் முன்வைக்கிறார். அது குறித்த வருத்தமோ, அதைச் சரி என்று வாதிடும் குணமோ அவரிடம் இல்லை. இந்து புராணங்களை நேசிக்கும் அதே நேரத்தில் சாதி அமைப்பை அவர் கடுமையாக வெறுக்கிறார். பிராமணரல்லாதோர் இயக்கத்தின் மீது அனுதாபம் கொள்ளும் அதே நேரம், தீவிர தேசியவாதியாகவும் இருக்கிறார். அப்படிச் செய்கையில் அவரிடம் வெளிப்படுவது முடிவெடுக்க முடியாத திணறலோ உடன்பாடோ அல்ல. மாறாகப் பெருந்தன்மையும் மனிதர்கள் மீதான பெரும் நேசிப்பும்தான் வெளிப்படுகின்றன.

இந்த நினைவுரையின் வடிவமும் வித்தியாசமானது. இது முழுமைபெறாதது. எல்லா சுயசரிதைகளுமே முழுமையில்லாதவைதான். எதுவுமே ஒருவருடைய முழு வாழ்க்கையையும் பிரதிபலிப்பதில்லை. நான் குறிப்பிடுவது அந்த அர்த்தத்தில் இல்லை. ஆனால் மிக வெளிப்படையாக, ஒரு தனித் துண்டாக இது இருக்கிறது. சுயசரிதைகளுக்கே உரிய மிகையதார்த்த அம்சத்தையும் கொண்டிருக்கிறது. இம்மாதிரி மிகையதார்த்த பாணியில் எழுதப்பட்ட நறுக்குகளைப் பற்றி நிறையவே எழுதப்பட்டிருக்கிறது. ஒருவகையில் முழுமையில்லாமல் இருக்கும் இந்த துண்டுக் குறிப்பு, மிகக் கச்சிதமாக ஒரு முழுமையான சித்திரத்தை வழங்கிவிடுகிறது. இன்னொரு பக்கம் முழுமையற்ற ஒன்றிலிருந்து முழுமையைப் பெற முயல்வது முறையற்ற செயல். இதன் விளைவாக, விரிசல்களை, உளைச்சல்களை சரி செய்து ஒரு சரியான (தத்துவரீதியாக சந்தேகத்திற்குரிய) முழுமையை உருவாக்கலாம். இந்த ஒப்பீட்டை நாம் கொண்டாடினாலும் பழித்தாலும் சட்டநாதனின் உரைநடை என்பது ஒரே நேரத்தில் துண்டுதுண்டாகவும் அதற்கு முரணாக நிறைய விஷயங்களை உள்ளடக்கியதாகவும் இருக்கிறது. எழுத்தாளரின் முழு மனிதாபிமானம், அவரிடம் இருந்த வேற்றுமைகள் மற்றும் முரண்கள் ஆகியவை சரியான வடிவத்தில், ஒரு அறுதியான தீர்மானத்தை முன்வைக்காத வகையில், வெளிப்படுத்தப்பட்டிருக்கின்றன.

சென்னைப் பல்கலைக்கழகத்தில் 1981இல் பெரியார் ஈ.வெ. ராமசாமி நினைவு அறக்கட்டளைச் சொற்பொழிவு களாகத் திராவிட இயக்கத்தைப் பற்றி சட்டநாதன் ஆற்றிய உரைகள் இதில் இணைக்கப்பட்டிருப்பதன் மூலம் இந்தப் புத்தகம் வேறுவிதமான முழுமையை எய்துகிறது. உரையில் இடம்பெற்றிருக்கும் சில கருத்துக்கள் விவாத்திற்குரியவைதான். ஆனால், முழுமையாகப் பார்க்கும்போது இந்த உரைகள் தெளிவாக, எளிமையாக, பாரபட்சமற்ற பார்வையை வழங்கு கின்றன. அப்படிச் செய்வதன் மூலம் திராவிட இயக்கம் குறித்து ஒரு சிறந்த அறிமுகமாகவும் விளங்குகின்றன. இவ்வுரை களும் நினைவுக் குறிப்புகளும் நான் முன்பே குறிப்பிட்டபடி தனித்தனியாகவும் இணைந்தும் ஒன்றை மற்றொன்று நிறைவுசெய்தும், ஒருங்கே தனிமனித வரலாறாகவும் சமூக வரலாறாகவும் இயங்குகின்றன. இந்த நினைவுக் குறிப்புகளை வாழ்க்கைக் குறிப்பாக எழுதப்பட்ட சமூக வரலாறாகக் கருதலாம். சட்டநாதனின் உரைகளைப் பொறுத்தவரை சமூக இயக்கத்தை விவரிக்கும் அதே நேரத்தில் உள்ளடக்கமாகச் சுயவரலாற்றையும் சொல்கின்றன. இந்த இடத்தில் ஒன்றைத் தெளிவுபடுத்த விரும்புகிறேன். புத்தகத்திற்குத் தலைப்பாகப் பயன்படுத்தப்பட்டிருக்கும் 'சூத்திரன்' என்ற சொல் சட்டநாதன் தன் உரைகளில் பயன்படுத்தியிருக்கும் அர்த்தத்திலேயே கையாளப்பட்டிருக்கிறது.

O

இந்த நினைவுக் குறிப்புகளை ஆசிரியர் எழுதிவைத்திருந்த நோட்டுப் புத்தகத்திலிருந்து பிரதி எடுத்தேன். முன்கூட்டிய திட்டமோ, தயாரிப்போ இல்லாமல் அவை எழுதப்பட்டிருந்தன. செம்மைப்படுத்தும்பொருட்டு பின்யோசனைகளுடன் செய்யப்பட்டிருந்த திருத்தங்கள் மிகக் குறைவு. ஒரு குறிப்பிட்ட அளவுக்கு அவற்றைத் திருத்தி எழுத வேண்டியது அவசியம் என்பதை உணர்ந்தேன். இந்தச் சுயசரிதையின் இயல்களின் வரிசையில்தான் மாற்றம் தேவைப்பட்டது; சொல்லாட்சியில் அல்ல. நோட்டுப் புத்தகத்தில் இருந்ததைவிடப் புத்தகத்தில் பத்தி பிரிப்பது, நிறுத்தற்குறிகள் இடுவது போன்றவற்றைக் கச்சிதமாகச் செய்திருக்கிறேன். ஒன்றிரண்டு இடங்களில் சில வாக்கியங்களையும் பத்திகளையும் மாற்றி அமைத் திருக்கிறேன். முதல் இரண்டு இயல்கள் கையெழுத்துப்படியில் ஒரே இயலாக இருந்தன. நான் அதை இரண்டாகப் பிரித்து, தலைப்பும் இட்டேன். மற்ற இயல்களைப் பிரித்தெழுதியிருந்தது,

தலைப்புக் கொடுத்திருந்தது எல்லாமே ஆசிரியர்தான். ஆனால், முன்பே கூறியபடி மொத்தமாக இந்தப் புத்தகத்திற்கு தலைப்புக் கொடுத்தது நான்தான். மற்றபடி சட்டநாதனுக்கே உரிய வாக்கிய அமைப்பையும் ஓசை நயத்தையும் நான் மாற்ற வில்லை. சில இடங்களில் மட்டும் காலம் குறித்த இலக்கணப் பிழைகளைத் திருத்த வேண்டியிருந்தது. ஆசிரியர் தன் கடந்த காலத்தை நினைவுகூரும்போது தன்னை அறியாமல் இறந்தகால வினையிலிருந்து நிகழ்கால வினைக்கு மாறிவிடுகிறார். சில சமயங்களில் ஒரே வாக்கியத்திலும்கூட இது நடக்கிறது.

புத்தகத்தைப் படிக்கும்போது வாசகர்களுக்குத் தொந்தரவாக இருக்கும் என்பதால், விளக்கக் குறிப்புகளை அந்தந்தப் பக்கத்திலே தராமல் புத்தகத்தின் இறுதியில் தனியாகத் தரப்பட்டுள்ளன.

இதற்கான என் தேடல் என்னுடைய வழக்கமான அறிவுத் துறைகளைத் தாண்டியும் என்னை இழுத்துச் சென்றது. அதேபோல, என் தனிப்பட்ட, அரசியல் வரலாற்றையும் தேடிப்பார்க்க வைத்தது. மறந்துபோன, தொலைந்துபோன, ஆனால் என்னிடம் ஏற்கெனவே இருக்கும் விஷயங்களைத் துலக்கமாகக் காட்டியது. எது மிகப் புதிதான விஷயமாக இருக்கவேண்டுமோ அது எனக்கு மிகப் பழக்கமான ஒன்றாக இருந்தது. இந்தப் புத்தகத்தில் நான் தனித்துத் தெரிவதைத் தவிர்க்க முயன்றுள்ளேன். ஆனால், நான் என் தாத்தாவுக்கு மிகுந்த கடன்பட்டிருக்கிறேன் என்பதைச் சொல்லாமல் இருக்க முடியவில்லை. என் குழந்தைப் பருவத்தையும் வளரிளம் பருவத்தையும் அவர் தனது பரந்த அறிவினால் ஒளியூட்டினார். ஆகையால்தான் என் பிற்கால வாழ்க்கையிலும், அவர் இறந்து பல ஆண்டுகள் கழிந்த பின்னும் கற்பதைத் தொடர்ந்து கொண்டிருக்கிறேன்.

உத்தரா நடராஜன்

1

ஒரு சுயசரிதைப் பயிற்சி
(1958)

1

பெண்களின் வீடு

15 மே 1958. இதுதான் எனது அதிகாரபூர்வமான பிறந்தநாள். நாட்காட்டியை கவனித்தபோதுதான் எனக்கு இது உரைத்தது. இதில் எந்த முக்கியத் துவமும் இல்லை. சுவாராஸ்யம் என்னவெனில், இந்தக் குறிப்புகளை நான் எழுதத் தொடங்கிய இந்த நாளில், எனது பள்ளி, அலுவலக ஆவணங் களின்படி எனக்கு 54 வயது (53 முடிந்திருந்தது). உண்மையில் மே ஆறாம் தேதிதான் என்னுடைய சரியான பிறந்த தினம். நான் அவ்வப்போது நினைவுபடுத்தி, கொண்டாடும் நாள்.

பிறந்த நாளைக் கொண்டாடுவதென்பது செல்வர்கள், சமயப்பற்றுள்ளவர்களின் வழக்கம். எனக்கு 25-26 வயது ஆகும்வரை பிறந்த நாள் முக்கியமானது என்ற நினைவோ, சிந்தனையோ எனக்கு ஏற்பட்டதில்லை. எனது நண்பர்கள், தெரிந்தவர்கள் மத்தியில் பிறந்த நாளைக் கொண்டாடுவது நாகரீகமாகக் கருதப்பட்டது. அதனால், என் குடும்பத்தினரும் என் பிறந்த நாளை இதுபோலக் கொண்டாடி என்னை சந்தோஷப்படுத்த விரும்பினார்கள். இந்த விஷயத்தில் நான் பெரிதாக உற்சாகமடைந்த

தில்லை. இது ஒரு வீணான ஆடம்பரம் என்றே கருதிவந்தேன். ஏழைக் குடும்பத்தில் பிறந்த எனக்குச் செல்வர்களின் வழக்கங்களில் ஒருபோதும் விருப்பமிருந்ததில்லை.

பெரும்பாலான மக்கள் தம் பிறந்த இடம் குறித்துப் பெருமிதம் கொண்டவர்கள். ஆனால், செங்கோட்டையைப் பற்றிய எனது உணர்வுகளை அலசுவது சற்று கடினமான காரியம்தான். நான் அந்த ஊரில் பிறந்தேன் என்பது சிலருக்குப் பெருமையான செய்தி. என்னைப் பொருத்தவரை அது ஒரு விபத்து.

என் பால்ய கால இல்லம் என்பது பலவிதமான முதிய பெண்களின் கூட்டமாகவே என் நினைவுகளில் இருக்கிறது. எப்போதுமே அது பெண்களின் வீடாகவே என் நினைவுக்கு வருகிறது. அங்கே எனது அம்மா, எனது பாட்டி (அம்மாவைப் பெற்றவள்), எனது பூட்டி (பாட்டியைப் பெற்றவள்), என் அம்மாவின் விதவை அத்தை, எப்போதும் தண்ணீரைக் குடித்துக்கொண்டேயிருக்கும் நிரந்தர நோயாளியாகக் கிடந்த ஒரு உறவுக்காரப் பெண் ஆகியோர் இருந்தனர். என் பாட்டி என்ற ஒரு அதிகாரம் மிகுந்த ஆளுமை அப்பெண்களை அதிகாரம் செய்துவந்தது.

என் பாட்டி நல்ல அழகு. ஏறக்குறைய மாநிறம். மெலிந்த உடல்வாகு. நல்ல உயரமாக இருப்பாள். நமது மதிப்பீடுகளின்படி மிகவும் அழகானவள். எனக்கு நினைவு தெரிந்ததிலிருந்தே அவள் மிகவும் வயதானவள்தான். தீராத நோயினால் துன்பப்பட்டு வந்தாள். அது என்ன நோய் என்று எனக்குத் தெரியவில்லை. அவள் இடைவிடாமல் இருமிக்கொண்டிருந்ததுதான் என் நினைவுக்கு வருகிறது. ஒரு எச்சில் பணிக்கம்தான் அவளுடைய இணைபிரியாத தோழி. அவள் வீட்டை விட்டு அடிக்கடி வெளியில் செல்ல மாட்டாள். நோய்வாய்ப்பட்டு படுக்கையில் வீழும்வரை மிகவும் சுறுசுறுப்பாக இயங்கியவள். அந்தப் பெரிய வீட்டின் ஒட்டுமொத்தக் குரல் அவள்தான். இளமைக்காலத்தில் இன்னும் அழகாக இருந்திருக்க வேண்டும் என்று நான் அடிக்கடி நினைப்பேன். ஆனால் ஆழமான மன வருத்தங்களை, நம்பிக்கைத் துரோகங்களைச் சுமக்கும் ஒரு பெண்ணாகவே அவள் என் நினைவுகளில் இருக்கிறாள். அவளிடம் ஒரு குணம் உண்டு. அது பெண்களின் வீடாகவே இருந்தது குறித்து அவளது வசைகளை நான் கேட்டிருக்கிறேன். அது போன்ற வசவுகளைப் பிறகு நான் எப்போதும் கேட்டதில்லை. வயதான பல ஆண்களும், பெண்களும் தமது துன்பங்களை அவளிடம் இறக்கிவைத்துத் தேறுதல்

பெற வருவது வழக்கம். அவர்களை அவள் லேசில் விடமாட்டாள். அவளது கசப்பான பேச்சை யாரும் தப்பாக எடுத்துக்கொண்டதில்லை. அதுதான் அவள் தரும் மருந்தென அமைதியாக இருந்துவிடுவார்கள். வாதத்தில் அவளை யாரும் வென்றதில்லை. அவளிடம் தோற்றவர்கள் வருத்தத்துடன் பின்வாங்குவார்களே தவிர கோபம் கொண்டதில்லை.

பெண் உறவினர்களைப் பொறுத்தவரை அவள் போட்டதுதான் சட்டம். தான் சொல்வதை அவர்கள் தட்டாமல் கேட்க வேண்டும் என்று எதிர்பார்ப்பாள். அப்படி நடக்கவும் செய்தது. ஒருபோதும் அவள் என்னைக் கோபித்துக்கொண்டதாக நினைவில்லை. என்னை அவள் தன் கண்ணுக்குள் வைத்துப் பேணுவதுபோலப் பேணி வந்தாள். அது எனக்கு விளங்காததாகவே இருந்தது. அவள் வெளிப்படையாக அன்பு காட்டுபவள் அல்ல. கொடுமையை யும் துயரத்தையும் அனுபவித்த, கடுமையாக உழைக்கின்ற பெண்கள் இருக்கும் அந்த வீட்டில் அன்பை வெளிப் படையாகக் காட்டுவதற்கு இடமில்லை. எப்போதும் நான் அந்தப் பாட்டியிடமே ஈர்க்கப்பட்டேன். அவளின் கருணையோ, அன்போ, தாராள குணமோ எனக்கெனத் தனியாகக் காட்டப்பட்டதாக நினைவில்லை. என்றாலும் அவளின் தனிப் பாதுகாப்பில் இருப்பதாகவே உணர்ந்தேன். அவள் என்னிடம் மிகுந்த அன்பு வைத்திருந்தாள் என்பது நிச்சயம். ஐயத்திற்கு இடமில்லாத அழகும் கடும் கோபமும் கொண்ட அவளது வாழ்க்கை புயலும் சூறாவளியும் நிறைந்ததாகவேயிருந்திருக்க வேண்டும் என்ற கற்பனை யுடனேயே அவளை நான் கவனித்துக்கொண்டிருப்பேன்.

எனது பூட்டி, அதாவது என் பாட்டியைப் பெற்றவள், தன் மகளிடமிருந்து பலவழிகளிலும் வேறுபட்டவள். அவள் இனிமையாகவும் மென்மையாகவும் பேசுவாள். மகளைவிடக் கருப்பாகவும், குள்ளமாகவும் கொழுக்கட்டைபோல் இருப்பாள். அமைதியாகவும் மென்மையாகவும் நடந்து கொள்வாள். எங்கு சென்றாலும் கண்ணியமாக நடந்து கொள்வாள். என்மீது வெளிப்படையாக அன்பு காட்டியவள் அவள். அன்பையும் நெருக்கத்தையும் வெளிப்படுத்தும் அவளது அரவணைப்பும் என்னைப் பாசத்துடன் அழைத்த செல்லமொழிகளும் இன்னும் என் நினைவில் நிற்கின்றன. வயதான விதவைகள் உடுத்தும் இரண்டு முரடான வெள்ளைப் பருத்திப் புடவைகள்தான் எனக்குத் தெரிந்து அவளுடைய சொத்து. அவளால் எப்படி அவற்றை அழுக் கில்லாமலும் தூய்மையாகவும் எப்போதும் வைத்திருக்க

முடிந்தது என்பது இன்னும் எனக்குப் புதிர்தான். இப்போது போல சோப்பைப் பயன்படுத்தும் வழக்கம் அப்போது கிடையாது. ஆற்றுப் படுகைகளிலும், ஏரிக்கரைகளிலும் தோண்டி எடுக்கப்படும் உவர் மண்ணையே கிராமங்களில் உள்ள வண்ணார்கள் பயன்படுத்தினார்கள். எனது பூட்டிக்கும் அதைப் பற்றித் தெரிந்திருக்க வேண்டும் – அவளது உடைகள் எப்போதும் தூய்மையாக வெளுக்கப்பட்டிருக்கும்.

மூன்று தலைமுறைகளையும் சேர்ந்த பெண்களால் நிரம்பியிருந்த அக்குடும்பத்தின் நம்பிக்கையாக விளங்கிய சாதுவான அந்த ஆண்குழந்தை இந்த இரண்டு மூதாட்டிகளின் ஒருங்கிணைந்த கவனிப்பால் வளர்ந்துவந்தது.

எனது பூட்டி, குழந்தைகள் அனைவராலும் 'தங்கம்மா' என்றே அழைக்கப்பட்டாள். இதற்குப் பின்னால் ஒரு கதை உண்டு. ஒரு சிறிய தகராறின்போது ஒரு குழந்தை பெற்றோரைப் பிரிந்து எங்கள் வீட்டுக்கு கொண்டுவரப்பட்டிருந்தது. தூங்கி எழுந்த அக்குழந்தை தன் அம்மாவைத் தேடியது. அதை அன்போடு அரவணைத்தபடி நான்தான் அம்மா என்றாள் அம்மூதாட்டி. அக்குழந்தையும் தன் மழலை மொழியில் 'என் தங்கம்மா' என்றழைத்தபோது அந்தப் பெயரே நிலைத்துவிட்டது. மிகுந்த பாச உணர்வுடைய அவள் அந்தக் குடும்ப நலனில் தன்னையே கரைத்துக் கொண்டவள். சாகும்வரை அவள் எங்களுக்குத் தங்கம்மாவாகவே இருந்தாள்.

எனக்கு 13 வயதாக இருந்தபோது இனம்தெரியாத ஒரு காய்ச்சல் – அனேகமாக அது இன்புளூயன்சாவாக இருக்க வேண்டும் – வந்தது. முதலாம் உலகப் போருக்குப் பிந்திய ஆண்டுகளில் அது ஒரு அச்சமூட்டும் கொள்ளை நோய். கிட்டத்தட்ட மூன்று வாரங்கள் அந்தக் காய்ச்சல் என்னை வாட்டியது. அந்த நேரத்தில் என் தலையணையருகே இருந்த அம்மூதாட்டி, "இந்தக் குழந்தை ஏன் இவ்வளவு சிரமப்பட வேண்டும், இந்தக் குழந்தை உடல் நலம் பெறுமானால் நான் சந்தோஷமாகச் சாகத் தயாராக இருக்கிறேன்" என்று சொன்னாள். ஒரு மாதத்திற்குள் என் உடல் நலம் பெற்றது. அதற்கடுத்த சில நாட்களில் அம்மூதாட்டி காலமானாள். பாபர் – ஹுமாயூன் கதை போலவே இருந்தது அவளது சாவு.

அவ்வீட்டில் என் தாயைவிடச் சற்று மூத்த இன்னொரு பெண்ணும் இருந்தாள். எங்களுக்கு அவள் வளர்ப்புத் தாய். அவளை நாங்கள் 'ஆத்தா' என்று கூப்பிடுவோம். அவள் என் தாய்வழிப் பாட்டியினுடைய சகோதரரின் மனைவி.

விதவை. மணமான சில ஆண்டுகளில் கணவனை இழந்தவள். தனது அதிகாரம்மிக்க நாத்தனாருடன் சேர்ந்து அந்த வீட்டை நடத்தியவள். அவ்வீட்டின் எல்லாக் கடினமான வேலை களையும் சற்றும் முகச் சுழிப்பின்றி செய்வாள். அவ்வீட்டில் இருந்த எல்லாப் பெண்களும் மிகுந்த புத்திசாலிகளானதால் அவளுக்கு ஒருவிதத் தாழ்வு மனப்பான்மை இருந்தது. தன் இருப்பை உறுதிப்படுத்திக்கொள்ள ஒருபோதும் முயல மாட்டாள். இரண்டு தலைமுறைகளைச் சேர்ந்த குழந்தை களின் வளர்ப்புத்தாயாக இருப்பதிலேயே திருப்தியடைந்து விடுவாள்.

எப்படி இந்த வீடு பெண்களின் வீடாக உருவெடுத்தது என நான் அடிக்கடி வியப்பதுண்டு. எளியவர்களின் வீட்டில் குடும்பப் பதிவு என்று ஏதும் இருக்காது. நினைவுப் பதிவுகள்கூட இரண்டு, மூன்று தலைமுறைகளுக்கு மேல் தாண்டிச் செல்வதில்லை. எங்களது வீட்டைக் கட்டியவர் எனது பாட்டியின் தந்தை. அந்த வீட்டைத் தொடர்ந்து பழுது பார்த்தும் புதுப்பித்தும் வந்தோம். அதனால் அதன் தோற்றமே மாறிவிட்டது. கூரைவீடுகள் மட்டுமே இருக்கும் அந்தத் தெருவில், நீண்டகாலமாக இருந்துவந்த ஒரே ஓட்டு வீடு எங்கள் வீடுதான். அக்கம்பக்கத்தில் இருந்தவர்களைவிடச் சற்று உயர்ந்த வகுப்பினராக தம்மைக் காட்டிக்கொள்ள வேண்டும் என்ற போலிக் கௌரவம் அந்தக் கிழவருக்கு இருந்திருக்க வேண்டும். அவருக்கு ஒரு சகோதரரும் மகன் களும் உண்டு. எல்லோரும் மறைந்துவிட்டார்கள். இவர்களில் எஞ்சியிருந்தவள் உயரமான அழகான சிறுமி மட்டுமே. பெண்ணாக இருந்தும் தன் தந்தையின் குடும்பத்தையே ஆட்சி செய்தவள், பின்னாளில் தன் மகளின் குடும்பத்தையும் ஆண்டுவந்தாள்.

என் தாய்வழிப் பாட்டியின் வாழ்வு அசாதாரணமானது என்பது நான் குழந்தையாக இருந்தபோதே எனக்குப் புரிந்துவிட்டது. அவளுக்கு ஒரு வண்ணமயமான கடந்தகாலம் இருந்திருக்கிறது. அந்த வீட்டில் ஒரு பாட்டன் இல்லாததும், இலைமறை காயாக பேசப்படும் செய்திகளும் என் ஆர்வத்தை மிகவும் தூண்டின. தன் குடும்ப வரலாற்றில் பெருமிதம் கொண்ட யாருக்கும் நான் சேகரித்த விவரங்கள் மகிழ்ச்சி தராது. இந்த நிகழ்வுகள் என் பெற்றோரின் வாழ்வில் மிகுந்த பாதிப்பை ஏற்படுத்தின. ஓரளவுக்கு என் வாழ்விலும் அதன் தாக்கம் இருந்தது.

அந்த இளம் பெண்ணின் அழகும் துணிச்சலும் அவளது தந்தைக்கு நெருக்கமான இளைஞர்களிடம் அவள்மீது ஒரு

ஆர்வத்தை ஏற்படுத்தியிருக்க வேண்டும். கிராமங்களில் பொதுவாக இளம் பெண்களுக்குக் கிடைக்கும் சுதந்திரத்தைவிட அதிக சுதந்திரத்தை அவள் தன் வீட்டில் அனுபவித்தாள். ஒரு இளைஞர் (அவரை நான் 'கே' என்று குறிப்பிடுகிறேன்) அவள் மீது ஈர்க்கப்பட்டார். பல வழிகளிலும் அவர் மிக முக்கியமான மனிதர். போதுமான எழுத்தறிவு பெற்றவர் இல்லை. அவரால் தமிழில் சரியாகக் கையெழுத்திடக்கூடத் தெரியாது. நெத்துக்குத்தாக சிலவரிகள் எழுதுவார். ஆனால், குறிக்கோளும் தொலைநோக்கும் கொண்ட கடின உழைப்பாளி. வேலைக்காரப் பையனாக, சமையல்காரனாக வாழ்வைத் தொடங்கி, பக்கத்திலுள்ள காடுகளில் உருவாகத் தொடங்கியிருந்த காப்பித் தோட்டங் களுக்குக் கூலி ஆட்களையும் மற்ற தேவைகளையும் ஏற்பாடு செய்யும் சிறு ஒப்பந்தக்காரராக ஒரு பிரகாசமான வாழ்வைத் தொடங்கியிருந்தவர். அந்தப் பெண்ணின் தந்தை இந்த இளைஞருடன் சேர்ந்து வியாபாரத்தில் ஈடுபட்டிருந்ததால் அந்த இளைஞர் அந்தப் பெண்ணின் வீட்டுக்கு மிகவும் விரும்பத்தக்க விருந்தாளியாகவே இருந்தார். வசீகரமும் தைரியமும் நிறைந்த அந்தப் பெண்ணுடன் அவருக்கு உறவு ஏற்பட்டது. அவர்களிடையே இருந்த நெருங்கிய உறவு வெகு நாட்களுக்கு ரகசியமாக இருந்திருக்க முடியாது. அவர்கள் வெவ்வேறு சாதியில் பிறந்தவர்கள் என்பதால் திருமணம் செய்துகொள்வது என்ற பேச்சுக்கே இடமில்லை. எனவே அவர்களுடைய நலன் கருதி பிரிக்கப்பட்டனர்.

இருபத்தைந்து மைல்கள் தொலைவிலுள்ள ஒரு கிராமத் தில் சாதுவான, குறைந்த வருமானமுடைய, அவளுக்குப் பொருத்தமற்ற ஒருவருடன் அந்தப் பெண்ணுக்கு திருமணம் செய்து வைக்கப்பட்டது. அந்நாட்களில் திருநெல்வேலிக்குத் தெற்கே தென்னிந்திய ரயில்வே கிடையாது. மக்கள் தங்கள் கிராமத்தில் உள்ள உறவினர்களுடனும், நடந்து செல்லும் தூரத்தில் உள்ள பக்கத்து கிராமங்களிலுமே மண உறவு வைத்திருந்தனர். சொந்தமாக மாட்டு வண்டியோ, பல்லக்கோ, குதிரைவண்டியோ வைத்துக்கொள்ள வசதி படைத்தவர்கள் மட்டுமே இந்த எல்லைக்கு அப்பால் சென்று மணவுறவு வைத்துக்கொண்டார்கள். இந்நிலையில் எதற்கும் துணிந்த தன் மகள் தனக்குத்தானே தீங்கிழைத்துக் கொள்ளவோ அல்லது 'கே'யை திரும்பவும் நாடிச் செல்லவோ வழியில்லாத அளவுக்கு ஒரு இடத்தை அவளது தந்தை தேட வேண்டி யிருந்தது. ஆனால் அவர் வெற்றிபெறவில்லை. இந்த இக்கட்டான நிலையில்தான் இந்தத் திருமணம் சற்று வழமைக்கு மாறான முறையில் நடந்தது. அந்தப் பெண்ணிற்

கும் அவளது கணவனுக்கும் ஒத்துப்போகவில்லை. கட்டாயத் திருமணமாகையால் அந்த மனிதன் மீது அன்பையோ மரியாதையையோ வளர்த்துக்கொள்ள இந்தப் பெண்ணுக்குத் தோன்றவில்லை. அங்கே எவ்வளவு நாள் வாழ்ந்தாள் என்று எனக்குத் தெரியாது. ஏதாவது சாக்குப்போக்குச் சொல்லி, தன் தந்தையாரின் வீட்டுக்கு வந்து விரும்பிய அளவுக்குத் தங்கிவிடுவாள். 'கே'யும் அந்த கிராமத்திற்கு வந்துபோக இருந்தார் என்று நான் கேள்விப்பட்டிருக்கிறேன். இத்தகைய சந்திப்புக்களை ஏற்படுத்திக்கொள்ளும் வசதிகள் குறை வாகவும் கடினமாகவும் இருந்த அந்த நாட்களில் தங்கள் ரகசியக் காதலை அவர்களால் தொடர முடிந்தது ஆச்சரியம் தான். அழகான, அடங்கிப் போகாத இளம் மனைவியினால், தீராத நோயினால் துன்புறும் ஒருவனாகவே ஆனான் அவளுடைய கணவன். அவள் மட்டும் தன்னுடனேயே இருப்பாள் என்றால், அவளது பிடிவாதத்தையும் சலனப் புத்தியையும் சகித்துக்கொள்ளத் தயாராகவே இருந்தான்.

ஆனால் அப்படி நடக்கவில்லை. சில ஆண்டுகளுக்குப் பின் 'கே' சமூகத்தில் தனக்கு இருக்கும் மதிப்பையும், ஏற்படக் கூடிய அவதூறுகளையும் பற்றிக் கவலைப்படாமல் அவளைத் தூக்கிச் சென்றுவிட்டார். அவள் தன் தந்தை வீட்டிற்கே திரும்பிவிட்டாள். தன் மகளுடைய பிடிவாதத்தை மாற்ற முயன்றார் கிழவர். முடிவில் தன்னுடைய மகளின் பிடிவாதத்திற்கு விட்டுக்கொடுத்தார். தந்தையை வென்ற அவள், சாதுவான தன் தாயையும் பின்னுக்குத் தள்ளிவிட்டு, அவ்வீட்டின் தலைவியானாள்.

அந்தத் தீவிரமான கலகக்காரிக்கும், முன்னேறும் லட்சியம் கொண்ட 'கே'வுக்குமான ரகசிய காதல் நீண்ட நாள் தொடரவில்லை. அவர் ஏற்கெனவே ஏராளமான செல்வத்தை குவித்திருந்தார். உள்ளூரில் செல்வாக்கும் உயர்ந்திருந்தது. வெகுவிரைவிலேயே அவர் அந்நகரின் பெரும் செல்வர் என்ற நிலையை எட்டினார். அப்பகுதியிலேயே செல்வாக்கு மிக்கவராகவும் ஆனார். பலதார மணம் நம் சமூகத்தில் ஏற்றுக்கொள்ளப்பட்டதுதான். ஆனாலும், 19ஆம் நூற்றாண்டின் எண்பதுகளில் ஒருவரது சாதிக்கு வெளியே இம்மாதிரி திருமணம் செய்வதை நினைத்துக்கூடப்பார்க்க முடியாது. அவருக்கு ஏற்கெனவே மனைவியும் பல குழந்தை களும் இருந்தனர். அவர் செல்வம் கொழிக்கும் வாணிபத்திலும் சமூகத்தில் அந்தஸ்த்தைப் பெருக்கிக்கொள்வதிலும் இளமை யைக் கடந்துகொண்டிருந்தார். சொற்ப காலத்திற்குள்ளாகவே முதல் தரமான வாழ்க்கையை அடைந்திருந்தார். இத்தகைய

சூழ்நிலையில் மெல்ல, சலனமின்றி அவளைவிட்டு அவர் விலகத் தொடங்கினார். ஆயினும் அந்த ரகசிய உறவுக்கு ஒரு சாட்சி உருவாகியிருந்தது – அது என் தாய்.

புத்திசாலியான அந்தத் துணிச்சல்காரரின் இதயத்தில் அவரது அன்புக் குழந்தை மீது நிச்சயம் பரிவு இருந்திருக்க வேண்டும். அந்தக் குழந்தைக்கு மூன்று, நான்கு வயதான பின்பு அந்தக் குடும்பத்துக்கு அவர் கொடுத்து வந்த உதவியை நிறுத்திவிட்டார். என்றபோதிலும், குழந்தையுடன் அவள் அவரை அவ்வப்போது பார்த்து வந்தாள். அவரது சொந்த மகன்களும் மகள்களும் இந்த உறவை அறிவார்கள். அவர்கள் அந்தச் சிறு குழந்தையை ஓரளவு பரிவுடனும் அனுதாபத்துடனும் நடத்தினார்கள். ஆனால் தவிர்க்க முடியாத ஒரு அலட்சியமும் அதில் கலந்திருந்தது.

நான் குழந்தையாக இருந்தபோது, அவர் எங்கள் வீட்டிற்கு வந்தது மங்கலாக நினைவில் இருக்கிறது. அவர் ஏதோ வேலையாக எங்கள் வீட்டிற்கு அருகில் உள்ள பகுதிக்கு வந்திருந்தார். எனது தாய்வழிப்பாட்டி படுத்த படுக்கையாக இருந்த நேரம் அது. ஒரு நிமிடமாவது வந்து அவளைப் பார்த்துவிட்டுப்போனால் அவள் சந்தோஷப்படுவாள் என்று சொல்லியனுப்பப்பட்டது. அவர் தனது பரிவாரங்களுடன் வந்தார். உறவினர்களும் ஆதரவாளர்களும் சகாக்களுமாகக் குறைந்தது ஒரு டஜன் பேராவது அவர் வெளியில் செல்லும் போது உடன் வருவார்கள். அவருடைய மகள் பாசத்துடனும் மரியாதையுடனும் அவரை வரவேற்றாள். ஆனால் என் பாட்டி சிறிது நேரம் அழுதாள். அந்தக் கிழவருடன் அவள் பேசவே யில்லை. மிகுந்த கொந்தளிப்புடன் சாபமிடவும் வசை பாடவும் தொடங்கினாள். முற்றத்தில் நின்றபடி சிறிது நேரம் அவற்றைக் கேட்டுக்கொண்டிருந்தவர், கோபமோ கசப்புணர்வோ இல்லாமல் அங்கிருந்து வெளியேறினார். அவளது கொந்தளிப்பு அவரைத் தீவிரமாகப் பாதித்திருக்க வேண்டும். சீக்கிரத்திலேயே அவருடைய இரக்க குணம் எங்களுக்குத் தெரியவந்தது. மனிதத்தன்மை மிகுந்த, விசாலமான இதயம் படைத்த பெரியவர் அவர்.

வருடத்திற்கு இரண்டொரு முறை அல்லது ஏதாவது விசேஷங்களின் போது அவரிடம் என்னை அழைத்துச் செல்வார்கள். மிகக் கனிவாக என்னிடம் ஏதாவது விசாரிப்பார். படிக்கச் சொல்லி உற்சாகப்படுத்துவார். சில நேரங்களில் ஒரு ரூபாயோ, இரண்டு ரூபாயோ அல்லது ஒரு புதுத் துணியோ கொடுப்பார். தன் மகளின் குடும்பம் எம்மாதிரி வறுமையில் இருக்கிறதென்பது அவருக்குத் தெரியும். அவர்களுக்கு ஏதாவது செய்ய வேண்டும் என விரும்பினார்.

ஆனால் தன் முயற்சியால் கடினமாக உழைத்து உயர்ந்த எல்லாரையும் போலவே உடல் வருத்தித் திரட்டிய சொத்துக் களில் பாகம் பிரித்துக் கொடுக்க அவருக்கு விருப்பமில்லை. இம்மாதிரி சூழலில் அநேக வயதானவர்கள் செய்வது போலவே அவரும் விஷயங்களைத் தள்ளிப் போட்டார். இரண்டொரு முறை என் தாயிடம் ஏதாவது வேண்டுமா என்று கேட்டிருக்கிறார். கணிசமாக எதையேனும் கேட்கும் சாதுர்யமோ, தைரியமோ அவளுக்கு இல்லை. ஒரு துண்டு நஞ்சை நிலத்தை அவள் கேட்டாள். சுமார் 1000 ரூபாய் மதிப்புள்ள அந்நிலம் எங்கள் வீட்டிலிருந்து ஒன்றிரண்டு பர்லாங் தொலைவில் இருந்தது. இந்தத் துண்டு நிலமும்கூட அவர் இறப்பதற்குச் சில நாட்களுக்கு முன்புதான் கிடைத்தது. அவரைக் கேட்டிருந்தால் இன்னும் அதிகமாகவே கொடுத் திருப்பார். வறுமையில் உழலும் ஒருவருக்கு எதைக் கேட்பது என்பதுகூடத் தெரிவதில்லை.

அவரைப் பற்றி மிகத் தெளிவான ஒரு சித்திரம் என் நினைவில் இருக்கிறது. அவர் இறந்த உடனே அவர் வீட்டின் முன்பு பெருங்கூட்டம் கூடிவிட்டது. அந்த வீட்டின் நடு முற்றத்தில் என்ன நடக்கின்றது என்பதைக் கவனிப்பதற்காக அக்கூட்டத்திற்குள் வழியேற்படுத்திக்கொண்டு அமைதியாக உள்ளே நுழைந்தேன். அவரது உடல் குளிப்பாட்டப்பட்டது. இறுதி யாத்திரைக்கு முன்பாக ஏராளமான பெண்கள் பங்கு பெறும் சடங்குகள் நடந்து கொண்டிருந்தன. அவரது உடல் வைக்கப்பட்டிருந்த அலங்கரிக்கப்பட்ட மரத்தாலான மேடையைச் சுற்றி, ஈரச் சேலையும், அவிழ்த்த கூந்தலுமாகப் பெண்கள் ஒப்பாரி வைத்தபடி வலம் வந்தனர். அந்தக் கூட்டத்தில் என் தாயும் இருந்தாள். அவள் இரண்டாம் இடத்தில் இருந்தாள். முதல் இடத்தில் அவரது சட்டரீதியான மகள் இருந்தாள். பணச் செழிப்பு ஒருவரிடம் ஏற்படுத்தும் மாற்றத்தை விட்டுவிட்டுப் பார்த்தால், அப்பெண் கிட்டத் தட்ட என் தாயையே ஒத்திருந்தார். அந்த இறுதிச் சடங்கில் என் தாயும் பங்கு பெற்றதைக் கண்டு யாரும் கோபப்படவோ, விமர்சிக்கவோ இல்லை. இழப்பிலும் துக்கத்திலும் சட்டம், பணம், சாதி, அந்தஸ்தைவிட இரத்த உறவுகளுக்கு அதிக முக்கியத்துவம் கிடைத்துவிடுகிறது.

அந்த இறுதிச் சடங்கில் வேறொரு மறக்க முடியாத சம்பவமும் நடந்தது. அவரது உடல் பல்லக்கில் கிடத்தப்பட்டு, ஒரு சிற்றோடைக்கு அப்பால் இருக்கும் அவர்களுடைய குடும்ப சுடுகாட்டிற்கு ஊர்வலமாக எடுத்துச் செல்லப்பட்டது. பெண்கள் இந்த இறுதி ஊர்வலத்தில் பங்கேற்க முடியாது.

அங்கே ஒரு பெண் – அவருடைய பேத்தி – அந்தப் பல்லக்கை கெட்டியாகப் பற்றிக்கொண்டே உடன் வந்தாள். அப்போது அவளுக்கு 11 அல்லது 12 வயது இருக்கும். அவளின் அந்தத் துணிச்சலான செயல் என்னை மிகவும் கவர்ந்தது. அப்போதி லிருந்து அந்தப் பெண்ணின் மீது எனக்கு எப்போதும் ஒரு மரியாதை இருந்துவந்தது. தன் உறவினர் ஒருவரையே அந்தப் பெண் மணந்துகொண்டாள். அவ்வாழ்க்கை சிறப்பு டையதாக அமையவில்லை. அவளது சொந்த மதிப்பீடு களின்படி அது தோல்விகரமான வாழ்க்கைதான்.

அதிகாரம் மிகுந்த தாயாரின் நிழலிலும் மற்ற பல பெண்களாலும் வளர்க்கப்பட்ட என் தாய் எப்போதும் துயரம் ததும்பியவளாகவே என் கண்ணுக்குத் தென்பட்டாள். ஒரு வலிமையான ஆண் தலைமையின் வழிகாட்டுதலும் ஒரு தந்தையினுடைய சம்பாத்தியத்தால் கிடைக்கும் பயனும் இல்லாமல் பெண்களே அதிகாரம் செலுத்திய அந்த வீட்டில் வாழ்வதில் அவளுக்குப் பிரச்சனைகள் இருந்திருக்க வேண்டும். அவளுடைய குழந்தைப் பருவத்தில் அவள் வறுமை யில் வாடியிருப்பாள் என்று நான் நினைக்கவில்லை. ஒரே குழந்தை என்பதால் அவள் மிகவும் பரிவுடன் வளர்க்கப் பட்டிருந்தாள். ஆனால் அதிக செல்லம் கொடுத்து அக் குழந்தையைக் கெடுத்து விடவுமில்லை.

சாதி ரீதியான ஒதுக்கல் இருந்தாலும், அந்தப் புறக்கணிப்பு நாளடைவில் தேய்ந்து மறைந்தது. எனது பாட்டி உறுதியான நண்பர்களைப் பெற்றிருந்தாள். தனக்குப் பிடிக்க வில்லையென்றால் அவர்களைத் தள்ளிவைத்துவிடுவாள். ஆனால், அவர்களுக்குக்கூட அவள்மீது பெரிய வருத்தம் இருக்காது. இதனால் இவளைப் போன்ற இயல்புகளைக் கொண்ட பெண்ணுக்கு ஏற்பட்டிருக்கக்கூடிய எதிரிகள் இவளுக்கு ஏற்படவில்லை. தூரத்து உறவினர்களிடையேயும் பிற சாதி மக்களிடமும் நல்ல நண்பர்கள் அக்குடும்பத்திற்கு இருந்தார்கள். இதனால் தனது மகளின் திருமணத்தை முடிப்பதில் அவளுக்கு அதிகப் பிரச்சனைகள் இல்லை.

பல ஆண்டுகளாக நான் கேட்டு வளர்ந்த பேச்சுக்களின் படி பார்த்தால், என் தாயைத் திருமணம் செய்துகொள்ள பலர் முன்வந்தனர். அக்கம்பக்கத்துக் கிராமத்தில் திருமண வயதில் இருந்த எங்கள் சாதி இளைஞர்கள் பலரும் என் தாயை திருமணம் செய்துகொள்ள ஆர்வம் காட்டினர். ஒருவகையான அதிர்வூட்டும் பின்னணி இருந்தாலும், கண்ணியமான, குடும்பத்தை நேசிக்கின்ற, நன்னடத்தையுள்ள பெண்ணாகவே அவள் பெயரெடுத்திருந்தாள். அந்தக்

குடும்பம் எப்போதுமே கண்ணியமாக வாழவே தலைப் பட்டது. பட்டினி கிடக்கும் நிலையில் இருந்தாலும் வருமானம் குறைவாக இருந்தாலும், ஒரு கௌரவமான நடுத் தர குடும்பத்திற்கு இருந்த மரியாதை இக்குடும்பத்திற்கு எப்போதும் இருந்துவந்தது. அவர்களது சுத்தம், மத, சமூகச் சடங்குகளைப் பின்பற்றுவது, வெளித்தோற்றம் ஆகியவை அக்கம் பக்கத்திலிருந்தவர்களை விடவும், எங்கள் சாதியைச் சேர்ந்தவர்களைவிடவும் மேம்பட்டே இருந்தன. விருந்தினரை இக்குடும்பத்தினர் உபசரிக்கும் விதம் எவரையும் ஆட் கொண்டுவிடும். அந்த வீட்டில் சமைக்கப்படும் உணவு பிற வீடுகளில் சமைக்கப்படுவது போலச் சாதாரணமானதல்ல என்பது அந்த சாதியைச் சேர்ந்த மக்களின் பொதுவான கருத்தாக இருந்தது. இப்படித் தம் தகுதியைவிட உயர்ந்த வாழ்க்கை முறை எங்கள் குடும்பத்தில் பல தலைமுறை களுக்குத் தொடர்ந்து வந்தது. என் தாய் திருமண வயதில் இருந்தபோது அவளை மணக்க விரும்பிய பலர் எங்கள் குடும்பத்தினர் எங்கோ சொத்தை மறைத்துவைத்திருக் கிறார்கள் என்றே நினைத்தார்கள். அந்தத் திருமணமானது நான் அறிந்தவரையில் ஓரளவு ஆடம்பரமாகவே நடந்தது. இதில் மணமகன் வீட்டார் மகிழ்ந்துபோயினர்.

2

என் தந்தை

என் தந்தை எங்கள் ஊரிலிருந்து கிழக்கே பத்து மைல் தூரத்திலிருக்கும் பாவூர் என்ற கிராமத்தைச் சேர்ந்தவர். ஐந்து பையன்களும் இரு பெண் பிள்ளைகளும் கொண்ட குடும்பத்தில் இரண்டாவது மகனாகப் பிறந்தவர். என் தந்தையைப் பெற்ற பாட்டியை எனக்கு நன்றாக நினைவிருக்கிறது. கட்டான தோற்றமும், அசாதாரணமான உற்சாகமும் நல்ல பண்பும் உடையவள். அந்த கிராமப்புறப் பகுதிக்கு அவளுடைய நிறம் சிவப்பானது என்றே சொல்லலாம். மிகுந்த சமய உணர்வும், குல தெய்வத்தின் மீது மிகுந்த பக்தியும் உடையள். அக்குலதெய்வத்தின் கோவில் வீட்டின் பின்புறம் இருந்தது. தாத்தா கரடுமுரடான பழைய காலத்து விவசாயி போன்ற மனிதர். என் தந்தை பக்கத்து மனிதர்கள் எல்லாம் நல்ல உடல் நலமும் உடல் வலிமையும் பெற்றவர்களாக இருந்தது என் சிறுவயதில் என்னை மிகவும் கவர்ந்தது. எனது தந்தையின் சகோதரர்கள் ஓங்குதாங்காக இருப் பார்கள். பெண்களும் அப்படித்தான். அவர்களுக் கெனக் கொஞ்சம் நஞ்சையும் கொஞ்சம் புஞ்சையும் இருந்தன. அந்த வயலில் ஆண்கள், பெண்கள்

எல்லோரும் வேலை பார்ப்பார்கள். ஆண்களை விடப் பெண்கள்தான் வயல்காட்டில் அதிகமாக வேலை செய்தனர். மேலும் தங்களது நிலத்தில் வேலை இல்லாத நேரங்களில் மற்றவர்களின் நிலத்தில் கூலி வேலைக்கும் சென்றனர். அந்த ஆண்கள் வேறு சில வேலைகளையும் செய்துவந்தார்கள். அந்தக் காலகட்டத்தில் திறமையிருந்தால் இசைக் கருவிகளை வாசிப்பது பழக்கமாக இருந்தது.

என் தாய் மூன்று, நான்கு ஆண்டுகளுக்கு மேல் தந்தையின் ஊரில் வாழவில்லை. அப்போது அந்தப் பெரிய கூட்டுக்குடும்ப வாழ்க்கைக்குத் தன்னைப் பழக்கிக் கொண்டவள், அக்காலத்தில் பெண்கள் வழக்கமாகச் செய்து வந்த முரட்டுத்தனமான வேலைகளைச் செய்வதற்கும் கற்றுக் கொண்டாள். தன் நாத்தனார்களின் அன்பையும் பெற்றாள். அவளது மாமியார் உண்மையிலேயே அவளிடம் மிகுந்த அன்புகாட்டினாள். தன் தாய் வீட்டிலிருந்து கொண்டு வரும் எல்லாவற்றையும் நாத்தனார்களுடன் பகிர்ந்து கொண்டாள்.

என் தந்தை மெதுவாகத் தன் சகோதரர்களிடமிருந்து விலகிக்கொண்டிருந்தார். அவருடைய தம்பிகளுள் ஒருவர் மிகவும் முன்கோபக்காரர். ஏதாவது அற்பக் காரணங்களுக் காகச் சண்டை போட்டுக்கொண்டேயிருப்பார். சகோதரர் களுக்குள் சண்டைகள் எழும். ஆனால் சீக்கிரமே சமாதான மாகிவிடுவார்கள். ஒரு சமயம் என் தந்தையை அம்மை நோய் தாக்கியது. அதனால் அவரது முகம், உடலின் இடது பக்கத்தில் மோசமான தழும்புகள் ஏற்பட்டன. அவரது கண்ணருகே ஒரு தழும்பு ஆறாத புண்ணாகவே இருந்தது. அம்மை நோயின் பாதிப்பிலிருந்து அவர் மீண்டுகொண்டி ருந்தபோது, ஒரு சண்டை ஏற்பட்டது. கைகலப்பும் நடந்தது. அதில் ஏற்கெனவே புண்ணாகியிருந்த என் தந்தையின் கண்ணிலும் அடிவிழுந்தது.

இதனைக் கேள்வியுற்ற என் தாய்வழிப் பாட்டி தான் தலையிட்டாக வேண்டுமென உணர்ந்தாள். தன் மகளும், மருமகனும் தன்னுடன் வந்து இருக்க வேண்டும் என்று முடிவுசெய்தாள். அந்தச் செங்கோட்டை வீட்டில் ஒரு ஆணின் இருப்பும் தேவைப்பட்டது. என் தந்தையும் தாயும் அவர்களுக்கிருந்த சிறிதளவு உடைமைகளை எடுத்துக் கொண்டு அந்தப் பழைய தாய்வழி வீட்டிற்குச் சென்றனர். குடும்பத்தைவிட்டு வெளியேறும்போது, அந்தக் குடும்பச் சொத்தில் தனக்கிருந்த பங்கை அவர் கைவிட்டுவிடவேண்டும் என அந்தச் சகோதரர்கள் சொன்னார்கள். தானே

ஒரு சூத்திரனின் கதை 37

சம்பாதித்து வாழத்தெரிந்த என் தாய்வழிப் பாட்டி அந்த அற்பச் சொத்தில் எந்தப் பங்கும் தேவையில்லை என்று ஆலோசனை கூறினாள். அதனால், என் தந்தை அந்தச் சொத்து களைக் கைகழுவிவிட்டார்.

தாய்வழிப் பாட்டியின் வீட்டிற்கு வாழ வந்த ஆரம்ப நாட்களில் என் பெற்றோரின் வாழ்க்கை அமைதியாகவோ, வசதியானதாகவோ இருக்கவில்லை. தினசரி வாழ்க்கைக்கும் நடுத் தர வர்க்கத்திற்குரிய போலி மரியாதையை தக்க வைத்துக் கொள்வதற்கும் அவர்கள் போராட வேண்டியிருந்தது. நிலத் திலிருந்து கிடைத்த வருமானம் சாப்பாட்டிற்கே போதவில்லை. அதுபோக குழந்தைகள். விவசாயம் தவிர வேறு வேலைகளை யும் அவர்கள் செய்யவேண்டியிருந்தது. அவற்றில் பெண்களும் முழுமையாகப் பங்கெடுத்துக் கொண்டனர்.

என் தந்தை ஒரு இசைக் கலைஞர். அந்த வேலையை அவர் தொடர்ந்து செய்துவந்தார். இம்மாதிரி இசைகலைஞர் களுக்கென ஒரு குழு இருக்கும். அதில் குறைந்தது நான்கு பேராவது இருப்பார்கள்: நாயனக்காரர், மேளக்காரர், தாளம் (அ) ஜால்ரா, ஒத்து ஊதுபவர். கோயில் திருவிழா, பெரிய இடத்துத் திருமணம் போன்ற முக்கிய நிகழ்ச்சிகளில் கூடுதலாக ஒரு நாயனக்காரரும் ஒரு மேளக்காரரும் இடம்பெறுவார்கள். இந்த விஷயத்தில் என் தந்தையின் சகோதரர்களும் நெருங்கிய உறவினர்களும் அவருக்கு ஒத்துழைத்தனர். கல்யாணம், திருவிழா போன்றவை எப்போதும் ஏப்ரல், மே, ஜூன் மாதங்களில்தான் நடக்கும். வருடத்தில் இரண்டு, மூன்று மாதங்கள் மந்தமாகவே இருக்கும். எங்கள் மாவட்டத்தின் சில பகுதிகளிலும் பக்கத்தி லுள்ள மாவட்டங்களிலும் ஜனவரி, பிப்ரவரியில் சில கல்யாணங்கள் நடக்கும். முக்கியமான கிராமங்களில் உள்ள பெரும் நிலக்கிழார்களின் இல்லங்களில் இசைக் கச்சேரிகளை நடத்துவதற்கு ஒரு கணிசமான தொகையை முன்பணமாகப் பெறுவார்கள். கல்யாண வீடுகளைப்போல், கோயில்களில் அதிகப் பணம் கிடைக்காது. கல்யாண சீசன் நெருங்கும்போது என் தந்தை அவரது குழுவைச் சேர்ந்த ஒருவரை அழைத்துக் கொண்டு, ஒரு சுற்றுப்பயணம் செய்து நிகழ்ச்சிகளுக்குப் பதிவு செய்துகொண்டு, முன்பணம் வாங்கிவருவார்.

ஒரு பிராமணத் திருமணம் வழக்கமாக ஐந்து நாட்கள் நடைபெறும். மணப் பந்தலில் காலையும் மாலையும் மங்கல இசை முழங்கும். திருமணம் நடந்துகொண்டிருக்கின்றது; அனைவரும் வரலாம் என அறிவிப்பதே இதன் உண்மையான நோக்கமாக இருக்க வேண்டும். காலையும் மாலையும்

சம்பிரதாயமாக வாசிப்பதுபோக, கல்யாணத்தின் பல்வேறு சடங்கு சம்பிரதாயங்களின் போதும் வாசித்தாக வேண்டும். திருமணச் சடங்கு முறையாக நடக்க இரண்டு மணி நேரம் ஆகும். அந்த நேரத்திலும் அதற்கு முன்னும் பின்னும் அரைமணி நேரமும் தொடர்ச்சியாக வாசித்தாக வேண்டும். பணக்காரத் திருமணங்களில் இரண்டு நாதஸ்வர கலைஞர்கள் அமர்த்தப் படுவார்கள். பந்தலின் இரண்டு பக்கத்திலிருந்து இரு குழுவினரும் ஒரே மாதிரி வாசிப்பார்கள். அப்படியானால் எவ்வளவு சத்தம் இருக்கும் என்பதைக் கற்பனை செய்துகொள்ளலாம்.

மணமக்களின் ஊர்வலமே இந்த இசைக் கலைஞர்கள் தங்களின் திறமையைக் காட்டுவதற்குக் கிடைக்கும் முக்கிய மான தருணமாகும். சில சமயங்களில் இரண்டு ஊர்வலங்கள் நடைபெறும். ஆனால் திருமணச் சடங்கு முடிந்த மறுநாள் நடைபெறும் ஊர்வலமே முக்கியமானது. பட்டுடையும் நகையும் அணிந்த அந்தச் சிறுவனும் சிறுமியும் (குழந்தைத் திருமணங்கள் நடைபெற்ற காலம் அது. ஒரு பிராமண மணமகளின் வயது பெரும்பாலும் பதிமூன்றைத் தாண்டி யிருக்காது. பத்து, பதினொறு வயதிலேயே வழக்கமாகத் திருமணமாகிவிடும்) மலரலங்காரம் செய்யப்பட்டு, பல்லக்கில் அமர்த்தப்படுவார்கள். பல்லக்கு கம்பீரமாகவும் மெதுவாகவும் முக்கியத் தெருக்களில் ஊர்வலமாக வரும். பணக்காரத் திருமணங்களில் இரவு சாப்பாட்டிற்குப் பிறகு எட்டு, ஒன்பது மணிக்கு ஆரம்பிக்கும் இந்த ஊர்வலம் நான்கைந்து மணி நேரம் செல்லும். பல்லக்கிற்கு முன்பாக அனைத்து உறவினர் களும் விருந்தினர்களும் அப்பகுதியின் முக்கிய நிலக்கிழார் களும் (அழைக்கப்பெற்றோ, அழைக்கப்பெறாமலோ) வந்து கொண்டிருப்பார்கள். பல்லக்கிற்குப் பின்னால் தெருச் சிறுவர்களும், வேடிக்கை பார்ப்பவர்களும் வந்துகொண்டிருப் பார்கள். பல்லக்கிற்குப் பல அடிகள் முன்பாக இசைக் கலைஞர்கள் வாசித்தபடி சென்றுகொண்டிருப்பார்கள். அவர்கள் பல்லக்கை பார்த்தபடி நிற்கவேண்டும், தங்களின் பின்பகுதியை பல்லக்கின் முன்காட்டக்கூடாது. ஊர்வலம் கொஞ்ச தூரம் மெதுவாக நகர்ந்து செல்லும். பின்னர் கால் மணி அல்லது அரை மணி நேரமோ நின்றுவிடும். இசைக் கலைஞர்களின் நேரமோ, இராக ஆலாபனைக்கு அதுதான் தருணம். ஊரார், குறிப்பாக பிராமணர்கள், தலையசைத்தும் ஓசை நயத்திற்கேற்ப கைதட்டியும், அவ்வப் போது ‘பலே!’ ‘சபாஷ்!’ என்று சொல்லியும் உற்சாகப்படுத்து வார்கள். முக்கிய விருந்தினர்களும் இசைக்கலைஞர்களும் புத்துணர்வு கொள்ள அரைத்த சந்தனம் கலந்த பன்னீர்

தெளிக்கப்படும். மாப்பிள்ளை விழித்திருப்பதற்காக மூக்குப் பொடி போடுவார். மணப் பெண்ணைக் கவனித்துக் கொள்வதற்கென இருக்கும் பெண் அவளைத் தட்டித்தட்டி விழித்திருக்க வைப்பாள். இந்த ஊர்வலம் மணமக்களுக்கும் அந்த ஏற்பாடுகளில் ஈடுபட்டிருப்பவர்களுக்கும் மிகவும் சிரமமான காரியம்தான். இருந்தாலும் இசைக் கலைஞர்கள் தங்களின் திறமையைக் காண்பித்து, பொதுமக்களின் பாராட்டை வெல்வதற்கு ஒரு வாய்ப்பாக இந்த ஊர்வலத்தைப் பயன்படுத்திக்கொள்வார்கள். ஒரு முக்கிய ஊர்வலத்தின் போது ஒரு இசைக் கலைஞன் அந்த கிராமத்திலிருக்கும் இசை விமர்சகர்கள் எதிர்பார்க்கும் அளவுக்கு உயரமுடியாமல் தோல்வியடைந்தால் அவர் அந்தப் பகுதியில் அதிக வாய்ப்புகளைப் பெறமுடியாது. அவரது சந்தை மதிப்பும் வீழ்ந்துவிடும்.

ஐந்தாறு வயதுக் குழந்தையாக இருக்கும்போதே, ஊர்வலங்களில் வாசித்துக்கொண்டு போகும் என் தந்தையைப் பின்தொடர்வேன். இப்படிப் பின் தொடர்ந்து போவதில் களைத்துப் போய், வீடு திரும்புவேன். பல சமயங்களில் நள்ளிரவைத் தாண்டிவிடும். எப்போதாவது நிகழ்ச்சிகளுக்கு நான் ஜால்ரா வாசித்ததும் எனக்கு நினைவிருக்கிறது. பெரும்பாலும் கூடவே சுற்றிக்கொண்டிருப்பேன். என்னால் செய்யக்கூடிய அளவிலான உதவியைத் தேவைப்பட்டால் நான் செய்துதருவேன். இசை பற்றி எனக்கு முறையான அறிவு இல்லையென்பதால், அதில் எனக்கு அழகுணர்ச்சி சார்ந்த புரிதல் இல்லை. ஆனாலும் பல்லக்கு, கூட்டம், சத்தம், ஊர்வலத்தின் முன்பாக நடக்கும் வான வேடிக்கைகள் என்னைப் போன்ற ஒரு சிறுவனுக்குக் கொண்டாட்டமாகவே இருந்தன. ஆனால், பிற்காலங்களில் திருமண ஊர்வலங்கள் – குறிப்பாக பல்லக்கில் அல்லது அலங்கரிக்கப்பட்ட சாரட்டில் தூங்கிக் கொண்டிருக்கும் குழந்தைத் தம்பதிகளை வைத்து ஊர்வலம் செல்வது – என்னிடம் ஒரு எதிர்ப்பை உருவாக்கின.

ஒரு பெரிய திருமணத்தில் என் தந்தையின் இசைக் குழுவுக்கு வாய்ப்புக் கிடைத்தால் அலுத்துச் சலித்துப் போயிருக்கும் எங்கள் வீட்டில் உற்சாகம் ஏற்படும். அந்த நாட்களில் வீட்டில் எல்லாம் தாராளமாகக் கிடைக்கும். பிராமணர் அல்லது பிள்ளைமார் வீட்டுக் கல்யாணமாக இருந்தால் பெரிய பாத்திரத்தில் சோறு, கறி, கூட்டு, இனிப்பு வகைகளை இசைக் குழுவினருக்குக் கொடுப்பார்கள். அப்படியில்லாவிட்டால் அரிசி, காய்கறிகள், பருப்பு, தேங்காய்,

வெல்லம், எண்ணெய், நெய் போன்ற பொருள்களைக் கொடுத்து விடுவார்கள். அந்த நாட்களில் வீட்டில் உள்ள எல்லோரும் நன்றாகச் சாப்பிடுவோம். கச்சேரி நிறைவளித்திருந்தால் கலைஞர்களுக்குப் பரிசுகளும் கிடைக்கும். பெரும்பாலும் வேட்டி, துண்டுதான் பரிசாக வழங்கப்படும். எப்போதாவது சிறு தங்க நகைகள் பரிசு. ஒரு பெரிய திருமணம் முடிந்த பிறகு, பல நாட்களுக்குப் பயன்படுத்துமளவுக்கு மளிகைப் பொருள்கள் வீட்டில் நிறையும்.

எங்கள் கிராமத்திலிருந்த இசைக்கலைஞர்களுக்கு வாய்ப்பளிக்கக்கூடிய மற்றொரு சமய நிகழ்ச்சி காவடி. அந்தப் பகுதியில் பல முருகன் கோவில்கள் உண்டு. எங்கள் கிராமத்திற்கு வெகு அருகிலும் ஒரு கோவில் இருந்தது. ஒரு சிறிய குன்றின் உச்சியில் அமைந்திருந்த அக்கோவில் எல்லாத் தரப்பு மக்களிடையேயும் பேர் பெற்றது. வெள்ளிக் கிழமைகளில் பக்கத்துக் கிராமங்களிலிருந்து வரும் பெரும் கூட்டம் மலை உச்சிக்குச் சென்று வழிபடும். யாருக்காவது மிகவும் உடல் நலமில்லாமல் போய்விட்டால், அக்குடும்பத் தைச் சேர்ந்த பெரியவர்கள் ‘நோயாளி குணமடைந்தால் அந்தக் கோயிலுக்கு காவடி எடுப்பதாக’ நேர்ந்துகொள்வது வழக்கம். காவடி என்பது உண்மையில் ஆண்டிப்பண்டாரங்கள் வைத்திருக்கும் ஒரு பொருள். ஒரு வில்லைக் கவிழ்த்து வைத்தது போன்ற வடிவத்தில் இருக்கும். இருமுனைகளையும் ஒரு தண்டு இணைத்திருக்கும். கனமான மூங்கிலால் ஆன அந்தக் காவடி, தூக்கிச்செல்பவனின் இடது தோளின் மேல் இருக்கும். அந்தத் தண்டில் கட்டப்பட்ட துணிப்பைகள் தோளின் இருபுறங்களிலும் தொங்கிக்கொண்டிருக்கும். அந்த ஆண்டிப் பண்டாரம் பிச்சையாகப் பெற்ற அரிசியும் மற்ற தானியங்களும் அதில் கிடக்கும். இந்தப் பண்டாரங்கள் காவடியுடன் நாட்டுப்புறங்களில் பயணம் செய்வார்கள். ஊர் ஊராகப் பிச்சை எடுத்துக்கொண்டே வழியில் உள்ள கோயில்களுக்கும் சென்றுவருவர். இவர்களில் உண்மையான சமயப்பற்றுள்ளவர்கள் தங்கள் பிச்சையில் ஒரு சிறு பகுதியையாவது கஷ்டப்படுபவர்களுக்குக் கொடுப்பார்கள் அல்லது வழக்கமாகக் கோயில்களில் கூடியிருக்கும் ஏழை களுக்கும் பிச்சைக்காரர்களுக்கும் கொடுப்பார்கள். மற்றவர்கள் கஷ்டப்படாமல் வாழ்வதற்கு ஒரு வழியாகவே இதை வைத்திருந்தார்கள்.

நல்ல குடும்பத்திலிருந்து வரும் இளைஞர்கள்கூட ஆண்டி யைப்போல காவடியுடன் முருகன் கோயிலுக்கு யாத்திரை மேற்கொள்வது பழங்கால வழக்கங்களில் ஒன்று. அப்படிச்

செய்வது அந்த மனிதனுக்கு அடக்கத்தைச் சொல்லிக் கொடுக்கிறது. சமயத்தின்மீது மரியாதை ஏற்படுத்துகிறது. அது ஒரு தனிமனித ஆன்மீக அனுபவமாகவும் இருக்கும். ஒரு சில குடும்பங்களில், இளைஞர்கள் தங்கள் திருமணத்திற்கு முன்பான ஒரு சடங்காக இந்த யாத்திரையை மேற்கொள் வார்கள். இந்தச் சடங்கில் பல வகையுண்டு. சிலர் இதனை மூன்று நாட்கள் மேற்கொள்வார்கள். மற்றவர்கள் ஒரு நாளில் முடித்துக்கொள்வார்கள். இம்மாதிரி நோக்கத்திற்காக எடுக்கப்படும் காவடிகள் அலங்காரமானதாகவும் கலை வேலைப்பாடுகளுடனும் காணப்படும். அதன் வில் போன்ற பகுதி அலங்காரமான குஞ்சங்கள் தொங்க, பட்டுத்துணியால் சுற்றப்பட்டிருக்கும். அதன் இரு பக்கங்களிலும் கொத்துக் கொத்தாக மயில் தோகை கட்டப்பட்டிருக்கும். பக்தர் வைத்திருக்கும் பைகள் காவி நிறத் துணியினால் தைக்கப் பட்டிருக்கும். காவடி முழுவதும் வெள்ளை நிறப் பூக்களால் போர்த்தப்பட்டிருக்கும். நேர்த்திக்கடனை மேற்கொள்பவர் புலால் போன்ற விலக்கப்பட்ட உணவுகளைச் சாப்பிடக் கூடாது. ஒருபொழுது இருக்க வேண்டும். பால், பழம் போன்றவற்றை உண்ணலாம். அந்த நிகழ்ச்சிக்கு முந்தைய ஒரு வார காலத்தை வழிபாட்டிலும் தியானத்திலும் கழிக்கவேண்டும். குறிப்பிட்ட தினத்தன்று அதிகாலையில், விரிவான பூசைக்குப் பிறகு, நாதஸ்வரம், மேளம், பக்திப் பாடல்கள் ஒலிக்க, காவடி அவரின் தோளில் ஏற்றப்படும். அந்த தெய்வத்தின் அருள் அவர்மீது இறங்கி ஒரு மெய்மறந்த பரவச நிலைக்கு அவரை இட்டுச் செல்லும் என்பது மக்களின் நம்பிக்கை. உண்மையிலேயே சமயப் பற்றுள்ளவர் (சிலர் இதை மூடநம்பிக்கை என்றுகூடச் சொல்லலாம்) தன்னைத் தானே அரைகுறை நினைவிலி நிலைக்கு ஆட்படுத்திக் கொள்வார். மேலும் அடுத்த ஓரிரு நாட்களுக்கு, அதாவது அந்த யாத்திரை முடியும்வரை, அந்த அரைகுறை மயக்க நிலையிலேயே இருப்பார். இத்தகைய மயக்கமான மனநிலையி லேயே அவர் அருகில் உள்ள கோயிலுக்கு ஊர்வலமாக அழைத்துச் செல்லப்படுவார். அங்கிருந்து கிளம்பி நண்பர்கள், உறவினர்கள் வீடுகளுக்குச் சென்று தான் காவடியுடன் சுமந்து செல்லும் பைகளில் பிச்சை பெறுவார். நேர்த்திக்கடன் செய்பவர் பணக்கார வீட்டைச் சேர்ந்தவராக இருந்தால் தன்னுடைய நெருங்கிய உறவினர்கள், நண்பர்கள் ஐவர் வீட்டிலிருந்து மட்டுமே பிச்சை பெறுவார். சாதாரண குடும்பத் திலிருந்து ஒருவர் காவடி எடுத்தால், தன்னை அழைக்கும் எந்த வீட்டிலிருந்தும் பிச்சை பெறுவார். அந்தக் குறிப்பிட்ட

நாளில் – பொதுவாக அது முருகனுக்கு உகந்த வெள்ளிக் கிழமையாக இருக்கும் – அந்த அடியவர் மலைக்கோயிலுக்குச் சென்று பிரார்த்திப்பார். பிறகு ஏழைகளுக்கு அன்னதானம் செய்யப்படும்.

இந்தக் காவடி யாத்திரைக்கு மேற்தட்டு இசைக் கலைஞர்கள் வாசிக்க மாட்டார்கள். பக்திப் பாடல்களும், மெல்லிசையும் மட்டுமே இங்கே அனுமதிக்கப்படும். சிலர் இதில் சிறந்து விளங்குவார்கள். தந்தையின் உறவினர்களான சில இசைக்கலைஞர்கள் இது போன்ற நிகழ்ச்சிகளை சாக்காக வைத்து எங்கள் வீட்டில் வந்து தங்குவது வழக்கம். பெரும்பாலும் ஒவ்வொரு சீசனிலும் அக்கம்பக்கத்திலிருந்து சுமார் அரை டஜன் காவடி நேர்த்திக்கடனாவது இருக்கும். ஏழை மக்களின் எளிய நம்பிக்கையும் பணக்காரர்கள் கடவுளிடத்தில் காட்டும் பக்தியும் என்னை எப்போதும் ஈர்த்திருக்கின்றன. இவற்றில் பல மூடநம்பிக்கைகள்தான். இருந்தாலும் அந்த வழக்கங்கள் சமயம் சார்ந்த பணிவு, புலனடக்கம் ஆகியவற்றில் இருந்து எழுந்தவை என்பது எப்போதும் என்னை கவர்ந்திருக்கிறது. இருந்தாலும் பிற்காலத்தில் ‘நானும் காவடி நேர்த்திக்கடனை நிறைவேற்ற வேண்டும்’ என்று என் குடும்பத்தினர் சொன்ன போது, அதை மூடநம்பிக்கை என்று சொல்லி கடுமையாக மறுத்துவிட்டேன்.

கூடுதல் வருவாய்க்காக வேறொரு பகுதித் நேர தொழிலையும் என் பாட்டி செய்துவந்தாள். அதாவது காப்பி, ரப்பர் தோட்டங்களில் வேலைசெய்யும் தொழிலாளர்களுக்கு உணவுப் பொருட்களை சப்ளை செய்வார். இருபதாம் நூற்றாண்டின் துவக்கத்தில் பக்கத்திலுள்ள காடுகளில் இந்தத் தோட்டத் தொழில் பெருமளவில் நடந்து வந்தது. தொழிலாளர் குழுவின் தலைவரான கங்காணி, கிராமங்களிலிருந்து ஆண், பெண் தொழிலாளர்களை வேலைக்குத் தேர்வுசெய்து ஆலைகளிலோ தோட்டங்களிலோ அவர்கள் வேலை செய்யும் நாட்களில் வேலையையும் நடத்தையையும் கண்காணிப்பார். அந்தக் கங்காணி தன் கீழ் வேலைசெய்யும் தொழிலாளர்களுக்குத் தேவைப்படும் அரிசி, பலசரக்கு, பருப்பு வகைளை தொடர்ந்து அனுப்பி வருவதற்கு ஒரு ஒப்பந்தக்காரரை ஏற்பாடு செய்துகொள்வார். இது போன்ற ஒன்றிரண்டு சிறு ஒப்பந்தங்கள் என் பாட்டிக்குக் கிடைத்தன. பொருள்கள் தலைச்சுமையாகவோ, மாட்டு வண்டியிலோ மாதத்தில் ஓரிரு முறை அனுப்பி வைக்கப்படும். இந்தத் தொழிலில் லாபம் மிகவும் குறைவு. பொருட்கள் உள்ளூரிலேயே கிடைக்கும்

என்பதால் பெரிய லாபம் வைத்து விற்க முடியாது. சில இடைத்தரகர்களும் முகவர்களும் இருந்தனர். லாபத்தில் அவர்களுக்கும் பங்கு தரவேண்டிருந்தது.

அத்தகைய முகவர்களில் ஒருவரை எனக்கு நினைவிருக்கிறது; அவர் எங்கள் குடும்பத்தின் நீண்ட நாள் நண்பர். அவர் ஒரு முஸ்லிம். ஈத் பண்டிகையின்போது, முஸ்லிம்களில் குறிப்பிட்ட பிரிவினரிடையே புலி வேடம் கட்டி ஆடும் வழக்கம் இருந்தது. வேடம் தரிக்கும் மனிதர், புலியினுடைய வண்ணத்தையும் கோடுகளையும் தன் மீது வரைந்து கொள்வார். வேடிக்கையாக அலங்கரிக்கப்பட்ட ஒரு மாட்டு வண்டியில் ஏற்றப்பட்ட மரக்கூண்டுக்குள் இருந்தபடி புலியைப் போலவே நடந்துகொள்வார். இசை, முழக்கங்களுடன் அவ்வண்டி, புலியின் நண்பர்கள் வசிக்கும் தெருக்களில் இழுத்து வரப்படும். அந்தப் புலி, வண்டியை விட்டுக் கீழே குதித்து நண்பர்களைச் சென்று பார்ப்பது வழக்கம். ஒரு முறை எங்கள் வீட்டுக்கும் ஒரு புலி நண்பன் வருகை தந்தது துல்லியமாக நினைவில் இருக்கிறது. அந்த நேரத்தில் எனக்கு ஐந்து வயதுக்கு மேல் இருக்காது. பின்னர் பல்வேறு சந்தர்ப்பங்களில் அந்தப் புலியைச் சாதாரண மனிதராக எங்கள் வீட்டில் பார்த்திருக்கிறேன். அவர் என் தந்தையின் குறிப்பிடத்தக்க நண்பர்களுள் ஒருவர். என்மீது மிகுந்த அக்கறையெடுத்துக்கொண்டவர்.

3

பள்ளிக்கூட அனுபவங்கள்

எங்கள் தெருக்கோடியில் இருந்த கூரை வீட்டில் ஆசிரியர் ஒருவரால் நடத்தப்பட்டு வந்த மரபு வழிப்பட்ட ஓராசிரியர் பள்ளியில்தான் எனது கல்வி தொடங்கியது. எனக்கு ஐந்து வயதாக இருந்தபோது அதில் சேர்க்கப்பட்டேன். அட்ச ராப்பியாசச் சடங்கானது, ஒரு காலத்தில் பெரு வழக்கமாயிருந்து காலப்போக்கில் மறைந்து போன பழைய குருகுல அமைப்பின் ஒரு எச்சமாகும்.

விஜயதசமி தினத்தன்று என்னைக் குளிப்பாட்டி, புத்தாடை அணிவித்தார்கள். எந்தக் கலையையும் செயலையும் கற்றுக்கொள்ளத் தொடங்குவதற்கு மிகப் பொருத்தமான நாளாக இந்துக்களால் கருதப்படும் தினம் அது. கிராமத்து நகை ஆசாரி சிறுவனுக்குக் காது குத்தி இரு துளைகளிலும் சிறிய தங்க வளையத்தை மாட்டி விட்டார். காது குத்தல்தான் முதன்மையான சடங்கு. இந்தச் சடங்கு இல்லாமல், எந்தக் குழந்தை யும் கல்வி பெற தகுதியானதாகக் கருதப்பட மாட்டாது. இதன் பிறகு, குடும்பத்துப் பெரியோர் களால் தேர்வுசெய்யப்பட்ட ஆசிரியர் அந்தக் குழந்தையிடம் 'ஓம் சிவாய நம:' போன்ற கடவுளின் புனிதப் பெயர்களை உச்சரிக்கும்படி

ஒரு சூத்திரனின் கதை 45

சொல்வார். அதன் பின்னர் நல்ல ஆற்று மணல் பரப்பப்பட்ட தரையில், குழந்தையின் கையைப் பற்றி, புனிதக் குறியீடு களையும் தமிழ் அகர வரிசையின் முதல் எழுத்தையும் வரையச்செய்வார். இதைத் தொடர்ந்து இனிப்புகள் வழங்கப்பட்டு, விருந்து நடைபெறும். பணக்கார வீடுகளில் குழந்தையைப் பல்லக்கில் ஊர்வலமாகக் கோயிலுக்குக் கூட்டிவருவார்கள். பிறகு அந்தப் பல்லக்கு தெருக்களை வலம் வரும். எனக்கு இந்தக் கடினமான சடங்குகளெல்லாம் நடக்கவில்லை.

சுமார் ஒரு வருடம் அந்த ஓராசிரியர் பள்ளிக்குச் சென்றேன். சில நாட்களுக்குப் பின் ஒரு சிலேட்டும் குச்சியும் கொடுத்தார்கள். ஒரு மாதம்போல் ஆன பிறகு, இரும்பு எழுத்தாணியை வைத்து பனையோலையில் எழுதுவதற்குக் கற்றுக் கொடுக்கப்பட்டது. ஒரு வருடத்திற்குப் பிறகு அரசாங்கம் நடத்தும் தொடக்கப்பள்ளியில் சேர்வதற்காக அந்தப் பள்ளிக்கூடத்தை விட்டு விலகிவிட்டேன். அந்த ஆசிரியர் மிகுந்த வருத்தமடைந்தார்.

பழங்கால பாணியிலான அந்தப் பள்ளியில் எனக்கு முதல் பள்ளி ஆசிரியராக அமைந்த அவர், ஒரு பரம்பரை ஆசிரியக் குடும்பத்தைச் சேர்ந்தவர். தமிழ்நாட்டின் புராணக் கதைகளில் குறிப்பிடத்தக்க தேர்ச்சி கொண்டிருந்த அவர், மிகவும் அன்பானவர். ஆங்கிலம், நவீன பள்ளிகள், கல்வி முறைகள் ஆகியவற்றின் மீது அவருக்கு மிகுந்த வெறுப்பு இருந்தது. எனது அட்சராப்பியாசம் சடங்கிற்கு அவர் வந்திருந்தார். அப்போது அந்த கிராமத்து முரட்டுத் தன்மைக்கு எந்த வகையிலும் மாறுபடாத தனது மருகனின் நிர்வாகத்தில் பள்ளியை விட்டிருந்தார்.

ஆசிரியர் ஒரு உயரமான முக்காலியில் அமர்ந்திருப்பார். மாணவர்கள் தரையில் உட்கார்ந்திருப்பார்கள். அவர்கள் முன்பு மணல் பரப்பப்பட்டிருக்கும். ஒவ்வொரு குழந்தைக்கும் அதன் வளர்ச்சி நிலைக்குத்தக்கபடி பல நிலைகளாகத் தமிழ் நெடுங்கணக்கு எழுதப்பட ஒரு பனையோலை நறுக்கு கொடுக்கப்படும். ஒன்றிரண்டு மாதங்களில் அந்தக் குழந்தை யிடம் இப்படி ஒவ்வொன்றாக எல்லாத் தமிழ் எழுத்துக்களும் சேர்ந்துவிடும். இந்தப் பனையோலைகள் எல்லாம் நடுவில் துளையிடப்பட்டு, கயிற்றால் ஒரு கட்டாகப் பிணைக்கப் பட்டிருக்கும். சுட்டும் விரலைக் கொண்டு மணலின் மேல் எழுதவும், கொஞ்சகாலம் சென்று பலகையில் எழுதவும், எழுத்தாணி கொண்டு பனையோலைகளில் எழுதவும்கூட அந்தக் குழந்தைக்கு கற்றுக் கொடுக்கப்படும். பனை

யோலையில் எழுதத் தேர்ச்சி பெறுவது கற்றலில் உயர்மட்ட நிலையாகக் கருதப்படும். அகர வரிசையில் தேர்ச்சியடைந்த பின்பு சிறுசிறு வார்த்தைகளை எழுத்துக்கூட்டி எழுதக் கற்றுக் கொடுக்கப்படும். எண்களும் சிறு கணித வாய்ப்பாடுகளும்கூட இம்முறையில் கற்றுத் தரப்படும். மனப்பாடம் செய்வது இந்தப் பள்ளி முறையின் ஒரு முக்கிய அம்சமாகும். எழுத்துக் களையும் எண்களையும் எழுத்து உச்சரிப்பையும் சிறு கணித வாய்ப்பாடுகளையும், தனித்தும் குழுவாகவும் திரும்பத் திரும்ப அந்தக் குழந்தைகள் ஒப்பிக்க வேண்டும். அந் நாட்களில் எனது பள்ளியில் அச்சுப் புத்தகங்கள் பயன் படுத்தப் படவில்லை. எல்லாக் குழந்தைகளுக்கும் எல்லாப் பாடங்களையும் ஆசிரியர் தானே ஓலைச் சுவடியில் எழுதிக் கொடுப்பார். எழுத்து, கணிதம் மற்றும் எழுதுதலில் குழந்தைகள் தேர்ச்சி அடைந்தவுடன் எளிய பாடல்களும் பழந்தமிழ்ப் புலவர்கள், பாணர்களின் கவிதைகளும் கற்றுத்தரப்படும். இப்பாடல்களை மனப்பாடம் செய்து ஆசிரியரிடம் ஒப்பிக்க வேண்டும்.

அந்த ஆசிரியர் கடுமையாக வேலை வாங்குவார். மாணவர்கள் பாடங்களைச் சரியாக செய்துவரவில்லை யென்றால் பொறுத்துக்கொள்ள மாட்டார். பிரத்யேகமாக சில தண்டனைகளை வைத்திருந்தார். தொடக்கத்தில் அவர் செய்துகாட்டியதற்குப் பின் அதுபோல எழுதமுடியா விட்டாலோ, கவனமின்றி இருந்தாலோ, அந்தக் குழந்தையின் சுட்டுவிரலைப் பிடித்து உறுதியாகவும் அழுத்தமாகவும் மணலில் அந்த எழுத்துகளை எழுதிக் காட்டுவார். ஒன்று அந்த விரலில் ரத்தம் வர வேண்டும். அல்லது அந்தக் குழந்தை எழுதப் பழகியிருக்க வேண்டும். இல்லாவிட்டால் அவர் மிருகமாகிவிடுவார். எழுத்தாணியைக் கொண்டு அந்தக் குழந்தை ஓலையின்மீது அழுத்தமாக எழுத முடியாவிட்டால் அந்த ஆணியை வைத்தே கையின் முட்டியில் அடிப்பார். மேல் வகுப்பு மாணவர்களுக்கு மட்டுமே பிரம்பு. கச்சிதமான ஒழுக்கம் அங்கே இருக்கும். குழந்தைகள் ஆசிரியர் மீது முழு மரியாதை வைத்திருந்தனர். ஒழுங்கீனம் என்பதை நினைத்துக்கூடப் பார்க்கமுடியாது.

நான் மாதக் கட்டணமாக நான்கணா செலுத்தினேன். பள்ளியில் சுமார் முப்பது மாணவர்கள் இருந்தார்கள். மூத்த மாணவர்களுக்குக் கூடுதல் கட்டணம் இருந்திருக்காது என்று நினைக்கிறேன். ஆசிரியருக்கு இந்தக் கட்டணத்தைத் தவிரவும் வேறு சில வருவாய்களும் இருந்தன. அறுவடைக் காலத்தில் பெரும்பாலான மாணவர்கள் அரிசி, நெல்,

பருப்பு, தானியங்களை அவருக்குக் கொண்டு வந்து அளிப்பார்கள். தென்னந்தோப்பு வைத்திருப்பவர்கள் சில தேங்காய்களை கொண்டுவருவர். ஒரு மாணவனின் வீட்டில் ஏதாவது விசேஷமோ, சடங்கோ இருந்தால் ஆசிரியர் கௌரவத்திற்குரிய விருந்தினராக இருப்பார். கூடுதலாக சில உபசரணைகளும் நடக்கும். ஒரு மாணவனைப் பள்ளியில் சேர்க்கும்போதும் எழுத்தறிவிக்கும் சடங்கின்போதும் ஆசிரியருக்கு ஒன்றிரண்டு ரூபாய்கள் கிடைக்கும். சில நேரங்களில் புதுத் துணியும் உண்டு. மொத்தமாகப் பார்த்தால் தன் பள்ளியின் மூலம் அவரால் ஒரு கௌரவமான வாழ்க்கையை நடத்த முடிந்தது. அந்தப் பள்ளி அரசாங்கத்தால் அங்கீகரிக்கப் பட்டப் பள்ளிக்கூடமில்லை. அங்கே அரசு ஆய்வும் நடக்காது. அதனால் அவருக்கு எந்த நிதி நல்கையும் கிடைக்கவில்லை. தங்கள் குழந்தைகள் தூரத்திலுள்ள அரசுப் பள்ளிக்குச் செல்வதிலிருந்த பிரச்சனைகளில் விடுபடுவதற்காக அவர் அந்தப் பள்ளியைத் தொடர்ந்து நடத்துமளவுக்கு அவரை அக்கிராம மக்கள் கவனித்துக் கொண்டார்கள். கூட்டுறவிலும் தன்னிறைவிலும் நம்பிக்கை கொண்டிருந்த கிராமப் பொருளாதாரத்தோடு பிணைந்திருந்த நிறுவனம் அது.

பள்ளியில் எனது வளர்ச்சி குறிப்பிடத்தக்கதாக இருந்தது. நான் மிகவும் அமைதியான பையன். வேறு எதிலும் கவனத்தைச் சிதறவிடாதவன். அதனால், ஆசிரியருக்கு என்னை மிகவும் பிடித்திருந்தது. என்னை அங்கேயே வைத்திருந்தால், காலப் போக்கில் அவருக்கு உதவியாளனாக ஆகுமளவுக்கு கல்வியாளனாகிவிடுவேன் என்று நினைத்தார். ஆனால் முற்போக்கான சிந்தனைகளை ஏற்றுக்கொள்ளக்கூடிய என் தந்தை எனக்கு நவீன கல்வி அளிப்பதில் குறியாக இருந்தார். என்னை அப்பள்ளியினின்று விலக்கி, ‘மலையாளப் பள்ளிக்கூடம்’ என்று அழைக்கப்பட்ட அரசு தொடக்கப்பள்ளியில் சேர்த்தார். அது எங்கள் வீட்டில் இருந்து சுமார் அரை மைல் தொலைவில் அக்ரகாரத்திற்கும் பெரிய கடைவீதிக்கும் அருகே ஒரு பெரிய கட்டிடத்தில் அமைந்திருந்தது. அங்கே தமிழுடன் மலையாளமும் இரண்டாவது மொழிப் பாடமாகக் கட்டாயமாகக் கற்பிக்கப்பட்டு வந்ததால் அது மலையாளப் பள்ளி என்று அழைக்கப்பட்டது.

எனது சொந்த ஊர் திருவிதாங்கூர் சமஸ்தானத்தின் எல்லைப்புறத் தாலுகா ஒன்றின் தலைமையிடமாக இருந்து வந்தது. சமஸ்தானத்தின் ஆட்சி மொழி மலையாளம். எங்கள் ஊரைப் போன்ற தமிழ்ப் பகுதிகளில் தமிழும் மலையாளமும் ஒரு குறிப்பிட்ட நிலைவரை கற்றுத் தரப்பட்டன. அங்கு வசித்தவர்கள் தமிழர்கள்தான். சமூக பழக்க வழக்கங்களும்

தமிழர்களுக்கே உரியனவாகத்தான் இருந்தன. ஆனால் மேல், நடுத்தரவர்க்கத்தினர் மலையாளம் கற்றனர். காவலர், அலுவலக உதவியாளர் போன்ற சாதாரண நிலைப் பணியாளர்கள் உள்பட பெரும்பாலான அரசு ஊழியர்கள் மலையாளிகளாகவே இருந்தனர். மலையாளப் பள்ளியிலும் மற்ற பெரிய பள்ளிகளிலும் (ஆங்கிலப் பள்ளி என அறியப்பட்டிருந்தவை) உள்ள பள்ளி ஆசிரியர்களின் பெரும்பாலான வர்கள் தமிழ்ப் பிராமணர்கள். இவர்கள் திருவிதாங்கூர் மலையாளிகள் அளவுக்கு சிறப்பாக மலையாளம் பேசினார்கள்.

மலையாளத்தைக் கற்றுக்கொள்வதில் எனக்கு எந்தச் சிரமமுமில்லை. சொல்லப்போனால் அதில் நான் ஆர்வம் காட்டினேன். விரைவிலேயே என்னால் தமிழின் தாக்கமே தெரியாத அளவுக்கு மலையாளம் பேச முடிந்தது. ஆசிரியர்கள் என்னை அன்புடன் நடத்தினார்கள். அதில் ஓரளவு ஏளனமும் கலந்திருக்கும். பிராமண ஆசிரியர்கள் மற்ற சாதிகளைச் சேர்ந்த குழந்தைகளைத் தாழ்வாக நடத்துகிறார்கள் என்ற உணர்வு அப்போதே இருந்தது. ஆனால், மோசமாக நடத்தப்பட்டதாக நான் உணர்ந்ததில்லை. ஒரு வேளை வறுமையில் வசித்த அந்த ஆசிரியர்களிடம் என் போன்ற ஒரு ஏழைக் குழந்தை படிப்பில் காட்டிய தீவிரம் சிறிது கருணையை ஏற்படுத்தி இருக்கலாம்.

இச்சமயத்தில் என் தந்தை நல்ல வருவாய் தரக்கூடிய மற்றொரு பகுதி நேரத் தொழிலில் ஈடுபட்டிருந்தார். இரண்டு, மூன்று மாணவர்களுக்கு இசை கற்றுத்தர அவர் ஒப்புக் கொண்டிருந்தார். அதில் சிலர் மலையாளிகள். அவருடன் நீண்ட நாள் தங்கி, இசையைக் கற்பதில் அதிக அக்கறை காட்டியவர்கள் மலையாளிகள்தான். சிலர் ஒரு சில மாதங்கள் தங்கினர். வெகு சிலர் இரண்டு, மூன்று வருடங்கள் தங்கி இருந்தனர். குருகுல முறையில் அவர்களுக்கு இசையைக் கற்பித்தார் என் தந்தை. அந்த மாணவர்கள் வீட்டில் எங்களுடனேயே தங்கி, எங்களுடனேயே சாப்பிட்டார்கள். எங்கள் குடும்ப உறுப்பினர்களாகவே அவர்கள் நடத்தப்பட்டனர். எங்களுக்குச் சொந்தமான சிறு நிலத்தில் விவசாயம் செய்வது உள்பட சின்னச் சின்ன வீட்டு வேலைகளையும் செய்யும்படி கேட்டுக்கொள்ளப்பட்டனர். இசை நிகழ்ச்சிகளில் என் தந்தையின் குழுவுடன் அவர்களும் பங்கு பெற்றனர். அதில் கிடைக்கும் கூலியைத் தம் ஆசிரியரிடமே கொடுத்தார்கள். பயிற்சிக்காக அதிகாலை நான்கு, ஐந்து மணிக்கே எழுந்துவிட வேண்டும். அவர்கள் வாசிக்க வேண்டியதற்கான குறிப்புகளை அவர் கொடுப்பார். அவர்களோடு என் தந்தையும் தேவைக்கேற்பச் சில நிமிடங்கள் சேர்ந்து வாசிப்பார்.

ஒரு சூத்திரனின் கதை

என் தந்தை என்னை இசைத்துறையில் ஈடுபடுத்த வேண்டும் என்று நண்பர்களும் உறவினர்களும் எதிர் பார்த்தனர். ஒரு இசைக் கலைஞராக அவருக்கு இருந்த திறமையைவிட ஆசிரியன் என்ற நிலையில் என் தந்தைக்கு இருந்த திறமை அதிகம்தான். ஆனால் என்னை இசைக் கலைஞராக உருவாக்க விருப்பமிருந்ததாக ஒருபோதும் காட்டிக்கொண்டதில்லை. போன நூற்றாண்டின் ஆரம்ப தசாப்தங்களில் இந்தியாவிலிருந்த எல்லாக் கைவினை நிபுணர்களும் கலைஞர்களும் தங்களின் தொழிலை பாரம் பரியமாகச் செய்வதில், அடுத்த தலைமுறைக்கும் கடத்துவதில் வெறுப்புக் கொண்டிருந்தனர். இது புதிரான அம்சம்தான். ஒருவர் எவ்வளவு சிறந்த பொற்கொல்லராக, கொத்தனாராக, கொல்லராக, இசைக் கலைஞராக இருந்தாலும் தன் மகன் சிறந்த முறையில் ஆங்கிலக் கல்வியைப் பெற்று ஒரு அரசு வேலையில் அமர வேண்டும் என்றே விரும்பினார். அந்நாட் களில், திருவிதாங்கூரில் அரசுப் பணியின் மீது பெரும் நாட்டம் இருந்தது. சேவகர், கான்ஸ்டபிள் போன்ற சாதாரண மான கடை நிலை ஊழியர்கூட மிகுந்த மரியாதைக்குரியவ ராகக் கருதப்பட்டார். சாதி அடிப்படையிலான வேலை பார்ப்பது என்ற அம்சம் உடையத் தொடங்கியிருந்தது. ஆனால், பிறப்பின் அடிப்படையிலான தீட்டுகளும் சமூகப் படிநிலைகளும் வீழ்ச்சியடைய ஆரம்பித்ததற்கான எந்த அறிகுறியும் தென்படவில்லை. பாரம்பரிய அடிப்படை யிலான தொழிலிலிருந்து மாறுவது ஆரம்பித்திருந்தது. ஒரு எழுத்தராகவோ, காவல் துறையில் ஒரு துணை ஆய்வாளராக ஆவதோதான் பலரது உச்ச லட்சியமாக இருந்தது. பல தந்தைமார்கள் தங்களது கடின உழைப்பில் ஈட்டிய சேமிப்பை பிள்ளைகளின் கல்விக்கே செலவிட்டனர். அதனால் அவர்கள் அரசு அலுவலகங்களில் எழுத்தராக ஆக முடிந்தது. அவர்கள் வேண்டாவெறுப்பாகவே அந்த வேலையைச் செய்தனர். கொத்தனாராக, ஆசாரியாக தமது தந்தைமார் சம்பாதித்ததை விட மிகக் குறைந்த அளவே அவர்கள் பணம் சம்பாதித்தனர். இருந்தாலும் அந்தத் தந்தைமார்கள், தங்கள் மகன்கள் சட்டை, கோட் அணிந்து ஒரு அலுவலகத்தில் அமர்ந்திருப்பதை பார்க்கவே விரும்பினார்கள்.

வறுமையையும் சாதி சார்ந்த தொழில்களின் சங்கடங் களையும் பலவகைகளில் அனுபவித்திருந்த என் தந்தை என்னை மெட்ரிகுலேஷன் படிக்கவைத்து, ஒரு அரசு ஊழியராக்க விரும்பினார். அவர் மதத்தில் ஆழ்ந்த பற்றுடையவரில்லை. இருந்தாலும் கடவுள் என்னை நன்றாக கவனித்துக்கொள்வார் என்ற ஆழமான நம்பிக்கை அவருக்கு இருந்தது. அவர்

தனது அன்பையோ, நம்பிக்கைகளையோ வெளிக்காட்டிக் கொள்பவர் அல்ல. இருந்தாலும் நான் படித்தாக வேண்டும் என்ற முடிவில் மிகுந்த உறுதியுடன் இருந்தார். என்னை விளையாட விடமாட்டார். விளையாட்டுகள் நேரத்தையும் முயற்சியையும் வீணாக்கி, படிப்பின் மீதான கவனத்தைச் சிதறடித்துவிடும் என்று கருதினார். தெருக்களில் குழந்தைகள் விளையாடும் கிட்டிப்புள், சொட்டாங்கல் போன்ற விளையாட்டுகளில்கூட ஈடுபட விடமாட்டார். எந்த விளையாட்டிலும் ஈடுபடாமலேயே நான் வளர்ந்தேன். எனக்கான நெடிய கல்வியைக் குறைந்த கால அவகாசத்தில் பெறுவது எப்படி என்பதே அவரது சிந்தனையாக இருந்தது. அந்தக் கிராமப் பள்ளிக் கூடத்திலிருந்து என்னை அவர் விலக்கியதற்குக் காரணம், மலையாளப் பள்ளிக்கூடத்தில் சற்றே மேல் வகுப்பில் நான் படிக்க முடியும் என்பதுதான். மலையாளப் பள்ளியில் ஒன்றரை ஆண்டுகள் படித்த பிறகு, நான் ஆங்கிலம் கற்றுக்கொள்வதற்கு அதுவே சரியான தருணம் என்றும் எண்ணினார். அங்கு ஆங்கிலம் கற்றுத்தரப்படவில்லை. நான் நான்காம் வகுப்பு தேர்ச்சியடைந்த பின் ஆங்கிலப் பள்ளியில் சேர்ந்து, அதன் பிறகு ஆங்கிலம் சொல்லிக்கொடுக்கும் உயர்நிலைப் பள்ளியில் சேர முடியும். திருவிதாங்கூரில் பின்பற்றப்பட்ட முறை இதுதான். ஆனாலும் பொறுமையின்மைக்குப் பேர் போன என் தந்தைக்கு இந்த முறை மிக மெதுவான ஒன்றாகப்பட்டது. ஆங்கிலக் கல்வியை விரைந்து அறிமுகம் செய்துவைப்பதற்கான சில முறைகளைக் குறித்து சிந்தித்துக் கொண்டிருந்தார். அப்படி நான் கற்றுக் கொண்டால், என் வயதையொத்த மாணவர்களைவிட முன்னதாகவே முதலாவது பாரத்தில் (மெட்ரிகுலேஷன் நிலையில் ஆறாவது வகுப்பு) சேரலாம்.

அப்போது எனக்கு ஏழு வயது. குடும்பத்தில் நடந்த ஒரு நிகழ்வு என் தந்தையை எனது படிப்பின் அடுத்த நிலை பற்றிய முடிவை எடுக்கும்படி செய்தது. என் அக்காவின் திருமணம் அது. அவள் என்னைவிடச் சுமார் நான்கு வயது மூத்தவள். எங்கள் சாதியிலுள்ள எளிய குடும்பங்களைச் சேர்ந்த எல்லாப் பெண்களைப் போலவே அவளுக்கும் படிப்பு கிடையாது. பணக்காரக் குடும்பங்களைச் சேர்ந்த ஒரு சில பெண்களே கல்வி பெற்றிருந்தனர். ஒரு சில வீடுகளில் எண்ணும் எழுத்தும் வீட்டுப் பெரியவர்களால் கற்றுக் கொடுக்கப்பட்டன. சமூக நிலையிலும் பண்பாட்டு நிலையிலும் மேம்பட்டிருந்த குடும்பங்களில் உள்ள பெண்கள், அரசு நடத்தும் பெண்களுக்கான தனிப் பள்ளிகளுக்கு ஒரு சில ஆண்டுகள் அனுப்பப்பட்டனர். அவர்களுக்கும்

பதினொன்று, பன்னிரண்டு வயதாகும்போது பள்ளியை விட்டு நிறுத்தப்படுவார்கள். ஏழைக் குடும்பத்துப் பெண்களுக்கு இந்த வாய்ப்புகூட இல்லை. ஐந்து வயதிலிருந்தே இந்த பெண்கள் வீட்டிலும் வயல்காட்டிலும் வேலைசெய்வார்கள். பிராமணர்கள் மட்டும் பெண்களைப் பதினான்கு வயதுக்கு முன்பே திருமணம் செய்துகொடுத்துவிடுவார்கள். பெண்கள் பூப்படையும் சராசரி வயது பதின்மூன்று என்பதாகவே இருந்தது. உழைக்கும் மக்களிடையேயும், வீட்டிலும் வயலிலும் வேலை பார்க்கும் பெண்களிடையேயும் பூப்படையும் வயது இன்னும் அதிகம். பெண்கள் பூப்பெய்திய ஓரிரு ஆண்டுகளுக்குள் திருமணம்செய்து வைப்பது சரியானதாகக் கருதப்பட்டது. இதுவே திருமணத்திற்கு ஏற்ற வயதாகக் கருதப்பட்டது. கீழ் நடுத்தர வர்க்கத்தைச் சேர்ந்த பிராமணரல்லாதாரிடையே பதினாறு வயதுதான் திருமணத்திற்குரிய வயதாக கருதப்பட்டது. திருமணம் தள்ளிப் போனால் அந்தப் பெண்ணைச் சந்தேகத்துடன் பார்ப்பார்கள். பதினேழு வயதைக் கடந்தும் ஒரு பெண் திருமணமாகாமலிருந்தால் அவளுக்கு ஏதோ குறை இருப்பதால்தான் திருமணமாகவில்லை என்று கருதப்படும். இதன்படி மிகவும் விரும்பத்தக்க குணாதிசயங்களைக்கொண்ட பெண்களுக்குத் திருமணப் பருவத்தை அடைந்தவுடனேயோ, அதற்குச் சற்று முன்போ கல்யாணம் ஆகிவிடும்.

என் அக்காவுக்கு பதினோரு வயதில் திருமணம் நடந்தது. மணமகனின் வீட்டார் வந்து பெண் கேட்பதே எங்களிடையே வழக்கம். இது பிராமணர் வழக்கத்திற்கு மாறானது. ஏன் என் அக்காவை மணம் செய்ய அவ்வளவு சீக்கிரம் பெண் கேட்டு வந்தார்களென்பதை இன்றும் விளங்கிக் கொள்ள முடியவில்லை. நாங்கள் வசதியானவர்களில்லை. பெரிதாக வரதட்சணையும் கொடுப்பதற்கில்லை. அக்கா லட்சணமானவள் – ஆனால் சிவப்பில்லை. வறுமையிலிருப்பவர்களிடையேயும்கூடச் சிவந்த நிறப் பெண்களே விரும்பப் பட்டனர். அந்த மணமகன் நெருங்கிய உறவினரோ முறை மாப்பிள்ளையோ அல்ல. சில இடங்களில் அந்த மணமகள் கையைவிட்டுப் போகாமல் தடுக்க குழந்தைத் திருமணங்கள் செய்துவைக்கப்பட்டன. என் தந்தையின் இரு சகோதரிகள் அந்த கிராமத்திலேயே வாழ்க்கைப்பட்டிருந்தனர். அவர்களில் ஒருவரது மகனுக்கு என் அக்காவை மணம் செய்துகொள்ளக் கேட்கும் உரிமை இருந்தது. என் தந்தையின் சகோதரிகள் அந்த உரிமையை வலியுறுத்தவில்லை. ஆனால், தங்கள் உறவினர் வீட்டுப் பையனுக்கு என் அக்காவைத் திருமணம் செய்துதரும்படி கேட்டார்கள். எங்கள் நிலைக்கு அந்த

மணமகன் தகுதிவாய்ந்த இளைஞர்தான். எங்கள் சாதிக்குரிய தொழிலைச் செய்து வந்தார். என் தந்தையின் சகோதரி கணவருக்கு அவர் உறவினர். இந்தத் திருமணத்தைப் பொறுத்தவரை எல்லாமே விளங்கிக்கொள்ள முடியாமல் இருந்தன. ஆனால், வாழ்வில் எல்லாமே தர்க்கத்தின்படி நடப்பதில்லையே.

நமது சமூகத்தில் திருமணங்கள் எல்லாமே பெற்றோரால் ஏற்பாடு செய்யப்படுபவைதான். இருந்தாலும் அந்த ஏற்பாடு பல காரண, காரியங்களை உத்தேசித்தே அமைந்திருக்கும். இந்தத் திருமணத்தில் அப்படி எதுவுமே இல்லை. திருமணங்கள் சொர்க்கத்தில் நிச்சயிக்கப்படுவதாகச் சொல் கிறோம். இந்தத் திருமணம் நரகத்தில் முடிவானது. இதை நிரூபிக்கும் வகையில் சம்பவங்கள் பின்னால் நடந்தன.

என் அக்காவின் புகுந்த வீடு எங்கள் ஊரிலிருந்து சுமார் 12 மைல் தொலைவிலிருந்தது. பெருமளவு கிறித்தவர் களைக் கொண்டிருந்த கிராமம் அது. ஆரம்ப நிலையிலிருந்தே ஆங்கிலம் கற்பிக்கக்கூடிய ஒரு மிஷனரி பள்ளியும் அங்கே இருந்தது. அந்தப் பள்ளியில் என்னைச் சேர்த்துவிட்டால் என் அக்காவும் அவளது கணவரும் என்னைப் பார்த்துக் கொள்வார்கள் என்று தந்தை நினைத்தார். எனவே, எனது எட்டு வயது நிறையும் முன்பே, அந்த ஆண்டின் மத்தியிலேயே சுரண்டையிலிருந்த அந்த மிஷனரி பள்ளிக்கு மாற்றப் பட்டேன்.

சுரண்டை ஒரு இரட்டை கிராமம். அங்கே கிறித்தவர் களாக மதம் மாறியிருந்தவர்கள் காலப்போக்கில் அந்த முதன்மை கிராமத்தை விட்டு வெளியேறி மிஷனரிகளின் உதவியோடு கிழக்கே சுமார் ஒரு மைல் தொலைவில் மற்றொரு கிராமத்தை உருவாக்கியிருந்தார்கள். மூலக் கிராமத் தில் எல்லாம் குடிசைகள். இந்தப் புதிய கிராமத்தில் எல்லா வீடுகளுமே ஓடு வேயப்பட்டவை. இந்திய, ஐரோப்பிய மிஷினரிகள் சிறிய பங்களாக்களில் வசித்து வந்தனர். அங்கே ஒரு பள்ளிக்கூடமும் எடுப்பான தேவாலயமும் உண்டு. அந்தப் புதிய கிராமம் பங்களாச் சுரண்டை என்று அழைக்கப்பட்டது. சுற்றுவட்டாரத்தில் பல மைல் தூரம் வரை வசித்துவந்த கிறித்தவர்களின் பெருமிதத்திற்குரிய பகுதியாக அது விளங்கியது.

அந்தக் காலகட்டத்தில், ஒரு குறிப்பிட்ட சாதியைச் சேர்ந்தவர்கள் – கள் இறக்குவதை தங்கள் பரம்பரைத் தொழிலாகக் கொண்டிருந்தவர்கள் – பெருமளவில் கிறித்தவத் திற்கு மாறியிருந்தனர். அவர்களுக்கு இலவசக் கல்வி

கிடைத்தது. அப்படிக் கல்வி பெற்ற இளம் பெண்களுக்கும் ஆண்களுக்கும் அரசுத் துறை, கல்வி நிறுவனங்களில் பொருத்தமான வேலை எளிதாகக் கிடைத்தது. செவிலியர் பயிற்சி பெற்றிருந்த பெண்கள் மருத்துவமனைகளில் எளிதில் சேர்ந்தனர். இந்தியாவில் செவிலியர் பணியைத் தம் தொழிலாகக் கொண்டவர்கள் இந்தியக் கிறித்தவப் பெண்கள்தான். பிற்படுத்தப்பட்டதாகக் கருதப்பட்ட அந்தச் சமூகம் எவ்வளவு சீக்கிரத்தில் தனது மதத்தை மாற்றிக்கொண்டதோ, அவ்வளவு சீக்கிரத்தில் முன்னேற ஆரம்பித்தது. ஐரோப்பிய மிஷனரிகள் காட்டிய ஆர்வமும், அரசிடமிருந்தும் அந்நாளில் அனைத்து அதிகாரமும் பெற்றிருந்த ஐரோப்பிய குடிமை அதிகாரிகளிடமிருந்தும் கிடைத்த ஆதரவுமே இதற்குக் காரணம். விரைவிலேயே திருநெல்வேலி மாவட்டத்திலிருந்த கிறித்தவ கிராமங்களிலிருந்து மருத்துவர்களும் வழக்கறிஞர்களும் ஆசிரியர்களும் செவிலியர்களும் மாநிலம் முழுதும் பரவினார்கள். அவர்களுக்குப் புதிதாகக் கிடைத்த சம்பாத்தியத்தின் எதிரொலியை அவர்களது சொந்த கிராமங்களில் காண முடிந்தது. முதியவர்கள் மட்டுமே அக்கிராமங்களில் வசித்து வந்தனர். இளைய தலைமுறை சென்னை போன்ற தொலை தூர நகரங்களில் சம்பாதித்து வசதியாக வாழ்ந்தது. மிஷனரி கல்வி கொடுத்த பலன் அது.

அந்தக் காலகட்டத்திலேயே பல பட்டதாரிகளையும் டாக்டர்களையும் ஆசிரியர்களையும் உடைய பெருமையைப் பெற்றிருந்தது அந்த பங்களாச் சுரண்டை கிராமம். தூய்மையான, சுகாதாரமான, வளமான தோற்றத்தைப் பெற்றிருந்த அக்கிராமத்தின் நடுநாயகமாக காட்சியளித்தது பள்ளி. விரிந்து, பரந்த விளையாட்டு மைதானங்களும் மரங்களின் நிழல் கவிந்த தாழ்வாரங்களையும் பெற்றிருந்தது. படிப்பதற்கேற்ற சூழல் அங்கே இருந்தது. ஆசிரியர்கள் அனைவரும் கிறித்தவராக மதம் மாறியவர்கள். அவர்களுள் சிலர் உண்மையிலேயே நல்ல திறமையாளர்கள்.

இந்தப் பள்ளிக்குச் சுற்றுப்புறங்களிலிருந்த பல கிராமங்களில் இருந்து மாணவர்கள் வந்தனர். அது பாதி – உறைவிடப் பள்ளி ஆகும். தங்கிப் படிப்பதற்கு அங்கிருந்த வசதிகளை கிறித்தவரல்லாத மாணவர்கள் பயன்படுத்திக்கொள்ளத் தவறினார்கள் என்றுதான் சொல்ல வேண்டும். இத்தனைக்கும் அவர்களுக்கெதிராகக் கட்டுப்பாடு ஏதும் கிடையாது. சில மாணவர்கள் மதிய உணவாகக் கட்டுச் சோற்றைச் சுமந்து கொண்டு தங்கள் கிராமங்களிலிருந்து காலையிலும் மாலையிலும் நான்கைந்து மைல் தூரம் நடந்து படித்துச் சென்றனர்.

அந்நாட்களில் கிராமங்களில் கடும் ஆசாரக் கட்டுப்பாடுகள் இருந்தபோதிலும் பிராமண மாணவர்களும் அந்தப் பள்ளிக்கு வந்தனர். ஆசாரமாக இருந்தாலும் சரி, இல்லாவிட்டாலும் சரி, கல்வி சார்ந்த வசதிகள் எங்கு கிடைத்தாலும் அவர்கள் விரைந்து அதைப் பயன்படுத்திக்கொண்டார்கள். பிராமண மாணவர்கள் பள்ளியிலிருந்து திரும்பியவுடன் தங்கள் பள்ளி உடைகளைக் களைந்து வீட்டிற்கு வெளிப்புறத்தில் வைத்து விட்டு, குளித்துவிட்டுத்தான் வீட்டிற்குள் நுழைவார்கள். நடக்க முடியாத அளவு தூரத்தில் உள்ள கிராமத்திலிருந்து வரும் மாணவர்கள் தங்கள் நண்பர்கள், உறவினர்களின் குடும்பங்களுடன் தங்கிக் கொள்வார்கள். வசதியான மாணவர்கள் தனியாக வீடு எடுத்து வசித்தார்கள்.

நான் சுரண்டைக்குச் சென்றவுடன் முதலில் என் அக்கா வீட்டில் தங்கினேன். பிறகு சில நாட்கள் என் அத்தையின் வீட்டில் இருந்தேன். கொஞ்ச காலத்திற்கு அந்தப் பள்ளி இருந்த பகுதியிலேயே என் பாட்டி அல்லது பூட்டியுடன் ஒரு வாடகை அறையில் தங்கி இருந்தேன். அவர்கள் எனக்குச் சமைத்துப்போட்டார்கள். இப்படி வசிப்பது பெரிய பிரச்சனை யாகவோ, கூடுதல் செலவாகவோ இல்லை. அரிசி, பருப்பு முதலானவற்றை எங்கள் வீட்டிலிருந்து இரண்டு, மூன்று மாதங்களுக்கொரு முறை எடுத்து வருவோம். காய்கறிகளை வாரச் சந்தையிலும், சிறுசிறு பொருட்களை அந்த கிராமத்து கடைத்தெருவிலும் வாங்கிக் கொண்டோம். மதியம் அல்லது இரவு என ஒரு நாளைக்கு ஒரு முறைதான் சோறாக்கப்பட்டது; எஞ்சிய சாப்பாட்டை அடுத்த வேளைக்காக எடுத்துவைத்து விடுவோம்.

சுரண்டையில் எனது உறவினர்கள் வீட்டில் ஒரு மாதத்திற்கு மேல் தங்கியிருந்தால் எனக்கு உடம்பு சரி யில்லாமல் போய்விடும். அதனால் இம்மாதிரி ஏற்பாடுகள் தேவைப்பட்டன. முதல் நாள் இரவிலிருந்த பழஞ் சோற்றை யும் சுண்டைக் கறியையும் சாப்பிட்டுவிட்டு 9 மணிக்கு முன்பே பள்ளிக்கூடத்திற்குக் கிளம்பிவிடுவேன். கடும் வெயிலில் இரண்டு மைல் தூரம் நடக்கவேண்டும். மதிய இடைவேளை யில் சாப்பிடுவதற்காகக் கட்டுச்சோற்றையோ சிறு தூக்கையோ கொண்டுபோய் விடுவேன். பல சமயங்களில் அந்தச் சோற்றைத் தூக்கிவீசிவிட்டு பட்டினி கிடப்பதே மேல் என்று இருப்பேன். மாலையில் மறுபடியும் இரண்டு மைல்கள் நடந்து திரும்பு வேன். இரவு சாப்பாடு – அந்த நாளின் ஒரே நிறைவான உணவு – மாலை 7 மணிக்கு இருக்கும். இந்த சாப்பாடும்கூட எங்கள் வீட்டில் வழக்கமாக நாங்கள் சாப்பிடும் உணவைவிட

ஒரு சூத்திரனின் கதை 55

மிகவும் மோசமாக இருக்கும். நாங்கள் ஏழ்மையில் இருந்தாலும் எங்கள் வீட்டில் சாப்பாடு சுத்தமாகவும் சுவையாகவும் இருக்கும். ஒரு நாளில் ஒரு நேரமாவது நிறைவான சாப்பாடு கிடைக்கும்.

நான் மிக பலவீனமான பையன். புறாக்கூடு போல எலும்பு துருத்திக்கொண்டிருக்கும் என் நெஞ்சுக் கூட்டைப் பார்த்து, என் தாயும் பாட்டியும் கவலைப்படுவார்கள். மிகுந்த நாற்றமடிக்கும் ஒரு எண்ணெய்யை – ஏதோ ஒரு வகை மீன் எண்ணெய் – என் மார்பில் அழுத்தித் தேய்த்து, அதிகாலை வெயிலில் நிற்கவைப்பார்கள். ஆகையால் மிகுந்த வறுமையிலிருக்கும் என் உறவினர்களோடு நான் தங்கியிருக்கும் காலத்தில் எனது உடல்நிலை மோசமடையும். முன்பைவிட எலும்பு துருத்திக்கொண்டிருக்கும் மார்புடன் நீண்ட விடுமுறை கிடைக்கும் வாரக் கடைசிகளில் நடந்தே வீடு திரும்புவது எனக்கு வழக்கமாக இருந்தது. இது பாட்டியின் கோபத்தை கிளப்பியது. நான் வீட்டிலிருந்து பள்ளிக்கூடத்திற்குத் திரும்பும்போது எனக்குப் பாதுகாப்பளிக்கவும் எனக்காக வீட்டைப் பார்த்துக்கொள்ளவும் ஒரு வயதான உறவினருக்கு ஆணையிட்டார். ஏற்கெனவே குறைந்த வருவாயில் சிரமப்பட்டிருந்த என் குடும்பத்திற்கு இது கூடுதல் செலவாகவே அமைந்தது.

சுரண்டையிலிருந்த ஒன்றரை ஆண்டு காலம் நான் என் குடும்ப வட்டத்துக்கு வெளியே இருந்த ஏழைகளின் வாழ்க்கையைப் பற்றி தெரிந்துகொள்ள வைத்தது. ஒரு சில அணாக்களுக்காகவோ, அரைப்படி அரிசிக்காகவோ ஆண்களும் பெண்களும் குழந்தைகளும் முதியவர்களும் அந்தக் கிராமத்திற்கு அருகில் கிடைத்த எந்த வேலையையும் செய்தார்கள். ஆண்களின் சுமையைப் பெண்களும் பகிர்ந்துகொண்டனர். செய்வதற்கு வேலையே இல்லாதபோதுதான் அவர்கள் சும்மாயிருப்பார்கள். அவர்களுக்குச் சிறுவயதிலேயே கல்யாணமாகியிருக்கும். இருபத்தைந்து வயதிற்குள்ளாகவே ஒரு பெண் பல குழந்தைகளைப் பெற்றிருப்பாள். சில குறைப் பிரசவங்கள். சில கருச்சிதைவுகள். உடல் நலிவும் வறுமையும் அவர்களுக்கு முதிய தோற்றத்தை ஏற்படுத்தியிருந்தன. கணவன் – மனைவி, மாமியார் – மருமகள், தகப்பன் – மகன், சகோதரர்கள், உறவினர்கள், அக்கம்பக்கத்தினரிடையேயான சண்டைகள் என்பவை தினசரி நிகழ்வாகும். எங்கள் உறவினர்களிடையே அந்தக் கிராமத்தில் வசித்தபோது, அவர்களுடைய சண்டையை நான் தினசரி பார்க்க நேர்ந்தது. மாலையில் வீடு திரும்பும்போது

குளிப்பதற்கு வெந்நீர் தயாராக இல்லை என்பது போன்ற அற்பக் காரணங்களுக்காகக்கூட மனைவியை கையில் கிடைத்ததைக் கொண்டு மிருகத்தனமாக அடிப்பதெல்லாம் தினசரி காணக் கிடைக்கும். குழந்தைகளுக்கும்கூட இப்படி அடி கிடைக்கும். வீட்டின் மருமகளை எல்லா நாத்தனாரும் அடிமைபோலேவே நடத்தினார்கள். இதை வைத்தே பல சண்டைகள் நடக்கும்.

பன்னிரண்டு வயதேயான என் அக்காவும் இம்மாதிரி நடத்தப்படுவதை நான் கவனித்தேன். அவளுடனோ அல்லது அவள் அருகிலோ நான் தொடர்ந்து தங்கியிருப்பது இரு வருக்குமே தர்மசங்கடமாக இருந்தது. சில உறவினர்களுக்கு எரிச்சலையும் ஏற்படுத்தியது. அந்த கிராமத்தில் ஒரு வீடு எடுத்து என்னைக் கவனித்துக்கொள்ள எனது பாட்டிகளில் ஒருத்தியை வரவழைத்துக் கொண்டு இதிலிருந்து தப்பித்தேன். இது என் உடல் நலத்திற்கும் தோதாக இருந்தது.

அந்தப் பள்ளிக்கூடத்தைப் பற்றிய ஒரு விஷயம் எனக்கு இன்னும் நினைவில் இருக்கிறது. எங்களுக்கு தடித்த, உயரமான, கருப்பான இளம் வரலாற்று ஆசிரியர் ஒருவர் இருந்தார். படையெடுப்புகளையும் போர்களையும் படமாக வரைந்து காட்டுவதில் தனித்திறன் பெற்றவர். கரும்பலகையில் படத்தை வரைந்துவிட்டு, போர்களின் போக்கைப் பற்றி விறுவிறுப்பாக விளக்குவார். இப்படிப் பாடம் நடத்துவதில் அவருக்குத் தனித்திறமை இருந்தது. அவர் எங்களுக்குச் சில மாதங்களே பாடம் நடத்தினார். ஆனால், எனக்கு வரலாற்றுப் பாடத்தில் பெரும் ஆர்வத்தை ஏற்படுத்தினார். போட்டிகள், விளையாட்டுகளுக்குப் பெரும் ஊக்கமளித்த அந்தப் பள்ளியில் நான் மிகவும் அமைதியான மாணவ னாகவே இருந்தேன். தேர்வுகளிலும் பெரிதாகச் சாதித்து விடவில்லை.

4

பள்ளிப் பருவத்தில் ஒரு 'சாகசம்'

அந்த மிஷனரிப் பள்ளியில் படித்தபோது என் வாழ்க்கையையே மாற்றியிருக்கக்கூடிய ஒரு சம்பவம் நடந்தது. ஆனால், நான் பழக்கப்பட்டிருந்த வாழ்க்கை முறையை மாற்றாமல், ஒரு சங்கடமான அனுபவமாக மட்டும் அது நிலைத்துவிட்டது. ஒரு சில நாட்கள் நான் பள்ளிக்கூடத்திற்குப் போக வில்லை. அந்த நாட்களில் எனது ஆசிரியர் நிறைய குறிப்புகளையும் பயிற்சிகளையும் தந்திருந்தார் என்பதைப் பள்ளி திரும்பியதும் கண்டேன். எல்லா மாணவர்களின் நோட்டுகளையும் அவர் சோதனை செய்வார். யாருடைய நோட்டாவது அவருக்குத் திருப்தியளிக்கவில்லையென்றால், அந்த மாணவனைப் பிரம்பால் விளாசித் தள்ளுவார். நான் எனது நோட்டு களை அடுத்த வேலை நாளில் அவரிடம் காட்ட வேண்டும் எனக் கடுமையாக் கூறியிருந்தார் அந்த ஆசிரியர். நான் வகுப்பின் சிறந்த மாணவர்களுள் ஒருவரிடம் நோட்டுகளை இரவல் வாங்கி, எனது ஓய்வு நேரத்தில் அந்தப் பாடங்களை நகலெடுத்தேன். அதிலுள்ள சில குறிப்புகளும் பயிற்சிகளும் எனது புரிதலுக்கு அப்பாற்பட்டவை என்பதை நான் கவனிக்கவில்லை. நோட்டின் ஓரத்தில் சில

திருத்தங்களையும் புரிந்துகொள்ள முடியாத கிறுக்கல்களையும் நான் பார்த்தேன். அவற்றையும் நகலெடுத்தேன். அடுத்த நாள் ஆசிரியர் பார்ப்பதற்காக அந்த நோட்டுகளுடன் நான் தயாராக இருந்தேன். அவர் கேட்டபோது பெருமிதத்துடன் அவற்றை முன்வைத்தேன்.

அவருடைய முகம் கடூரமாக மாறியது. மீசை துடித்தது. கடுமையாக என்னை முறைத்தபடியே நோட்டின் ஓரத் திலிருந்த திருத்தங்களும் கிறுக்கல்களும் நான் எடுத்து எழுதியதுதானே என்று கேட்டார். பிறகு, அவருடைய கையெழுத்தை நான் கள்ளத்தனமாகப் போட்டதாக என்மீது குற்றம் சாட்டினார். அவர் சொன்னதன் அர்த்தத்தை என்னால் புரிந்துகொள்ள முடியவில்லை. என் மீது மிகப் பெரும் குற்றச்சாட்டு சுமத்தப்படுகிறது என்பது மட்டுமே புரிந்தது. என் வகுப்பு மாணவர்கள் மிரண்டு போகும்படி வகுப்பில் வைத்து என்னை இரக்கமின்றி பிரம்பால் விளாசித் தள்ளினார். அவர் என் மீது பொழிந்த வசவுகளிலிருந்து நான் புரிந்துகொண்டது இதுதான்: நான் அவருடைய கையெழுத்தை அப்படியே நகலெடுத்திருக்கிறேன். அது மன்னிக்க முடியாத குற்றம். தவிரவும், நான் ஒரு ஏமாற்றுக் காரன், பொறுக்கி. அதனால் சிறையில் தள்ளப்பட வேண்டியவன். என்னை அடித்துத் ஓய்ந்துபோன பிறகு, அவரது கொடூரமான ஆத்திரம் தணிந்தது. அவர் என்னைத் தலைமையாசிரியரிடம் கூட்டிச் சென்றார். அவர்கள் பேசியதை என்னால் புரிந்துகொள்ள முடியவில்லை. தலைமையாசிரியர் நான் செய்த காரியத்தைப் பெரிதாக பொருட் படுத்தவில்லை என்பதாகவே எனக்கு நினைவிருக்கிறது. ஆனால் அவரும் என்னைக் கோபமாகப் பார்த்தார். நான் இத்தவறைத் திரும்பச் செய்யக்கூடாது என்று அறிவுறுத்தினார்.

பிற்காலத்தில் நான் இந்த நிகழ்ச்சியை அடிக்கடி நினைத்துப் பார்ப்பது உண்டு. ஒரு எட்டு வயதுக் குழந்தைக்குக் கள்ளக் கையெழுத்துப் போடுவதன் பிரதிபலன்கள் என்ன என்பது தெரியாது. நானும் எதையும் திருடி என்னுடையது என்று கூறவில்லை. அதனால் லாபமடையவுமில்லை. யாரையும் ஏமாற்றவுமில்லை. பாடங்களை நகலெடுக்கும்போது அந்தத் திருத்தங்களும் கிறுக்கல்களும் முக்கியம் என்றே நான் நினைத்தேன். என் நோட்டை இனிமேல்தான் ஆசிரியர் பார்க்க வேண்டும். அவர் ஏற்கெனவே எனது நோட்டைப் பார்த்துவிட்டார். அந்தத் திருத்தங்களும் கையெழுத்துக்களும் அவருடையதுதான் என்று கூறி அவரை ஏமாற்ற நான் முயலவில்லை. குறும்புத்தனமாகவும் அவற்றை நான்

செய்யவில்லை. அவற்றின் முக்கியத்துவம்கூட எனக்குத் தெரியாது. ஒரு நல்ல பரிவான ஆசிரியராக இருந்திருந்தால், தனது கையெழுத்தையும் திருத்தங்களையும் நகலெடுக்கக் கூடாது என்று அவர் எனக்கு விளக்கியிருக்கலாம். அன்றைய தேதி வரையிலான பாடங்களை எல்லாம் என்னுடைய நோட்டில் எழுத வேண்டியதுதான் என் வேலை என்று விளக்கியிருக்க வேண்டும். அந்தக் கடுமையான தண்டனை என்னை மிகவும் பாதித்தது. இதற்கு மேல் அந்தப் பள்ளியோடும் அந்த ஆசிரியரோடும் உறவு ஏதும் இல்லை என்று நினைத்துக் கொண்டேன்.

அடுத்த நாள் பன்னிரண்டு மைல் தொலைவில் இருந்த என் வீட்டிற்குக் கிளம்பினேன். நான் அணிந்திருந்த உடைகளைத் தவிர துணிமணி என்று பெரிதாக என்னிடம் ஏதுமில்லை. புதிதாக வாங்கியிருந்த சில புத்தகங்களையும் நோட்டுகளையும் எடுத்துக்கொண்டு வயல்கள், புல்வெளிகள், கிராமத்துச் சாலைகள் வழியாகத் தென்காசி வரை நடந்தேன். அந்த நகரம் எனது ஊரிலிருந்து ஐந்து மைல் தொலைவில் இருந்தது. அங்கிருந்து என் ஊருக்கு நல்ல சாலை இருந்தது. அந்த தூரத்தை நான்கு மணி நேரத்தில் நடந்துவிட்டேன்.

நான் வீட்டிற்கு வந்ததும் என்ன நடந்தது என்பதை என் தந்தையிடம் சொன்னேன். மறுபடியும் எனக்கு அடி விழுந்தது. நான் பள்ளிக்கூடத்தைவிட்டு ஓடிவந்ததுதான் என் தந்தையின் கோபத்திற்குக் காரணம். அவர் பார்வை யில் அது ஒரு மன்னிக்க முடியாத குற்றம். அவருடைய கனவுகள் எல்லாம் கலைந்துபோவதாக நினைத்தார். என்னு டைய 'மோசடியை' அவரும் உண்மையென்று நினைத்தார். தந்தையிடம் எனக்கு பயம் அதிகம் என்பதால் நான் அவரை எதிர்த்துப் பேசியதே கிடையாது. சின்ன விஷயத்தில்கூட வன்முறையில் இறங்கக்கூடிய அளவுக்கு அவருக்கு முன்கோபம் வரும். எப்போதுமே அதிகாரவர்க்கத்திற்கு பயப்படக்கூடியவர். கள்ளக் கையெழுத்துப் போடுதல் தண்டனைக்குரிய குற்றம் என்பது அவருக்குத் தெரியும்.

பள்ளியிலும் வீட்டிலும் இப்படி தண்டிக்கப்பட்டதால் ஆறுதல் சொல்லக்கூட ஆளில்லாமல் இருந்தேன். என்னிடம் ஓரளவுக்காவது பரிவு காட்டியவர் என் பாட்டிதான். நான் ஏதுமறியாதவன் என்பதைப் புரிந்துகொண்டதோடு, நான் என்ன செய்திருந்ததாலும் அதை அறியாமையினால் தான் செய்தேனே தவிர, குறும்புத்தனமாகக்கூட அல்ல என்பதை நல்ல அனுபவமுள்ள அவர் புரிந்துகொண்டிருந்தார். ஆனால் அவரும்கூட நான் பள்ளிக் கூடத்தைவிட்டு ஓடிவந்திருக்கக்

கூடாது என்றே நினைத்தார். நான் திரும்பவும் பள்ளிக்கு அனுப்பப்பட வேண்டும்; நான் தெரியாமல் செய்த தவறினால் கோபமடைந்த அந்த ஆசிரியரின் மன்னிப்பை நான் பெற்றாக வேண்டும் என்று சொன்னார். என்ன செய்தாவது என் படிப்பைத் தொடர்ந்தாக வேண்டும்.

ஒரு உறவினரின் துணையோடு நான் திரும்பவும் பள்ளிக்கூடத்திற்கு அனுப்பப்பட்டேன். ஆனாலும் என்னைப் படுமோசமாக நடத்திய அந்த மனிதர்களின் மீது ஆத்திரமும் கோபமும் பொங்கின. மீண்டும் அந்தப் பள்ளியை விட்டு எப்படியாவது தப்பிக்கவே நான் எண்ணினேன். அவமானமோ, குற்றமோ அதற்குக் காரணமில்லை. நான் எந்தத் தவறும் செய்யவில்லை; எந்தக் காரணமுமின்றி இந்த உலகம் என்னைத் தண்டிக்கிறது என்பது என் மனதில் தெளிவாக இருந்தது. அந்தக் கிராமத்தில் இருந்த உறவினரின் வீட்டில் இருந்து பள்ளிக்குச் செல்வதாகச் சொல்லிவிட்டு காலை யிலேயே கிளம்பினேன். பள்ளிக்குச் செல்லும் நேரான சாலையை விட்டு விலகி, எந்த நோக்கமுமின்றி என் மனம் போன போக்கில் வேறு ஒரு திசை நோக்கி நடந்தேன். அந்தக் கிராமத்தை விட்டு வெளியேறி, நீரோடையைக் கடந்து, தெற்குத் திசையில் என் தந்தையாரின் மூதாதையர் கிராமத்திற்குச் செல்லும் சாலையில் நடக்கத் தொடங்கினேன். ஆனால் என் தந்தையின் உடன்பிறந்தவர்களின் வீட்டிற்குச் செல்ல நான் விரும்பவில்லை. கல்யாணம், பிற விழாக்கள் போன்றவற்றிற்கு வேறு யாருடனாவதுதான் அங்கு செல்வது எனக்கு வழக்கம். எனக்குத் தெரிந்தவர்கள் யாரையும் நான் பார்க்க விரும்பவில்லை. என்னை என் தந்தை அவ்விதமாக நடத்திய பிறகு எனக்கு ஆதரவளிக்கவோ, உதவி செய்யவோ யாருமே இல்லை என்ற அச்சம் ஏற்பட்டிருந்தது.

அந்த கிராமத்திற்கு ஒரு மைல் அப்பால் இருப்புப் பாதையும் ஒரு புகைவண்டி நிலையமும் இருந்தன. அதற்கு முன்பு ஒரு முறை நான் இந்த நிலையத்தில் இறங்கியிருப்பதாக நினைக்கிறேன். புகைவண்டி நிலையமும் தண்டவாளங்களை ஒட்டிய திறந்தவெளியும் ஒரு கிராமத்துப் பையனுக்குக் கவர்ச்சி யானவைதான். காத்திருக்கும் கூரைக்கு அருகில் இருந்த பெஞ்ச்சில் உட்கார்ந்து நடந்த சம்பவங்களையெல்லாம் நினைத்துப் பார்த்தேன். வீட்டுக்கோ, பள்ளிக்கூடத்திற்கோ போக விரும்பவில்லை என்பதைத் தவிர அந்த நேரத்தில் வேறு எந்தத் திட்டமும் என்னிடம் இல்லை. அந்த நேரத்தில் ஒரு புகைவண்டி வந்து நின்றது. யார் கண்ணிலும்படாமல் நடைபாதையிலிருந்து இறங்கி, திறந்திருந்த ஒரு பெட்டியில்

ஏறி காலியான ஒரு பலகையில் அமர்ந்தேன். அந்நாட்களில் புகைவண்டிகளில் கூட்டமிருக்காது. மூன்றாம் வகுப்புப் பெட்டியில், சில அரிதான சந்தர்ப்பங்கள் தவிர பாதிக்கும் மேல் காலியாகவே இருக்கும். பயணச்சீட்டு வாங்க வேண்டும் என்றும் எனக்குத் தெரியாது. யாரும் என்னைக் கேட்கவு மில்லை; தடுக்கவுமில்லை. பயணத்தை விரும்பும் ஒரு அறியாச் சிறுவனாக ரயில்வே ஊழியரின் கவனத்தில் நான் தென்பட்டி ருக்கக்கூடும். அதன் பிறகும்கூட நான் எங்கு செல்கிறேன் என்றோ, அந்தப் புகைவண்டி எந்தத் திசையில் செல்கிறது என்றோ எனக்கு எந்தக் கவனமும் இல்லை. நான் பார்த்து பயந்த மனிதர்களின் இடத்திலிருந்து என்னைக் கூட்டிச் செல்கிறது, அவ்வளவுதான். கடந்த சில நாட்களில் கிடைத்த மோசமான அனுபவத்திற்குப் பிறகு, ஓடும் வண்டியில் இருந்ததே ஒரு சுகமான விடுதலையாக இருந்தது.

புகைவண்டியில் தனியாகப் பயணம் செய்வதே ஒரு சாகசம்தான். சாகசம் செய்ய நினைத்து, தொலைதூர இடங் களுக்குப் புகைவண்டியில் சென்ற இளைஞர்களைப் பற்றி நான் கேள்விப்பட்டிருக்கிறேன். மர்மமான உணர்வும், சாக சத்தில் ஈடுபடும் பரபரப்பும் மெதுவாக என்னைப் பற்றிக் கொள்ளத் தொடங்கின. நான் எப்போதுமே பாதுகாப்பின் கீழ் இருந்த, அமைதியான, சாதுவான ஒரு குழந்தை. மூர்க்கமான, வேகமான காரியங்களும் எண்ணங்களும் எனக்குப் பழக்கமில்லாதவை. நான் முன்பே சொன்னதைப் போல என் வயதையொத்த சிறுவர்களுடனோ, வகுப்புத் தோழர்களுடனோ தெருவில்கூட விளையாடியதில்லை. இப்படி ஒரு வளர்ப்பில் வளர்ந்த குழந்தைக்கு சாகசத்தில் ஈடுபடுவதென்பது ஒத்துவராது. ஆனால் சுயமரியாதை காயப்படுத்தப்பட்டது, இழைக்கப்பட்ட அநீதியால் எழுந்த அதிருப்தி ஆகியவை என்னை இதில் இழுத்துச் சென்றன. எனக்கு எந்த பயமுமில்லை. என்ன நடக்கும் என்பது குறித்த அச்சமுமில்லை. நான் எளிமையாக, அப்பாவித் தனமாக தோற்றமளித்தேன். பிற மனிதர்களோடு பேசுவதில் எந்தத் தயக்கமும் இல்லை. என்ன நடந்தாலும் அவற்றைப் புரிந்துகொள்ள என்னால் முடியும், என்னிடம் பேசும் யாரிடமும் என்னைப் பற்றி விளக்க முடியும். என்னவிதமான அனுபவங்கள் காத்திருந்தாலும் அதனுள் நான் நுழைந்து கொண்டிருந்தேன்.

புகைவண்டி பயணிக்கத் தொடங்கிய சில நிமிடங்கள் கழித்து, அது மேற்குத் திசையில் செல்வதை உணர்ந்தேன். அது செங்கோட்டை வழியாகக் கொல்லம் செல்லும்

வண்டியென்று நான் கேள்விப்பட்டிருக்கின்றேன். இதற்கு முன்பு ஓரிரு தடவைக்கு மேல் புகைவண்டியில் பயணம் செய்ததில்லை. மேலும் செங்கோட்டையைத் தாண்டி நான் ஒருபோதும் இந்தப் பாதையில் சென்றதில்லை. செங்கோட்டைக் கும் கொல்லத்திற்கும் இடையே மேற்கு மலைத் தொடர்ச்சி யில் குடைந்து உருவாக்கப்பட்டிருக்கும் பல குகைப் பாதைகளின் வழியாக அந்தப் புகைவண்டி செல்லும் என்று நான் கேள்விப்பட்டிருக்கிறேன். அத்தகைய இருளான சுரங்கப் பாதைகளைப் பார்ப்பது, அதனூடாகச் செல்வது குறித்த நினைப்பே எனக்கு மிகுந்த பரவசத்தை ஏற்படுத்தியது. அந்தப் பயணத்தின் மீது ஒரு ஆர்வம் ஏற்பட ஆரம்பித்தது. நான் அதிர்ஷ்டக்காரன் என்று நினைத்தேன். நீண்ட தூரம் நடந்திருந்ததும் எல்லாவற்றிலிருந்தும் ஓடிவந்த அனுபவமும் சேர்ந்து மிகுந்த பசியை ஏற்படுத்தியிருந்தன. அந்த வண்டி தென்காசி, செங்கோட்டை நிலையங்களைக் கடந்து செல்லும் போது கதவுகள், தாழ்வாரங்களின் பின்னால் ஒளிந்து கொண்டேன். என்னை அறிந்த யாரும் என்னைப் பார்த்து விடக்கூடாது என்று நினைத்தேன். வண்டி செங்கோட்டை யிலிருந்து கிளம்பியதும் பாதுகாப்பாகவும் சுதந்திரமாகவும் உணர்ந்தேன். அடுத்த நிலையத்தில் இரண்டு பைசாவுக்கு – என்னிடமிருந்ததெல்லாம் அவ்வளவுதான் – திண்பண்டங் களை வாங்கினேன். ஓரளவுக்காவது பசி நீங்கியதால், படுத்துத் தூங்கிவிட்டேன்.

நீண்டதூரம் ரயிலில் செல்லும் அனுபவம் எனக்குப் புதியது. இதற்கு முன் அரை மணி நேரமோ, முக்கால் மணி நேரமோதான் ரயிலில் சென்றிருக்கிறேன். விரைவிலேயே அசௌகர்யமாக உணர்ந்தேன். மலையின் செங்குத்தான சரிவு களில் மேலே போகும்போது இரைச்சலும் புகைப்படலமும் நிலக்கரித் தூசும் எஞ்சினிலிருந்து வெளியேறின. வழக்கத்திற்கு மாறான அதிர்வும் புகையும் சேர்ந்து வெறும் வயிறாக இருந்த எனக்குக் குமட்டலை ஏற்படுத்தின. நான் கல்லூரிக்குச் சென்று வரும்போது பல முறை இந்தப் பகுதியில் போய் வந்திருக்கிறேன் என்றாலும் என்னுடைய முதல் அனுபவம் இன்றும் என் மனதில் தெளிவாக உள்ளது.

என் அருகில் உட்கார்ந்திருந்த இரண்டு ஆண்களும் பெண்ணும் என்னுடைய நிலைமையைக் கவனித்தார்கள். நான் தனியாக இருப்பதை அவர்கள் கவனித்திருக்க வேண்டும். அந்நாட்களில், என் வயதையொத்த குழந்தைகள் தனியாகப் பயணம்செய்வது வழக்கத்திற்கு மாறானது. என் குடுமியை வைத்து நான் ஒரு மலையாளியில்லை; தமிழன்

என்பதையும் அவர்கள் கண்டுகொண்டனர். அவர்களில் ஒருவர் என்னிடம் தமிழில் பேசினார். அவரும் அவருடனிருந்தவர்களும் மலையாளிகள். நான் செங்கோட்டையைச் சேர்ந்தவன் என்றும், தனியாகப் பயணம் செய்வதாகவும் அவர்களிடம் சொன்னேன். என் தந்தையின் பெயர், என்ன செய்கிறேன், எங்கு செல்கிறேன் என அவர்கள் அடுத்தடுத்த கேள்விகளைக் கேட்டார்கள். என் தந்தையின் பெயரைச் சொன்னவுடன் தமிழில் பேசியவர் அதைப் புரிந்துகொண்டு தான் அவருடைய மாணவர்களுள் ஒருவன் என்றும், சில ஆண்டுகளுக்கு முன் நான் குழந்தையாக இருந்தபோது என் வீட்டில் தங்கியிருந்ததாகவும் சொன்னார். நான் அவரிடம் பள்ளிக்கூடத்தில் நடந்ததையும், அதனால் வீட்டை விட்டு ஓடிவந்துவிட்டதையும் சொன்னேன். விவரங்களைக் கேட்டு முடித்த அவர் சிரித்தார். என்னை மிகுந்த அன்புடன் நடத்தினார். இனிமேல் என்னை கவனித்துக் கொள்வதாகச் சொன்னார். எனக்குச் சாப்பாடுகொடுத்து, நான் சௌகர்யமாக இருக்கும்படி செய்தார். என் பெற்றோரிடம் சேர்க்கப் போவதாக என்னிடம் சொல்லவில்லை.

கொல்லம் ரயில் நிலையத்தில் இறங்கினோம். அந்தப் புகைவண்டி நிலையம் உலகின் மிகப் பெரிய கட்டிடமாக எனக்குப் பட்டது. பக்கத்தில் இருந்த உணவுவிடுதியில் நன்றாகச் சாப்பிட்டோம். பிறகு சாயங்காலம் ஒரு படகில் ஏறினோம். எனது புதிய நண்பரின் சொந்த ஊர் கொல்லம் ஏரிக்கு–உப்பங்கழிக்கு அந்தப் பக்கம் இருந்தது. திருவிதாங்கூரின் கடற்கரை நெடுக அரபிக் கடலின் காயலால் உருவான பல அழகிய ஏரிகள் இருந்தன. ஒரு மணி நேர இனிய படகுப் பயணத்திற்குப் பிறகு அவரது வீட்டை அடைந்தோம். சாகசம் நிறைந்த அந்த நாளின் முடிவில் நான் அமைதியாக உறங்கினேன்.

அந்த நல்ல நண்பரின் பெயர் இப்போது நினைவில் இல்லை. என் தந்தையிடம் ஒரு சில மாதங்கள் மாணவராக இருந்தாலும் அவர் இசைத் துறையில் பெரிதாக மிளிரவில்லை. அவர் தன் சொந்த கிராமத்திலேயே குடியிருந்து வந்தார். குற்றாலத்திற்குச் சென்றுவிட்டுத் திரும்பிக்கொண்டிருந்தார் அவர். அவரும் அவருடன் வந்தவர்களும் செங்கோட்டையிலோ, தென்காசியிலோ வண்டியைப் பிடித்திருக்க வேண்டும். நான் அவர்களைக் கவனிக்கவில்லை. இரண்டொரு மணி நேரத்திற்குப் பிறகு, அவர்கள் என்னைத் தற்செயலாகக் கவனித்தனர். அவர் என் தந்தையை அறிந்திருந்ததும் ஒரு சீடர் தன் குருவிடத்தில் கொள்ளும் மரபார்ந்த நன்றியும்

அவரிடமிருந்தது ஒரு தெய்வச்செயல்தான். அவர் நல்ல வராகவும் ஒரு குழந்தையின் மனதைப் புரிந்துகொள்பவ ராகவும் இருந்தது என்னுடைய அதிர்ஷ்டம்தான். கொல்லத் தில் நாங்கள் இறங்கிய உடனேயே எனக்குத் தெரியாமல் அந்தப் புகைவண்டி நிலையத்திலிருந்தே என் தந்தைக்கு ஒரு தந்தி அனுப்பியிருந்தார். என் தந்தை உடனடியாகக் கொல்லத்திற்கு வருவார் என்று எதிர்பார்த்திருந்தார் அவர். அத்தந்தியில் என்ன எழுதப்பட்டிருந்தது என்பதும் இவரது பெயரை என் தந்தை அடையாளம் கண்டுகொள்ள முடியுமா என்பதெல்லாம் எனக்குத் தெரியவில்லை.

என் தந்தைக்கு மறுநாள் காலையில்தான் அத்தந்தி கிடைத்தது. என் தந்தைக்கோ அவருக்கு அதை மொழி பெயர்த்துச் சொன்னவர்களுக்கோ முழுதாக எதுவும் புரிய வில்லை. முகவரி ஏதும் கொடுக்கப்படாத நிலையில் என்னையோ எனது நண்பரையோ கொல்லத்தில் எங்கே போய்த் தேடுவது என்று அவருக்குத் தெரியவில்லை. நான் காணாமல் போய்விட்டேன் என்ற தகவல் முந்தின நாள் சாயங்காலமே சுரண்டையிலிருந்து வந்துவிட்டது. மேலும் நான் பள்ளிக்கும் செல்லவில்லை என்ற தகவலை என் தந்தை சுரண்டையிலிருந்து கிடைக்கப் பெற்றார். எனது பள்ளிக் கூடம், அருகில் உள்ள கிராமங்கள் எல்லாவற்றிலும் தேடிய பிறகு எங்கள் உறவினர்களில் ஒருவர் இச்செய்தியோடு இரவிலேயே விரைந்து வந்து இதைச் சொல்லியிருக்க வேண்டும். தந்தையும் வீட்டிலிருந்த பெண்களும் திடுக்கிட்டுப் போனார்கள். அவர்களின் முதல் பயம் என்னவென்றால் நான் எங்காவது கிணற்றிலோ குளத்திலோ விழுந்து செத்துப் போயிருப்பேன் என்பதுதான். நண்பர்களும் உறவினர்களும் அன்று இரவும் மறுநாள் காலையிலும் என் உடலை தேடிக் கொண்டிருந்தார்கள். சோதிடர் ஒருவரைக் கலந்து ஆலோசித்ததாகப் பின்னர் என் தந்தை என்னிடம் கூறினார். இம்மாதிரி சூழ்நிலையில் இதைத் தவிர்க்க முடியாது. அந்த சோதிடர் ஒரு தண்ணீர்க் குறிப்பு தெரிவதாகக் கூறினார். ஏற்கெனவே குழம்பியிருந்தவர்கள் இந்த கணிப்பைக் கேட்டு ஒரு முடிவுக்கே வந்துவிட்டார்கள். இந்தப் பேச்சுக்களின் நடுவேதான் அந்தத் தந்தி வந்தது. சற்று யோசனைக்குப் பின் தந்தை செங்கோட்டைப் புகைவண்டி நிலையத்தை நோக்கி விரைந்தார். அங்கே அந்நிலையத் தந்தி அலுவலகத் தில் அவரது நண்பரொருவர் இருந்தார். கொல்லம் புகைவண்டி நிலையத் தந்தி அலுவலரைத் தொடர்புகொள்ள உதவும்படி அவரிடம் வேண்டினார். அத்தந்தி அலுவலர் அத்தந்தியில் இருக்கும் தகவல்கள் சரிதானென்றும், தான் அனுப்பிய

தந்தியிலிருக்கும் செய்தியைப் பெற்று, யாராவது ரயில் நிலையத்திற்கு வந்திருக்கிறார்களா என்று பார்த்து, அந்தத் தந்தியை அனுப்பியவர் வரும்போது அவரைத் தேடிப் பிடிப்பதாகவும் உறுதியளித்தார்.

மறுநாள் மதியம் தன்னோடு கொல்லத்திற்கு வருமாறு நண்பர் அழைத்தார். என்னை வீட்டுக்கு அழைத்துப் போக என் தந்தை வருவார் என்று அவர் எதிர்பார்த்திருந்தார். எனக்கு இதில் சந்தோஷமில்லை. நான் பயந்து நடுங்கிப் போனேன். நான் இப்படி வீட்டைவிட்டு ஓடிவந்ததற்காக என்னை மறுபடியும் போட்டு வெளுத்துவாங்கிவிடுவார் என்று பயந்தேன். என்னைப் பாதுகாப்பதாக என் நண்பர் உறுதியளித்தார். மேலும் நான் நன்றாகப் படித்து, ஒரு நல்ல மகனாக நடந்துகொள்ள வேண்டும் என்றும் அறிவுரை கூறினார்.

ஏரியைப் படகில் கடந்து, புகைவண்டி நிலையத்தில் காத்திருந்தோம். அந்தத் தந்தி அலுவலர் எங்களைக் கண்டு கொண்டார்; என்னைப் பற்றி சிலர் விசாரித்ததாகவும் அடுத்த வண்டியில் என்னைத் தேடி யாரோ வருகிறார்கள் என்ற தகவலையும் சொன்னார். நாங்கள் நடைமேடையில் நடந்துகொண்டிருந்தபோது, வண்டி உள்ளே நுழைந்தது. அதிலிருந்து இறங்கிக் கொண்டிருந்தவர்களைப் பார்த்துக் கொண்டிருந்தோம். தூரத்தில் என் தந்தையைப் பார்த்தேன். கலைந்த முடி, தூசிபடிந்த ஆடையுடன் தன்னைக் கடந்து செல்லும் ஒவ்வொரு முகத்தையும் பார்த்துக் கொண்டிருந்தார். என் தந்தையை எதிர்கொள்ள பயந்து, என் நண்பரின் பின்னே ஒண்டிக் கொண்டேன். என் நண்பர் அவரை அணுகிப் பேசினார். ஒரு குருவை அவருடைய சீடன் வணங்குவது போல நமஸ்காரம் செய்தார். தந்தை என்னைக் கண்டு கொள்ளாமல், தன் பழைய மாணவனை ஆரத் தழுவிக் கொண்டார். கண்களில் நீர் வழிய தன் நன்றியைத் தெரிவித்தார். தந்தை அவரிடம் என்ன பேசினார் என்பது என் நினைவில் இல்லை. தான் முந்தைய தினம் தன் மகனைத் தொலைத்து விட்டதாகவும் இப்போது அவரிடமிருந்து ஒரு மகனை பரிசாகப் பெறுவதாகவும் என் தந்தை கூறியது மட்டுமே என் நினைவில் இருக்கிறது. இருவரும் உணர்வுவயப்பட்ட நிலையில் இருந்தார்கள். என் தந்தை தனது வழக்கமான கடுங்கோபத்தை அந்தத் தருணத்தில் என்னிடம் காட்ட வில்லை என்பதை என்னால் உறுதியாகச் சொல்ல முடியும். வாழ்க்கையிலேயே முதன்முறையாக, என்னைக் கொஞ்சிப், பிரியமாகப் பேசினார்.

தந்தையும் மகனும் சேர்ந்ததை முன்னிட்டும், குரு – மாணவர் சந்திப்பை முன்னிட்டும் என் நண்பர் தனது பழைய குருவை விருந்திற்காக தன் வீட்டிற்கு அழைத்துச் செல்ல விரும்பினார். பொதுவாக விருந்துகளைத் தவிர்க்கும் என் தந்தை கிடைக்கும் அடுத்த வண்டியிலேயே என்னுடன் வீடு திரும்புவதில் குறியாக இருந்தார். வீட்டிலிருக்கும் பெண்கள் தேற்றமுடியாத நிலையில் இருக்கிறார்கள் என்றும், என்னைப் பார்க்காமல் சாப்பிடமாட்டார்கள் என்றும் அவர் சொன்னார். மனமுடைந்துபோன என் பாட்டி சாகும் தருவாய்க்குச் சென்றுவிட்டார். நான் காணாமல் போனதைக் கேட்டதிலிருந்து என் தந்தையும் சாப்பிடவில்லை. அதனால் எல்லோரும் ஒரு உணவு விடுதிக்குச் சென்றோம். பிறகு என்னையும் என் தந்தையையும் வழியனுப்பிவைத்தார்.

இப்படியாக என் பள்ளிப் பருவ அசட்டு சாகசம் முடிவுக்கு வந்தது. நான் மேற்கே செல்லும் ரயிலைப் பிடித்தது தெய்வச் செயல்தான். திருவிதாங்கூர் என் ஊருக்கு அருகில் இருக்கும் பகுதிதான் என்பதால் ஒரு வேளை நான் அந்தப் பழைய நண்பரைச் சந்திக்காமல் போயிருந்தாலும் சற்று முன்பின்னாகவாவது என்னை அடையாளம் கண்டு வீட்டுக்கு அனுப்பியிருப்பார்கள். ஒருவேளை நான் வேறு ஒரு ரயிலைப் பிடித்து தொலைதூரத்திலிருக்கும் வேறு ஒரு இடத்திற்குப் போயிருந்தால், அங்கே யாரும் என்னை அடையாளம் காணும் வாய்ப்பு இருந்திருக்காது. என் வாழ்க்கை நல்லதாகவோ, கெட்டதாகவோ வேறு விதமாகப் போயிருக் கலாம். யாருக்குத் தெரியும்?

காணாமல் போன ஆடு பட்டிக்குத் திரும்பியதைக் கண்ட குடும்பத்தினர் மகிழ்ச்சியடைந்தனர். விருந்தும் கொண்டாட்டமுமாக இரண்டு நாட்கள் போன பிறகு, மறுபடியும் நான் என் பள்ளிக்கூடத்திற்குத் திரும்பினேன். என்னுடன் வந்த என் தந்தை தலைமை யாசிரியரிடமும் வகுப்பாசிரியரிடமும் மன்னிப்பைக் கோரினார். அவர்கள் என்னை வரவேற்றார்கள். எனது அசட்டு சாகசம் அவர் களைக் கவர்ந்திருந்தது. அந்த ஆசிரியர் இப்போது முற்றிலும் மாறியிருந்தார். அந்தத் தண்டனை சரியானதில்லை என்பதை யும் என்னுடைய நேர்மையையும் அவர் புரிந்துகொண்டி ருந்தார். நான் மிக மென்மையானவன் என்பதையும் என் மனம் அத்தண்டனயை மிகக் கடுமையாக எடுத்துக் கொண்டது என்பதையும் அவர் உணர்ந்தார். அதன் பிறகு அவர் எனக்கு நல்ல நண்பரானார். அவர் அடிப்படையில் நல்ல மனிதர்தான். அந்த நோட்டை வழக்கத்துக்கு மாறான

விதத்தில் அவரது கையெழுத்துடன் பிரதி எடுத்தது அவரை அந்தத் தருணத்தில் கோபப்படுத்திவிட்டது. அதற்குப் பிறகு அவர் என்னை அன்பாக நடத்தினார். பல ஆண்டுகளுக்குப் பின் நான் வாழ்க்கையில் நல்ல நிலையை எட்டியபோது அவர் என்னை வந்து சந்தித்தது எனக்கு ஞாபகம் இருக்கிறது. அவர் அளித்த தண்டனைதான் நான் இந்த அளவுக்கு முன்னுக்குவர உதவியதாக அவர் நினைத்தார். மனிதர்கள் பல விதம். அவர் மீது ஒருபோதும் எனக்கு கசப்புணர்வு இருந்ததில்லை.

அந்தப் பள்ளியில் மேலும் ஒரு சில மாதங்களே கழித்தேன். இந்தச் சம்பவத்திற்குப் பிறகு நான் நன்றாகப் படித்தேன். இறுதித் தேர்வையும் நன்றாக எழுதியிருந்தேன். மேல் வகுப்புக்குத் தேர்ச்சியடைந்தேன். இடமாற்றுச் சான்றிதழும் ஒரு 'நன்நடத்தைச் சான்றிதழும்' கொடுக்கப்பட்டன. செங்கோட்டை ஆங்கிலப் பள்ளியில் என்னை முதல் பாரம் சேர்ப்பதுதான் எல்லாவிதத்திலும் நல்லது என்று என் தந்தை முடிவுசெய்தார். அந்த முடிவுக்குப் பல காரணங்கள் இருந்தன. வீட்டிலிருந்து தொலைவிலிருக்கும் பள்ளிக் கூடத்தில் சேர்த்தால் அதற்குச் செலவுபிடிக்கும். அதை அவரால் சமாளிக்க முடியாது. நான் யாராவது ஒரு உறவினரோடு தங்கி இருந்தாலும் சரி, என் வீட்டுப் பெண்களில் ஒருவரை என்னைப் பார்த்துக்கொள்ள அனுப்பிவைத்தாலும் சரி, அது அவருக்குச் செலவையே ஏற்படுத்தும். என் அக்காள் வீட்டில் இருந்த நிலைமையை வைத்துப்பார்க்கும்போது நான் அங்கே தங்கியிருப்பது அவளுக்குத் தர்மசங்கடத்தையே ஏற்படுத்தும். மேலும் என் சொந்த நகரத்தில் ஆங்கிலம் சொல்லித்தரும் பள்ளிக்கூடத்தில் முதல் பாரம் சேரும் அளவிற்கு நான் மதிப்பெண் பெற்றிருந்தேன். நான் அந்தப் பள்ளியில் சென்று படித்து வந்தது, மலையாளப் பள்ளியில் என் உடன் பயின்ற மாணவர்களை ஒரு வகுப்பு தாண்டிச் செல்ல வைத்தது. இந்த வாய்ப்போடு ஒப்பிட்டால் ஒன்றரை வருடம் வீட்டிற்கு வெளியில் இருந்து படித்ததால் ஏற்பட்ட பிரச்சனைகளும் செலவுகளும் பொருத்தம்தான்.

5

ஆங்கிலப் பள்ளியில் மூன்றாண்டுகள்

அப்போது பள்ளித் தலைமையாசிரியராக இருந்தவர் திருவிதாங்கூர் கல்வித் துறையில் இருந்த மிகத் திறமையானவர்களில் ஒருவர். அவர் சிறந்த நிர்வாகியாகவும் ஒழுக்கத்தை வலியுறுத்துபவராகவும் இருந்தார். ஆனால், மாணவர்களும் பெற்றொரும் எதிர்பார்க்கும் தரத்திலான ஆசிரியர் என்று சொல்ல முடியாது. உயர்ந்த பண்புகளும் விரிந்த அறிவுத் தேடலும் கொண்டவர். ஆனால், மாணவர்களைத் தேர்வுகளில் தேர்ச்சிபெறும் வகையில் பாடம் நடத்தக் கூடிய ஆசிரியர் இல்லை. வசீகரமானவர். எப்போதும் நேர்த்தியாக உடையணிந்திருப்பார்; புன்னகைத்துக் கொண்டிருப்பார். சிறிய அடியெடுத்து வைத்து, வேகமாக நடப்பார். அவர் இருக்கிறார் என்பதை எப்போதும் உணர்த்திவிடுவார். தவறிழைக்கும் மாணவர்களுக்கு அவ்வப்போது பிரம்படி கிடைக்கும் என்றாலும் பிறரைத் துன்புறுத்திப் பார்க்கும் குணம் அவரிடம் கிடையாது. தவறிழைக்கும் மாணவர்களை அடிக்கும்போதும் அவரிடம் கடும் கோபத்தைப் பார்க்க முடியாது. அந்தத் தண்டனையை மாணவர்கள் தவறாக எடுத்துக்கொள்ளாத வகையில்தான் இருக்கும். அவர் என்னை மிகவும் கவர்ந்தார். அவருடைய இருப்பு எனக்கு மிகுந்த மகிழ்ச்சியை அளித்தது.

மற்ற மாணவர்களைவிட என்னால் ஆங்கிலத்தை நன்றாகப் புரிந்துகொள்ள முடிந்தது, பல சிரமங்களுக்கு நடுவிலும் என்னைப் படிக்க வைப்பதில் என் தந்தைக்கு இருந்த ஆர்வம், மற்றவர்களிடம் நான் நடந்துகொள்ளும் விதம் ஆகியவை அவரைக் கவர்ந்தன. எப்போதும் என்னிடம் பரிவுடனும் பிரியத்துடனும் பேசுவார். பள்ளிப்படிப்பை முடித்த பிறகு கல்லூரிக்குச் சென்று மேற்படிப்பு படிக்க வேண்டும் என்ற எண்ணத்தை என் மனத்தில் முதன்முதலில் விதைத்தவர் இவர்தான்.

பிற ஆசிரியர்களில் பெரும்பாலானவர்கள் எந்தவிதமான தனித்துவமான குணங்களும் இல்லாதவர்கள். அந்தக் காலகட்டத்தில் திருவிதாங்கூர் சமஸ்தானத்தில் பிற துறைகளில் இருந்தவர்களைவிடப் பள்ளியாசிரியர்களுக்கு அதிக சம்பளம் வழங்கப்பட்டது. பிரிட்டிஷ் இந்திய மாகாணமான சென்னை யில் இருந்த பள்ளியாசிரியர்களைவிட இவர்கள் அதிக சம்பளம் பெற்றுவந்தனர். இருந்தும் வெகுசிலரே தங்கள் பணியை உற்சாகத்துடனும் லட்சியத் துடிப்புடனும் செய்து வந்தனர். இவர்களில் பெரும்பாலானவர்கள் பள்ளியிறுதி வகுப்பு மட்டுமே முடித்தவர்கள் (அந்தக் காலகட்டத்தில் உயர்நிலைப் பள்ளிகள் இல்லை). பல முறை முயன்றே தேர்வுகளில் தேர்ச்சி பெற்றவர்கள். மிகவும் சராசரியான அறிவுடை யவர்கள். அவர்களுடைய வகுப்புகள் எல்லாம் ஒரே மாதிரி யாக, சோர்வூட்டுபவையாக இருக்கும்.

இரண்டே இரண்டு ஆசிரியர்கள் இன்னமும் என் நினைவில் இருக்கிறார்கள். ஒருவர் ஓவிய ஆசிரியர். இன்னொருவர் தமிழாசிரியர். ஓவிய ஆசிரியர் திருவிதாங்கூர் சமஸ்தானத்தையோ திருநெல்வேலி மாவட்டத்தையோ சேர்ந்தவரில்லை. வீட்டில் தெலுங்கு பேசும் சாதியைச் சேர்ந்தவரைப்போல இருந்தார் அவர். தென்னிந்தியாவின் பல நகரங்களில் தெலுங்கு பேசுபவர்கள் தனித்தனிக் குழுக் களாக வாழ்ந்துவந்தனர். தென்னிந்தியாவின் பல பகுதிகளை முந்நூறு ஆண்டுகளுக்கும் மேலாக ஆண்டுவந்த விஜயநகர அரசர்களின் சிவில், ராணுவ ஊழியர்களின் வாரிசுகள் இவர்கள். இந்த ஓவிய ஆசிரியர் அவர்களில் ஒருவர் – நாயுடு சமூகத்தைச் சேர்ந்தவர். நேர்த்தியாக உடையணிந்து ஒரு ராணுவச் சிப்பாய்க்குரிய உடல்கட்டுடன் இருந்தார். அவருடைய முன்னோர்களிடமிருந்து அவர் இதைப் பெற்றிருக்கலாம்.

ஓவியக் கலையின் மீது சுத்தமாக ஆர்வமில்லாத மாணவர்களிடம்கூட ஆர்வத்தை ஏற்படுத்தும் வகையில்

அவர் கற்பித்தார். இதுபோக, மற்ற பாடங்களைக் கற்பதிலும் மாணவர்களின் பிற அம்சங்களை மேம்படுத்துவதிலும் கலை எப்படி உதவும் என்பதையும் சொல்லிக்கொடுத்தார். மாணவர்கள் தங்களது குறிப்புகள், பயிற்சிகள், தேர்வு ஆகியவற்றை எழுதும்போது தலைப்புகள், பத்தித் தலைப்புகள் ஆகியவற்றை அச்சிட்டதுபோல அழகாக எழுத ஊக்குவிப்பார். மலர்கள், இலைகள், பழங்கள், சோளக் கதிரின் சருகு என அந்தப் பகுதியில் இயற்கையிலேயே அழகாகக் கிடைக்கும் பொருள்களைக் கொண்டுவரும்படி சொல்வார். அந்தப் பொருள்களின் உருவ அமைப்பை விளக்கி, ஓவியம் என்பது வெறுமனே பார்த்து வரைவதில்லை; ஒரு பொருளின் இயற்கையான அமைப்பைக் கவனிப்பதன் மூலம் உருவாகும் கலை என்று விளக்குவார். ஓரளவுக்கு அவர் நல்ல ஓவியரும்கூட. தனக்குக் கிடைக்கும் ஓய்வு நேரங்களில் தன் செலவில் அழகான காட்சிகளை வரைந்து பள்ளி ஹாலில் பார்வைக்கு வைப்பார். புவியியலையும் வரலாற்றையும் நாங்கள் கற்றதில் அந்தப் பாடங்களின் ஆசிரியர்களைவிட இவரது பங்களிப்பு அதிகம். பல்வேறு பெரிய நதிகள் தோன்றும் இடம், சமவெளியை நோக்கி அவை செல்லும் பாதை ஆகியவற்றைக் காண்பிக்கும் வகையில் இமயமலை, மேற்குத்தொடர்ச்சி மலைகளை புடைப்புச் சித்திரங்களாக உருவாக்குவார். மலைகளின் மேடுபள்ளங்களைக் களிமண், வண்ண சாக்பீஸ் பொடி ஆகியவற்றைவைத்து உருவாக்குவார். மாணவர்கள் பார்வையிடுவதற்கு ஏற்ப இந்த வரைபடத்தை ஒரு அறையின் தரையில் உருவாக்குவார்.

அந்த ஓவிய ஆசிரியரிடம் திறமை, உழைப்பு எல்லாம் இருந்தும் அவரது சம்பளம் வெறும் 40 ரூபாய்தான். ஆனால், அவர் எப்போதும் சந்தோஷமாகவும் துடிப்புடனும் காணப்படுவார். பிறகு அவர் ஆசிரியப் பணியை விட்டுவிட்டு அவரது திறமைக்குக் கூடுதல் மதிப்பும் ஊதியமும் கிடைக்கக்கூடிய ஒரு நாடகக் கம்பெனியில் இணைந்துவிட்டார் என்று கேள்விப்பட்டேன்.

தமிழாசிரியர் முற்றிலும் நேரெதிரானவர். மிகவும் ஆசாரமான பிராமணர். தனது குடுமியை முடியமாட்டார். தலைமுடி இவரது கோட்டின் பின்புறம் படிந்திருக்கும் படிதான் வகுப்புக்கு வருவார். அந்தத் தலைமுடி ஏதோ ஈரமாக இருப்பதுபோலவும், காய வைத்தாக வேண்டும் என்பது போலவும்தான் தலையை வைத்திருப்பார். தலையைக் கோதிக்கொண்டிருக்காத நேரத்தில் பாதித் தூக்கத்தில் தலையை அசைத்துக்கொண்டிருப்பார். அதுவும்

வகுப்பு நேரத்தில். சம்பந்தமில்லாத, ஆபாசமான வார்த்தை களை வகுப்பிலும் வகுப்புக்கு வெளியில் வராண்டாவிலும் எந்த வரம்புமின்றிப் பேசிக்கொண்டிருப்பார். தமிழில் அவருக்குப் பெரிய மேதைமை இருந்திருக்க முடியாது. தமிழைச் சரியாகப் புரிந்துகொள்வது, எளிதாக எழுதும் கலை ஆகியவற்றைக் கற்பிப்பதற்குப் பதிலாக, செய்யுள்களை மனப்பாடம் செய்து ஒப்பிப்பதற்கே அவர் முக்கியத்துவம் கொடுத்தார். வகுப்பில் ஒவ்வொரு மாணவராகப் பாடப் புத்தகத்தில் இருக்கும் செய்யுளை ஒப்பிக்க வேண்டும். அந்தச் செய்யுளின் அர்த்தத்தை கற்பிக்கும் முயற்சியே இருக்காது. சரியாக ஒப்பிக்காவிட்டால் கடுமையான வசவு கிடைக்கும். பிரம்பால் அடிக்கவும் செய்வார். கல்வி விதிகளின்படி தலைமை யாசிரியருக்கு மட்டுமே மாணவர்களைப் பிரம்பால் அடிக்கும் உரிமை உண்டு. அவர் மீது புகார் செய்யும் தைரியம் யாருக்கும் இல்லை என்பதால் ஓர் அற்ப சர்வாதிகாரியைப் போல செயல்பட்டு வந்தார்.

பிராமணரல்லாத மாணவர்களிடம் தன் இகழ்ச்சியைக் காண்பிப்பதில் அவருக்குத் தயக்கமே இருந்ததில்லை. அவரது சாதிக்கே உரிய வகையில், அறிவுஜீவியாக இருப்பதால் உண்டாகும் அகம்பாவம் இருந்தது. ஆனால், அவர் ஒரு அறிவுஜீவி கிடையாது. ஒரு விவசாயியின் மகன் செய்யுளைச் சரியாக ஒப்பிக்கவில்லையென்றால், "ஏன் உழப் போகாமல் இங்கே வருகிறாய்?" என்று கேட்பார். சரியாகப் படிக்காத மாணவர்கள் சிரைக்கப் போகாமல் ஏன் இங்கே நேரத்தை வீணாக்குகிறீர்கள் என்பதுதான் அவரது பொதுவான வசவு. நான் பலமுறை அவரது கோபத்திற்குள்ளாகியிருக்கிறேன். எனக்குப் பெரிய ஞாபக சக்தி கிடையாது. அதுவும் மனப்பாடம் செய்து ஒப்பிப்பதில் மிகவும் மோசம். ஒரு நேரத்தில் நான்கு வரிகளுக்கு மேல் மனப்பாடம் செய்து ஒப்பித்ததாக எனக்கு நினைவில்லை. தமிழைக் கற்றுக்கொள்வதன் மீதே எனக்கு வெறுப்பு ஏற்படும்படி அவர் நடந்துகொண்டார். அந்த வெறுப்பை கடந்துவர எனக்குப் பல வருடங்கள் ஆயின.

ஆனால், அவருடைய வகையினரோடு ஒப்பிடுகையில் அவர் ஒன்றும் விதிவிலக்கில்லை. அந்தக் காலகட்டத்தில் தமிழாசிரியராக இருந்தாலும் சரி, வேறு எந்த இந்திய மொழியைக் கற்பிக்கும் ஆசிரியராக இருந்தாலும் சரி, பிற பாடங்களைக் கற்பிக்கும் ஆசிரியர்களோடு ஒப்பிடுகையில் அவர்களுக்கு கிடைத்த மரியாதை மிகவும் குறைவு. சம்பளமும் மிகக் குறைவு. அதனால், வேறு எந்த வேலையும்

கிடைக்காதவர்கள், வாழ்க்கையில் தோற்றுப்போனவர்கள் தான் இந்த வேலைக்கு வந்தார்கள். அதற்காக நல்ல தமிழாசிரியர்களே இல்லை என்று நான் சொல்லவில்லை. அப்படிப்பட்டவர்கள் மிக அருமை. அம்மாதிரி அரிய ஆசிரியர்கள் மிகச் சிறந்த பண்பும் நடத்தையும் உடையவர் களாக இருந்தார்கள். இந்த ஆசிரியத் தொழிலுக்கு வேறு ஒரு குறிப்பிடத்தக்க அம்சமும் இருந்தது. பெரும்பாலான ஆசிரியர்கள் பிராமணர்கள். கல்வியைப் பாதுகாக்கும் பொறுப்பு தம் பாரம்பரிய உரிமை என்று இவர்கள் கருதினர். பிரிட்டிஷ் கல்வி முறை வழங்கிய வசதிகளை முதலில் பயன்படுத்தியவர்கள் இவர்களே. அதனால், இவர்களே அரசு பணிகளை நிரப்பினார்கள். அரசு வேலை கிடைக் காதவர்களும் தனக்குக் கற்பிக்கும் திறமை உள்ளதாக நினைத்தவர்களும் ஆசிரியரானார்கள். ஆனால், வேறு வேலை கிடைக்காமல் ஆசிரியத் தொழிலுக்கு வந்தவர்களே அதிகம். குறிப்பாக, பட்டதாரியல்லாத ஆசிரியர் மட்டத்தில் இப்படி வந்தவர்கள்தான் அதிகம். அதனால், தங்களிடம் இருக்கும் கல்வி என்ற கொடையை எல்லா மாணவர்களுக்கும் பாரபட்சமின்றி வழங்க வேண்டும் என்ற பண்போ, பின்தங்கிய நிலையில் இருந்து வருபவர்களிடம் பரிவுடன் நடந்துகொள்ள வேண்டும் என்ற மனிதத் தன்மையோ இல்லாதவர்களாக இருந்தார்கள். இவ்விதமான மனிதத் தன்மையின்மையும் மேல் சாதி என்பதால் காலம்காலமாக வந்த அகம்பாவமும் பிராமணரல்லாத பிரிவினரின் கல்வி முன்னேற்றத்தைப் பல ஆண்டுகளுக்கு தடுத்துவைத்தன. இதற் கிடையில் பிராமணரல்லாத பிரிவினரிடம் பிராமணர்கள் மீதான வெறுப்பு இயல்பாகவே ஒட்டிக்கொண்டுவிட்டது. இதற்கு மிக மோசமான பின்விளைவுகள் இருந்தன.

சில விதிவிலக்குகளைத் தவிரப் பெரும்பாலும் பிராமண மாணவர்கள் பிற மாணவர்களிடமிருந்து விலகியே இருந்தனர். அவர்களுக்குச் சிறப்பான கவனிப்புக் கிடைத்தது. குடிநீர் அவர்களுக்கு தனிப் பாத்திரங்களில் வழங்கப்பட்டது. வீட்டிலிருந்து உணவைக் கொண்டுவந்து மதிய நேரத்தில் சாப்பிடும்போது தனியாகவே இருந்து சாப்பிட்டார்கள். மிகவும் கீழ்நிலைச் சாதியிலிருந்து ஒரு மாணவன் படிக்க வந்திருந்தால், அங்கு காட்டப்படும் பாரபட்சமும் ஒதுக்கலும் அவனது பள்ளி வாழ்க்கையைத் தாங்க முடியாத ஒன்றாக மாற்றிவிடும். இம்மாதிரி தாழ்த்தப்பட்ட வகுப்பைச் சேர்ந்த மாணவர்களுக்கு எதிரான ஒடுக்குமுறையில் பிராமண மாணவர்கள் மட்டுமல்லாது, எல்லோரும் சேர்ந்து கொள்வார்கள். அங்கு எல்லோருமே தம் சாதி குறித்த

உணர்வுடனேயே இருந்தனர். அதிலும் நான் படித்தது போன்ற சிறிய பள்ளிகளில் இது மிகவும் துலக்கமாக இருக்கும். பெரிய நகரங்களில் இருக்கும் பள்ளிகளில் கொஞ்சம் பொறுக்கக்கூடியவகையில் இருக்கும்.

அவமானகரமான சம்பவங்கள் ஏதும் எனக்கு நடந்ததாக சொல்ல முடியாது. ஒருவேளை நான் அதிர்ஷடக்காரனாக இருந்திருக்கலாம். மிகவும் ஒல்லியாகவும் குள்ளமாகவும் இருப்பேன். நானுண்டு என் வேலையுண்டு என்று இருந்து விடுவேன். அவர்கள் கவனிக்கும் அளவுக்கு நான் பெரிய ஆளில்லை என்று அங்கிருந்த "பெருந்தலைகள்" நினைத்திருக்க வேண்டும். அறிவுரீதியாகத் தாங்களே உயர்ந்தவர்கள் என்ற பிராமணர்களின் எண்ணத்தையும் அவர்கள் மற்றவர்களிட மிருந்து தனித்து இருப்பதையும் புரிந்துகொண்டிருந்ததால் விரும்பத்தகாத சம்பவங்கள் ஏதும் எனக்கு நடக்கவில்லை. பிராமணர்களிடம் மரியாதையாக நடந்துகொள்வதும் அவர்களது ஆணவத்தை பொறுத்துக்கொள்வதும் கிராமப் புறப் பகுதிகளில் ஒரு வழக்கமாகவே ஊறிப்போயிருந்தன. பிராமணரல்லாத மாணவர்கள் பிராமணர்களின் ஆணவம், தான் உயர்ந்தவர் என்ற இறுமாப்பு போன்றவற்றை மிகவும் அரிதாகவே கவனித்தனர். இதற்கான எதிர்ப்பு அதைவிடக் குறைவாகவே இருந்தது. எல்லாமே பொறுத்துக்கொள்ளப் பட்டது. வன்முறை உள்பட. ஒரு பிராமணப் பையன் பிராமணரல்லாத பையனை அடித்துவிட்டால், திருப்பி அடிக்க வேண்டும் என்றுகூட யாரும் யோசிக்கமாட்டார்கள். ஆனால், தாம் உயர்ந்தவர் என்பதை நிலைநாட்ட பிராமண மாணவர்கள் வன்முறையில் இறங்குவது மிக அரிது என்பதையும் சொல்லியாக வேண்டும்.

ஒன்றாம் படிவத்திலிருந்து மூன்றாம் படிவம் வரை யிலான மூன்றாண்டு பள்ளி வாழ்க்கையில் பெரிதாக ஏதும் நடக்கவில்லை. வீட்டில் நிலைமை மிகவும் சிரமமாக இருந்தது. ஒரு இசைக் கலைஞராகவும் இசை ஆசிரியராகவும் என் தந்தையின் வருமானம் ஒருபோதும் பெரிதாக இருந்ததில்லை. வருமானத்தில் ஏற்ற இறக்கம் எப்பொழுதும் இருக்கும். கல்யாணம், பண்டிகை நாட்களில் சற்றுத் தாராளமாக இருக்கும். மற்ற சமயங்களில் குழந்தைகளுக்கு ராத்திரியில் சுடுசோறும் குழம்பும் பருப்பும் வைத்துத் தர வேண்டுமென்றால் சிரமம்தான்.

நன்செய் வைத்திருந்தவர்களுக்கு ஒரு அறுவடையில் கிடைக்கும் நெல் அடுத்த அறுவடை வரை தாங்கும். கூடுதலாக இருக்கும் அரிசியை விற்றுக் கிடைக்கும் பணமும்

பிற வழிகளில் வரும் வருமானமும் பிற செலவுகளைச் சமாளிக்க உதவும். ஒரு சிறு நில உடைமையாளரின் நிலை இப்படித்தான் இருக்கும். ஆனால், சொந்தமாக நிலமில்லாமல் பணக்கார நிலச் சுவான்தார்களிடமிருந்து நிலங்களைக் குத்தகைக்கு எடுத்து அவற்றில் விவசாயம் செய்து வளமாக இருந்தவர்களும் உண்டு. கலைஞர்கள், கூலியாட்கள், மாதச் சம்பளக்காரர்கள், கடை வைத்திருப்பவர்கள் நிலம் சொந்தமாக இல்லாவிட்டால் மட்டுமே கடைகளில் அரிசியை வாங்கினார்கள். கிராம சமூகத்தில் தினசரி சமையலுக்குக் கடைகளில் அரிசி வாங்குவது அவமானமாகவும் கௌரவக் குறைச்சலாகவும் பார்க்கப்பட்டது.

எங்களுக்குச் சொந்தமாக நன்செய் நிலம் ஏதும் இல்லை. சில ஏக்கர் புஞ்சை இருந்தன. அதில் தானியங்கள், பயறு வகைகள், எண்ணெய் வித்துக்களைப் பயிரிடுவோம். அந்த நிலத்தில் நாங்களே விவசாயம் பார்த்தோம். குடும்பத்தின் எல்லா உறுப்பினர்களும் நிலத்தில் இறங்கி வேலை பார்ப்போம். விளைச்சலை விற்ற பணத்தில் என் தந்தை நெல்லை வாங்கி வருவார். அதனால், பிற சிறிய நிலவுடைமையாளர்களைப் போல எங்கள் வீட்டிலேயும் அரிசி இருக்கும். கொத்தனார், ஆசாரி, குயவர்களைப் போல நாங்கள் கடைகளில் அரிசி வாங்க வேண்டியிருக்க வில்லை. ஆனால், வேறு தேவைகளுக்குப் பணம் தேவைப் பட்டது. அதனால், அடுத்த அறுவடைவரை எங்களுக்குத் தேவைப்படும் நெல்லை வாங்க முடியாமல் போகும். குடும்பம் பெரிதாகிக் கொண்டே போனது. எதிர்பாராத செலவுகள் அடிக்கடி ஏற்பட்டன. அதனால், ஒவ்வொரு பருவத்திலும் சில நாட்களிலாவது கடைகளிலிருந்து அரிசி வாங்க வேண்டியிருந்தது. என் தாய்க்கும் தந்தைக்கும் பெரும் வருத்தத்தைத் தந்தது. எப்படியெப்படியோ பணத்தைச் சிறுது சிறிதாகச் சேமித்து உள்ளூர் நெல் மண்டிக்காரரிடமோ, பெரிய நிலக்கிழாரிடமோ ஒன்றிரண்டு மூட்டை நெல்லை வாங்கினார்கள். மரியாதையைக் காப்பாற்றிக்கொள்வதற்காக இம்மாதிரி பரிதாபகரமான முயற்சிகளில் நாங்கள் ஈடுபட்டோம்.

அந்த நாட்களில் ஓய்வெடுப்பதோ, சோம்பேறித்தனமாக இருப்பதோ கேள்விப்படாத விஷயங்கள். ஒன்பது–பத்து வயதுச் சிறுவனாக நான் சூரியன் உதிப்பதற்கு முன்பே எழுந்துவிடுவேன். குளிப்பதற்காக அருகிலிருக்கும் ஓடைக்குப் போவேன். நாங்கள் அதைத் தென்னாறு என்று சொல்வோம். எங்கள் வீட்டிலும் சரி, அந்தச் சுற்றுவட்டாரத்திலிருந்த

பல வீடுகளிலும் சரி கழிப்பறை வசதிகள் கிடையாது. சிறு குழந்தைகள், பெண்கள், படுக்கையில் கிடக்கும் முதியவர் களைத் தவிர்த்த மற்ற எல்லோரும் இயற்கை உபாதைகளுக்கு வயல்காட்டுக்குத்தான் போக வேண்டும். அல்லது ஓடை, குளக்கரைகளில் ஒதுங்க வேண்டும். ஆற்றில் குளித்து, என் ஆடைகள், என் தகப்பனாரின் ஆடைகள் ஆகியவற்றைத் துவைத்து முடித்துவிட்டு 7 மணிக்குள் வீடு திரும்பிவிடுவேன். 1921இல் கல்லூரி மாணவனாகும்வரை சோப்பைப் பயன் படுத்தியதாக எனக்கு நினைவில்லை. கிராமப்புறப் பகுதிகளில் வசித்த கீழ் நடுத்தர வர்க்கத்தினரிடையே குளிப்பதற்கு சோப்பைப் பயன்படுத்துவதென்பது மிகவும் அரிது. பணக் காரர்கள்கூட சோப்பைப் பயன்படுத்தினால் உடலுக்கு நல்லதில்லை என்றும், ஆங்கிலம் படித்தவர்கள் ஐரோப்பியர் களிடமிருந்து கற்றுக்கொண்ட மோசமான பழக்கம் என்றும் கருதினார்கள். ஓடும் நீரில் முங்கி எழுவது, அந்த அளவுக்குத் தண்ணீர் ஓடவில்லையென்றால் சில செம்புத் தண்ணீரை தலையிலிலும் உடலிலும் ஊற்றிக்கொண்டு கையால் தேய்த்துக்கொண்டால் முடிந்தது குளியல். ஒரு குறிப்பிட்ட செடியின் நாரை சில சமயம் தேய்க்கப் பயன்படுத்துவேன். அதிலிருந்து ஒரு சோப் வாடை வரும். சில சமயங்களில் குளிப்பதற்கு முன் தலையில் எண்ணெய் தேய்த்துக் கொள்வோம். துணிகளைக் கல்லில் கடுமையாக அடித்துத் துவைப்பார்கள். சில சமயங்களில் ஒரு பைசா விலையுள்ள சன்லைட் சோப்புப் போட்டுத் துவைப்பார்கள்.

வீட்டுக்குத் திரும்பியவுடன் துணிகளைக் காயவைக்க வேண்டும். அதற்காக ஆடைகளைத் தலைக்கு மேல் கைகளால் விரித்துப் பிடித்துக்கொள்ள வேண்டும். பிறகு, வீட்டிற்குத் தேவையான சிறுசிறு வேலைகளைச் செய்வேன். வீட்டில் ஒரே பையன் என்பதால், அவ்வப்போது சாமான்கள் வாங்க கடைக்குப் போவது, அக்கம்பக்கத்து வீடுகளுக்குப் பால், மோர் விற்றுவருவது ஆகியவற்றையும் செய்துவந்தேன். பிறகு காலைச் சாப்பாடு. முந்தைய இரவு தண்ணீர் ஊற்றிவைத்த சோற்றுக் கஞ்சிதான் காலை உணவு. தொட்டுக்கொள்ள கொஞ்சம் சட்னியோ எலுமிச்சை ஊறுகாயோ இருக்கும். சில சமயங்களில் வெறும் பச்சை மிளகாயைக் கடித்துக் கொண்டு சாப்பிட வேண்டியதுதான். சில சமயங்களில் சுட்ட கருவாடு. இது மிகவும் சுவையனது. இந்தக் கருவாட்டில் மீதம் பிடித்து மாடக்குழியில் வைத்து, மதிய உணவோடு சேர்த்துப் சாப்பிடுவேன் என என் சகோதரியும் அம்மாவும் பிற் காலத்தில் என்னைக் கிண்டல் செய்வார்கள். மதிய உணவும் அதே கஞ்சிதான். அளவு மட்டும் குறைவாக இருக்கும்.

அப்போது எங்கள் வீட்டில் பசு மாடு இருந்தது. ஆனால், பால் பொருள்களை என் தினசரி உணவில் சேர்த்துச் சாப்பிட்டதாக எனக்கு நினைவே இல்லை. தினமும் கறக்கும் பாலின் ஒரு பகுதியை அக்கம் பக்கத்தினருக்கு விற்றுவிடுவோம். இவர்களில் பெரும்பாலானவர்கள் தாலுகா அலுவலகத்தில் எழுத்தராகவும் சேவகராகவும் பணிபுரிந்துவந்தனர். மீதமுள்ள பால், தயிருக்கு உறை ஊற்றப்படும். தயிரிலிருந்து வெண்ணெய் எடுத்த பிறகு, மோரையும் நீர் கலந்து மிகக் குறைந்த விலைக்கு விற்றுவிடுவோம். அவ்வப்போது எனக்குச் சோற்றுடன் கொஞ்சம் மோர் ஊற்றுவார்கள். என் தகப்பனாரோ, பாட்டியோ சோற்றில் மோர் ஊற்றிச் சாப்பிட்டார்களா என்று தெரியவில்லை. வெண்ணெயும் காய்ச்சப்பட்டு நெய்யாக மாற்றப்படும். இரு வாரங்களுக்கு ஒரு முறை அந்த நெய் ஊரிலுள்ள பணக்கார வீடுகளுக்கு ஒன்றிரண்டு ரூபாய்க்கு விற்கப்படும்.

ஒவ்வொரு மாதத்தின் கடைசி வெள்ளிக்கிழமையும் விரதம் இருந்து, பிறகு விருந்துண்பது அப்போது பொதுவான வழக்கமாக இருந்தது. எங்கள் வீட்டிலும் அப்படித்தான். அந்த உன்னதமான தினத்தில் எனக்குக் காலைச் சாப்பாட்டிற்கு இட்லியோ, தோசையோ கிடைக்கும். குடிப்பதற்கும் மோர் கிடைக்கும். தகப்பனாருக்கு மட்டும் காப்பி கிடைக்கும். காப்பி குடிக்கும் பழக்கம் வெகுகாலத்திற்குப் பிறகே வந்தது. முதலாம் உலகப்போர் காலத்தில்கூட அந்த வழக்கம் கிடையாது. மதிய நேரத்தில் முழுச் சாப்பாடு கிடைக்கும். தரையில் உட்கார்ந்து கொள்வோம். எங்களுக்கு முன்னால் இலை விரிக்கப்படும். எங்கள் அம்மா நிறைய சோறுபோட்டு, சுவையாகச் செய்யப்பட்ட மூன்று, நான்கு காய்கறிகளைப் பரிமாறுவார். நாங்கள் ஊற்றிக்கொள்ளும் பருப்பு அல்லது சாம்பாரின்மீது கொஞ்சம் நெய்யும் விடுவார். கடைசியாகப் போட்டுக்கொள்ளும் சோற்றுக்கு மோர் ஊற்றிக் கொள்வோம். தயிர் கிடையாது. நான், என் தகப்பனார், பாட்டி மட்டுமே ஒன்றாக அமர்ந்து சாப்பிடுவோம். நாங்கள் சாப்பிட்ட பிறகுதான் பெண்களும் பிற குழந்தைகளும் சாப்பிடுவார்கள். என் பாட்டி விதவை என்றாலும் வீட்டிற்கு மூத்தவர் என்பதாலும் அதிகார மனப்பான்மை உள்ளவர் என்பதாலும் எங்களுடன் உட்கார்ந்து சாப்பிட அனுமதிக்கப்பட்டார். வீட்டின் தலைவருக்கு உரிய மரியாதை அவருக்கு எப்போதும் வழங்கப்பட்டது.

எனது குழந்தைப் பருவம் எப்போதும் இப்படித்தான் இருந்தது. வீட்டில் இருந்த வறுமை நுண்ணுணர்வு மிக்கவனாக

இருந்த என்னை மிகவும் பாதித்தது. நாங்கள் எவ்வளவு சிரமப்பட்டோம், அந்தச் சிரமத்தைக் கடக்க ஒவ்வொருவரும் எவ்வளவு போராடினோம் என்பதற்கு உதாரணமாக ஒரு சம்பவத்தைச் சொல்ல முடியும். எங்கள் குடும்பத்திற்கு பணம் சம்பாதித்துக் கொடுத்துக்கொண்டிருந்த பசு மாடு செத்துப்போய்விட்டது. பள்ளிக்கூடம் விட்ட பிறகு ஏதோ வேலையை முடித்துவிட்டுத் தாமதமாக வீட்டிற்கு வந்தேன். என் பாட்டியின் பெரும் அழுகுரல் கேட்டது. பாட்டிக்கும் என் தகப்பனாருக்கும் அவ்வப்போதும் மிகவும் மோசமாக சண்டை நடக்கும். வீட்டின் அமைதியே அதனால் குலைந்துவிடும். அப்படி ஏதும் சண்டையோ என்று முதலில் பயந்துவிட்டேன். வீட்டின் பின்புறம் சென்று பார்த்தபோது, மாட்டின் உடலருகில் அவர் உட்கார்ந்துகொண்டிருந்தார்.

அந்தப் பசு வழக்கம்போல மேய்வதற்காகக் காலையில் பக்கத்தில் இருந்த குன்றுப் பகுதிக்குப் போயிருக்கிறது. எங்கள் கிராமத்தில் ஒரு மாடுமேய்ப்பவன் இருந்தான். கொஞ்சம் மாதச் சம்பளம் வாங்கிக்கொண்டு அந்தத் தெருவில் இருப்பவர்களது பசு, கன்று, எருது ஆகியவற்றை ஒன்று சேர்த்து அந்த மலைப் பகுதியில் இருக்கும் புல்வெளிக்கு காலையில் ஓட்டிச்செல்வான். மாலையில் திரும்ப ஓட்டி வருவான். மேய்ச்சல் நிலம் 3-4 மைல் தள்ளி இருந்தது. சாயங்காலம் திரும்பிவரும்போது கிட்டத்தட்ட ஒரு மணி நேரம் ஆகும். காட்டு மிருகங்கள் தாக்குவது, பாம்பு கடிப்பது, அடிபடுவது போன்ற சம்பவங்கள் நடப்பதுண்டு என்றாலும் அடிக்கடி நடக்காது. அன்று எங்கள் பசுவை ஏதோ விஷச் சிலந்தியோ, தேளோ கடித்துவிட்டது. இதை மாடு மேய்ப்பன் உடனே கவனித்தும்விட்டான். இம்மாதிரி காட்டுப் பகுதியில் திரிபவர்களுக்கு மூலிகைகள், செடிகொடிகளின் மருத்துவக் குணம் கொஞ்சமாவது தெரியும். உடனே கைவைத்தியமும் பார்ப்பார்கள். மாடு மேய்ப்பவன் ஏதோ மூலிகையை வைத்துக் கட்டியிருக்கிறான். ஆனால், தன் பொறுப்பில் இருக்கும் போது பசு இறந்துவிடுவதை விரும்பவில்லை. வீட்டிற்குப் பசுவை ஓட்டிவரும் பொறுப்பை வேறு ஒருவரிடம் ஒப்படைத்து விட்டுச் சென்றுவிட்டான். வாயெல்லாம் நுரையாக, நாக்குத் தள்ளி வீடு வந்துசேர்ந்த பசு, சிறிது நேரத்திலேயே என் பாட்டியின் காலடியில் உயிரைவிட்டது.

அப்போதும்கூடப் பாட்டியும் வீட்டிலிருந்த பிற பெண்களும் ஏன் அழவேண்டும் என்பது புரியவில்லை. நான் யாரிடமோ கேட்டேன் என்று நினைக்கிறேன். பசு ஒரு தாயைப் போல; நாம் அளிக்கும் சிறு உணவை சாப்பிட்டு

விட்டு, அதனிடமிருக்கும் எல்லாவற்றையும் நமக்குக் கொடுத்துவிடுகிறது என்று என் பாட்டி சொன்னாள். அந்தப் பசு கன்றுக்குட்டியாக இருந்தபோதிலிருந்து என் பாட்டியுடன்தான் இருந்தது. அதன் தாய்ப் பசுவும்கூட அப்படித்தான். இரண்டு தலைமுறைகளாக அந்தப் பசுவிடமிருந்து கிடைக்கும் பொருள்களிலிருந்து தினந்தோறும் கிடைத்த பணத்தை அனுபவித்த பிறகும் துக்கம் ஏற்படவில்லையென்றால், கல்நெஞ்சக்காரனாகத்தான் இருக்க வேண்டும் என்றாள் பாட்டி.

எங்கள் வீட்டிலிருந்த மிகவும் கஷ்டமான சூழலில் அந்தப் பசு எங்களுக்குச் செய்த உதவி அவ்வளவு சாதாரணமானதில்லை என்பது எனக்கு உடனடியாகப் புரிந்தது. எங்களால் இன்னொரு பசு வாங்க முடியவில்லை. இன்னொரு பசு வாங்குமளவுக்கு எங்களுக்கு சக்தி வருவதற்குப் பல வருடங்கள் பிடித்தன. தனிப்பட்ட முறையில் அது எனக்குப் பெரிய விஷயமாகத் தெரியவில்லை. நான் பெரிதாக பாலோ, பால் பொருள்களையோ சாப்பிட்டவனில்லை. ஆனால், என் பாட்டிக்கும் அம்மாவுக்கும் அந்தப் பசு மீது ஆழமான பாசம் இருந்தது. இந்து வீடுகளில் பசு ஏன் புனிதமான விலங்காக இருக்கிறது என்று எனக்குப் புரிந்தது.

சாயங்கால நேரங்களிலும் விடுமுறை நாட்களிலும் எங்களுடைய சிறிய வயலுக்குச் செல்வேன். அது வடக்கு ஆற்றிலிருந்து வடக்காக ஒரு மைல் தூரத்தில் இருந்தது. வருடத்தின் பல மாதங்களில் அங்கே ஏதாவது வேலை இருக்கும். மாடு மேயாமல் பார்த்துக்கொள்ளவோ, வரப்புகளில் இருக்கும் புல்லை யாரும் வெட்டிச் செல்லாமல் பார்த்துக் கொள்ளவோ நான் அங்கு செல்ல வேண்டியிருக்கும். எங்கள் வீட்டுப் பெண்களே அவ்வப்போது இந்தப் புல்லை வெட்டி, கட்டாகக் கட்டிச் சில அணாக்களுக்கு விற்று விடுவார்கள். பச்சைப் புல்லானது பசுவுக்கும் சரி, காளைகளுக்கும் சரி மிகவும் நல்ல உணவு. இந்தப் புல்லை வெட்டுவதிலும் அவற்றைக் கொண்டுசெல்வதிலும் நான் அவர்களுக்கு உதவுவேன். ஒரு ஆங்கிலப் பள்ளியில் படிக்கும் பையனான என்னை இம்மாதிரி அடிமட்ட வேலைகளைச் செய்ய யாரும் எதிர்பார்க்கவில்லை. ஆனால், அம்மா, பாட்டி, அத்தைகளுக்கு எப்போதாவது இப்படி உதவுவதில் என்ன வந்துவிடும் என்று நான் நினைத்தேன்.

சோளம் விதைத்து, அறுவடைக்கு இரண்டு மூன்று வாரம் இருக்கும்போது அதை மேய வரும் மாடுகளையும் பறவைகளையும் விரட்டுவது எனக்கு மிகவும் பிடித்த வேலை.

ஒரு சூத்திரனின் கதை 79

இதற்காக வயலில், தரையிலிருந்து ஆறேழடி உயரத்தில் மூங்கில், பனை ஓலையால் ஒரு பரணைக் கட்டியிருந்தோம். காவல்காக்கும் சிறுவனோ, பையனோ அங்கேயிருந்தபடி மேய வரும் பறவைகளைக் கூழாங்கற்களை எறிந்தோ, கவட்டையால் அடித்தோ விரட்ட வேண்டும். வீட்டில் இருக்கும் வயதான பெண் யாராவது வயலில் காவலுக்கு இருப்பார்கள். சில நேரங்களில், சில வாரங்களுக்கு மட்டும் யாரையாவது வேலைக்கு வைத்துக் கொள்வோம். பெரும்பாலான சாயங் காலங்களில் நான் அங்கே இருப்பேன். அந்த வேலை எனக்கு மிகவும் பிடிக்கும். முழுக்க முழுக்க கிராமச் சூழலில், எங்கு பார்த்தாலும் விளைந்து நிற்கும் சோளக்கதிருடன் வயல் வெளிகள், அக்கதிர்களைச் சுற்றிவட்டமடிக்கும் வண்ண வண்ணப் பறவைகள், அந்தி மாலை, கிராமத்திற்கே உரிய தென்றல் இவையெல்லாம் பள்ளிக்கூடம் விட்டுவரும் எனக்குப் பெரிய மாறுதலாக இருக்கும்.

இரு அறுவடைக் காலங்களிலும் பள்ளிக்கூடத்திற்கு விடுமுறையாக இருந்தால், நான் காட்டில் இருப்பேன். சிறிய வேலைகளில் ஏதாவது உதவுவேன். நான் படித்தவனாக இருப்பதால் அறுவடையில் கூலிக்கு எவ்வளவு ஆகும், வீட்டுக்கு எவ்வளவு எடுத்துச்செல்ல முடியும் என்பதை கணக்கிட வேண்டும். படிக்காதவர்கள் செய்யக்கூடிய விவசாய வேலைகளில் எல்லாம் படித்த பையனான நான் ஈடுபடக் கூடாது என என் பெற்றோரும், வேலை பார்ப்பவர்களும் அவ்வப்போது எதிர்த்தாலும் நான் அவற்றைத் தொடர்ந்து செய்துவந்தேன். அதில் எனக்கு மிகுந்த சந்தோஷம் இருந்தது. இந்து சமூகத்தில் உடல் ரீதியான உழைப்பு எப்போதுமே கௌரவக் குறைச்சலான காரியம்; படிப்பறிவு இருந்து விட்டால் தனக்காக என்றால்கூட உடல் உழைப்பில் ஈடுபட மாட்டார்கள் என்பதைப் புரிந்துகொள்ள எனக்குச் சில காலம் பிடித்தது. ஏன் அலுவலகங்களில் வேலை பார்க்க வேண்டுமென எல்லோரும் பறக்கிறார்கள் என்பதும் எனக்குப் புரிந்தது. உடலுழைப்பும் கௌரவமானதாக இருக்க முடியும் என்பதை நாம் பிற்பாடு புரிந்துகொள்ள ஆரம்பித்துவிட்டோம் என்பது தெரிந்தபோது எனக்கு சந்தோஷமாக இருந்தது.

இந்தக் காலகட்டத்தில் தான் சேர்த்து வைத்திருந்த பணத்தைக்கொண்டு கிராமத்தில் சிறிய அளவில் கொடுக்கல் வாங்கல் செய்துவந்தார் என் தகப்பனார். அதிலிருந்து வரும் சிறிய வருமானம் குடும்பத்திற்கு உதவும் என்பது எண்ணம். சிட் ஃபண்ட் என்று தற்போது அழைக்கப்படும் நிறுவனங்கள் பெரிய பெரிய நகரங்களில் பெரிய அளவில் இயங்கி

வருகின்றன. அந்த நாட்களில் சிட் ஃபண்ட் என்பது ஒரு கிராமிய அமைப்பு. ஒரு வகையான கூட்டுறவுக் கடன். சீட்டு நடத்துபவர் அந்தப் பகுதியில் நேர்மையானவராக அறியப் பட்டிருக்க வேண்டும். சொந்தமாக சொத்தோ, வீடோ இருக்க வேண்டும். அந்தப் பகுதியில் தனக்குத் தெரிந்த 20–25 பேரை அவர் ஒன்றாகத் திரட்டுவார். மாதச் சீட்டு என்றால் இரண்டிலிருந்து ஐந்து ரூபாய் மாதாமாதம் கொடுக்க வேண்டும். மூன்று அல்லது ஆறு மாதச் சீட்டு என்றால் கூடுதல் தொகையைக் கொடுக்க வேண்டியிருக்கும். இந்தச் சீட்டில் இரண்டு வகை. ஒன்று குலுக்குச் சீட்டு. மற்றொன்று ஏலச் சீட்டு. குலுக்குச் சீட்டு மிகவும் எளிமை யானது. சீட்டுச் சேர்ந்தவர்களின் பெயர்கள் காகிதத் துண்டு களில் எழுதப்பட்டு, குலுக்கி ஒருவரது பெயர் எடுக்கப்படும். தேர்ந்தெடுக்கப்பட்டவருக்கு அந்த மாதம் அனைவரிட மிருந்தும் வசூலாகும் சீட்டுத் தொகை முழுவதும் கொடுக்கப் படும். இப்படியாக ஒவ்வொரு மாதமும் ஒருவர் முழுத் தொகையையும் பெறுவார். வெற்றி பெறுபவரின் பெயர் குலுக்கலில் இருந்து நீக்கப்படும். ஆனால், சந்தாத் தொகையை எல்லோரும் கடைசிவரைச் செலுத்திவர வேண்டும். கடைசி மாதத் தொகை சீட்டு நடத்துபவருக்கு. அவர் பெயர் குலுக்கலில் இருக்காது.

ஏலச் சீட்டு தள்ளு அடிப்படையில் செயல்படும். சீட்டைக் குலுக்கி ஒருவரைத் தேர்ந்தெடுப்பதற்குப் பதிலாக, மொத்தத் தொகையையும் உறுப்பினர்கள் ஏலத்திற்குக் கேட்பார்கள். 25 உறுப்பினர்கள் மாதம் 2 ரூபாய் சந்தாவாகக் கட்டுகிறார்கள் என்றால் ஒவ்வொரு மாதமும் 50 ரூபாய் வசூலாகும். 25ஆம் மாதத்தின் முடிவில் தான் ஒருவர் 50 ரூபாய் கட்டி முடித்திருப்பார். ஆனால், பணத் தேவை இருப்பவர்கள் ஒரு தொகையைக் கழித்துக் கொண்டு மொத்தப் பணத்தையும் பெற விரும்புவார்கள். அப்படி கழித்துக் கொள்ளப் படும் தொகை சாதாரண வட்டித் தொகை அளவுக்கு இருக்கும். நிறையப் பேர் ஏலம் கேட்டால், அதிக தள்ளுபடி கொடுத்து பணத்தை எடுக்க வேண்டியிருக்கும். எந்த அளவுக்குத் தள்ளுபடி செய்து பணத்தை எடுக்கிறாரோ, மற்றவர்களுக்கு அந்த அளவுக்கு லாபம். சீட்டின் ஆரம்ப காலத்தில் சீட்டுத் தொகையை எடுக்க ஏகப்பட்ட போட்டி இருக்கும். சீட்டு நடத்துபவர் முதல் சீட்டையோ, கடைசிச் சீட்டையோ எடுத்துக் கொள்ளலாம். சீட்டை எடுத்தவர்கள், கடைசி வரை முழுச் சந்தாத் தொகையைச் செலுத்த வேண்டும். அடுத்தடுத்து மற்றவர்கள் கட்ட வேண்டிய தொகை குறையும்.

இம்மாதிரி சீட்டுக்கள் அடிக்கடி நடத்தப்படும். சீட்டு நடத்துபவர்கள் சரியான ஆட்களாகப் பார்த்துச் சேர்த்து, மாதாமாதம் சந்தாத் தொகையைச் சரியாக வசூலித்து விட்டால் நல்ல லாபம் கிடைக்கும். தவிர, அவர்கள்தான் பணத்தை வசூலித்துக் கொடுப்பவர்கள் என்பதால் அவர்கள் கையில் எப்போதும் பணம் புழங்கும். அதைக் குறுகிய காலத்திற்குப் பெரும் வட்டித் தொகைக்குக் கடன் கொடுப்பார்கள். மாதாமாதம் பணத்தை வசூலித்து, அந்த மாதம் சீட்டை எடுப்பவருக்குக் குறிப்பிட்ட தேதிக்குள் பணத்தை அளிப்பது அவரது பொறுப்பு. குறிப்பிட்ட தேதிக்குள் பணத்தைக் கட்டத் தவறுபவர்கள் இருக்கவே செய்வார்கள். ஆனால், சீட்டு நடத்துபவர் – அவர் வசதியானவராக இருப்பார் – சீட்டு எடுத்தவருக்குக் குறிப்பிட்ட தேதியில் பணத்தைத் தந்தாக வேண்டும். இல்லாவிடில் அவரது நம்பகத் தன்மையே கேள்விக்குள்ளாகும். மொத்த அமைப்பும் நாசமாகவிடும்.

என் தகப்பனார் முதலில் நண்பர் ஒருவருடன் சேர்ந்தும் பிறகு தனியாகவும் இம்மாதிரி சிறிய அளவிலான சீட்டுகளைப் பிடிக்கத் துவங்கினார். ஆனால், சீக்கிரமே பிரச்சனைகளில் சிக்கிக்கொண்டார். அவர் பணம் கொடுத்து வாங்குவதில் கறாரானவர் இல்லை. அவர் தேர்ந்தெடுத்த ஆட்களும் சரியான நபர்கள் என்று சொல்ல முடியாது. என் தகப்பனாரின் நண்பர்களில் ஒருவருக்கு – அடிக்கடி என் தந்தைக்குப் பாதகமான காரியங்களைச் செய்தவர் – என் தந்தை பணம் தர வேண்டியிருந்தது. தந்தையின் நண்பர் பணத்தை வசூலிப்பதற்காக சிவில் வழக்கு ஒன்றைப் பதிவுசெய்துவிட்டார். எங்களுடைய அசையும் சொத்துகளை ஜப்தி செய்வதற்கான ஆணையையும் பெற்றுவிட்டார்.

அந்த ஜப்தி ஆணையைச் செயல்படுத்துவதற்கு அந்தச் சதிகாரர் தேர்ந்தெடுத்த தினம், தமிழர்களுக்கு மிகவும் புனிதமான திருநாள். பொங்கல் நன்னாள். நான் அப்போது இரண்டாவது அல்லது மூன்றாவது படிவத்தில் படித்துக் கொண்டிருந்தேன். வீட்டின் முன்புறம் இருந்த முற்றத்தில் ஒரு பித்தளை விளக்கு எரிந்துகொண்டிருந்தது. ஒரு செம்புப் பாத்திரத்தில் பொங்கல் பொங்கி படையல் அந்த விளக்குக்கு எதிரில் வைக்கப்பட்டிருந்தது. பச்சைக் காய்கறிகள், பழங்கள், தேங்காய், கரும்பு, அரிசி, அவல் ஆகியவையும் இலையில் இருந்தன. அவற்றைப் பிறகு வீட்டுக்குள் எடுத்துச் சென்று, எல்லோருக்கும் விநியோகம் செய்வோம். அந்த நேரத்தில் ஜப்தி ஆணையுடன் அமீன் வந்துவிட்டார். அசையும் பொருள்கள் எல்லாவற்றையும் ஜப்தி செய்யவும் ஆரம்பித்து

விட்டார். நல்ல நாளில் இப்படி மோசமான காரியம் நடப்பதைத் தடுக்க எங்களால் முடியவில்லை. என் தகப்பனார் இதை எதிர்த்தார். கெஞ்சினார். ஆனால், அந்த ஜப்தி ஆணை நிறைவேற்றப்பட்டது. சில பாத்திரங் களோடு, அந்தக் காலைவேளையில் எரிந்துகொண்டிருந்த பெரிய பித்தளை விளக்கும் எடுத்துச்செல்லப்பட்டது. வீடே அருளிழந்து போனது. சந்தோஷமெல்லாம் போய்விட்டது. சில நாட்களிலேயே அந்த வழக்கு தொடர்பான தொகையை – அது மிகவும் சிறிய தொகைதான் – செலுத்திவிட்டு, விளக்கை யும் பிற பாத்திரங்களையும் திருப்பிக் கொண்டுவந்துவிட்டார் என் தகப்பனார். ஆனால், இது ஒரு எச்சரிக்கைதான். மோசமான நாட்கள் தொடர்ந்து வரவிருக்கின்றன என்பதற் கான அறிகுறியாகவே இச்சம்பவம் நிகழ்ந்ததாக நாங்கள் நினைத்தோம். எங்கள் வீட்டில் எப்போதுமே பெரிதாக சந்தோஷம் இருந்ததில்லை. அந்த மோசமான நிகழ்வு நடக்கும்வரை, அவற்றை எதிர்நோக்கி, ஒருவித பயத்திலேயே வாழ வேண்டியிருந்தது.

அடுத்து வந்த சில மாதங்கள் மிக மோசமானதாக இருந்தன. வீட்டில் இருவர் இறந்துபோனார்கள். உறவுக்காரர் வீட்டில் ஒரு மரணம் நடந்தது. இதுபோக வேறு சில துன்பங்களையும் எதிர்கொள்ள வேண்டியிருந்தது. என் பாட்டியும் தகப்பனாரும் ஒருபோதும் இணக்கமாக இருந்த தில்லை. என் பாட்டி ஆசைகள் மனுஷி. நிறைய ஏமாற்றங் களைச் சந்தித்தவள். தான் ஒரு ஆணாகப் பிறக்கவில்லை என்பதில் அவள் மிகுந்த வருத்தம் கொண்டிருந்தாள். என் தந்தையை வைத்து தன் கனவுகளையெல்லாம் நிறைவேற்றி விட முடியும் என்று நினைத்தாள். என் பாட்டி அளித்த உத்வேகத்தில் என் தந்தை பல தொழில்களைத் துவங்கினார். ஒரு தொழிலைச் சிறிதாகத் துவங்கி, கடும் உழைப்பினாலும் சிறந்த நிர்வாகத்தினாலும் குறைந்த காலத்தில் பெரும் பணம் ஈட்டிவிட முடியும் என்று அவர்கள் நம்பினார்கள். அப்படி பணம் சேர்த்த அதிர்ஷ்டக்காரர்களின் கதைகளைக் கேட்டு, திரும்பத் திரும்ப அம்மாதிரி முயற்சிகளில் ஈடுபட்டார்கள். ஆனால், என் தந்தை நல்ல தொழில் முனைவர் அல்ல. ஒரு புதிய தொழிலில் இறங்குவார். மேலும் வறியவராவார். அவர்கள் இருவருக்கும் இடையில் மோதல் ஏற்பட இதுவே முக்கியமான காரணம். என் பாட்டி ஆதிக்கம் செலுத்தக்கூடிய தன்மைகொண்டவள். தோல்விகளையோ, எதிர்ப்புகளையோ சகித்துக்கொள்ள மாட்டாள். அவளுடைய ஆசைகளை எந்தக் கேள்வியும் கேட்காமல் ஏற்றுக்கொள்ள வேண்டும். என் தகப்பனாரும்

கர்வம் மிக்கவர். பொறுமையில்லாதவர். அவசரக்காரர். தன் தோல்விகளுக்கு உடனடியாக மற்றவர்கள் மீது பழியைப் போடுவார். என் அம்மாவும் வீட்டில் இருந்த மற்ற பெண்களும் அவருக்கு ஒரு பொருட்டே அல்ல. ஏதோ உடைமைப் பொருள்களைப் போலத்தான் என் பாட்டியும் தந்தையும் அவர்களை நடத்தினார்கள்.

எங்கேயாவது ஊருக்குப் போய்விட்டு திரும்பி வரும்போது, ஏகப்பட்ட அவசரத்துடன் வருவார். அவர் காலைக் கழுவுவதற்காக ஒரு செம்பில் தண்ணீர் தயாராக இருக்க வேண்டும். அதேபோல, குளிப்பதற்குக் கொல்லையில் வெந்நீர் தயாராக இருக்க வேண்டும். வெயில் காலத்தில் பகலில்கூட அவர் வெந்நீரில்தான் குளிப்பார். காலைக் கழுவிய பிறகு, நேராக கொல்லைப்புறம் சென்று குளிப்பார். இரண்டு நிமிடத்திற்குள் குளியல் முடிந்துவிடும். குளித்து முடித்த பிறகு, உடனடியாக அவருக்கு உணவு பரிமாறப்பட வேண்டும். சாப்பாடு சூடாகவும் சுவையாகவும் இருக்க வேண்டும். அவருடைய தேவைகள் சரியாக நிறைவேற்றப்படவில்லையென்றால் கோபத்தில் கத்துவார். ஒருபோதும் காத்திருக்க மாட்டார். இந்த விஷயத்தில் எதையும் விட்டுக் கொடுக்க மாட்டார். அந்த நேரத்தில் பெண்கள் வேறு வேலையாக இருந்தால்கூட தாமதம் ஏதும் ஏற்படக்கூடாது. அவர் எப்போது வருவார், அவருடைய தேவை என்ன என்பதை எதிர்பார்த்து நிறைவேற்றி வைக்க வேண்டும். பெண்களும் குழந்தைகளும் தொடர்ந்து வேலை பார்த்துக் கொண்டிருக்கும் ஒரு வீட்டில், சோம்பேறித்தனமோ ஓய்வோ என்னவென்றே தெரியாத ஒரு இடத்தில் என் தந்தையின் தேவைகளை நிறைவேற்றுவதற்கு மிகவும் சிரமப்பட வேண்டியிருந்தது.

கையில் கிடைத்ததை எடுத்து, தன் பேச்சைக் கேட்காதவர்களின் தலைமீது எறிவார். தன்னைச் சார்ந்திருப்பவர்களைத் தான் விரும்பிய விதத்தில் தண்டிப்பதற்கான உரிமை தனக்கு இருப்பதாக அவர் உறுதியாக நம்பினார். வீட்டில் அவர் ஒரு சின்ன வேலையைக்கூடச் செய்ய மாட்டார். உட்கார்ந்த இடத்திற்கு ஒரு அடிதூரத்தில் இருக்கும் வெற்றிலைச் செல்லத்தைக்கூட அவராக எடுக்க மாட்டார். அதை எடுத்துத் தருவதற்கு யாரையாவது கத்தி அழைப்பார். அடுத்தவர் உடலுக்கு ஏதாவது தீங்கு செய்யாமல் அவரது கோபம் அடங்குவது அரிது. அவருடைய சகோதரர்கள், உறவினர்கள் எல்லோரும் அவரைப் பார்த்தாலே பயப்படுவார்கள். தவிர்த்துவிடுவார்கள். எதிர்பாராத வகையில் வெளியில் அவருக்கு நல்ல நண்பர்கள் இருந்தார்கள். அவர்களில் சிலர் மிகுந்த விசுவாசமாக இருந்தனர். சற்று உயர் மட்டத்தில்

இருந்தவர்கள் அவரை சற்று உயர்வாக நடத்தினார்கள். அதிகார, சமூக வட்டத்தில் அவருக்குக் கொஞ்சம் செல்வாக்கு இருந்தது. குடும்பத்தினரிடம் அவர் பொறுமையில்லாமல் நடந்துகொள்வதற்கும் தொடர்ந்து கோபப்படுவதற்குமான காரணம் எனக்குப் புதிராகவே இருந்தது. நான் சிறுவனாக இருந்தபோதே, இதைப் பற்றி அடிக்கடி யோசிப்பேன். சின்ன விஷயத்திற்கெல்லாம் ஏன் கோபப்படுகிறீர்கள் என்று அவரிடம் சில முறை கேட்டிருக்கிறேன். பதிலுக்கு பலத்த அறை கிடைத்தது. வறுமையின் காரணமாகவும், தன் வாழ்க்கைத் தரத்தை மேம்படுத்திக்கொள்ள எடுத்த முயற்சிகளில் ஏற்பட்ட தோல்விகளின் காரணமாகவுமே அவர் பொறுமையில்லாமல் நடந்துகொண்டார். எப்போதுமே ஓயாத சிந்தனையில், இருப்பவராக, திருப்தியற்ற மனிதராக அவர் இருந்தார். தான் நிறையப் பேரைப் பார்த்துக் கொள்ள வேண்டியிருப்பதாலேயே தான் முன்னேற முடியாததாகவும் அவர் நினைத்திருக்கலாம். அவருக்கு உண்மையிலேயே நல்ல மனம். ஆனால், எப்போதும் எரிச்சலில் இருப்பதால் அது வெளியில் தெரியவில்லை.

அவர் இளகிய மனமுடையவர் என்பதில் எனக்கு எந்தச் சந்தேகமும் இல்லை. மற்றவர்களுக்கு உதவ ஓடுவார். யாரும் துன்பப்பட்டால் அவரால் தாங்க முடியாது. தன்னை ஏமாற்றியவர்களுக்காகக்கூட கஷ்டப்படுவார். அவர் மட்டும் பணக்காரராக இருந்திருந்தால், ஒரு நல்ல வாழ்க்கையை வாழ ஆசைப்பட்டிருப்பார். தன் குழந்தைகளுக்கு நல்ல துணிமணிகளை வாங்கிக் கொடுத்து, நன்றாக வளர்த்திருப்பார். அவர் பட்டினியாக இருந்திருந்தாலும் தன் குழந்தைகளுக்கு நல்ல உணவு கிடைப்பதை உறுதி செய்திருப்பார். எங்கேயாவது வெளியூர் போய்விட்டுத் திரும்பி வரும்போது கண்டிப்பாக ஏதாவது வாங்கி வருவார். பழங்களோ, பயன்படக்கூடிய சில்லறைப் பொருளோ அவர் கையில் இருக்கும்.

அவருடைய சிக்கனம் குடும்பத்திலிருந்தவர்களுக்குப் பெரும் எரிச்சலை ஏற்படுத்தியது. அவர் தன் தொழில் முயற்சிகளில் பல முறை பணத்தை இழந்திருக்கிறார். அந்த இழப்புகளெல்லாம் எங்களால் தாங்க முடியாதவை. ஆனால், என் தாயோ, பாட்டியோ பழுதுபார்க்கும் சிறு வேலைகளுக்காக வரும் கொத்தனாருக்கும் ஆசாரிக்கும் கூடுதலாகக் கொஞ்சம் காசு கொடுத்துவிட்டால் அவருக்குக் கோபம் தலைக்கேறிவிடும். யாரையாவது அடித்து நொறுக்கிவிடுவார்.

இம்மாதிரியான ஒரு தருணத்தில், என் பாட்டியை அவர் எட்டி உதைத்துவிட்டார். பாட்டி ஏற்கனவே

ஒரு சூத்திரனின் கதை 85

தொடர்ச்சியாக ஏற்பட்ட இருமலின் காரணமாகவும் பிற நோய்களின் காரணமாகவும் ஒடுங்கிப்போயிருந்தாள். இவர் அடித்தவுடன் அவள் ரத்த வாந்தியெடுக்க ஆரம்பித்து விட்டாள். அதற்குப் பிறகு, என் தந்தை தான் செய்த செயலுக்காக மிகவும் வருந்தினார். பாட்டியை மிகவும் நன்றாகக் கவனித்துக்கொண்டார். அந்த வயதான மனுஷி வாழ்க்கையில் பலவற்றைப் பார்த்தவள். பல துன்பங்களை அனுபவித்தவள். தன் கடைசிக்கால நோயை எந்த முணுமுணுப்பும் இன்றி அனுபவித்தாள். அதற்குச் சில வாரங்களுக்குப் பிறகு அவள் காலமானாள். என்ன நடந்தாலும் என் கல்வி பாதிக்கப்படக்கூடாது என்பதுதான் அவளது கடைசி ஆசையாக இருந்தது. அவளுக்கு மகன்கள் கிடையாது என்பதால் என் தந்தையே ஒரு கடமைமிக்க மகனைப் போல எல்லா இறுதிக் கடன்களையும் செய்தார்.

அவள் இறந்தவுடன் வீடு வெறிச்சோடிப்போனது. அவள் விட்டுப்போன வெற்றிடம் நிரப்பமுடியாததாக இருந்தது. அவளுடைய எல்லாக் குறைகளையும் மீறி, அவள் ஒரு மகத்தான மனுஷி. புத்திசாலி. அவளிடம் நிறைய யோசனைகள் இருந்தன. உரையாடும் கலையில் வல்லவள். மிகுந்த ஈர்ப்புக்குரிய மனுஷியாகவே கடைசிவரை இருந்தாள். எங்கள் வீட்டைத் தாங்கிய தூண் அவள். அவள் இறந்த பிறகு என் தந்தையே ஒரு அநாதையைப் போல உணர்ந்தார். அவளுடைய இருப்பு இல்லாமல் வீடு முழுவதும் இருள் சூழ்ந்தது.

சீக்கிரமே, மேலும் இரண்டு மூதாட்டிகள் இறந்து போனார்கள். என் தகப்பனாரைத் தாக்கிய மற்றொரு சோகம், அவருடைய தந்தையின் மறைவு. பாவூரில் வசித்துவந்த அவர் பக்கவாதத்தால் பாதிக்கப்பட்டிருந்தார். அதுவரை தன் மகன்கள் யாரையும் சாராமல் அவர் வாழ்ந்து வந்தார். நானும் என் பெற்றோரும் அவரைப் பார்க்கச் சென்றோம். அவருடைய மருத்துவம், பண்டுவம் ஆகிய வற்றிற்கு ஆகும் செலவுகளில் ஒரு பங்கை என் தந்தை தர வேண்டுமென என் சித்தப்பா, பெரியப்பாமார்கள் கோரினார்கள். என் தாத்தா கொஞ்சம் தேறியிருந்தார். ஒரு மாறுதலுக்காக என் தந்தையுடன் எங்கள் வீட்டில் சில காலம் வசிக்க விரும்புவதாகச் சொன்னார். அவரை எங்கள் வீட்டிற்குக் கொண்டுவந்து, சில மாதங்களுக்கு அவரை மிகவும் நன்றாகக் கவனித்துக்கொண்டோம். பிறகு மீண்டும் தனது கிராமத்திற்குச் சென்றுவிட்டார். சிறிது காலத்திற்குப் பிறகு இறந்துவிட்டார். அவருக்கு வயது எழுபதுக்கு மேலிருக்கும். அவர் மீது மிகுந்த பக்தியுடன்

இருந்த அவர் மனைவி – எனது பாட்டி இரு வருடங்களுக்கு முன்பு இறந்து போய்விட்டார்.

அவருடைய இறுதிச் சடங்கிற்கு நாங்கள் எல்லோரும் போனோம். என் தந்தையின் சகோதரர்கள் யாரும் எங்களுடன் பேசவில்லை. என்ன காரணம் என்பது எனக்குப் புரியவில்லை. சுடுகாட்டுக்குப் போய்விட்டு, அங்கிருந்தபடியே ரயில் நிலையத்திற்கு வந்து, வீடு திரும்பிவிட்டோம். பிற மகன்களும் மற்ற உறவினர்களும் அவர்களது வீட்டிற்கே திரும்பிச்சென்று 16 நாள் துக்கம் அனுசரித்தனர். நாங்களும் என் தாத்தாவின் வீட்டிற்குச் சென்று அப்படித் தான் செய்திருக்க வேண்டும். அதுதான் வழக்கம். ஆனால், வீட்டில் ஒரு பிணம் இருக்கும்போதுகூட அவர்களது நடவடிக்கை சரியாக இல்லை. நாங்கள் அங்கே தேவையில்லை என்பது புரிந்தது. தந்தை இறந்த துக்கத்தை விட இந்த நடவடிக்கைதான் என் தகப்பனாரை மிகவும் பாதித்தது. இறந்தவருக்குச் செய்ய வேண்டிய சடங்குகளை அவர்களுடன் சேர்ந்து செய்ய வேண்டாமென முடிவு செய்தோம். சடங்குகள் எங்கள் வீட்டில் தனியாக நடந்தன. இந்த விவகாரத்தில் என் தந்தைக்கு வீட்டிலிருந்தவர்கள் தந்த ஆதரவு அவருக்குப் பெரும் ஆறுதலாக இருந்தது. என் தகப்பனாருக்கும் அவருடைய சகோதரர்களுக்கும் இடையில் எப்போதுமே நெருக்கமான உறவு இருந்ததில்லை. இந்தச் சம்பவத்திற்குப் பிறகு அது முற்றிலும் முறிந்துபோனது. அதற்குப் பின் பல வருடங்களுக்கு நாங்கள் அவர்கள் வீட்டிற்குச் செல்லவில்லை. அவர்களும் எங்கள் வீட்டிற்கு வரவில்லை.

அந்தச் சமயத்தில் கல்யாணமான என் அக்காள் தன் கணவனையும் கணவன் குடும்பத்தினரையும் பிரிந்து வந்து விட்டாள். இந்தச் சம்பவம் எங்களுக்கு மிகுந்த கவலையை அளித்தது. அப்போது அவளுக்கு பதினாறு பதினேழு வயதுதான் இருக்கும் என்றாலும் அதற்குப் பல வருடங் களுக்கு முன்பே கல்யாணம் ஆகிவிட்டது. அவள் குழந்தையாக இருந்த சமயத்தில் அவளைப் பொறுத்துக் கொண்டதோடு, நன்றாகக் கவனித்துக்கொள்ளவும் செய்தனர். ஆனால், அவள் பெண்ணாக வளர்ந்தபோது, பிரச்சனைகள் ஆரம்பித்தன. சின்னச் சின்ன விஷயங்களுக்காக அடிக்கடி சண்டை வந்தது. ஒரு நாள் கையில் ஒரு மூட்டையுடன் அழுதுகொண்டே எங்கள் வீட்டுக்கு வந்துவிட்டாள். அவளுக்கும் அவள் கணவனுக்கும் சண்டை. அவளது மாமியார் அவளை வீட்டைவிட்டு வெளியே துரத்தி, கதவை மூடிவிட்டாள். அவளது நகைகளையும் பிடுங்கிக்கொண்டு,

அப்பன் வீட்டுக்கே போ என்று துரத்திவிட்டனர். அவளது கெஞ்சல்களுக்கெல்லாம் பலனில்லாமல் போனது. கிட்டத்தட்ட 12 மைல் தூரத்தை பசியோடு, தனியாக அந்தப் பெண் நடந்து, தன் பிறந்த வீட்டிற்கு வந்து சேர்ந்திருக்கிறாள். ஏழைக் குடும்பத்தைச் சேர்ந்த பெண்கள் இப்படித் தனியாகப் பயணம் செய்வது வழக்கமில்லை. வரும்வழியில் பல இடங்கள் ஆள் அரவமில்லாமல் இருக்கும். வழிப்பறி போன்ற அபாயங்கள் பட்டப்பகலிலேயே நடக்கும். அவள் பல மாதங்கள் எங்களுடனேயே இருந்தாள். பிறகு, சமாதானப் படுத்தி அனுப்பி வைத்தோம். அவளுடைய சோகமயமான வாழ்க்கையில் நடந்த பல மோசமான சம்பவங்களில் இது முதல் சம்பவம். இருபத்திரண்டாவது வயதிலேயே அவள் நோய்வாய்ப்பட்டு இறந்துபோனாள். இப்படி கொடூரமான சண்டைகள் இல்லாமல் அவள் தன் கணவனுடன் ஒரு வருடம்கூட வாழ்ந்திருக்க மாட்டாள்.

இம்மாதிரியான குடும்பத் துயரங்கள், சண்டைகள், வறுமைக்கு நடுவே ஆங்கிலப் பள்ளியில் என் படிப்பை முடித்தேன். நான் மூன்றாம் படிவத்தில் இருந்தேன். பள்ளியில் அதுதான் உச்சமட்டப் படிப்பு. வீட்டில் ஒழுங்காக உட்கார்ந்து படிப்பதற்கேற்ற அமைதியான சூழலோ, வேறு வசதியோ இருக்காது. மின்சாரம் வந்திருக்கவில்லை. ஆனால், மண்ணெண்ணெயில் எரியும் அரிக்கேன் விளக்குகள் அப்போது கொஞ்சம் கொஞ்சமாகப் புழக்கத்திற்கு வந்து கொண்டிருந்தன. அந்த விளக்கிலிருந்து எழும் புகையால் வீட்டிற்குள் இருக்கும் காற்று விஷமாவதாக எண்ணி, அவ் விளக்குகளை வீட்டிற்குள் ஏற்றுவதை மக்கள் தவிர்த்தார்கள். வீட்டில் எல்லோரும் புழங்கும் அறையில் ஒரு கதவு இருக்கும். அந்தக் கதவைத் திறந்து, குறுகலான வழியைக் கடந்து போனால் அது வராண்டாவிற்கு இட்டுச் செல்லும். அங்கிருந்து வீட்டின் முன்னால் இருக்கும் முற்றத்திற்குச் செல்லலாம். அதற்கு ஜன்னல் கிடையாது. உயரமான அலங்காரம் மிகுந்த பித்தளை விளக்கு மூலையில் வைக்கப் பட்டிருக்கும். அந்த விளக்கிலிருந்து வருவதுதான் ஒரே வெளிச்சம். அதே மாதிரியான, ஆனால், அளவில் சிறிய விளக்கு ஒன்று சமையலறையில் எரிந்துகொண்டிருக்கும். பெண்கள் வீட்டிற்குள் புழங்கும்போது வழி தெரிவதற்காகக் கையில் ஒரு சிறிய விளக்கை ஏந்திச் செல்வார்கள். எங்களிடம் ஒரு அரிக்கேன் லாந்தரும் இருந்தது. ஆனால் என் தகப்பனார் இரவில் வெளியில் செல்லும்போது அதைக் கையில் எடுத்துச் செல்வார் என்பதால், அதற்கு எப்போதும் தேவை இருந்துகொண்டே இருக்கும். ஆகையால், அந்தப்

பெரிய எண்ணெய் விளக்கின் அருகில் தரையில் அமர்ந்துதான் நான் பொதுவாகப் படிப்பேன். எனக்கு ஒரு தங்கையும் தம்பியும் இருந்தனர். தங்கை என்னைவிட நான்கு வயது சிறியவள். எங்கள் சாதி வழக்கப்படி அவளைப் பள்ளிக் கூடத்திற்கு அனுப்பவில்லை. தம்பி என்னைவிட எட்டு வயது சிறியவன், கடைக்குட்டி. அவர்களும் அதே அறையில்தான் சண்டைபோட்டுக்கொண்டும் விளையாடிக்கொண்டும் இருப்பார்கள். பெண்கள் வீட்டு வேலைகளில் மும்முரமாக இருப்பார்கள். தகப்பனார் வீட்டில் இருந்தால், அவர் வெளியிலிருக்கும் குறுகலான வராண்டாவில் உட்கார்ந் திருப்பார். யாருக்காவது உடல்நலம் சரியில்லாவிட்டால், அவர்கள் அந்த விளக்கிற்குப் பக்கத்தில்தான் படுத்தி ருப்பார்கள்.

வகுப்பில் நான் முதன்மையான மாணவன் இல்லை என்றாலும் என் படிப்பில் திருப்திகரமான அளவில் முன்னேற்றம் இருந்தது. குறைந்தபட்ச மதிப்பெண்களைவிடச் சில மதிப்பெண்கள் மட்டும் கூடப் பெற்று எல்லாத் தேர்வுகளிலும் நான் தேறிவிடுவேன். ஆனால், வாசிப்பதிலும் எழுதுவதிலும் என் வயதையொத்தவர்கள், என் வகுப்பில் படிப்பவர்களைவிட நான் சிறந்தவனாக இருந்தேன். நிறைய பக்கத்துவீட்டுக்காரர்கள் தங்களுக்கு வரும் கடிதங்களை என்னிடம் கொண்டுவந்து படிக்கச் சொல்லி, விளக்கம் கேட்டுச் செல்வார்கள். தமிழிலும் மலையாளத்திலும் கடிதம் எழுதுவதற்கு என்னைத்தான் தேடிவருவார்கள். சிலருக்காக உயர் அதிகாரிகளுக்கு ஆங்கிலத்தில்கூடக் கடிதங்களையும் மனுக்களையும் எழுதிக் கொடுத்திருக்கிறேன். நான் மூன்றாம் படிவத்தில் தேர்ச்சியடைந்தேன். அதற்கு மேல் என் படிப்பை எப்படித் தொடர்வது என்பதில் பிரச்சனை ஏற்பட்டது. ஆனால், எந்தக் கட்டத்திலும் என் படிப்பை நிறுத்துவது பற்றிய கேள்வியே எழுந்தது கிடையாது. என்ன விலை கொடுத்தாவது பள்ளி இறுதித் தேர்வை நான் முடிக்க வேண்டும் என்பதில் குடும்பத்தினர் உறுதியாக இருந்தனர்.

6

பெயரும் மாறியது பள்ளியும் மாறியது

நான் சிறுவனாக இருந்தபோது எனக்கு ஏகப்பட்ட பெயர்கள். சில நேரங்களில் என்னுடைய சரியான பெயர் என்ன என்பது எனக்கே தெரியாது. வீட்டில் இருந்த வயதான பெண்களும் அக்கம்பக்கத்தினரும் என்னைத் தங்கம் என்றோ, தங்கைய்யா என்றோ கூப்பிடுவார்கள். இது மிகப் பரவலான செல்லப் பெயர். நிறையப் பேருக்கு இதுவே அவர்களது பெயராகவும் இருந்தது. இந்தப் பெயரில் "தங்கம்" இருப்பதால் நிறையப் பேர் இதைச் சூட்டியிருக்க வேண்டும். என் வீட்டில் நான்தான் முதல் ஆண் குழந்தை. அதனால், வீட்டுப் பெண்கள் எனக்கு இந்தத் தங்கமான பெயரைச் சூட்டிவிட்டார்கள். என் தந்தையின் உறவினர்கள் என்னை எப்போதும் முத்தைய்யா என்றே அழைத்தார்கள். தென் மாவட்டங்களில் முத்திற்குத் தனி மதிப்பு உண்டு என்பதால் அந்தச் செல்லப் பெயரிலும் என்னை அழைத்தார்கள். அந்தப் பெயரை பல்வேறு விதங்களிலோ வேறு சொற்களுடனோ சேர்த்து கூப்பிடுவார்கள். குறிப்பாகக் கடவுள்களின் பெயருடன் சேர்த்து குழந்தைகளுக்குப் பெயர் வைப்பார்கள். முத்து, முத்தையா, முத்துச்சாமி,

முத்துக்குமார், முத்துக்கிருஷ்ணன், முத்துராமன் போன்றவை தென் மாவட்டங்களில் மிகவும் பொதுவான பெயர்கள். எனக்கு நினைவுதெரிந்த வரையில் என் தந்தை என்னை சாமி என்றோ, சுவாமி என்றோதான் கூப்பிடுவார். அது பணக்காரக் குடும்பங்களில் ஆண் குழந்தைகளுக்குப் பொதுவான செல்லப்பெயராக இருக்கலாம். நான் முதன் முதலில் பள்ளிக்கூடத்தில் சேர்க்கப்பட்டபோது, என் பெயர் முத்துக்குமாரசாமி என்று பதிவுசெய்யப்பட்டது. இது முத்து என்பதன் அலங்கரிக்கப்பட்ட சொல்லாகும்.

என் தந்தையின் கிராமத்தில் குலதெய்வக் கோவில் ஒன்று இருந்தது. வெண்ணிமுத்து என்று அதற்குப் பெயர். அந்தக் கடவுள் இந்து சம்பிரதாயங்களுக்கு உட்பட்ட கடவுளில்லை. பெயர்பெற்றதிராவிட நாட்டுப்புறத் தெய்வங்களில் ஒன்று என்றும் சொல்ல முடியாது. எங்கள் இனக்குழுவுக் குரிய கடவுள் அது. அந்த தெய்வத்தைப் பற்றிய கதை ஒன்று உண்டு. பல தலைமுறைகளுக்கு முன்பு எங்கள் முன்னோர்களில் ஒருவர் வியாபாரத்தை முடித்துவிட்டு காட்டுப்பகுதி வழியாக நடந்துவந்து கொண்டிருந்தார். ஒரு ஆவி அவர் முன்பு தோன்றி, அமானுஷ்யமான குரலில் பேச ஆரம்பித்தது. அவர் வீட்டுக்குப் பின்னால் தனக்கு ஒரு கோவில் கட்டி வழிபட வேண்டும் என்றும், அப்படிச் செய்தால், குடும்பத்தை எல்லாக் காலங்களிலும் தான் பாதுகாப்பதாக அந்த ஆவி சொன்னது.

இந்தச் சம்பவம் நடந்த இடத்தைப் பற்றியும் ஒரு கதை இருக்கிறது. உள்ளூர் இனத் தலைவரிடம் வீரனாகப் பணிபுரிந்த ஒருவன் அவர் மகளின் மீது காதல் வயப்பட்டு விட்டான். அவள் ஒரு பேரழகி. அவளும் வீரனைக் காதலித்தாள். தலைவனுக்கு இந்தச் சாதாரண வீரனுக்குத் தன் மகளைக் கட்டிக்கொடுக்க விருப்பமில்லை. ஆனால் அந்த வீரன் பிடிவாதமாக இருந்த காரணத்தினால் அந்த நேரத்தில் வழங்கப்படும் நீதிப்படி கிராமத்திற்கு வெளியில் காலைக் கட்டித் தலைகீழாகச் சாகும்வரை தொங்கவிடும்படி ஆணையிட்டான். எதிர்பார்த்தபடி அந்த வீரன் சில நாட்களில் சாகவில்லை. வரும் செவ்வாய் கிழமை தன் காதலி ஒரு மணமகளைப்போல பட்டுடுத்தி, பூவும் நகையும் அணிந்து வந்து, தொங்கவிடப்பட்டிருக்கும் தன்னை மூன்று முறை வலம்வந்தால்தான் தான் சாவேன் என்று அந்த தலைவனின் பணியாளரிடம் சொன்னான். அந்தப் பெண்ணுக்கு இது தெரியவந்ததும், தன் காதலனுக்குச் செய்யும் கடைசிப் சேவையாக இதனைச் செய்ய விரும்பினாள்.

ஒரு சூத்திரனின் கதை 91

இப்படி விநோதமான சூழலில் இதை அனுமதிப்பதைத் தவிர தந்தைக்கு வேறு வழியில்லை. அந்தப் பெண் சொன்னபடி மூன்றாம் சுற்றை முடித்ததும் அந்தக் காதலன் சிரிப்புடன் தன் கடைசி மூச்சை விட்டான். அந்தப் பெண்ணே தன் காதலனுக்கு இறுதிச் சடங்குகளைச் செய்தாள். அவனது சிதையில் தானும் விழுந்து உடன்கட்டை ஏறினாள்.

இம்மாதிரிக் கதைகள் கிராமப்புறங்களில் ஏராளம். நாட்டுப்புறக் கதைகளுக்கு வளம் சேர்ப்பவை இதுபோன்ற கதைகள்தான். இம்மாதிரி நாயகர், நாயகிகளின் காதல், தியாகம் ஆகியவற்றைப் பற்றி பாணர்கள் நிறையப் பாடல்களைப் பாடியிருக்கிறார்கள். எங்கள் மாவட்டத்தில் இம்மாதிரி வீரம் மிக்கவர்களின் ஆவிகளுக்குக் கிராமக் கோவில்களில் நடக்கும் வழிபாடுகள் மிகவும் வண்ணமயமாக இருக்கும். கிராம வாழ்க்கையின் பிரிக்கவியலாத அம்சம் இது. என் முன்னோர் அந்தக் கோவிலைக் கட்டினார். வெண்ணிமுத்துவையும் அவன் காதலியையும் விடாமல் தலைமுறை தலைமுறையாக எங்கள் குடும்பத்தினர் வழிபட்டும் வந்தார்கள். முதலில் பிறக்கும் குழந்தைக்கு அல்லது முதலில் பிறக்கும் ஆண் குழந்தைக்கு அந்த தெய்வத்தின் பெயரையோ, அதைச் சற்று மாற்றியோ வைப்பது வழக்கம். அந்த தெய்வத்திற்குச் செய்ய வேண்டியதைச் செய்யாமல் கல்யாணமோ, வேறு சுப காரியங்களோ நடக்காது. இந்தக் கோவிலுக்குப் ஒவ்வொரு தலைமுறையிலும் ஒருவர் பூசாரியாக இருந்து, இந்த விழாக்களை நடத்திவைப்பார். அதற்காக அவர் பிரம்மச்சாரியாக இருக்க வேண்டிய அவசியமில்லை. ஆனால், அந்த தெய்வத்திற்கு வருடாந்திரக் கொடை நடக்கும் காலத்திற்கு ஒரு வாரத்திற்கு முன்பிருந்தே அவர் சுத்தபத்தமாக இருக்க வேண்டும். எல்லா பூசை களையும் செய்து, கடவுளின் பெயரால் அவர் பக்தர்களை ஆசீர்வதிப்பார்.

எங்கள் தலைமுறையில் என் தந்தைதான் பூசாரி. தன் கிராமத்தைவிட்டு வந்து செங்கோட்டையில் குடியேறிய பிறகும் அவர் அந்தப் பணியைச் செய்துவந்தார். என் தந்தை வராவிட்டால், தெய்வத்திற்குத் திருப்தி ஏற்படாது என்று என் உறவினர்கள் பேசுவதைக் கேட்டிருக்கிறேன். என் தந்தைக்கு அவர் சகோதரர்களுடன் சண்டை இருந்த காலகட்டத்தில் திருவிழாவிற்குப் போகாமல் இருந்ததுண்டு. ஆனால், இவர் பூசை செய்தாக வேண்டிய குறிப்பிட்ட நாளில் ஏதோ ஆவேசம் பிடித்தவரைப் போல ஆகிவிடுவார். செங்கோட்டையிலிருந்து பத்து மைல் தூரத்தையும்

அதிவேகமாகக் நடந்தே போய் தெய்வத்திற்குப் பூசைகளைச் செய்வார். சில காலம் கழித்து, அந்தத் தெய்வத்திற்கு வீட்டிலேயே பூசைசெய்ய ஆரம்பித்துவிட்டார் என் தகப்பனார். அடுத்த தலைமுறையைச் சேர்ந்த ஒருவர் இவருக்குப் பதிலாக கிராமத்தில் பூசைகளைச் செய்ய ஆரம்பித்தார்.

குல தெய்வத்திற்கு வீட்டில் என் தந்தை பூசை செய்வதை பல முறை பார்த்திருக்கிறேன். வெள்ளிக்கிழமைகளில்தான் அவர் இதைச் செய்வார். அதற்கு ஒருவாரத்திற்கு முன்பே விரதம் இருக்க ஆரம்பித்துவிடுவார். ஒருபொழுது இருப்பார், கறி, மீன் சாப்பிட மாட்டார். வீட்டைக் கழுவி, சுத்தம் செய்வார்கள். வீட்டிலிருந்த பெரிய விளக்கை அந்த அறையின் தென்மேற்கு மூலையில் வைத்து விளக்கேற்றுவார்கள். அதற்கு முன்பு பெரிய வாழை இலைகளை விரித்து வைத்திருப்பார்கள். ஒரு தாமிரச் செம்பின் மீது தேங்காய் வைப்பார்கள். அதுதான் தெய்வம். மஞ்சளும் சந்தனமும் பூசி, பூக்களால், குறிப்பாக செந் நிறப் பூக்களால், செம்பை மூடியிருப்பார்கள். சோறு, காய்கறி, கோழிக்கறி, சக்கரைப் பொங்கல் போன்றவை சமைக்கப்பட்டு படைத்திருப்பார்கள். இதில் உப்புப் போட்டு சமைத்திருக்க மாட்டார்கள். சமைத்த எல்லாவற்றையும் அங்கே படைத்துவிட வேண்டும். எதையும் விட்டுவிடக் கூடாது. சாம்பிராணி போட்டு, சூடம் காண்பிக்கப்படும். திராவிட வழிபாட்டு முறைகளில் என்னவெல்லாம் இருக்கிறதோ, அத்தனையும் செய்யப்படும். இந்தப் பூசை களைச் செய்யும் என் தகப்பனார், குளித்துவிட்டு அப்படியே அந்த ஈர வேட்டியுடன் இருப்பார். அவரது வாயில் இன்னொரு துணியைக் கட்டியிருப்பார். சாம்பிராணி, சூடம் காண்பித்து முடித்தவுடன் எல்லோரும் விழுந்து வணங்குவோம். நாங்கள் செய்த பூசையைத் தெய்வம் ஏற்றுக்கொண்டு மகிழ்ந்துவிட்டதென்றால், என் தகப்ப னாருக்கு சாமி வந்துவிடும். அவரது மொத்த உடலும் நடுங்கி, ஆடத்துவங்கிவிடும். சில சமயங்களில் விசித்திரமான சத்தம்போட்டுவிட்டு, குடும்பத்தினருக்கு ஆலோசனை, எச்சரிக்கை, ஆசிர்வாதம் என ஏதாவது அருள்வாக்கு கூறுவார். அருளெல்லாம் நீங்கி சாதாரணமான, அமைதியான மனநிலைக்கு வரச் சிறிதுநேரம் பிடிக்கும். நாங்கள் மூச்சுகூட விடாமல் அமைதியாக இருப்போம். பூசை முடிந்துவிட்டது என்று தந்தை சொன்னதும் நைவேத்தியம் செய்த பொருள்கள் எங்களுக்குப் பிரித்துக்கொடுக்கப்படும். பிற்காலத்தில் இந்தப் பூசையைச் செய்வதை என் தந்தை ஏனோ நிறுத்திவிட்டார். ஆனால், தன் கடமையைச் செய்யத்

தவறிய ஒரு குற்ற உணர்வு அவருக்கு இருந்துகொண்டே இருந்தது. தன் குலதெய்வத்தின் மீது அவருக்குப் பெரும் நம்பிக்கை இருந்தது. பாரம்பரிய வழக்கப்படி அந்தத் தெய்வத்தை சந்தோஷப்படுத்துவது முக்கியம் என்று அவர் நினைத்தார். என் சிறு வயதில் வறுமையும் வேறு சில கஷ்டங்களும் எங்களை உலுக்கியெடுத்தபோதும் என் தந்தை இந்தச் சடங்குகளைத் தொடர்ந்து செய்துவந்தார். அப்படிச் செய்வதில் அவருக்குப் பெரும் திருப்தி இருந்தது.

என் முன்னோர்களின் கிராமத்திற்கு நான் சில முறை சென்றிருக்கிறேன். அப்போதெல்லாம் என் பெரியப்பா, சித்தப்பாக்கள், அவர்களின் மகன்கள் என்னை எங்கள் குலதெய்வத்தின் கோவிலுக்குக் கூட்டிச்செல்வார்கள். எனக்கு குலதெய்வத்தின் பெயர்தான் வைக்கப்பட்டிருக்கிறது என்று அவர்கள் சொன்னபோது எனக்கு ஏகப்பட்ட பூரிப்பு. என் அம்மாவும் என் வீட்டில் இருந்தவர்களும் அதைப் பற்றி தெளிவாக ஏதும் சொன்னதில்லை. இதைப் பற்றி என் தகப்பனாரிடம் நான் நேரடியாக ஏதும் கேட்டதில்லை. ஆனால், நான்தான் அந்தக் குடும்பத்தின் முதல் ஆண் குழந்தை என்பதால் பெயர் சூட்டும் விழா என்றெல்லாம் இல்லாமல் குடும்ப வழக்கப்படி எனக்கு அப்பெயரைச் சூட்டியிருக்கிறார்கள் என்று நான் கருதினேன். அந்த தெய்வத்தின் மீது என் தந்தைக்கு இருந்த பக்தி அளவில்லாதது. அதனால், அவர் வழக்கத்திலிருந்து மாற விரும்பியிருக்க மாட்டார். என் அக்காவுக்கும் அந்த தெய்வத்தின் பெயரால் முத்தம்மா என்று பெயர் சூட்டப்பட்டிருந்ததும் இந்த என் நம்பிக்கையை வலுப்படுத்தியது. முதலில் பிறந்த குழந்தைக்கு அந்தப் பெயரைச் சூட்டிவிட்டால், இரண்டாம் குழந்தைக்கும் அந்தப் பெயரைச் சூட்ட வேண்டிய அவசியமில்லை. எனக்குப் பெயர் வைப்பதில் நிலவிய குழப்பத்திற்கு இதுவும் ஒரு காரணம் போலும். ஆகவே எனக்குப் பெயர் வைக்கும் விவகாரத்திற்கு பெரிய முக்கியத்துவம் ஏதும் கொடுக்கப்படவில்லை.

என் தாய் 'கே'யின் வீட்டிற்கு அவ்வப்போது சென்று வருவார். நான் சிறுவனாக இருந்தபோது, அவருடன் நானும் சென்றுவந்திருக்கிறேன். நான் முன்பே சொன்னது போல நான் மூன்றாம் படிவம் படிக்கும்போது 'கே' இறந்து விட்டார். அவருக்கு ஐந்து மகன்கள். எஸ்.கே. அவரது இரண்டாம் மகன். அவர்களில் மிகவும் முக்கியமானவர் அவர்தான். அந்த ஊரிலேயே பட்டப்படிப்பு படித்தவர் அவர்தான். அவரை எல்லோரும் அன்பாக 'பி.ஏ.கே' என்றுதான்

அழைப்பார்கள். சாதாரணமாக, யாரும் அவருடைய பெயரைச் சொல்லிக் கூப்பிடமாட்டார்கள். 'பி.ஏ.கே' என்பது தான் பிரபலமாக இருந்தது. அவரும் அவருடைய மனைவி யும் என் தாயாரை மிகவும் பரிவுடன் நடத்தினார்கள். ஆனால், தாங்கள் உயர்ந்தவர்கள் போல் நடந்துகொள் வார்கள். ஒரு முறை அந்த வீட்டில் நீண்ட நேரம் தங்கினோம். எங்களுக்குச் சிறப்பான மதிய உணவளித்து உபசரித்தார்கள். என் பெயர் என்ன என்று என் அம்மாவிடம் கேட்டார்கள். 'கே'வின் பெயரைத்தான் எனக்குச் சூட்டியிருப்பதாக அம்மா சொன்னதாக எனக்கு லேசாக ஞாபகம் இருக்கிறது. 'கே' ஒரு வெற்றிகரமான மனிதராக இருந்த காரணத்தினால், அவரது பெயரைச் சூட்டுவது அப்போது பிரபலமாக இருந்தது. அதனால், அந்தக் குடும்பத்தினர் என் பெயர் 'எஸ்' என்று புரிந்துகொண்டனர். ஆனால், நான் அந்தப் பெயரில்தான் அழைக்கப்பட வேண்டும் என்று என் தாயும் பாட்டியும் விரும்பினார்களா என்பது எனக்குத் தெரியாது. அதுபற்றி சர்ச்சை ஏதும் இருந்ததா என்பதும் எனக்குத் தெரியவில்லை. எனக்கு ஆறு வயதானதும் அரசு மலையாளப் பள்ளியில் சேர்த்தபோது பள்ளியில் அந்தப் பெயரைக் கொடுக்க வேண்டும் என்று யாரும் நினைக்கவில்லை.

நான் மூன்றாம் படிவத்தை முடித்தவுடன், அம்பா சமுத்திரத்திலிருக்கும் உயர்நிலைப் பள்ளியில் என்னை நான்காம் படிவத்தில் சேர்க்கும்படி என் தகப்பனாரிடம் சொன்னார்கள். அம்பாசமுத்திரம் அங்கிருந்து 20 மைல் தூரம். இரண்டு காரணங்களுக்காக அந்த உயர்நிலைப் பள்ளியைத் தேர்ந்தெடுத்தார்கள். இதுதான் எங்களுக்கு அருகில் இருந்த பள்ளி. தவிர நல்ல பள்ளிக்கூடம் என்ற பெயரும் அதற்கு உண்டு. செங்கோட்டையைச் சேர்ந்த பையன்கள் மேலே படிக்க வேண்டுமானால், திருவிதாங்கூர் சமஸ்தானத்திலிருந்த கொல்லத்திற்கோ திருவனந்த புரத்திற்கோ செல்வதுதான் அப்போது வழக்கம். பிரிட்டிஷ் இந்தியாவில் கல்விமுறை வேறு மாதிரியாக இருந்தது. தங்கள் குழந்தைகள் ஒரே மாதிரியான கல்வியைப் பெற வேண்டும் என்று பெற்றோர் நினைத்ததோடு, பிரிட்டிஷ் இந்தியப் பள்ளிகளில் குழந்தைகளைச் சேர்ப்பதிலும் தயக்கம் இருந்தது. நான் தங்கிப் படிப்பதற்கு ஏற்றவகையில் கொல்லத்திலோ திருவனந்தபுரத்திலோ எங்களுக்கு உறவினர்கள் யாரும் கிடையாது. தனியாகத் தங்கிப் படிக்கும் அளவுக்கு எங்களுக்கு வசதியும் இல்லை. மாணவர்களுக்கான விடுதிகளில் தங்கிப் படிப்பது என்பதும் எங்கள் வசதிக்கு அப்பாற்பட்டது. அம்பாசமுத்திரத்திற்கு அருகில் எங்களுக்கு உறவினர்கள்

இருந்தனர். அதனால், அங்கே தங்கிப் படிப்பது கொஞ்சம் செலவு குறைச்சலாக இருக்கும். அப்படியும் பள்ளிக் கட்டணம், தங்கும் செலவு, வேறு செலவுகள் எல்லாம் சேர்ந்து மாதத்திற்கு 12 முதல் 15 ரூபாய் வரை ஆகிவிடும். இதைக்கூட என் தகப்பனாரால் கொடுக்க முடியாது. அப்போது அவரது வருமானம் மிகவும் குறைந்து கொண்டுவந்தது. அதனால், 'கே'யின் மகன்களை அணுகி, உதவி கேட்பதென்று முடிவெடுத்தோம். அவர்கள் பணக் காரர்கள் என்பதோடு பெருந்தன்மையானவர்களாகவும் தனிப்பட்ட முறையில் உதவி செய்பவர்களாகவும் அறியப் பட்டிருந்தனர்.

என் அம்மா என்னை அவர்கள் வீட்டிற்குக் கூட்டிச் சென்றார். தகுந்த நேரம் பார்த்து, ஒவ்வொரு சகோதரரிடமும் தனித்தனியாகத் தான் வந்த நோக்கத்தைச் சொன்னார். அப்போதே சகோதரர்கள் தனித்தனி வீடுகளில் வசிக்க ஆரம்பித்திருந்தார்கள். 'பி.ஏ.' படித்தவரிடம்தான் பெரிய வருடைய பல பொறுப்புகள் விழுந்திருந்தன. அவர் மிகவும் பரிவுடன் நடந்துகொண்டார். அவரது உதவிக்குத் நான் தகுதியானவன்தானா என்று உறுதிப்படுத்திக்கொள்ள விரும்பினார். என் நடத்தையைப் பற்றியும் படிப்பைப் பற்றியும் தெரிந்து கொள்ள பள்ளித் தலைமையாசிரியரை ரகசியமாகச் சந்தித்து பல கேள்விகளைக் கேட்டார். அவருடைய தந்தையின் பெயர் எனக்குச் சூட்டப்படவில்லை என்பதைத் தலைமையாசிரியரிடமிருந்து தெரிந்துகொண்டார் 'பி.ஏ.' ஆனால், என் படிப்பைப் பற்றி நல்லவிதமாகவே சொன்னார் தலைமையாசிரியர். அடுத்த முறை நானும் என் தாயும் அவரைச் சென்று சந்தித்தபோது, எனக்கு அவர் தந்தையின் பெயர் இருப்பதாகத் தன்னையும் தன் குடும்பத்தினரையும் என் தாய் நம்பவைத்துவிட்டதில் தனக்கு மிகுந்த ஏமாற்றம் என்று தெரிவித்தார். என் தாய் மன்னிப்புக் கேட்கும் தோரணையில் பேசினார். பள்ளிக்கூடத்தில் சேர்க்கும்போது வேறு யாரோ கவனமில்லாமல் இந்தப் பெயரைக் கொடுத்து விட்டதாகச் சொன்னார். அந்தத் தவற்றைச் சரிசெய்து விடுவதாகவும் சொன்னார். 'பி.ஏ. கே' உதவுவதாகச் சொன்னார். ஆனால், முழுமையாகத் தன்னால் உதவமுடியாதென்றும், தன் சகோதரர்களிடமிருந்தும் உதவிகளைப் பெற வேண்டும் என்றும் குறிப்பிட்டார். அந்தச் சகோதரர்களும் சற்றுப் பரிவுடன் நடந்துகொண்டனர். அவர்கள் கொடுத்த வாக்குறுதியின் பேரில் அம்பாசமுத்திரத்தில் இருந்த ஒரு பிரபலப் பள்ளியில் என்னைச் சேர்ப்பதற்கான ஏற்பாடுகள் ஆரம்பித்தன. நான் கிளம்பும்போது, மூன்று சகோதரர்களிட

மிருந்தும் சேர்த்து 15 ரூபாய் கிடைத்தது. இந்தப் பணத்துடன் என் உயர்நிலைப் படிப்பு ஆரம்பமானது.

அம்பாசமுத்திரத்திற்கு வடக்கே ஒன்றரை மைல் தொலைவில் பிரம்மதேசம் என்றொரு கிராமம் இருக்கிறது. அது ஒரு தாலுகா தலைநகரம். ரயில் பாதை மூலமும் இணைக்கப்பட்ட இடம். இந்தப் பயணத்தில் என் தகப்பனாரும் தாயும் உடன்வந்தனர். பிரம்மதேசத்தில் இருந்த உறவினர்கள் சிலரது வீடுகளுக்குச் சென்றோம். ஐம்பது வருடங்களுக்கு முன்னால் மருமகளாக இந்தக் கிராமத்திற்குத்தான் என் பாட்டி வந்தார். என் பாட்டி பிரிந்துவந்த பிறகு அந்த மனிதர் வேறொரு திருமணம் செய்துகொண்டு நிறைய குழந்தைகளைப் பெற்றார். அவருக்கு நிறைய உறவினர்கள் இருந்தனர். அவர்களில் ஒருவர் பெரிய வீட்டில் வசித்துவந்தார். அவர் அந்த ஊரில் தலைவராக இருந்தார் என்பதோடு, நிறைய சொத்துகளும் இருந்தன. என்னை அவர் வீட்டில் தங்க வைத்து, சாப்பாடு போட்டு, பார்த்துக்கொள்ள வேண்டும் என அவரிடம் கேட்டோம். இதற்காக மாதம் ஐந்து ரூபாய் தருவதாக என் தந்தை சொன்னார். அவர் மிகவும் வயதானவர். மாவட்டத்திலேயே, எங்கள் சமூகத்தில் உயர்நிலைப் பள்ளியை எட்டிய ஒரே ஆள் நான்தான் என்பதால் என்னைப் பார்த்துக் கொள்வதில் அவருக்கு மிகவும் சந்தோஷம். என்னுடைய தங்கும் பிரச்சனை முடிந்த பிறகு, என் தந்தைக்குத் தெரிந்த வழக்கறிஞர் ஒருவரின் அறிமுகக் கடிதத்துடன் தலைமை யாசிரியரைச் சென்று பார்த்தோம். அவரிடம் என்னுடைய மாற்றுச் சான்றிதழ் வழங்கப்பட்டது. என் பெயரை மாற்ற வேண்டுமென என் தந்தை அவரிடம் கேட்டுக்கொண்டார். இப்படிச் செய்யாவிட்டால் 'கே'யின் குடும்பத்தினரிடமிருந்து கிடைக்கும் உதவிகள் தொடராது என்று அவருக்கு பயம். என் தந்தை எழுத்து மூலமாகக் கேட்டுக்கொண்டால் பெயரை மாற்றித்தருவதாக தலைமையாசிரியர் ஒப்புக் கொண்டார். இப்படியாக ஒரு புதிய பெயருடன் நான்காம் படிவத்தில் சேர்ந்தேன். அதற்குப் பிறகு அதுவே எனது நிலையான பெயரானது.

அம்பாசமுத்திரம் பள்ளிக்கூடம் ஊருக்கு வெளியே வடக்கில், விசாலமான இடத்தில் கம்பீரமான கட்டடத்தில் இருந்தது. அது "மாதிரி" பள்ளிக்கூடமாக அறியப்பட்டிருந்தது. அதனுடன் ஒரு ஆசிரியர் பயிற்சிப் பகுதியும் இணைக்கப் பட்டிருந்தது. தென்னிந்தியாவிலேயே மிகச் சிறப்பான வசதிகளைப் பெற்றிருந்த சில பள்ளிக்கூடங்களில் அதுவும் ஒன்று என அப்பள்ளி மாணவர்கள் பெருமிதத்துடன்

சொல்லிக்கொள்வார்கள். செங்கோட்டையில் ஒரு சிறிய பள்ளிக்கூடத்தில் படித்த எனக்கு அந்தப் பள்ளிக்கூடத்தின் பெரிய கட்டடங்களும் அறைகலண்களும் கருவிகளும் மிகுந்த ஆச்சரியமளித்தன. விஞ்ஞான ஆய்வுக்கூடங்கள் போக, ஹிஸ்ட்ரி ஹால், ஜியாகிரஃபி ஹால் ஆகியவையும் இருந்தன.

அந்த ஜியாகிரஃபி ஹால், ஏகப்பட்ட தேச வரை படங்கள், மாதிரி வடிவங்கள், உலக உருண்டைகள், கிரகணங்கள் தோன்றும் விதம், சந்திரன், சூரியன் இயங்கும் விதத்தை விளக்கும் கருவிகள் என பிரமிக்க வைப்பதாக இருந்தது. இதன் காரணமாகப் புவியியலின் மீது எனக்கு மிகுந்த ஆர்வம் ஏற்பட்டது. நான் எதிர்பார்த்ததைவிட இங்கே கற்பிக்கப்படும் தமிழின் தரம் மிகவும் உயர்ந்ததாக இருந்தது. என் பழைய தமிழாசிரியரின் பழக்க வழக்கங்களால் எனக்குத் தமிழ் மீதே வெறுப்புத் தோன்றியிருந்தது. அதனால், தமிழ் மட்டும் எனக்கு மிகவும் கடினமாக இருந்தது.

பிரம்மதேசத்தில் இருந்த வீட்டில், நான் அந்தக் குடும்பத்தினருடன் ஒன்றாக அமர்ந்துதான் சாப்பிடுவேன். வராண்டாவில் எல்லாக் குழந்தைகளுடனும் படுத்துக் கொள்வேன். வீட்டுக்குப் பொதுவாக ஒரு விளக்கு எரிந்து கொண்டிருக்கும். அந்த விளக்கில்தான் படிப்பு. அல்லது அங்கிருந்த வயதான தாத்தாவுக்கு அருகில் ஒரு மண்ணெண் ணெய் லாந்தர் இருக்கும். அந்த வெளிச்சத்தில் படிப்பேன். அந்தத் தெருவில் என் வயதுச் சிறுவர்கள் நிறைய இருந்தனர். வாழ்க்கையில் முதல்முறையாக நான் இம்மாதிரி சிறுவர் களுடன் பழகினேன். செங்கோட்டையில் இம்மாதிரிச் சுதந்திரம் இல்லை. மிகக் குறைந்த சிறுவர்களே அங்கிருந்த தமிழ் ஆரம்பப் பள்ளிக்கூடத்தில் இரண்டாவது, மூன்றாவது வகுப்பைத் தாண்டிப் படித்தனர். தமிழ் எழுத்துக்களோடு இருந்த சிறிதளவு பரிச்சயம் தவிர, அவர்களுக்கு வேறு எந்தப் படிப்பும் கிடையாது. தந்தைக்கு உதவியாக விவசாயத் திலும் பிற வேலைகளிலும் ஈடுபட்டனர். இசைத் தொழில் அங்கே பிரபலமாக இருந்தது. அந்த நேரத்தில் அந்த கிராமத்தில் சில திறமையான நாதஸ்வர, தவில் இசைக் கலைஞர்கள் இருந்தனர். அவர்கள் வசதியாகவே இருந்தனர். இவ்வீட்டுப் பெண்கள் இந்துக்களின் விரதங்களையும் விரத நாட்களையும் என் வீட்டில் இருந்ததைவிட மிகவும் சிரத்தை யுடன் கடைப்பிடித்தனர். அவர்களுடைய பொதுவான வாழ்க்கைத் தரம் எங்களுடை யதைவிட உயர்ந்ததாக இல்லை. ஆனால், அவர்கள் எங்களைவிட சந்தோஷமாகவும் உற்சாகமாகவும் இருந்தனர். நான் அவர்களுடன் எளிதாகப்

பழக முடிந்தது. எனக்குத் தேவைப்பட்டபோது அவர்களில் ஒருவரிடமிருந்து ஓரணாவோ இரண்டணாவோ வாங்கிக் கொள்வேன்.

அங்கிருக்கும் பையன்களுடன் சேர்ந்து வயல்காடு, பக்கத்திலிருக்கும் கோவில்கள், மற்ற சிறப்பான இடங் களுக்கும் சென்று வருவேன். சில சமயம் அவர்கள் குடும்பத் தினரும் வருவார்கள். அங்கிருந்தவர்களில் பலருக்கு இரண்டு மனைவிகள் இருந்தது எனக்கு ஆச்சரியமாக இருந்தது. ஒன்றிரண்டு பேர் வேறு சாதியைச் சேர்ந்த பெண்களை ஆசை நாயகிகளாகவும் வைத்திருந்தனர். ஒரு நடுத்தர வயதுக்காரர் ஒரு முஸ்லிம் பெண்ணை வைத்திருந்தார். அந்தப் பெண் தனது தந்தையின் வீட்டிற்கு அருகிலேயே குடிசையில் வசித்துவந்தார். அந்தப் பெண் அந்த வீட்டிற்குள்ளும் உறவினர் வீடுகளுக்குள்ளும் சர்வ சாதாரணமாகப் புழங்கிவந்தார். அந்த முஸ்லிம் பெண்ணின் குழந்தைகளும் ஆசை நாயகியை வைத்திருந்தவரின் மனைவியும் இயல்பாகவே பழகினர். இன்னொரு வயதானவர் வேறு சாதியைச் சேர்ந்த பெண்ணை வைத்திருந்தார். அந்தப் பெண் அதே தெருவில் வேறொரு வீட்டில் குடியிருந்தார். அந்த நபரின் மனைவிகளும் இந்த ஆசை நாயகியும் சகோதரிகளைப் போலப் பழகினார்கள். அவ்வப்போது சின்னச்சின்ன சண்டைகள் வரும், அவ்வளவு தான். அந்த நேரத்தில் ஒரு துணிச்சலான பெண் வேறு சாதியைச் சேர்ந்த ஒருவருடன் ஊரைவிட்டு ஓடி விட்டாள். சில வருடங்கள் வேறு எங்கோ வசித்துவிட்டு மீண்டும் அந்த கிராமத்திற்கு வந்தாள். எங்கள் தெருவைச் சேர்ந்த பையன் களும் பிள்ளைகளும் அந்தப் பெண்ணைச் சென்று பார்த்து வந்தோம். தன் உறவினர்களைச் சந்தித்ததில் அவள் மிகுந்த மகிழ்ச்சியில் இருந்ததாகவே தோன்றியது. ஒரு ஆசாரமான இந்து, தன் தமிழ்ப் பாரம்பரியத்தின் கற்பு, ஒழுக்கம் ஆகிய வற்றிற்கு மிகுந்த முக்கியத்துவம் கொடுப்பார் என்றாலும் கிராமங்களில் இவையெல்லாம் சாதாரணமாக மீறப்பட்டன. இம்மாதிரிச் சம்பவங்களால் இந்து மனம் பாதிக்கப்பட்ட தாகத் தெரியவில்லை. மதம் குறித்தும் ஒழுக்கம் குறித்தும் உயர்ந்த சிந்தனைகள் சிறுவயதிலிருந்தே ஊட்டப்பட்டு, மிகவும் கட்டுப்பாட்டுடன் வளர்க்கப்பட்ட என்னை, கிராமத்தில் பார்த்த இம்மாதிரியான காட்சிகள் தொந்தரவு செய்தன. ஆனால், சீக்கிரமே கிராமத்தின் வாழ்க்கை முறையைப் புரிந்துகொண்டேன்.

ஒரு கல்வியாண்டில் செப்டம்பர், ஜனவரி என இரண்டு முறைதான் விடுமுறை வரும் என்றாலும் நான் மாதம்

ஒருமுறையாவது வீட்டிற்குச் சென்றுவந்தேன். ரயில் கட்டணம் வெறும் ஐந்து அணாதான் (30 பைசா). என் மாதச் செலவுக்குப் பணம் வாங்குவதற்காக இப்படி அடிக்கடி வீட்டுக்குச் செல்வது அவசியமாக இருந்தது. எனக்கு உதவி செய்வதாக அந்தப் பணக்காரக் குடும்பத்தினர் வாக்களித் திருந்தாலும் எனக்குப் பணவிடை அனுப்பச் செய்வது மிகவும் சிரமமான காரியமாக இருந்தது. அவர்கள் ஒருபோதும் இரண்டு, மூன்று மாதங்களுக்குப் போதுமான அளவில் பணம் கொடுத்ததில்லை. செங்கோட்டையில் நான் இருக்கும் இரண்டு நாட்களிலும் அந்தப் புரவலர்களின் வீட்டு வராண்டாவில் காத்துக்கிடப்பதிலேயே நாளின் பெரும்பகுதி கழிந்துவிடும். நான் எதற்காக வந்திருக்கிறேன் என்பது அவர்களுக்குத் தெரியும். என்னை மணிக்கணக்கில் காக்க வைக்காமல் பணத்தைக் கொடுத்தனுப்புவது அவர்களுக்கொன்றும் சிரமமான காரியமில்லை. நான் ஒரு மணி நேரம், இரண்டு மணி நேரம் நின்ற பிறகு அடுத்த நாள் வரும்படி சொல்வார்கள். பெரும்பாலும் என்னிடம் ஒரு வார்த்தையும் சொல்லாமல் வீட்டிற்குள் சென்று விடுவார்கள். அவர் குளிக்கவோ, சாப்பிடவோ சென்றிருப்ப தாகவும் சாயங்காலம் வரை வரமாட்டார் என்றும் என்னிடம் சொல்லப்படும். நேரம் ஆகவில்லையென்றால் நான் அடுத்த சகோதரரின் வீட்டிற்குப் போவேன். காலை 8 மணியிலிருந்து மதியம் 12 மணிவரை, மாலை 4 மணி யிலிருந்து இரவு 8 மணிவரை என்னை ஆதரித்துவரும் அந்தப் புரவலர்களின் வீட்டு வாசலிலேயே கழிந்துவிடும். என்னைப் போன்ற பையன்கள் உட்காரக்கூடாது.

அந்த நாட்களில் நான் சட்டை போட்டுக்கொள்வது அரிது. வேட்டி மட்டுமே கட்டியிருப்பேன். துண்டு இருந் தாலும் அதைத் தோளில் போடக்கூடாது. அதை வைத்து உடலை மறைக்கவும் கூடாது. இடுப்பைச் சுற்றிக் கட்டியிருக்க வேண்டும் அல்லது கையில் வைத்திருக்க வேண்டும். அப்படிச் செய்யாவிட்டால் அது மரியாதைக் குறைவாகக் கருதப்படும். கடுமையான தண்டனை கிடைக்கும். நான் அதற்கு வாய்ப் பளித்ததே இல்லை. அந்த வீட்டு வராந்தாக்களில் பொதுவாக இருக்கும் பலகைகளில் உட்காரும்படி யாரும் சொன்னதில்லை. யாரும் சொல்லாமல் உட்காருவது பெரும் குற்றம். வெறும் வயிற்றுடன் பல மணி நேரம் நின்றுகொண்டேயிருப்பது சிறுவனான எனக்கு மகிழ்ச்சிகரமான அனுபவமாக இருந் திருக்க முடியாது. பிச்சைக்காரர்கள்கூட அவர்கள் பிராமணர் களாக இருந்தால், யாரும் சொல்லாமல் உட்கார்ந்து விடுவார்கள். உடலையும் மூடிக்கொள்வார்கள். நான்

ஏழையாக இருந்ததாலும் உதவியை நாடி வந்திருப்பதாலும் என்னை நான் தாழ்த்திக்கொண்டுதான் இருக்க வேண்டும்.

இரண்டு நாட்களில் பல மணி நேரம் காத்திருந்த பிறகு, ஒரு சகோதரரின் வீட்டிலிருந்து மற்றொரு சகோதரரின் வீட்டிற்கு நடையாய் நடந்த பிறகு 5 முதல் 7 ரூபாய் வரை கிடைக்கும். ஒரு நேரத்தில் ஒரு சகோதரரிடமிருந்து 5 ரூபாய்க்கு மேல் கிடைத்ததாக நினைவில்லை. 'பி.ஏ.கே' மட்டும் எப்போதாவது முழு ஐந்து ரூபாய்த் தாளைக் கொடுப்பார். எனக்குத் தேவையான மீதத் தொகையை என் தந்தை எப்படியாவது புரட்டிக்கொடுப்பார். ஒரு மாதத்திற்கான தொகை சேர்ந்த பிறகு நான் பள்ளிக்குத் திரும்புவேன். தங்குவதற்கான செலவு, பள்ளிக்கட்டணம் ஆகியவற்றைச் செலுத்தியது போக, கையில் 2 ரூபாய்க்கு மேல் ஒருபோதும் மிஞ்சாது. பென்சில், பேனா, மை, (ஊற்றும் பேனா கிடையாது!) தாள், பயிற்சிப் புத்தகங்கள், சோப்பு, எண்ணெய், எப்போதாவது தின்பண்டம் ஆகிய வற்றை இந்தத் தொகையை வைத்துத்தான் சமாளித்தாக வேண்டும். திடீரென ஒரு மாதத்தில் புதிதாகப் புத்தகம் வாங்க வேண்டியது போன்ற எதிர்பாராத செலவு ஏற்பட்டால் அதற்குத் தேவையான கூடுதல் ஒரு ரூபாய், இரண்டு ரூபாயை அப்பாவிடம் வாங்குவது அவ்வளவு சுலபமான காரியமாக இருக்காது. இதைப் பற்றி ஒரு தபால் கார்டு எழுதிப் போட்டால், நான் பணத்தை வீணடிப்பதாக ஏகத்துக்கும் வசவுடன் கூடிய பதில்தான் திரும்பக் கிடைக்கும். பணம் வாங்குவதற்காக நான் வீட்டிற்குச் செல்லும்போதெல்லாம் என் முந்தைய மாதச் செலவுகள் குறித்த கணக்கைத் தகப்பனாரிடம் ஒப்படைக்க வேண்டும். ஒவ்வொரு பைசாவும் சரியாகத்தான், பயனுள்ள வழியில் செலவழிக்கப்பட்டது என்று திருப்தியேற்படவில்லையென்றால் என் திமிர்த் தனத்துக்காக வசவோ, அடியோ கிடைக்கும். நான் சரியாகக் கணக்கை ஒப்படைத்தால்கூட, ஒரு முறைப்புடன்தான் அந்தக் கணக்கை அவர் ஏற்றுக்கொள்வார். அந்தக் கால கட்டத்தில் பிற்படுத்தப்பட்ட வகுப்பைச் சேர்ந்த மாணவர் களுக்கும் ஏழை மாணவர்களுக்கும் சலுகைகளோ, நிதி உதவிகளோ கிடையாது என்பதை இங்கே குறிப்பிட்டாக வேண்டும்.

பிரம்மதேசத்தில் ஐந்தாறு மாதம் தங்கிய பிறகு நகரில் இருந்த ஒரு உறவினரின் வீட்டிற்கு இடம்பெயர்ந்தேன். அந்த மாவட்டத்தில் மிகவும் வெற்றி கரமாகச் செயல்பட்டு வந்த இசைக்கலைஞரின் வீடு அது. என் தங்கை வீடு

ஒரு சூத்திரனின் கதை 101

இருந்த கிராமத்திற்கு அருகிலிருந்த சுந்தரபாண்டியபுரத்தைச் சேர்ந்தவர் அவர். அவருக்குச் சற்று வசதி வந்தவுடன் நகரில் வசிக்க விரும்பினார். அங்கு குடியிருந்தால் புதிய தொடர்புகள் ஏற்பட்டு, தனது தொழிலின் விருத்திக்கு உதவும் என்று அவர் நினைத்தார். ஒரு நல்ல, பிரபலமான இசைக் கலைஞருக்கு வருடத்திற்கு 700, 800 ரூபாய் வருமானம் கிடைத்தால் பெரிய விஷயம். ஆனால், இவருக்கு 2,000 ரூபாய்க்கும் மேல் இருந்தது. இத்தனைக்கும் அவருக்கு 32 வயதுதான். இவருக்கு மட்டும்தான் வெளி மாவட்டங்களி லிருந்தும் கல்யாணம், திருவிழாக்களுக்கு அழைப்பு வந்தது. அவருடைய வருமானம் தொடர்ந்து அதிகரித்து, அடுத்த 12 வருடங்களுக்கு வருட வருமானம் 3,000 ரூபாயிலிருந்து 4,000 வரை இருந்தது. அதற்குப் பிறகு அவரது தொழிலில் வீழ்ச்சி ஏற்பட்டது. பின்வரும் இயல்களில் இவரைப் பற்றி மேலும் சொல்கிறேன்.

அம்பாசமுத்திரத்தின் நடுவில் ஓடும் கால்வாயின் கரையில் ஒரு நல்ல வீட்டை இவர் வாங்கினார். அவருக்கும் இரண்டு மனைவிகள். அவர்களில் இளையவர் அந்த வீட்டில் இருந்தார். இரண்டு வாரத்திலிருந்து ஒரு மாதம் வரை வீட்டில் ஆளே இருக்க மாட்டார். இவருடைய மனைவி அந்த வீட்டில் நான்கு பெண் குழந்தைகளுடன் தனியாகத்தான் இருப்பார். அதில் ஒரு பெண்ணுக்கு மட்டுமே திருமணமாகி யிருந்தது. அவளும் அடிக்கடி தன் தாயுடன் வந்து தங்கிவிடுவாள்.

இந்தத் தாய் என் அம்மாவின் ஒன்றுவிட்ட தங்கை. எனது பாட்டி பிரிந்து வந்த மனிதரின் இரண்டாம் மனைவிக்குப் பிறந்தவர். எனக்குத் தெரிந்த பெண்களிலேயே மிகவும் வசீகரமானவர். படிப்பறிவில்லாவிட்டாலும் அவரிடம் ஒரு பொலிவு இருந்தது. ஒரு பெண்ணுக்குத் தெரிந்திருக்க வேண்டும் என எதிர்பார்க்கப்பட்ட அனைத்தையும் அவர் தெரிந்துகொண்டிருந்தார். தன் கணவர் வீட்டில் இல்லாத நாட்களில் வீட்டை மிகவும் நன்றாகப் பார்த்துக்கொள்வார். கிராமத்தில் இருப்பதைவிட இங்கே வசதியாக இருக்கலாம் என்று அவர்தான் எனக்கு ஆலோசனை சொன்னார். நான் தங்கிக்கொள்வதற்கு கண்டிப்பாகப் பணம் கொடுத்துத்தான் ஆவேன் என்று என் தகப்பனார்தான் வற்புறுத்தினார்.

நான் அந்த வீட்டில் தங்கியிருந்தபோது எனக்குக் காய்ச்சல் வந்துவிட்டது. காய்ச்சல் தொடர்ந்து இருந்ததால் நான் எனது வீட்டிற்குக் கொண்டுசெல்லப்பட்டேன்.

இரண்டு வாரங்களுக்கும் மேலாக நான் படுக்கையில் கிடந்தேன். காய்ச்சல் என்னைப் படாதபாடு படுத்தி விட்டது. காய்ச்சல் பிறகு நான் எலும்பும் தோலுமாக ஆகிவிட்டேன். அந்தக் கிராமத்திலிருந்த நாவிதர்தான் எனக்கு வைத்தியம் பார்த்தார். மூலிகைகள், வேர்களிலிருந்து எடுக்கப்பட்ட சாற்றை ஒரு செந்நிறப் பொடியில் கலந்து கொடுப்பார். இந்தக் காய்ச்சலுக்கு முக்கியமான வைத்தியம் பட்டினிதான். முதல் சில நாட்களுக்குப் பிறகு, பட்டினியை என்னால் தாங்க முடியவில்லை. குழந்தைகளின் கையில் எட்டாமல் இருப்பதற்காகத் தின்பண்டங்களை மறைத்து வைத்திருப் பார்கள். நான் அந்த இடங்களிலிருந்த பொருள்களை எடுத்துச் சாப்பிட்டு விடுவேன். என் தாய் சீடை செய்து வைத்திருந்தார். இது ஒரு மாதத்திற்கு மேல் வரும். மளிகைப் பொருள் களையெல்லாம் வைத்திருக்கும் இருட்டறையில் ஒரு மண் பாத்திரத்தில் சீடையை வைத்திருந்தார் என் தாய். சீடை அங்கே இருப்பது தெரிந்தவுடன், வீட்டில் யாரும் இல்லாத நேரம் பார்த்து, அவற்றைக் கை நிறைய அள்ளிக் கொண்டுவந்து ரகசியமாகத் தின்பேன். இப்படியே அவ்வளவு சீடையையும் தின்று தீர்த்தவுடன் இந்த விவகாரம் அம்பலத்திற்கு வந்துவிட்டது. பட்டினி கிடப்பதற்குப் பதிலாக நான் இப்படி சீடையைத் தின்றதால்தான் எனக்குக் காய்ச்சல் போகவில்லை என்று என் தாய் நினைத்தார். இப்படி நான் சீடை தின்ற விவகாரம் என்னைப் பற்றிய ஒரு நிரந்தர கேலியாக எங்கள் குடும்பத்திற்குள் நிலைத்துவிட்டது.

காய்ச்சல் நீங்கியப் பிறகு, நான் பள்ளிக்குத் திரும்பினேன். பல வாரங்கள் பள்ளிக்கூடத்திற்கு வராததால் அந்தப் பருவத்தில் தேர்வுக்கு முக்கியமான பல பாடங்களை நான் தவறவிட்டுவிட்டேன். என்னைச் சேர்ந்தவர்களும் என் நண்பர்களும் நான் அந்த வருடம் தேறமாட்டேன்; அதே வகுப்பில் இன்னொரு வருடம் படித்தாக வேண்டியிருக்கும் என்று நினைத்தார்கள். ஆனால், நான் மிகக் கடினமாக உழைத்தேன். தேர்வில் தோல்வியடைந்துவிடுவோமோ என்ற பயம் என்னைப் பிடித்து ஆட்டியது. அந்த அவமானத்தை எப்படியோ தவிர்த்துவிட்டேன். அந்த வருடம் முடிந்தது. மயிரிழையில் தேறிய சந்தோஷத்துடனும் பெருமிதத்துடனும் கோடை விடுமுறைக்காக வீட்டிற்கு வந்தேன்.

இதற்கிடையில் என் படிப்பை நேரடியாகப் பாதிக்கக் கூடிய சில நிகழ்வுகள் செங்கோட்டையில் நடந்திருந்தன. அந்த வருடத்தில்தான் திருவிதாங்கூர் சமஸ்தான மக்கள் திருவிதாங்கூர் மகாராஜா மூலம் திருநாளுக்கு அறுபது

வயது நிறைவடைந்ததைக் கொண்டாடிக் கொண்டிருந்தனர். திருவனந்தபுரத்தில் நடக்கும் தர்பார்தான் இதில் முக்கிய நிகழ்வு. இதில்தான் பல்வேறு சீர்திருத்தங்களையும் தர்மகாரியங்களையும் மகாராஜா அறிவித்தார். இந்த நிகழ்வை முன்னிட்டுப் பல முக்கியப் பிரமுகர்கள் தங்கள் செலவில் பல பொதுக் காரியங்களை அறிவித்தனர். இவர்களில் சிலர் வேண்டுமானால் மகாராஜாவின் மீது கொண்ட விசுவாசம், பக்தியின் காரணமாக இந்த தர்மகாரியங்களில் ஈடுபட்டிருக்கலாம். ஆனால், சில தொழிலதிபர்கள் இதைச் சாக்காக வைத்துக்கொண்டு பிரபலமடைய முயன்றனர். இந்தத் தருணத்தில் மக்களுக்குப் பயனளிக்கும் எந்த தர்மகாரியத்தை அறிவித்தாலும் அதனை மகாராஜாவும் அவரது அரசும் கவனிக்கும். அப்படிக் கவனிக்கப்படுவதன் மூலம் பல்வேறு அரசு துறைகளில் இந்த நபர்களுக்கு நேரடியாகவோ, மறைமுகமாகவோ ஆதாயம் கிடைக்கும்.

செங்கோட்டைப் பொதுமக்கள், குறிப்பாகச் சொல்வதென்றால் அதன் முக்கியப் பிரமுகர்கள், அந்த ஊரில் ஒரு உயர்நிலைப் பள்ளி இருப்பதன் அத்தியாவசியத்தைப் பற்றிப் பேசிவந்தனர். மிக உற்சாகமும் செயலூக்கமும் உள்ள என் பழைய தலைமையாசிரியர், அங்கிருந்த நடுநிலைப் பள்ளியை உயர்நிலைப் பள்ளியாக மாற்ற வேண்டும் என ஒரு பிரச்சாரத்தையே மேற்கொண்டார். ஆனால், இதுகுறித்து முனைப்புடன் கூடிய தொடர்ச்சியான கோரிக்கை மக்களிடம் இருந்ததாக எனக்குத் தெரியவில்லை. செங்கோட்டையில் ஒரு உயர்நிலைப்பள்ளியை உருவாக்கினால், அதனால் பயன்பெறும் திருவிதாங்கூர் சமஸ்தானத்தின் பரப்பு மிகவும் குறைவாகவே இருக்கும். சமஸ்தானத்தின் பிற பகுதிகளில் இருந்த நடுநிலைப் பள்ளிகளில் இருந்த மாணவர்களின் எண்ணிக்கையோடு ஒப்பிடுகையில் செங்கோட்டையில் இருந்த மாணவர்களின் எண்ணிக்கை மிகக் குறைவே.

செங்கோட்டையில் இருந்த பள்ளிக்கூடத்தில் எந்த வகுப்பிலும் ஒரு பிரிவுக்கு மேல் இருந்ததில்லை. திருவிதாங் கூரின் பிற பகுதிகளில் காணப்படும் கல்வி ஆர்வத்தை செங்கோட்டையில் இருக்கும் உள்ளூர் மக்களிடம் காண முடியாது. இருந்தாலும் கல்வியை முக்கியமாக நினைப்பவர் களுக்குச் செங்கோட்டையில் ஒரு உயர்நிலைப் பள்ளி இருப்பது முக்கியமான விஷயமாக இருந்தது.

'பி.ஏ.கே' ஒரு சாதுர்யமான வியாபாரி என்பதால் தான் பிரபலமடைவதற்கு இந்தச் சந்தர்ப்பத்தைப் பயன் படுத்திக்கொள்ள விரும்பினார். கல்விக்குச் செய்யும் ஒரே

நல்ல காரியத்தின் மூலம் அந்த நகரின் மக்கள் என்றென்றைக்கும் தனக்குக் கடன்பட்டிருப்பவர்களாகவும் அரசரின் சலுகைகளையும் பெற விரும்பினார். ஒரு வருடத்திற்கு முன் இறந்துபோன தன் தந்தையின் நினைவாகவும் அரசனின் அறுபதாண்டு நிறைவுக் கொண்டாட்டத்தை முன்னிட்டும் செங்கோட்டையில் ஒரு உயர் நிலைப் பள்ளியை அமைக்க 25,000 ரூபாயை நன்கொடையாக அளிப்பதாகத் திருவனந்தபுரத்தில் நடந்த தர்பாரில் அறிவித்தார். அரசு கொடையை ஏற்றுக்கொண்டது. அடுத்த கல்வியாண்டிலிருந்து அந்த நடுநிலைப் பள்ளி உயர்நிலைப்பள்ளியாக இயங்குவதற்கேற்ப, மேம்படுத்தும் பணிகள் துவங்கும் என்றும் அரசு அறிவித்தது. தங்கள் ஊருக்கு ஓர் உயர்நிலைப் பள்ளி வருவதிலும் தங்கள் குழந்தைகளை உயர்நிலைப் பள்ளியில் படிக்க வைக்க விரும்புபவர்கள் பெரும் செலவு செய்யத் தேவையில்லை என்பதிலும் செங்கோட்டை நகர மக்களுக்கு ஒரே மகிழ்ச்சி. கோடை விடுமுறைக்காக நான் ஊருக்கு வந்தபோது, ஜூன் மாதத்திலிருந்து பள்ளிக்கூடத்தில் நான்காம் படிவம் இருக்கும் என ஊர் முழுக்க ஒரே பேச்சு. நான் ஏற்கெனவே நான்காம் படிவம் முடித்திருந்ததால் எனக்கு அதனால் ஒரு பயனும் இல்லை.

அந்தக் கோடை விடுமுறையில் மறுபடியும் எனக்குக் காய்ச்சல் வந்துவிட்டது. அந்த நேரத்தில் என் உடல் நிலையைப் பார்த்துவிட்டு என் பெற்றோர் மிகவும் கவலையடைந்தனர். ஆனால், என் கல்வியைத் தொடர்வது குறித்த விவகாரம்தான் அவர்களுக்கு மேலும் கவலையளித்தது. அந்த நேரத்தில் மெட்ரிக்குலேஷனையோ, எஸ்.எஸ்.எல்.சியையோ தாண்டி என்னைப் படிக்கவைக்கும் உத்தேசம் ஏதும் அவர்களுக்கு இல்லை. அதுவரைக்கும் நான் படிப்பதாக இருந்தாலுமே இன்னும் இரண்டு வருடங்கள் வெளியில் இருந்து படித்தாக வேண்டும். அத்தனை செலவுகளும் இருக்கும். பள்ளிக்கூடம் திறப்பதற்கு இரு வாரங்களுக்கு முன் நான் ‘பி.ஏ.கே’யை அணுகினேன். அந்த ஜூன் மாதம் செங்கோட்டைப் பள்ளிக்கூடத்தில் நான்காம் படிவம் துவங்கப்பட்டவுடன் அந்தப் பள்ளிக் கூடத்திலேயே நான்காம் படிவத்திலேயே சேர்ந்து படி என்று கட்டளைத் தொனியில் ஆலோசனை கூறினார். ஏற்கெனவே அந்த வகுப்பில் தேறிய பிறகு, அதே வகுப்பில் திரும்பவும் படிக்கும் யோசனை எனக்குப் பிடிக்கவில்லை. அல்லது வீட்டில் ஒரு வருடம் சும்மா இருந்துவிட்டு, அடுத்த வருடத்தில் ஐந்தாம் படிவம் சேரலாம் என்றும் ஆலோசனை கூறினார். உயர்நிலைப் பள்ளியாக்கும் போது ஒவ்வொரு வருடமாகத்தான் அதிகரிப்பார்கள்.

உயர்நிலைப் பள்ளியில் படிக்கும்போது படிப்பில் இடைவெளி இருக்கக் கூடாது. தொடர்ச்சியாகப் படிக்க வேண்டுமெனக் கல்வித்துறை விதிகள் வலியுறுத்தின. ஆனால், பொதுக் கல்வித்துறை இயக்குனரிடமிருந்து எனக்குச் சிறப்பு விதி விலக்குப் பெற்றுத் தருவதாக 'பி.ஏ.கே' சொன்னார். இந்த விதிவிலக்கு பெறப்பட்டது. சூழ்நிலைகளின் காரணமாக, ஒரு வருடம் வீட்டில் சும்மா இருக்க நேரிட்டது. என் வறுமையின் காரணமாகவே என் படிப்பில் இடைவெளி ஏற்பட்டதாக நினைத்து மருகினேன். ஒரே ஆறுதல் என்னவென்றால் எனக்கு அப்போது வயது பதிமூன்றுதான். பதினைந்து வயதுக்குள் உயர்நிலைப் பள்ளியை முடித்துவிட முடியும். இந்த இடைவெளியின் காரணமாக அது ஒரு வருடம் தள்ளிப்போகும். வகுப்பிலேயே நான்தான் இளையவன் என்பதாலும் வகுப்பு மாணவர்களின் சராசரி வயதைவிட என் வயது ஒன்றிரண்டு வருடம் குறைவு என்பதாலும் எனக்குப் பெரிய இழப்பு ஏற்படவில்லை.

7

பள்ளிக்குப் போகாத ஆண்டு

ஆனால், அந்த வருடம் நான் சும்மாயிருக்க வில்லை. புத்தகங்கள் படிக்க ஆரம்பித்தேன். கையில் கிடைத்ததையெல்லாம் படித்தேன். வீட்டுக் காரியங்களிலும் பல விதங்களில் உதவினேன். என்னைவிட மூத்த பையன் ஒருவன் இரண்டாம் படிவம் படித்துக்கொண்டிருந்தான். அவனுக்குத் தனி பாடம் சொல்லித்தரும் வேலை எனக்குக் கிடைத்தது. அதற்கு மாதம் இரண்டு ரூபாய் கிடைத்தது. தாராளமான சம்பளம். இராமாயணம், மகாபாரதம், இந்து புராணங்கள் குறித்த பிற புத்தகங்களைத் தமிழில் படித்ததுதான் மிகப் பெரிய சாதனை. சுவாமி விவேகானந்தரின் படைப்பு களையும் படிக்க ஆரம்பித்தேன். பிற்காலத்தில் பெரிய கணித மேதையாக உயர்ந்த ஒரு பையனின் நட்பும் எனக்குக் கிடைத்தது.

என் தகப்பனாருக்குப் படிப்பறிவு இல்லை யென்றாலும் இதிகாசங்களில் பொதிந்துகிடந்த பெரும்பாலான கதைகள் அவருக்குத் தெரியும். இவையெல்லாவற்றையும் அவர் கேள்வி ஞானத் தின் மூலமே பெற்றார் எனும்போது அவருடைய

அறிவாற்றல் வியப்புக்குரியதுதான். இந்தக் கதைகளை யாராவது அவருக்குப் படித்துக்காட்ட வேண்டும். இப்போது அப்படிப் படித்துக்காட்ட அவருடைய குடும்பத்திலேயே ஒருவர் இருக்கிறார். ஆகையால் புத்தகங்களைத் தேட ஆரம்பித்தார். விக்கிரமாதித்தன் கதைகள், இராமாயண, மகாபாரதக் கதைகளின் மிக மலிவான பிரதிகள் எளிதில் கிடைத்தன. நான் அவற்றைப் படித்து முடித்தேன். இருந்தாலும் இதிகாசங்களின் மீதான தாகம் தீரவில்லை. கம்பராமாயணமும் வில்லி பாரதமும் முழுமையாகக் கிடைத்தன. அவற்றையும் படித்து முடித்தேன். ஒவ்வொரு சாயங்காலமும் இவற்றிலிருந்து ஒரு அத்தியாயத்தையோ, சில பக்கங்களையோ குடும்பத்தினருக்குப் படித்துக்காட்ட வேண்டுமென என் தகப்பனார் சொன்னார். அக்கம்பக்கத்தினரும் நண்பர்களும் விரும்பினால் அதைக் கேட்கலாம் என்றார்.

இம்மாதிரி காப்பியங்களைக் கோவில்களிலும் தரும பிரபுக்களின் வீடுகளிலும் வைத்து படித்துக்காட்டும் வழக்கம் தமிழ்நாட்டில் உண்டு. இது கிட்டத்தட்ட ஒரு சடங்கைப் போலத்தான். மிகவும் கற்றறிந்த பண்டிதர்தான் அந்தப் பாடல்களை இசையுடன் பாடிக் காட்டுவார். ஒவ்வொரு பாடல் முடிந்த பிறகும் அதன் அர்த்தத்தை எல்லோருக்கும் புரியும் வகையில் சொந்த விளக்கங்களுடன் மொழிவார். செய்யுள்களை இப்படி விளக்கிச் சொல்லுவதற்கேற்ற புலமையோ, படிப்போ, பாடுவதற்கேற்ற குரலோ, பாரம்பரியமான முறையில் வாசிக்கும் திறமையோ எனக்கில்லை. அதனால், அந்தச் செய்யுள்களின் பொருளை என்னால் முடிந்த அளவு தெளிவாகப் படித்துக்காட்டுவேன். ஏற்கெனவே நான் அவற்றைப் படித்திருந்ததால், புரிந்துகொள்ளக் கடினமான இடங்களை விளக்கிக்கூறுவேன். பாடல்களைப் படிக்க ஆரம்பிப்பதற்கு முன்பு ராமர் படத்தை வைத்து, சிறிய பூஜை நடக்கும். காப்பியத்தின் மிக முக்கியமான காண்டங்கள் வரும்போது பெரிய பூஜைகள் நடக்கும். சில சமயங்களில் கதைகேட்க இருபதுக்கும் மேற்பட்டவர்கள் என்னைச் சுற்றிக்கூடியிருப்பார்கள். அக்கம்பக்கத்தில் இருக்கும் ஆறு, குளங்களில் வளர்ந்துகிடக்கும் பூச்செடிகளிலிருந்து விடியற்காலையிலேயே பூக்களைப் பறித்து வந்துவிடுவேன்.

மனத்துக்குத் திருப்தியான இந்த காரியத்திலேயே பெரும்பாலான மாலைகள் கழிந்தன. இவ்வாறாக 12, 13 வயதிலேயே பழங்காலக் கதைகளில் எனக்கு பெரும் பரிச்சயம் ஏற்பட்டுவிட்டது. இவ்வாறாகக் காப்பியங்களின் மீது ஏற்பட்ட ஆர்வம் என் வாழ்க்கை முழுவதும் பற்றுக்

கோடாக இருந்தது. ஒரு இந்துவின் வாழ்க்கை முறைக்கும் வழிபாட்டு முறைகளுக்கும் எந்த நம்பிக்கைகள் அடிப்படை யாக அமைந்திருக்கின்றனவோ, அவை இந்தக் காப்பியங்களில் பொதிந்துகிடக்கின்றன. இந்துத் தொன்மங்களை ஆராய்வதும், இருத்தல், அறிதல், அரசாட்சி, மாயம் போன்றவற்றைப் பற்றி அரசர்களுக்கும் கற்றறிந்த துறவிகளுக்கும் இடையிலான உரையாடல்களை ஆராய்வதும் ஒரு ஆசாரமான இந்துவின் அறிவுக்கு வலுவான அடித்தளமாக அமையும். இந்த அறிவு நல்ல பிராமணக் குடும்பங்களில் பல்வேறு தலைமுறைகளாக வளர்த்தெடுக்கப்படுகிறது. ஆனால், பிற சாதி இந்துக்களைப் பொறுத்தவரை, அவர்கள் தங்கள் தொழில்சார்ந்து பண்டிதர் களாகவோ, ஆய்வாளர்களாகவோ இல்லாவிட்டால் இவற்றைப் புறக்கணித்துவிடுகிறார்கள். இந்த ஆய்வு எனக்கு மிகவும் சுவாரஸ்யமாகவும் அறிவுபூர்வமானதாகவும் இருந்தது. பிற்காலத்தில் நான் எவ்வளவோ புனைகதைகளைப் படித்த போதும் இதிலிருந்து கிடைத்த அறிவுரீதியான, உணர்வு ரீதியான திருப்தி அவற்றில் கிடைக்கவில்லை. வாழ்வின் எல்லாக் கட்டங்களிலும் நான் சர்ந்து நிற்க, உரையாடலின் போது நான் சொல்லவரும் விஷயத்தை நிறுவ, ஒரு வழிகாட்டு நீதியாக இந்தக் காப்பியங்களிலிருந்து ஒரு கதையோ, பாகமோ கிடைத்துக்கொண்டேயிருக்கிறது. இலக்கியத்திற்கான ஆதாரக் கருவாக, வற்றிறாத ஊற்றாக இந்தக் காப்பியங்கள் விளங்குகின்றன. மிகச் சிறிய வயதில் வலியத் திணிக்கப்பட்ட அந்த இடைவெளி இந்த மகத்தான வாய்ப்பை எனக்கு அளித்தது. பள்ளி, கல்லூரியிலும் சரி, பிற்காலத்திலும் என் சமகாலத்தினர், பெரும்பாலான என் நண்பர்களோடு ஒப்பிடுகையிலும் சரி, இந்த அனுபவத்தின் காரணமாக, நான் மேம்பட்டவனாகவும் செறிவுமிக்கவனாகவும் இருந்தேன்.

ஆச்சரியப்படத்தக்க வகையில் இந்தப் படிப்பு என்னை மூடநம்பிக்கையாளனாகவோ, மதவெறியனாகவோ மாற்றவில்லை. அந்தக் காப்பியங்களில் இருந்த அமானுஷ்ய விஷயங்களை தர்க்கத்துடனும் காரணத்துடனும் என்னால் ஆராய முடிந்தது. இக்கதைகளில் வரும் அற்புதங்கள், அமானுஷ்ய சம்பவங்களின் பின்னால் மிக அடிப்படையான உண்மைகள் பொதிந்திருந்தன. இருத்தல், அறிதல் குறித்த சிந்தனைகளைச் சராசரி மனிதர்களுக்கும் புரியும்வகையில் சொல்வதற்காக இந்த மாயா வினோத முறைகளை அந்தக் கால ஆசிரியர்கள் பயன்படுத்தியிருக்கிறார்கள். குறியீடுகள் பெருமளவில் பயன்படுத்தப்பட்டன. சற்றே யோசித்தால் இந்தக் குறியீடுகளைச் சரியாகப் புரிந்துகொள்ள முடியும்.

வேறு திசைகளிலும் என் கல்வி தொடர்ந்தது. *1918* முதல் உலகப் போர் முடிந்தது. போரின் போக்கைப் புரிந்து கொள்ளும் அளவுக்கு எனக்கு வயது இல்லை. என் ஆரம்பப் பள்ளி நாட்களில் என் ஆசிரியர்களிடமிருந்தும் படித்தவர் களிடமிருந்தும் இங்கிலாந்திற்கும் ஜெர்மனிக்கும் இடையில் யுத்தம் நடந்துகொண்டிருக்கிறது என்பதை அறிந்திருந்தேன். அதற்கு முந்தைய வருடத்தில் ஜெர்மானிய நீர்மூழ்கிக் கப்பலான 'எம்டன்' இந்தியக் கடல் பகுதியில் வலம்வந்த போது மக்கள் பீதியடைந்தனர். கலியுகம் முடிவுக்கு வருவதாகச் சிலர் சொன்னார்கள். பாண்டவர்கள் சொர்க்கத்திற்குச் செல்லும்போது மறைத்துவைத்துவிட்டுச் சென்றிருந்த ஆயுதங் களை ஆங்கிலேயர்கள் கண்டுபிடித்துவிட்டதாகவும், அந்த ஆயுதங்களைப் பயன்படுத்தி ஜெர்மானியர்களைத் தோற்கடிக்கப் போவதாகவும் கிராமத்திலிருந்த வயதானவர்கள் பேசிக் கொண்டார்கள். ராவணனின் ராட்சதர்கள்தான் இந்த ஜெர்மானியர்கள் என்றும் சொல்லிக்கொண்டார்கள். ஆகாய விமானங்கள் கண்டுபிடிக்கப்பட்டதோ, அவை போரில் பயன்படுத்தப்பட்டதோ இந்த கிராமத்து முதியவர்களை ஆச்சரியப்படுத்தவில்லை. இவைகூட ராமனும் கிருஷ்ணனும் பயன்படுத்திய விமானங்கள்தான் என்றார்கள். ஆயுதங்களைக் கண்டுபிடித்ததைப் போலவே இவற்றையும் கண்டுபிடித்திருக் கிறார்கள் என்றும் பேசிக்கொண்டனர். போர் முடிந்தபோது மக்களிடம் பெரும் மகிழ்ச்சி தென்பட்டது.

அதுவரை நான் காங்கிரசைப் பற்றியோ, தேசிய இயக்கத்தைப் பற்றியோ, காந்தியைப் பற்றியோ கேள்விப்பட்டி ருக்கவில்லை. 1918–19ல்தான் முதல்முறையாக, சுய ஆட்சிக்காக நடந்துவரும் இயக்கத்தைப் பற்றி கேள்விப்பட்டேன். முழு சுதந்திரம் என்ற கருத்தாக்கம் அப்போது தெரிந்திருக்கவில்லை. சில வழக்கறிஞர்களும் இளம் ஆசிரியர்களும் சுய ஆட்சியைப் பற்றியும் அதன் பொருள் பற்றியும் விவாதிப்பதைக் கேட்டிருக் கிறேன். இந்த விவாதங்கள் எல்லாம் மிகவும் ரகசியமாக நடக்கும். ஆபத்தானதாகவும் கருதப்படும். ஆனால் சாதாரண மக்களைப் பொறுத்தவரை பிரிட்டிஷ்காரர்கள் இந்தியாவில் இருப்பது நல்லது என்றே நினைத்தார்கள். இத்தனை ஆண்டு களில் இந்தியாவுக்குக் கிடைத்த சிறந்த ஆட்சி பிரிட்டிஷ் ஆட்சி என்பதில் அவர்களுக்குச் சந்தேகமே இல்லை. இதை யெல்லாம் மீறியும் புரிபடாத ஒரு புத்துணர்வு உருவானது. மாணவர்களின் ஒரு பகுதியினர் உள்பட பலரும் இந்தியப் பொருள்களின் மீதும் இந்தியாவின் பண்டைய வரலாற்றின் மீதும் இந்தியத் தத்துவம், மதம் ஆகியவற்றின் மீதும் பெருமிதம்

கொள்ள ஆரம்பித்தனர். தேசியப் பற்று மலர ஆரம்பித்ததை என்னால் உணர முடிந்தது.

எங்களைப் போன்ற சிறுவர்களுக்கு தேசியவாதத்திற்கான ஊற்றுக்கண்ணாக அமைந்தவர் சுவாமி விவேகானந்தர். நான் அவரைப் பற்றி மிகக் குறைவாகவே கேள்விப்பட்டிருந்தேன். இப்போது அவருடைய எழுத்துகளைப் படிக்க ஆரம்பித்தேன். சுவாமி விவேகானந்தரின் முழுப் படைப்புகளைப் பற்றி எனக்கு எப்படித் தெரியவந்தது என்பது ஞாபகமில்லை. தெரிந்தவர்கள் சிலரிடமிருந்து சில தொகுப்புகளை வாங்கிப் படிக்க ஆரம்பித்தேன். அந்த நேரத்தில் அவற்றைப் படித்தபோது, அவை என்னை முழுதாக ஈர்க்க ஆரம்பித்தன. நான்காம் படிவம் வரைக்குமே படித்த பதிமூன்று வயதுச் சிறுவனான எனக்கு விவேகானந்தரின் படைப்புகளைப் புரிந்துகொள்வது கடினமாகவே இருந்தது. ஆனால், அவரது உரைகளிலிருந்த ஒருவித சொல் லயம் மிகவும் கவர்ந்தது. பல சமயங்களில் அவற்றின் அர்த்தம் எனக்குப் புரியாது. ஆனால், அவற்றை நான் திரும்பத் திரும்பப் படிப்பேன். அது எனக்கு எல்லையில்லாத ஆனந்த பரவசத்தைக் கொடுத்தது. இவ்வளவு ஞானமும் சாதனைகளும் கொண்ட பாரம்பரியத்தை உடைய இந்தியாவில் பிறந்ததில் பெருமைகொள்ள வேண்டும் என்று நான் நினைக்க ஆரம்பித்தேன். தேசபக்தி என்பதன் அர்த்தம் அப்போதே எனக்குப் புரிந்திருந்தது. பல வருடங்கள் தொடர்ந்து எனக்குக் கிடைத்த விவேகானந்தரின் படைப்புகள் அனைத்தையும் படித்தேன். ராமகிருஷ்ணரைப் பற்றி, பிரம்ம சமாஜத்தைப் பற்றி, பிற தாராளவாத, சீர்திருத்த இயக்கங்களைப் பற்றி அவர் எழுதியிருந்ததைப் படித்தேன். ஆனால், அரசியல் இயக்கங்களைப் பற்றி எனக்கு மிகக் குறைவாகவே பரிச்சயம் இருந்தது.

இந்தக் காலகட்டத்தில்தான் என்னைவிட சற்றே மூத்த பையன் ஒருவனைச் சந்தித்தேன். சந்தித்ததிலிருந்தே அவனை நோக்கி ஈர்க்கப்பட்டேன். சுவாமி விவேகானந்தரின் படைப்புகளைப் படிப்பதில் அவன் எனக்கு நல்ல துணையாக இருந்தான். மதம், புராணம் போன்ற விஷயங்களின் மீது அவனுக்கு பெரிய நம்பிக்கை கிடையாது. ஆனால், உயர்ந்த ஞானத்தை அடைய வேண்டுமென்பதில் பெரும் தாகம் இருந்தது. அவனுடைய அபாரமான புத்திசாலித்தனமும் ஆய்வுத்திறனும்தான் என்னை அவனை நோக்கி ஈர்த்தன. என்னுடைய பொது அறிவும் யதார்த்தமான அணுகுமுறையும் அவனை ஈர்த்தன. நான் அவனைவிடச் சிறியவனாக

இருந்தாலும் ஒரு தலைவனுக்குரிய மரியாதையுடனும் அன்புடனும் என்னை அவன் நடத்தினான். நடைமுறை வாழ்க்கை சம்பந்தப்பட்ட விவகாரங்களில் என் ஆலோசனையைக் கேட்டுச் செயல்பட்டான். அவனுடைய மிக உயர்ந்த ஞானத்திற்காகவும் அறிவிற்காகவும் நான் அவனை மிகவும் மதித்துவந்தேன்.

அவனுடைய பெயர் சிவசங்கர நாராயண பிள்ளை. சுருக்கமாக சங்கர் என்று கூப்பிடுவேன். அவனுடைய எளிமையையும் சமயங்களில் வினோதமாக நடந்துகொள் வதையும் நான் கேலி செய்வது வழக்கம். நாளடைவில் அவனை 'ஓய்' என்று கூப்பிடும் அளவுக்கு நெருக்கமானேன். தந்தைக்கு ஒரே பையன். பக்கத்தில் இருந்த வல்லம் கிராமத்தில் அவர்கள் வசித்துவந்தார்கள். அவன் சிறுவனாக இருக்கும்போதே அவனுடைய அம்மா இறந்துவிட்டார். அவனுடைய அம்மாவின் நிலபுலங்கள் கொஞ்சம் இருந்தன. இவனது பாதுகாவலர் என்ற முறையில் அந்த நிலத்தின் வருவாயை அவனது தந்தை அனுபவித்து வந்தார். மனைவி இறந்து சில வருடங்களுக்குப் பிறகு அவர் வேறொரு திருமணம் செய்துகொண்டார். அந்தப் பெண்ணுக்கு இவனைப் பிடிக்கவில்லை. அதனால், சிறுவயதிலேயே தன் தந்தையின் வீட்டை விட்டு வெளியேறி, தன் அத்தையுடன் வசித்துவந்தான். 10, 11 வயதில் அத்தை வீட்டையும் விட்டுவிட்டுச் செங்கோட்டையில் உணவகம் ஒன்றில் தங்கிக்கொண்டு படிக்க ஆரம்பித்தான். சில சமயங்களில் நண்பர்களின் வீட்டிலோ, தூரத்து உறவினர் வீட்டிலோ தங்கியிருப்பான். ஒரு நல்ல பிராமண பள்ளி ஆசிரியர் அவனது நிலங்களைக் கவனித்துக் கொண்டார். விவசாய வரவு செலவுகளையும் முறையாகக் கவனித்து வந்தார்.

யதேச்சையாகத்தான் அவனைச் சந்தித்தேன். பிறகு அடிக்கடி பார்க்க ஆரம்பித்தேன். பெரும்பாலும் சுவாமி விவேகானந்தர், இந்து மதம், தத்துவம், தேசிய இயக்கம் ஆகியவற்றைப் பற்றித்தான் எங்கள் பேச்சு இருக்கும். என் வயது பையன்களுக்கு இது ரொம்பவும் பெரிய பேச்சுதான். அவனுடைய பழக்கவழக்கங்கள் மிக எளிமையானவை. சொகுசான, அதிக செலவுபிடிக்கும் விஷயங்களைத் தவிர்த்து விடுவான். மிகவும் அன்பானவன். தூய எண்ணங்களை உடையவன். இருந்தும் அழகின் மீதும் கணிதத்தின் மீதும் அவனுக்கு மிகுந்த பிரேமை இருந்தது. கணிதத்தில், எண்களின் அமைப்பில், ஒத்திசைவில், இயற்கையில் அழகைக் கண்டான். படைப்புகளில், முன்னோர்களின் சிந்தனைகளில், கவிதை யில் இருந்த அழகு அவனுக்குப் பிடித்திருந்தது. மனித

வடிவத்தில் இருந்த அழகைக் கண்டு பாராட்டும் குணமும் இருந்தது. அழகு குறித்த எங்களது விவாதம் மிகவும் ரகசிய மானது. சாதாரணமான எங்கள் இருவருக்கிடையில் இவ்வளவு பேசுவதற்கு என்ன இருக்கிறது என்று என் வயதுப் பையன்கள் ஆச்சரியப்படுவார்கள்.

எனக்கு இன்னொரு நண்பன் இருந்தான். கிறிஸ்தவப் பையன். என் வயதுதான். உள்ளூர் புராட்டஸ்டண்ட் பிரசாரகரின் மகன். திருநெல்வேலியிலிருந்து இயங்கிவந்த தி புராட்டஸ்டண்ட் மிஷின் அங்கே ஒரு பள்ளிக்கூடத்தைக் கட்டி, பிரச்சாரகராகவும் இருக்கக்கூடிய இவனது தந்தையை ஆசிரியராக நியமித்திருந்தது. இவருடைய மனைவியும் பள்ளி வேலைகளில் உதவிவந்தார். என் நண்பன் என்னைவிட ஒரு வயது மூத்தவன். எங்கள் ஊரின் புதிய உயர்நிலைப்பள்ளி யில் நான்காம் படிவம் படித்துவந்தான். நான் அடுத்த வருடம் ஐந்தாவது படிவத்தில் சேரும்போது அவன் என்னுடைய வகுப்பில் படிப்பான். அவனுடைய தந்தை நடத்திவந்த துவக்கப்பள்ளியில் என்னைவிட எட்டு வயது இளையவனான என் தம்பியை நாங்கள் சேர்த்தோம். இப்படித் தான் எங்கள் பழக்கம் ஏற்பட்டது. நான் அடிக்கடி அந்தப் பள்ளிக்கூடத்திற்குப் போவேன். அந்தப் பிரச்சாரகர்தான் எனக்கு ஏசு கிறிஸ்துவின் கதையைச் சொன்னார். புதிய ஏற்பாட்டையும் பழைய ஏற்பாட்டையும் ஆங்கிலத்திலும் தமிழிலும் படித்தேன். மதம் மாறியவர்களுக்கே உரிய வகையில் அவர் தீவிரக் கிறிஸ்தவராக இருந்தார். ஆனால், பிற மதத்தினரையும் பொறுத்துக்கொள்பவராக இருந்தார். அவருக்கு இந்து மதம் குறித்த புரிதலும் சற்று இருந்தது. இந்து மதத்தின் சமூகப் படிமுறை, அதாவது சாதி அமைப்பின் மீது அவர் விமர்சனம் கொண்டிருந்தார். எங்கள் இருவருக்குமே இந்த விஷயத்தில் ஒத்துப்போனது. அவருடைய மகனுக்கு என்னைப் பிடித்துவிட்டது. நாங்கள் இருவரும் நண்பர்களாகிவிட்டோம். சங்கருக்கு இவன் அப்படியே எதிர்மறையானவன். அவனுடைய வழிமுறையும் சிந்தனையும் நடைமுறை வாழ்க்கை சார்ந்ததாக இருந்தது. வாழ்க்கை வாழ்வதற்கே என்பது அவன் கொள்கை. பேச்சின் இடையில் மிக சந்தோஷமாகச் சத்தம்போட்டு சிரிப்பது அவன் வழக்கம். சங்கர் சிந்தனை வயப்பட்ட, தத்துவார்த்தமான, சற்றே கிறுக்குத்தனமான ஆள் என்றும், அவனை பொருட்டாக எடுத்துக்கொள்ளத் தேவையில்லை என்றும் சொல்வான். இவ்வளவு ஜாலியான ஒரு பிரச்சாரகரின் மகன் பின்னாளில் மிகக் கட்டுப்பாடான கிறிஸ்தத் திருச்சபை பாதிரியாரானது எனக்கு ஆச்சரியமாகவே இருந்தது.

இந்த வருடத்தில்தான் எனக்கு நாடகக் கலையின்மீது காதல் ஏற்பட்டது. அந்த ஆர்வம் என் வாழ்நாள் முழுவதும் நீடித்தது. அந்தக் காலகட்டத்தில் திரைப்படங்கள் கிடையாது. அவ்வப்போது நாடகக் குழுக்கள் எங்கள் ஊருக்கு வரும். தற்காலிகமாக அமைக்கப்பட்ட தகரக் கொட்டகையில் ஒரு நாள் விட்டு ஒரு நாள் நாடகம் நடக்கும். மக்களிடமிருந்து கிடைக்கும் வரவேற்பைப் பொறுத்து, இது ஒரு மாதம், இரண்டு மாதம் நடக்கும். 15 மைல் சுற்றளவிலிருந்து நாடகத்தை பார்க்க ஆட்கள் வருவார்கள். நாடகம் இரவு 9 மணிக்குத் துவங்கி அதிகாலை 2–3 மணிக்கு முடியும். ஏதாவது ஒரு நாடகத்திற்கு பெரும் வரவேற்பு இருந்தால் ஒழிய, எந்த நாடகத்தையும் மறுபடியும் நிகழ்த்த மாட்டார்கள். நாடகத்தின் நாயகியாக பெரும்பாலும் ஒரு ஆணே நடிப்பார். சில நாடகக் குழுக்களில் பெண்கள் இருந்தார்கள். அவர்களது நாடகங்கள் மிகவும் பிரபலமாக இருக்கும். நாடகத்தைப் பார்ப்பதற்கு நாலணாவிலிருந்து ஒரு ரூபாய் வரை கட்டணம் இருக்கும். பெஞ்சில் உட்கார எட்டணா கட்டணம். கிராமத்திலிருக்கும் இளைஞர்களும் மாணவர்களும் நாலணா டிக்கெட் வாங்கி தரையில் உட்கார்ந்து பார்ப்பார்கள். என்னால் நாலணாகூடச் செலவழிக்க முடியாது. நான் நாடகம் பார்ப்பதில் நேரத்தை செலவழிக்கிறேன் என்பது என் பெற்றோருக்குத் தெரிந்தால், அவ்வளவுதான். ஆனால், இலவசமாகப் பார்ப்பதில் அவர்களுக்கு ஆட்சேபணையில்லை. அதுவே வழக்கமாகிப் போகாமல் இருந்தால் சரி. இலவச அனுமதி பெற ஒரு எளிய வழியிருந்தது. நாடகங்களை விளம்பரப்படுத்த அந்த ஊரிலிருக்கும் தெருக்களிலும் சுற்றியிருக்கும் கிராமங்களிலும் சிறிய விளம்பரத் துண்டுச் சீட்டுகளைக் கொடுப்பது வழக்கம். நாடகத்திற்குப் பார்வையாளர்களை ஈர்ப்பதற்காகத் தியேட்டரின் வாசலில் கிளாரினெட், ஊதுகுழலுடன் ஒரு பேண்ட் வாத்தியக் குழு பெரும் சத்தத்துடன் வாசித்துக்கொண்டிருக்கும். நான் அந்த வாத்தியக் குழுவினருடன் சிநேகமாகிவிட்டேன். அவர்களுடனேயே அரங்கத்திற்குள்ளும் செல்லப் பழகிவிட்டேன். நிறைய தடவை வராண்டாவிலிருக்கும் எனது படுக்கையிலிருந்து யாருக்கும் தெரியாமல் கிளம்பிப் போய் நாடகத்தைப் பார்த்துவிட்டு, நடுராத்திரி வந்து மறுபடியும் படுத்துக் கொள்வேன். இப்படி நான் பெரும் பாலான நாடகங்களைப் பார்த்துவிட்டேன். அந்த நாளில் மிகப் பிரபலமாக இருந்த பல நாடக நட்சத்திரங்களையும் நேரில் பார்க்கும் வாய்ப்பும் கிடைத்தது. பெரும்பாலான நாடகங்கள் புராணக் கதைகளின் அடிப்படையிலானவை என்பதால் புராணங்களில் எனக்கு இருந்த அறிவு, இந்நாடகங்களின் மீது கூடுதல் ஆர்வத்தை ஏற்படுத்தியது.

8
உயர்நிலைப் பள்ளியில் இரண்டாண்டுகள்

ஒரு வருடம் வேகமாகக் கழிந்த பிறகு புதிய உயர் நிலைப் பள்ளியில் ஐந்தாம் படிவத்தில் சேர்ந்தேன். நான் சேரும்போது என் மீது பரிவுகொண்ட பழைய தலைமையாசிரியரே இருந்தார். ஆனால், சீக்கிரமே அவருக்குப் பதிலாக அனுபவம் வாய்ந்த மூத்த தலைமையாசிரியர் ஒருவர் வந்தார். ஆசிரியர்கள் எல்லோருமே புதியவர்கள். எனக்குத் தெரிந்த பழைய ஆசிரியர்கள் எல்லோரும் ஒன்று இடமாற்றம் செய்யப்பட்டிருந்தார்கள் அல்லது கீழ் வகுப்புகளை கவனித்தனர்.

பள்ளிக்கூடம் துவங்கியதும் பள்ளிக் கட்டணத்தைக் கட்டுவதற்கு உதவக் கோரி நான் 'பி.ஏ.கே'யையும் அவரது சகோதரர்களையும் சென்று பார்த்தேன். நான் எனது பெற்றோருடனேயே வசிப்பதால் தங்கும் செலவோ, சாப்பாட்டுச் செலவோ கிடையாது. அதனால், பள்ளிக்கட்டணத்தை என் தகப்பனாரே கட்ட முடியும் என்று சொன்னார்கள். பள்ளிக் கட்டணம் மாதம் 5 ரூபாயோ அதற்குக் குறைவாகவோ இருக்கும். உதவித் தொகை கிடைப்பதற்கும் வழி யில்லை. தகுதிவாய்ந்த மாணவர்களுக்கென ஒரே

ஒரு உதவித்தொகை இருந்தது. மூன்றாம் படிவத்தின் தேர்வுகளில் முதலில் வரும் மாணவருக்கு அடுத்து வரும் மூன்று ஆண்டுகளுக்கு அந்த உதவித்தொகை கிடைக்கும். நான் மூன்றாம் படிவத்தில் தேர்ச்சி பெறும்போது இந்த உதவித்தொகையைப் பெறுமளவுக்கு மதிப்பெண் பெற வில்லை. ஏழை மாணவர்களுக்கென உதவித்தொகையோ, கட்டணச் சலுகையோ கிடையாது. இஸ்லாமிய மாணவர்களுக்கும் ஒடுக்கப்பட்ட பிரிவைச் சேர்ந்த மாணவர்களுக்கும் சலுகை இருந்தது. ஆகவே, என் பள்ளிக் கட்டணத்திற்கும் புத்தகங்களுக்கும் ஆகும் செலவை என் தந்தைதான் சமாளித்தாக வேண்டியிருந்தது.

பள்ளிக்குச் செல்ல ஆரம்பித்த சில நாட்களுக்குச் சற்றுப் பதற்றத்துடன்தான் இருந்தேன். நான் ஒரு வருடம் பள்ளிக் கூடம் போகாததால், எனக்குக் கீழ் வகுப்புகளில் படித்துக் கொண்டிருந்த பல மாணவர்கள் தற்போது என்னுடன் படித்தார்கள். மலையாளப் பள்ளியை விட்டு, சுரண்டையில் இருந்த பள்ளியில் சேரும்போது ஒரு வருடம் எனக்குக் கூடுதலாகக் கிடைத்தது. அந்த மலையாளப் பள்ளிக்கூடத்தில் என்னுடன் படித்தவர்களும் இப்போது என் வகுப்பில் இருந்தார்கள். அதனால், வகுப்பில் பல தெரிந்த முகங்கள் இருந்தன. புதிய பள்ளிக்குச் செல்லும்போது பழைய மாணவர்களைப் பார்த்துப் பயப்படும் அனுபவம் எனக்கு இல்லை. என்னுடைய பொது அறிவும் ஆங்கில அறிவும் பல மாணவர்களை ஈர்த்தன. என்னை நிறைய மாணவர்களுக்குப் பிடித்துப் போனது. தேர்வுகளில் நான் அதிக மதிப்பெண்கள் பெறா விட்டாலும் திறமையான மாணவர்களில் ஒருவனாகவே மதிக்கப்பட்டேன்.

பள்ளிகளுக்கான ஐரோப்பிய முதன்மை ஆய்வாளர் எங்கள் பள்ளிக்கு வருகை தந்தது நன்றாக ஞாபகம் இருக்கிறது. ஒரு நாள் ஜியாமெட்ரி பாடம் நடந்து கொண்டிருந்தபோது அவர் எங்கள் வகுப்புக்குள் நுழைந்தார். ஜியாமெட்ரியும் கணிதமும் படிப்பதன் பயனைப் பற்றி அவர் வரிசையாகப் பல பையன்களிடம் கேட்டார். வானவியல் நிபுணர்கள், பொறியியலாளர்கள், கணக்கர் ஆகலாம் என்றுதான் பலரும் பதில் சொன்னார்கள். சில மாணவர்கள் தேர்வில் தேர்ச்சி பெறுவதற்காக என்று பதில் சொன்னார்கள். இவை சரியான பதில்கள் அல்ல என்று நான் நினைத்தேன். அந்த ஆய்வாளரும் அப்படியே நினைத்தார். எனது முறை வந்தது. ஜியாமெட்ரி, கணிதம் படிப்பதன் மூலம் ஒருவருடைய யோசிக்கும் திறமை மேம்படுகிறது என்று சொன்னேன். நான் பைத்தியக்

காரத்தனமாகப் பேசுவதாக என் ஆசிரியர் நினைத்தார். என்னை முறைத்தார். ஆனால், அந்த ஆய்வாளர் என் பதிலைக் கேட்டுப் பாராட்டினார். என் பதிலை விளக்கிக் கிட்டத்தட்ட பத்து நிமிடங்களுக்குப் பேசினார். எனக்கு மிகவும் சந்தோஷ மாக இருந்தது. இந்தச் சம்பவம் எனக்கு மிகுந்த தன்னம்பிக் கையைக் கொடுத்தது. ஆனால், என்னுடைய விருப்பப் பாடம் கணிதம் அல்ல. நான் வரலாற்றுப் பாடத்தைத் தேர்வு செய்திருந்தேன். கணிதத்தைத் தேர்வுசெய்திருந்த சில புத்திசாலி மாணவர்கள் நான் வரலாற்றைப் படிப்பதற்காக என்னைக் கேலி செய்வது வழக்கம். ஜியாமெட்ரி சம்பந்தப் பட்ட ஒரு கேள்விக்கு வரலாற்று மாணவன் சொன்ன பதிலை ஆய்வாளர் பாராட்டியதில் அந்த மாணவர்கள் மிகவும் நொந்துபோனார்கள். அந்தக் காலகட்டத்தில் அந்தப் பள்ளியில் வரலாற்றைத் தேர்வுசெய்திருந்த மாணவர்களைக் கணிதத்தைத் தேர்வு செய்திருந்த மாணவர்கள் ஒரு படி கீழான மனிதப் பிறவியாகவே பார்த்தார்கள். மாணவர்கள் என்ன, ஆசிரியர்களே அப்படித்தான் நினைத்தார்கள். கணிதம் படிக்கும் மாணவர்கள் தாம் டாக்டராகப் போவதாகவும் எஞ்சினீயராகப் போவதாகவும் சொல்வார்கள். ஆனால், வரலாறு படிக்கும் மாணவர்கள் அதிகபட்சம் தாம் ஆசிரிய ராகப் போவதாகவோ, எழுத்தராகப் போவதாகவோதான் சொல்ல முடியும். இதையெல்லாம் யோசித்துப் பார்க்கும் போது, நான் ஏன் கணிதத்தைத் தேர்ந்தெடுக்கவில்லை என்று சில சமயம் வருந்தியதுண்டு. ஆனால், எனக்குக் கணிதத்தின் மீது பெரிய ஆர்வமில்லை என்பது எனக்குத் தெரியும். வரலாற்றைப் படிப்பதன் மூலம் என்ன கிடைக்குமோ அதை வைத்து திருப்தியடைவதுதான் என்னால் ஆகக்கூடிய காரியம்.

எனக்கு வாய்த்த வரலாற்று ஆசிரியர் சரியில்லை. அப்போதுதான் பட்டப் படிப்பை முடித்திருந்த திருச்சியைச் சேர்ந்த ஒரு பட்டதாரி வருடத்தின் நடுவில் எங்களுக்கு வரலாற்று ஆசிரியராக வந்துசேர்ந்தார். அவருக்குத் தற்பெருமை அதிகம். தான் படித்த சேசு சபை கல்லூரியான புனித ஜோசப் கல்லூரியைப் பற்றியும் பெரிதாக நினைத்தார். அந்த நேரத்தில் அந்தக் கல்லூரி மிகவும் புகழ்பெற்று விளங்கியது. தன் பெருமைகளை மிகுந்த சத்தமான கீச்சுக் குரலில் பேசுவது அவருக்கு ரொம்பவும் பிடிக்கும். அந்தக் காலகட்டத்தில் நல்ல கல்லூரி மாணவர்கள் படிக்கக்கூடிய புத்தகங்கள் என்று சில இருந்தன. அவற்றைத்தான் அவர் படித்திருந்தார். அந்தப் புத்தகங்கள் எங்கள் பள்ளி நூலகத்திலும் இருந்தன. அவற்றை நான் முழுமையாகப் படித்திருந்தேன். படிக்கும்

புத்தகங்களிலிருந்து விரிவான குறிப்புகளை எடுத்து வைத்துக்கொள்வது என்னுடைய வழக்கம். இந்த வழக்கத்தை என் வாழ்நாள் முழுவதும் பின்பற்றினேன். உயர்நிலைப் பள்ளி காலகட்டத்திலேயே முஸ்லிம் இந்தியா பற்றி லேன்-பூலே எழுதிய புத்தகம், பிரிட்டிஷ் இந்தியா பற்றி லையால் எழுதிய நூல், ஆங்கில வரலாறு குறித்து டவுட், க்ரீன் எழுதிய நூல்கள் ஆகியவை நான் விரும்பிப் படித்த புத்தகங்கள். இந்த ஆசிரியர் தன் பட்டப்படிப்பு வகுப்புகளில் இந்தப் புத்தகங்களைப் படித்திருந்தார். ஒரு சிறிய நகரத்தில் புதிதாக ஆரம்பிக்கப்பட்ட உயர்நிலைப் பள்ளியில் ஒரு மாணவன் இம்மாதிரியான நோக்கு நூல்களைப் படித்திருக்க முடியும் என்று அவர் நினைக்கவேயில்லை. எங்களுடைய வழக்கமான பாடப் புத்தகங்களின் தரம் மிகக் குறைவாக இருந்தது. மாணவர்கள் அவற்றையும்கூடப் படிக்கவில்லை.

சில வகுப்புகளிலேயே பிற மாணவர்களைவிட எனக்கு வரலாறு அதிகம் தெரியும் என்பதை ஆசிரியர் உணர்ந்து கொண்டார். ஒருவேளை நானும் தற்பெருமைக்காரனாகவும் எனக்கு எல்லாம் தெரியும் என்று காட்டிக்கொள்பவனாகவும் இருந்திருக்கலாம். இது இளம் மாணவர்களிடமுள்ள குறை. அவரது கேள்விகளுக்கு நான் பதிலளித்த விதம் அவருக்குப் பிடிக்கவில்லை. அவர் சில சமயங்களில் செய்யும் தகவல் பிழைகளை நான் சரிசெய்வேன். பாடம் நடத்துவதற்கு அவர் தயார் செய்துகொள்ளப் படிக்கும் புத்தகங்களை நான் ஏற்கனவே படித்திருப்பதாகவும் காட்டிக்கொள்வேன். இதெல்லாம் தனக்குப் பிடிக்கவில்லை என்பதை அவர் சீக்கிரமே காட்டி விட்டார். தண்டனையாக என்னைப் பலமுறை வகுப்பை விட்டு வெளியேற்றினார். என் நண்பன் சங்கரும் இவரால் பாதிக்கப்பட்டிருக்கிறான். கலாட்டா செய்வதன் மூலம் இதற்கு நாங்கள் பதிலடி கொடுத்தோம். அவரது வகுப்புகள் எப்போதும் ஒரே சத்தமாக இருக்கும். தலைமையாசிரியர் வந்துதான் அமைதியேற்படுத்துவார். வகுப்பில் ஏற்படும் பிரச்சனைக்கெல்லாம் நான்தான் காரணம் என்று போட்டுக் கொடுத்துவிடுவார். நல்ல மாணவன் என்ற பெயர் இருந்ததால் தலைமையாசிரியரால் இதை நம்ப முடியாது. ஆனால், அந்த நல்ல பெயருக்கு நான் முழுமையாகப் பொருத்தமானவன் என்று சொல்ல முடியாது. எனக்கு மற்றவர்களைவிட அதிகம் தெரியும் என்பதால் ஏற்பட்ட பெருமிதத்தாலும் சக மாணவர்களிடம் எனக்கு இருந்த பிரபலத்தாலும் ஏகப்பட்ட சேட்டை செய்வேன். ஆசிரியரிடம் மரியாதைக் குறைவாக நடந்துகொள்ளக்கூடாது என்று என்னைக் கடுமையாக எச்சரித்துவிட்டுப் போவார் தலைமையாசிரியர்.

இந்த வரலாற்று ஆசிரியர் பொதுவாக வகுப்பை நடத்தும் விதம், அவர் பெருமையடித்துக்கொள்வது, கோபம் வந்தால் அவர் பயன்படுத்தும் மோசமான வார்த்தைகள் ஆகிய வற்றால் பள்ளிக்கூடத்திலேயே மிகவும் பிடிக்காத ஆசிரியராக இருந்தார். அடுத்த வருடத்தில் நான் ஆறாம் படிவம் படிக்கும் போது அவர் தனது பட்டத்தை வாங்கச் சென்னையில் நடக்கும் வருடாந்திர பட்டமளிப்பு விழாவுக்குப் போயிருந்தார். அதனால், ஒரு வாரம் அவர் பள்ளிக்கூடத்திற்கு வரவில்லை. பட்டம் வாங்குவதற்காக ஒரு ஆசிரியர் பள்ளிக்கூடத்திற்கு விடுமுறையெடுத்தது அதுதான் முதல் முறை. இதனால் விடுமுறை முடிந்து அவர் வகுப்புக்குத் திரும்பியவுடன் வகுப்பில் ஒரே பரபரப்பு. பல மாணவர்கள் அதுபற்றி அவரிடம் நிறையக் கேள்விகளை ஆர்வத்துடன் கேட்டார்கள். பட்டமளிப்பு விழாவைப் பற்றி விளக்கிச்சொல்லி, அவர்களது அப்பாவித்தனமான சந்தேகங்களைத் தீர்த்திருக்க வேண்டும். ஆனால், அவர் மேலும் அதிக அகந்தையுடன் நடந்து கொண்டார். அதனால், அவருக்கு எதிர்ப்பு அதிகரித்தது. இப்படி பல சிறு சம்பவங்கள் அவரை எரிச்சல்படுத்தும் வகையில் நடந்தன.

ஒரு நாள் மதியம். இடைவேளை முடிந்து, முதல் வகுப்பு. மாணவர்கள் ஆசிரியர் வருகைக்காகக் காத்துக் கொண்டிருந்தனர். ஏதாவது வேடிக்கை செய்ய வேண்டும் என்று பரபரப்பாக இருந்தனர். ரொம்பவும் யோசிக்காமல் மாணவர்கள் ஒரு திட்டத்தை முடிவு செய்தார்கள். அதைச் சில நிமிடங்களிலேயே செய்தும் முடித்தனர். அவரது நாற்காலியை அவரது மேசைக்கு மேல் வைத்தனர். செங்கற் கற்கள், கற்கள், முள் ஆகிவற்றைப் பொறுக்கிவந்து மேசை மீதும் நாற்காலி மீது குவித்து வைத்தனர். கரும்பலகையில் அவரது பெயர் பெரிதாக, அழகாக எழுதிவைக்கப்பட்டது. வாசல் கதவை மூடி, லேசாக தாழிட்டு வைத்தோம். பிறகு எல்லா மாணவர்களும் அவரவர் இடத்தில் உட்கார்ந்து கொண்டோம். இந்தக் காரியத்தை நான்தான் முன்னின்று செய்தேன். இன்னொரு ஆசிரியரின் மைத்துனரான ஒரு பிராமணப் பையனும் இதில் உதவியாக இருந்தான். வழக்கம் போல எங்களுக்குரிய பின் பெஞ்சில் போய் அமர்ந்து கொண்டோம்.

வழக்கப்படி அந்த ஆசிரியர் மணி அடித்துச் சில நிமிடங் களுக்குப் பிறகு வந்தார். கதவு பூட்டியிருந்ததையும் உள்ளே சத்தமில்லாததையும் கவனித்தவர் ஏதோ நடக்கிறது என்பதைப் புரிந்துகொண்டார். அங்கிருந்து போய், பியூனுடன்

ஒரு சூத்திரனின் கதை 119

திரும்பி வந்தார். அந்த பியூன் கதவைத் தள்ளித் திறந்தார். பியூனுடன் வகுப்புக்குள் நுழைந்தார் ஆசிரியர். வழக்கம் போல மாணவர்கள் அனைவரும் எழுந்து நின்றனர். தனக்கான வரவேற்பையும் மேசை மீது இருந்த அலங்காரத்தையும் பார்த்தார். ஒரு நிமிடம் அவரால் வாயை திறக்க முடிய வில்லை. அவர் உடலெல்லாம் நடுங்கியது. முகமெல்லாம் வியர்த்துக்கொட்டியது. வகுப்பைவிட்டு வேகவேகமாக வெளியில் போனவர் தலைமையாசிரியருடன் திரும்பிவந்தார். அந்தக் கற்களையும் முட்களையும் அகற்றும்படி ஆணை யிட்டார் தலைமையாசிரியர். மேசையும் நாற்காலியும் அதனதன் இடத்தில் போடப்பட்டன. பெரிய நீதியுரை ஒன்றை அவர் நிகழ்த்தினார். அந்தத் தவறைச் செய்தவர்கள் தாமே முன்வந்து அதை ஒப்புக்கொள்ளும்படிச் சொன்னார். கடும் தண்டனை கிடைக்குமென்றெல்லாம் பயமுறுத்தினார். யாரும் ஒரு வார்த்தைகூடப் பேசவில்லை. யாரும் எந்தப் பதிலும் சொல்லவில்லை. கொஞ்ச நேரத்திற்குப் பிறகு இருவரும் அந்த அறையைவிட்டு வெளியேறினார்கள். அந்த ஆசிரியர் வகுப்பெடுக்கும் நிலையில் இல்லை.

யாருமில்லாத அந்த நேரத்தில் மாணவர்கள் ஒருவர் பின் ஒருவராக வெளியேறினார்கள். யாரும் காட்டிக் கொடுப்பதைப் பற்றி யோசிக்கவேயில்லை. இந்தக் குரூரமான விளையாட்டில் என்னுடன் சேர்ந்து மூன்று, நான்கு பேர்தான் ஈடுபட்டனர் என்று பார்க்கையில் இந்த விசுவாசம் மிகவும் குறிப்பிடத்தக்கது. மற்றவர்கள் வெறுமனே வேடிக்கைதான் பார்த்துக்கொண்டிருந்தார்கள். எங்களைக் காட்டிக்கொடுக்க வேண்டாமென்று மற்ற மாணவர்களிடம் நாங்கள் வேண்டுகோள் எதுவும் விடுக்கவில்லை. அந்த முடிவு தானாகவே, ஒரு மனதாக எடுக்கப்பட்டது. என்னுடைய பிரபலம் ஒரு காரணம். ஆனால் அந்த ஆசிரியரை யாருக்கும் பிடிக்க வில்லை. பணக்கார வீட்டுப் பையன்களும் அந்தப் பகுதியில் முக்கியமானவர்களின் பையன்களும் என்னுடன் படித்து வந்தார்கள். இந்தப் பிரிவில்தான் பெரும்பாலும் சந்தர்ப்பவாதி களும் ஒத்துப்போகாதவர்களும் இருப்பார்கள். காரணம், அவர்கள் ஆளும் வர்க்கத்தைச் சேர்ந்த தன்னலவாதிகள். குற்றவாளிக்கு எதிராக ஆதாரங்களைத் திரட்டும் நோக்கத்தில் அடுத்த சில நாட்களில் தலைமையாசிரியர் எல்லா மாணவர் களையும் கடுமையாக விசாரித்தார். யாரும் காட்டிக் கொடுக்கவில்லை. ஆனால், என்னையும் அந்த பிராமணப் பையனையும் சந்தேகித்தார்கள்.

சில நாட்கள் கழித்து இதன் அடுத்த பகுதி நடந்தது. ஒரு ஆசிரியருக்கு எதிராக கேலி விளையாட்டில் நான்

ஈடுபட்டது அதுதான் முதல் முறை. நான் ஒழுங்கான பையன் என்று நினைத்துக்கொண்டிருந்த என் சக மாணவர்களுக்கு இது ஆச்சரியமளித்தது. தண்டனை கிடைக்கக்கூடிய வாய்ப்பிருந்தும் குறும்பு செய்யும் பரவசம் எனக்கும் புது அனுபவம் தான். அதற்குப் பிறகு நானும் சேட்டைக்காரன் என்பதையும், எல்லாவற்றையும் மௌனமாக பொறுத்துக் கொண்டிருக்க மாட்டேன் என்பதையும் சக பையன்கள் புரிந்து கொண்டார்கள். என் பிரபலத்தின் காரணமாகவே நான் காட்டிக்கொடுக்கப்படவில்லை என்பது அடுத்தடுத்து நடந்த சம்பவங்களின் மூலம் எனக்குத் தெரியவந்தது.

அந்தப் பள்ளிக்கூடம் உயர்நிலைப் பள்ளியாக உயர்த்தப் படுவதற்கு முன்பு திருவிதாங்கூர் மகாராஜாவின் பிறந்த நாளை அங்கே கொண்டாடுவது வழக்கம். உயர்நிலைப் பள்ளியான பிறகு மேலும் ஒரு வருடாந்திர விழா கொண்டாடப் பட்டது. பள்ளிப் புரவலரின் நினைவைக் கொண்டாடுவதற் கான தினம் அது. புரவலரின் நினைவு நாள் ஜனவரி-பிப்ரவரி மாதத்தில் வரும். அந்த நாளைக் கொண்டாடுவதற் கான மொத்தச் செலவையும் 'கே' குடும்பத்தினர் ஏற்றுக் கொண்டனர். அந்தக் கொண்டாட்டத்திற்காக அன்றைய தினம் விடுமுறையும் விடப்பட்டது. அந்த மனிதரின் படத்தை ஏந்திச் சென்ற ஊர்வலம் நகரின் முக்கிய வீதிகளில் வலம் வந்தது. விளையாட்டுப் போட்டிகள், மாணவர்களுக்குச் சிற்றுண்டி ஆகியவற்றிற்குப் பிறகு பள்ளி வளாகத்திலேயே ஒரு பொதுக் கூட்டம் நடக்கும்.

இந்த நினைவுதினம் முதல்முறையாக நடந்தபோது நான் அந்தப் பள்ளியில் படிக்கவில்லை என்பதால் அதில் கலந்துகொள்ளவில்லை. நான் ஐந்தாம் படிவம் படிக்கும் போது, இரண்டாம் வருடக் கொண்டாட்டம் நடப்பதற்குச் சில நாட்களுக்கு முன்பு மாணவர்களின் சார்பாக ஒரு உரை நிகழ்த்த முடியுமா என்று தலைமையாசிரியர் என்னைக் கேட்டார். இம்மாதிரி ஒரு விழாவில் ஒரு மாணவரைப் பேசச் சொல்வது அதுதான் முதல் முறை. எனக்கு மிகுந்த சந்தோஷம். புரவலரின் நற்குணங்களைப் பெருமைப்படுத்தி நான் ஒரு சிறிய உரையைத் தமிழில் தயார் செய்தேன். அதை வாசித்தவுடன் எனக்கு ஏகப்பட்ட பாராட்டுகள் கிடைத்தன. அடுத்த வருடத்திலும் இம்மாதிரி படித்தேன். அப்போது ஆங்கிலத்தில் பேசினேன். இந்த இரண்டு பொது உரைகளும் என் பெயரை உயர்த்தின.

இந்த ஆண்டுகளில் என் தந்தை வனத் துறைக்காகப் பொதுப்பணித் துறை வழி ஒப்பந்தப் பணிகளையும் துணை

ஒப்பந்தப் பணிகளையும் எடுத்துச் செய்துவந்தார். மரங்களை சரியான அளவில் வீழ்த்தி, வெட்டி, ஒப்புதலுக்காக அனுப்ப வேண்டும். தந்தைக்காக கணக்கு வழக்குகளைப் பார்த்து வந்தேன். அரசின் பாசன ஏரிகளில் மீன் ஏலம் விடுவது போன்ற ஒப்பந்தப் பணிகளும் இருந்தன. மீன் பிடிக்கும் உரிமை அதிகத் தொகைக்குக் கேட்பவர்களுக்கு ஏலம் விடப்படும். ஒரு குறிப்பிட்ட தினத்திற்குள், பெரும்பாலும் பருவ மழை துவங்குவதற்கு முன், கிடைக்கும் மீன்களைப் பிடித்து விற்றுக் கொள்ளலாம். இப்படிப் பல ஒப்பந்தப் பணிகள் கிடைத்தன. அந்தத் தாலுக்காவில் பல கிராமங் களுக்கு நானே நேரில் சென்றேன். விற்பனையைச் சரிபார்த்து, கணக்கு வைத்துக்கொள்வேன். ஒவ்வொரு கோடைக் காலத்திலும் எங்களுக்குச் சில நூறு ரூபாய் லாபமாகக் கிடைக்கும். பணத்தை எப்படிக் கையாள வேண்டும் என்ற அனுபவம் இந்த வேலைகளில் கிடைத்தது. கிராமங்களில் வசிக்கும் பல்வேறு மட்டங்களைச் சேர்ந்த பல்வேறு சாதி யைச் சேர்ந்த மக்களின் வாழ்க்கையைப் புரிந்துகொள்ளும் அனுபவத்தையும் கொடுத்தது.

எட்டு மைல் தூரத்தில் இருந்த கிராமம் ஒன்றிற்கு இம்மாதிரி வேலையாக நான் போயிருந்தேன். அப்போது சாமியார் ஒருவரைச் சந்தித்தேன். எங்கள் உறவினர்களிட மிருந்து பிரிந்து, தனித்து வாழ்ந்துவந்தார் அவர். மனைவியை இழந்தவர். அவருடன் பிறந்தவர்களின் பிள்ளைகள் நிறையப் பேர் இருந்தனர். கிராமத்திற்கு வெளியே அவருக்குத் தென்னந்தோப்பு இருந்தது. அதில் ஒரு சிறிய தூய்மையான குடிலில் வசித்துவந்தார். மரங்களுக்குத் தண்ணீர் பாய்ச்சுவது, விளைச்சலை விற்பது என அந்தத் தோப்பைப் பராமரித்து வந்தார். அவருடைய சகோதரர் மகன்களில் ஒருவர் காலை யில் சென்று ஏதாவது எளிமையாகச் சமைத்து வைத்துவிட்டு வருவார். பதினோரு மணியளவில் சாப்பிடுவார் அவர். அந்த நாள் முழுவதற்கும் அதுதான் சாப்பாடு. தன் பெரும்பாலான நேரத்தை அவர் தியானத்தில் கழித்தார். பல கிராமங்களைச் சேர்ந்த சீடர்கள் அவரிடம் இருந்தார்கள். தினமும் பலர் அவரை வந்து பார்த்துவிட்டுச் செல்வார்கள். பார்க்க வருகிறவர்களில் சிலர் பழங்கள், தானியங்கள் ஆகியவற்றை கொண்டுவருவார்கள். அவரைப் பார்க்க வருகிறவர்கள் ஏதாவது கொண்டுவந்தாலும் வரா விட்டாலும் அவர்களுடன்தான் சாப்பிடுவார். அவர்களுடன் பல்வேறு விஷயங்களைப் பற்றிப் பேசுவார். எல்லா விஷயங் களைப் பற்றியும் அவர்களுக்கு ஆலோசனை கூறுவார். ஆன்மீகரீதியாக ஏதும் பேச மாட்டார். இருந்தாலும் அவரது

இருப்பே எங்களுக்கு மிகுந்த ஆறுதலைக் கொடுத்தது. நான் அவரைப் பல சந்தர்ப்பங்களில் சந்தித்திருக்கிறேன். பல மணி நேரம் அவருடன் செலவழித்திருக்கிறேன். அவருக்கு என் மீது மிகுந்த அக்கறை இருந்தது. படிப்பை முடிப்பதற்காக நான் மேற்கொண்ட கடினமான முயற்சிகளைப் பாராட்டினார்.

இதிகாசங்களை ஆழ்ந்து படித்ததும் இந்த சாமியாருடன் ஏற்பட்ட தொடர்பும் மதத்திலும் தத்துவத்திலும் எனக்கு பெரும் ஆர்வத்தை ஏற்படுத்தின. அவ்வப்போது கோவிலுக்குச் செல்வது வழக்கமென்றாலும் ஒரு சம்பிரதாயமான பக்தி மானாக நான் இருக்கவில்லை. மத நம்பிக்கைகள், செயல் பாடுகள் ஆகியவற்றின் மீது எனக்குச் சந்தேகம் இருந்தது. ஆனால், ஆன்மீக வளர்ச்சியில் பல்வேறு படிநிலைகளை ஏற்று ஆற்றுப்படுத்தும் இந்து மதத்தை நான் விரும்ப ஆரம்பித்தேன். கர்ண பரம்பரைக் கதைகளையும், தொன்மங் களுக்குப் பின்னால் இருக்கும் ஆழமான குறியீடுகளையும் கவித்துவமான உருவகக் கதைகளையும் நான் படிப்படியாக புரிந்துகொள்ள ஆரம்பித்தேன்.

பள்ளிக்கூடத்தில் கடைசி வருடத்தில் படித்துக்கொண்டி ருந்தபோது இன்னொரு விநோதமான நண்பன் கிடைத்தான். என்னைவிட வயது மிக அதிகமான பிராமணப் பையன். அவனுடைய தந்தை உணவகம் வைத்திருந்தார். மலபாரின் பல்வேறு பகுதிகளில் வசித்தவன். அவனுடைய தந்தை செங்கோட்டையில் உணவகம் திறந்தபோது அவன் இங்கே வந்துவிட்டான். எஸ்.எஸ்.எல்.சி. தேர்வில் ஏற்கெனவே இரண்டு முறை தோல்வியடைந்து, அதே வகுப்பில் மூன்றாவது ஆண்டு படித்துவந்தான். என்னைவிட ஆங்கிலத்தைச் சிறப்பாக பேசியது அவன் மட்டும்தான். அவனுடைய பொது அறிவும் என்னைவிடப் பரந்தது. ஆனால், ஒரு விரும்பத்தகாத பையனாக அவன் ஏன் கருதப்பட்டான் என்பது அப்போது எனக்குத் தெரியவில்லை. அவனுக்கு திருமணமாகாத சகோதரிகள் இருவர் இருந்தனர். அந்தக் கால கட்டத்தில் பிராமணப் பெண்களுக்குப் பதிமூன்று வயதாகும் முன்பே திருமணம் செய்துவைக்கப்படும். அந்த வயதுக்குப் பிறகும் அவர்களுக்குக் கல்யாணம் ஆகவில்லையென்றால் ஊருக்குள் ஒரு மாதிரியாகப் பேச ஆரம்பித்துவிடுவார்கள். அந்தப் பையன் நிறையப் பேசுவான். ஆசிரியர்களின் மீது அவனுக்குப் பெரிய மரியாதை கிடையாது. அவன் அடிக்கடி என் வீட்டிற்கு வந்து என் பெற்றோருடன் பேசிக்கொண்டிருப் பான். எங்கள் வீட்டிலும் சாப்பிடுவான். ஒரு பிராமணன் இப்படி செய்தால் அவனைச் சாதியை விட்டே ஒதுக்கி

விடுவார்கள். எங்கள் வறுமையைப் பற்றி அவனுக்குத் தெரியும். ஆனால், அவனுக்கு விசாலமான மனம். சாதி, பணம் போன்றவற்றை வைத்து அவன் எதையும் முடிவு செய்பவனாக இல்லை. அவனுடன் இருப்பதே எனக்கு சந்தோஷம் தந்தது. அவன் எனக்கு ஏதும் தீங்கு செய்ததாகச் சொல்ல முடியாது. ஆனால், என்னுடன் படிப்பவர்களும் ஆசிரியர்களும் நான் அவனுடன் சேர்ந்தால், அது என்னை நாசமாக்கிவிடும் என்று எச்சரித்தார்கள். பள்ளிக்கூடத்திலேயே மிக மோசமான மாணவனுடனான இந்த நட்புதான் பிற்காலத்தில் பல்வேறு விதமான மக்களுடன் பழகும் குணத்தைத் தந்தது என்று அடிக்கடி நினைத்துக்கொள்வேன்.

இரண்டு வருடங்களும் மிக வேகமாகக் கழிந்தன. எஸ்.எஸ்.எல்.சி தேர்வு நெருங்கியது. தேர்வில் வெற்றிபெறுவது குறித்து எனக்கு சந்தேகமே இல்லை. நான் கணித மாணவனாக இல்லாததால் பொதுத் தேர்வு மதிப்பெண்களின் அடிப் படையில் ஒவ்வொரு பள்ளியிலும் படித்த சிறந்த மாணவருக்கு அரசாங்கம் தகுதியின் அடிப்படையில் அளிக்கும் உதவித் தொகை கிடைக்கும் என்ற நம்பிக்கை இல்லை. தேர்வு வேகமாக நெருங்கிக் கொண்டிருந்தபோது, அடுத்து என்ன செய்யப்போகிறோம் என்ற கேள்விதான் என்னையும் என் தந்தையையும் கவலைக்குள்ளாக்கியது. இந்தப் பதற்றத்திலும் கவலையிலும்தான் தேர்வை எழுதினேன். 1921 மே மாதம் முடிவுகள் வெளியிடப்பட்டன.

வரலாற்று ஆசிரியரைக் கேலி செய்த சம்பவத்தில் பங்கேற்ற என் பிராமண நண்பன் தேர்ச்சிபெறவில்லை என்பது எனக்கு மிகக் கவலையாக இருந்தது. தலைமையாசிரி யரிடமிருந்து சான்றிதழைப் பெறுவதற்காகப் பள்ளிக் கூடத்திற்குப் போனபோது, என் நண்பன் ராமச்சந்திரன் வெளியில் நிற்பதைப் பார்த்தேன். பள்ளிக் கூடத்தைவிட்டுச் செல்ல மாற்றுச் சான்றிதழைப் பெறுவதற்காக அவன் நின்றுகொண்டிருந்தான். வரலாற்று ஆசிரியரைக் கேலி செய்தது யார் என்ற விவரத்தை அவனிடமிருந்து பெற விரும்பினார் தலைமையாசிரியர். அவனை அடித்துக் கொடுமைப்படுத்தினார். அவன் தன் மாற்றுச் சான்றிதழைப் பெறுவதற்குப் பல நாட்கள் காத்திருக்க வேண்டியிருந்தது.

நான் தலைமையாசிரியர் அறைக்குள் நுழைந்ததும் அவர் சான்றிதழைக் கொடுத்தார். ஒரு கல்லூரி மாணவனுக்கு நடத்தையும் ஒழுக்கமும் எவ்வளவு முக்கியம் என்று போதித்தார். நான்தான் அந்தக் குறும்பைச் செய்தவன் என்பதில் அவருக்குச் சந்தேகம் இல்லை. ஆனால், அதை

நிரூபிக்க முடியாததால் என்னைத் தண்டிக்க முடியவில்லை. ஐரோப்பியப் பேராசிரியர்கள், பெரும் அறிவாளிகளுடன் நான் பழக வேண்டியிருக்கும்; நான் என் வழிகளைத் மாற்றிக்கொள்ளாவிட்டால் எனக்கு எதிர்காலமே இருக்காது என்று சொன்னார். நான் மாறிய ஒரு மனிதனாக இருப்பேன்; என் பொறுப்புகளை உணர்ந்துகொள்வேன் என்றும் நம்பிக்கை தெரிவித்தார்.

எதுவும் பேசாமல் அங்கிருந்து கிளம்பினேன். என் பள்ளி வாழ்க்கை முடிந்துவிட்டது. என் பொறுப்புகளை நானே ஏற்க வேண்டிய காலம் வந்துவிட்டதாக உணர்ந்தேன். என் வகுப்பில் இருந்த பலரைவிட இளையவன் என்றாலும் எனக்கு வாழ்க்கையின் கஷ்ட நஷ்டங்கள் மற்றவர்களைவிட நன்றாகத் தெரியும். பலர் செய்யாத காரியங்களைச் செய்ய நான் முயன்றிருக்கிறேன்; சிலவற்றில் வெற்றியும் கிடைத்திருக்கிறது. கல்விபெறுவதற்காக நான் பட்ட சிரமங்கள் என்னுடைய நிலையை நான் உணர்ந்துகொள்ள உதவின. இந்தச் சிரமங்கள் வாழ்க்கையில் சுவையூட்டியதோடு, தற்சார்பு, சுதந்திரம் ஆகியவற்றையும் கற்றுக்கொடுத்தன.

9

வழி புலப்படுகிறது

நான் உயர்நிலைப் பள்ளியில் படித்துக்கொண்டிருந்த காலத்தில் கல்லூரியில் படிப்பதற்கு முயற்சி செய்யும் யோசனையே எழவில்லை. அதற்குக் குறைந்தது நான்கு வருடமாவது திருவனந்தபுரம், திருச்சி, சென்னை போன்ற வெளிநகரத்தில் தங்கியிருந்தாக வேண்டும். வருடத்திற்குக் குறைந்தது நானூறு ரூபாயாவது செலவாகும். நிச்சயம் எங்கள் சக்திக்கு அப்பாற்பட்ட விஷயம். நான் அம்பாசமுத்திரத்தில் ஒரு வருடம் இருந்தபோது பட்ட கஷ்டம் நினைவிலிருந்து அகலவில்லை. நான் கல்லூரியில் படிக்க விரும்பினால், அந்தக் கஷ்டமெல்லாம் ஒன்றுமே யில்லை என்று சொல்லும் அளவுக்கு நாங்கள் சிரமப்பட வேண்டியிருக்கும். இருந்தாலும் ஆறாம் படிவம் படிக்கும்போது படிப்பில் நான் காட்டிய முன்னேற்றமும் உடன் படிக்கும் மாணவர்கள், ஆசிரியர்கள், செங்கோட்டையில் இருந்த பெரியவர்களின் பாராட்டுகளும் எனக்குள் லட்சிய விதையை ஊன்றின. கல்லூரியில் படிப்பதைப் பற்றி தீவிரமாக யோசிக்க ஆரம்பித்தேன்.

நானும் என் தகப்பனாரும் அடிக்கடி இதைப் பற்றி விவாதிப்போம். ஆனால், திருப்திகரமான முடிவு ஏதும் வராது. கல்லூரிக்குப் போகாவிட்டால்

வேலைக்குப் போக வேண்டும். எங்கள் ஊர் மிகவும் சிறியது. எஸ்.எஸ்.எல்.சி. படித்தவருக்குக்கூட நல்ல வேலை கிடைக்காது. எங்களுடைய அரசியல், அதிகாரத் தொடர்புகள் எல்லாம் திருவிதாங்கூர் சமஸ்தானத்தின் தலைநகரான திருவனந்த புரத்துடன் இருந்தது. எஸ்.எஸ்.எல்.சி படித்தவர்களுக்கு ஒன்று எழுத்தர் வேலை கிடைக்கும். அல்லது நடுத்தரப் பள்ளியிலோ, ஆரம்பப் பள்ளியிலோ ஆசிரியர் வேலை கிடைக்கும். பெரிய அலுவலகங்களில் பட்டதாரிகள் மட்டுமே எழுத்தர் பணிக்குச் சேர்த்துக்கொள்ளப்பட்டனர். ஆசிரியர் வேலைக்குச் செல்வதுதான் கண்முன் இருந்த எளிய வழி. ஆனால், பதினாறு வயதுப் பையனை ஆசிரியராக சேர்க்க மாட்டார்கள். இதற்கான குறைந்தபட்ச வயது பதினெட்டு. எப்படிப் பார்த்தாலும் எங்கோ ஒரு ஊரில் என் குடும்பத்தினரைப் பிரிந்துதான் வாழ வேண்டும். அப்படி யிருந்தாலும் பதினெட்டு வயதுக்கு முன் வேலை கிடைக்கும் வாய்ப்பு குறைவாகவே இருந்தது. இரண்டு வருடங்கள் வேலையைத் தேடி வீணடிப்பதைவிட இன்டர்மீடியேட் தேர்வுக்காக படிக்கலாம் என்று எல்லோரும் நினைத்தோம்.

எங்களுடைய ஒரே புரவலரான 'கே' குடும்பத்தினரை அணுகினோம். 'பி.ஏ.கே' தொடர்ந்து என் மீது ஆர்வம் காட்டினார். நிறுவனர் தின நிகழ்ச்சிகளில் என்னுடைய செயற்பாடுகளை பாராட்டினார். அலுவலக ஆவணங்களை எழுதவும் மொழிபெயர்க்கவும் அவ்வப்போது என்னைப் பயன்படுத்திக்கொள்வார். அவருக்கெனச் சில வேலைகளையும் பார்த்துக்கொடுப்பேன். பெற்றோரும் நானும் அவரைப் போய்ப் பார்த்தோம். எங்கள் திட்டத்தை அவரிடம் சொன்னோம். எங்கள் நிதி நிலைமையைப் பற்றியும் என் தகப்பனாரின் சம்பாத்தியத்தைப் பற்றியும் விரிவாக விசாரித்தார். கல்லூரியில் படிக்க எனக்கு வாய்ப்பளிக்க வேண்டும் என்பதை அவர் ஏற்றுக்கொண்டார். இதற்கென இரண்டு திட்டங்களை முன்வைத்தார். அவர்கள் குடும்பத்திற்கு பொதுவாக இருந்த நிலத்தில் நடந்த விவசாய வேலைகளை மேற்பார்க்கும் பணியை என் தகப்பனார் ஏற்றுக் கொள்ள வேண்டும். அதுவரை, ஒவ்வொரு சகோதரரும் அதை முறை வைத்துச் செய்துவந்தனர். அதன் மூலம் கிடைக்கும் சம்பளமும் சலுகைகளும் எங்கள் குடும்பத்திற்குப் போதுமானதாக இருக்கும். இரண்டாவது திட்டம் என்னவென்றால், என் கல்லூரிச் செலவுகளுக்கென ஒரு தொகையை அவர் அளிப்பார். அவ்வப்போது ஒரு சிறுதொகையை மற்ற சகோதரர்களிடமிருந்து நான் பெற்றுக்கொள்ள வேண்டும். இந்தத் தொகை போதவில்லையென்றால், மீதித் தொகையை

என் தந்தைதான் எப்படியாவது புரட்டிச் சமாளிக்க வேண்டும். ‘கே’ குடும்பத்தினருக்கெனத் திருவனந்தபுரத்தில் ஒரு வீடு இருந்தது. அங்கே அவுட்ஹவுஸ், ஷெட் என தங்கிக்கொள்ள ஏகப்பட்ட இடம் இருந்தது. அதனால், தங்குமிடம் பற்றிய பிரச்னை தீர்ந்தது. படிப்பதற்கென அந்தக் குடும்பத்தைச் சேர்ந்த பையன் ஒருவன் திருவனந்தபுரத்திற்குச் செல்வதாக இருந்தான். ஆரம்பத்தில் அவனுடன் தங்கிக்கொள்ள வேண்டியது. வீட்டைப் பார்த்துக்கொள்ள அவனுடன் ஒரு சமையல்காரனும் அனுப்பி வைக்கப்பட்டான்.

இந்த ஏற்பாடு மிகவும் திருப்தியளித்தது. அவர்கள் மிகவும் நல்லவர்கள் என்று பேசிக்கொண்டும் எங்களுடைய அதிர்ஷ்டத்தை எண்ணி வியந்துகொண்டும் வீடு திரும்பினோம். என் தந்தைக்கு நிரந்தரமாக ஒரு வேலை கிடைத்து விட்டதால், அவர் அதுவரை பார்த்துவந்த நிலையில்லாத, சிரமமான வேலைகளை விட்டுவிடலாம். என்னையும் பார்த்துக்கொள்கிறார்கள். அதுவும் துவக்கத்தில் ‘கே’யின் உறவினர் பையனுடனேயே தங்கப்போகிறேன். ஏகப்பட்ட சந்தோஷத்தில் திருவனந்தபுரம் செல்வதற்கான பயண ஏற்பாடுகளில் ஈடுபட்டேன். வரவிருக்கும் ஐந்தாண்டுகளில் நான் எதிர்கொள்ளவிருக்கும் துன்பங்களைப் பற்றி அறியாமல்!

தார்மீக ரீதியாகக் கேட்கலாமே தவிர, ‘கே’ குடும்பத்தினரிடம் எதையும் கேட்க எங்களுக்கு எந்த உரிமையும் இல்லை. தனக்குச் சேர வேண்டிய பணத்தையெல்லாம் அந்த வயதான மனிதர் பறித்துக்கொண்டார் என்றும் பாட்டிக்காக வாங்கிய இரண்டொரு சிறிய சொத்துகளைத் தன் பெயரில் வாங்கி கொண்டார் என்றும் என் பாட்டி அடிக்கடி சொல்வாள். எனக்குத் தெரிந்தே என் தந்தைகூட இதே வகையில் சில சொத்துகளை இழக்கும்படி நேரிட்டது. பக்கத்து கிராமத்தில் வசித்த முஸ்லிம் ஒருவருக்கு என் தந்தை கொஞ்சம் பணம் கடனாகக் கொடுத்திருந்தார். அந்த இஸ்லாமியரால் பணத்தைத் திருப்பித்தர முடியவில்லை. அவருடைய சொத்தைப் பறிமுதல் செய்து என் தந்தையின் பெயரில் மாற்ற நீதிமன்ற ஆணை பெறப்பட்டது. ஆனால், அந்த இஸ்லாமியரை அந்த இடத்திலிருந்து காலிசெய்ய முடியவில்லை. என் தந்தை ‘பி.ஏ.கே’யின் உதவியை நாடினார். அந்தச் சொத்தின் உரிமையைத் தன் பெயருக்கு மாற்றித்தரும் படியும் அந்தச் சொத்தின் மதிப்பை அவர் எங்களுக்குத் தந்துவிடுவதாகவும் ‘பி.ஏ.கே’ சொன்னார். அதன்படியே என் தகப்பனார் சொத்தை மாற்றித்தந்தார். ஆனால், இன்றைய தேதிவரை அதற்கான பணம் கிடைக்கவில்லை.

நாங்கள் அவரைச் சார்ந்திருப்பதை உத்தேசித்து, என் தந்தை இதை வற்புறுத்திக் கேட்கப் பயந்தார். அவர்கள் நிலைமையை வைத்துப் பார்க்கும்போது நாங்கள் கேட்ட உதவி பெரிய தில்லை. தர்ம காரியங்களுக்கும் விழாக்களுக்கும் அவர்கள் இதைவிட அதிகம் செலவழித்திருக்கிறார்கள். எங்கள் குடும்பத்திற்கும் அவர்கள் குடும்பத்திற்கும் இருந்த பழைய தொடர்புகளை வைத்துப்பார்க்கும்போது, என் கல்லூரிப் படிப்பிற்கு அவர்களை நாடிப்போனது மிகைப்படியாக எதிர்பார்க்கிற செயல் என்று சொல்ல முடியாது. அதேபோல, அவர்களும் தமக்கிருந்த தார்மீகப் பொறுப்பை மறுத்ததில்லை.

நான் திருவனந்தபுரத்திற்குக் கிளம்புவதற்கு முன்பு, பணத்தைப் பெறுவதற்காகப் பல நாட்கள் அவர்கள் வீட்டு வாசலில் காத்துக்கிடந்தேன். மூன்று மாதத்திற்கு ஒரு முறைதான் வீட்டிற்கு வருவேன் என்பதால் அடுத்த மூன்று மாதங்களுக்கென என்ன உதவி கிடைக்குமோ, அதைப் பெற்றாக வேண்டும். உதவி கேட்டு, அடுத்தவர் வீட்டு வாசலில் நின்றவர்களால்தான் நான் அடைந்த அவமானத்தையும் விரக்தியையும் உணர முடியும். யாராலும் கவனிக்கப் படாமல் பல மணி நேரம் நிற்க வேண்டும். காலும் மனமும் வலிக்க ஆரம்பிக்கும் நேரத்தில் "நான் திரும்பக் கூப்பிடு கிறேன்" என்றோ, "இன்னொரு சகோதரரிடம் சென்று கேள்" என்றோ சொல்லப்படும். இது நிச்சயம் மகிழ்ச்சிகர மான அனுபவமாக இருக்காது. இரண்டு, மூன்று முறை அலைந்த பிறகு 'பி.ஏ.கே' மட்டும் ஒரு பத்து ரூபாய்த் தாளைத் தருவார். மற்றவர்களிடமிருந்து ஏதாவது பெற வேண்டுமானால், அதற்கு எல்லையில்லாத பொறுமை வேண்டும். 'பி.ஏ.கே' பெரும்பாலும் மாதாமாதம் திருவனந்த புரத்திற்கு வந்துவிடுவார். அந்த நேரத்தில் அவரிடமிருந்து கொஞ்சம் பணம் வாங்கிவிடுவேன். முதல் இரண்டு ஆண்டுகளில், அதாவது என் இன்டர்மீடியேட் வருடங்களில், நான் பெற்ற மொத்தத் தொகை 200 ரூபாயைத் தாண்டாது. இதற்காக நான் நூற்றுக்கும் மேற்பட்ட தடவை அவர்கள் வீட்டு வாசலிலில் பேசாமல் நின்றிருப்பேன். இப்படி நிற்பதிலும் காத்திருப்பதிலும் எனக்கு ஒரு அனுபவம் வந்து விட்டது. வழக்கமாக இம்மாதிரித் தருணங்களில் எதிர்த்தெழுவதுதான் என் இயல்பு. ஆனால், பொறுமையாக இருக்கப் பழகிக்கொண்டுவிட்டேன்.

என் பிற்கால வாழ்க்கையில் நான் ஒரு விதியை வகுத்துக் கொண்டேன். என் குழந்தைகள்கூட அதிலிருந்து விலகக் கூடாது என்று நினைக்கிறேன். என் வீட்டு வாசலிலோ,

ஒரு சூத்திரனின் கதை 129

அலுவலக வாசலிலோ யாரும் காத்திருப்பது எனக்குப் பிடிக்காது. ஏதாவது விண்ணப்பித்துவிட்டு, நீண்ட நேரம் காத்திருப்பதன் மூலம் நம் பொறுமையை சோதிக்க முடியும், நம் முடிவை மாற்ற முடியும் என்று நினைப்பவர்களை நான் வெறுக்கிறேன். என்னைப் பார்க்க வருபவர்கள் நேரடியாக வந்து, வந்த காரியத்தைப் பேசுவதுதான் எனக்குப் பிடிக்கும். நிறையப் பேர் அப்படிச் செய்வதில்லை. நல்ல மனநிலை அல்லது நல்ல தருணத்தை எதிர்பார்த்து அங்கேயே சுற்றிக்கொண்டிருப்பார்கள்.

அந்தக் காலகட்டத்தில் தானதர்மம் பற்றிய சிந்தனைகள் எனக்குள் ஓடும். மனிதன் செய்யக்கூடிய நற்காரியங்களில் தர்மத்திற்கு முதலிடம் உண்டு. ஷேக்ஸ்பியர் விவரிக்கும் கருணையின் எல்லா அம்சங்களும் தர்மத்தில் உண்டு. தர்மம் சரியாகச் செய்யப்பட்டால் கொடுத்தவன் உயர்ந்தவனா கிறான். வாங்கியவன் தார்மீக ரீதியாக மேம்படுகிறான். எனக்குக் கிடைத்த தர்மம் இந்த வகையில் கிடைத்தது என்று சொல்ல முடியாது. பல சமயங்களில் கசப்புணர்ச்சி யடைந்திருக்கிறேன். பல சமயங்களில் நான் அனுபவித்த மனத்துயரம் என்னைப் பொறுமையின் விளிம்பிற்கே தள்ளி யிருக்கிறது. எல்லாவற்றையும் தூக்கி யெறிந்துவிட்டு, கல்லூரிப் படிப்பையே விட்டுவிடலாமா என்றெல்லாம் தோன்றி யிருக்கிறது. ஆனால் ஏதோ ஒரு உறுதி உந்தித் தள்ளிக்கொண்டி ருந்தது. என் குடும்பத்திற்கு நான் கடமைப்பட்டவன் என்ற எண்ணம் எனக்குள் வேர்கொள்ள ஆரம்பித்தது. அவர் களுடைய கஷ்டத்தை நான் பார்த்திருக்கிறேன். அவர்கள் என் மீது எந்த அளவு நம்பிக்கை வைத்திருந்தார்கள் என்பதை அறிந்திருந்தேன். நான் அவர்களைக் கைவிட முடியாது. அவர்களுடைய கஷ்டத்தையெல்லாம் தீர்த்து, அவர்களுக்கு ஒரு மேம்பட்ட வாழ்க்கையை தரவேண்டும். வறுமை லட்சியத்திற்கு நல்ல தூண்டுகோலாக அமைய முடியும்.

என்னுடன் கல்லூரியில் சேர்ந்த ‘கே’ குடும்பத்துப் பையன் நல்ல மாதிரியாக இருந்தான். முதல் இரண்டு மாதங்கள் அவனுடன்தான் தங்கியிருந்தேன். அவன் என்னைவிட இரண்டு, மூன்று வயது பெரியவன். படிப்பின் மீது அவனுக்குப் பெரிய அக்கறையில்லை. தன் அத்தை மகளையே திருமணம் செய்திருந்தான். விரைவிலேயே அந்தப் பெண்ணும் கணவனுடன் வசிப்பதற்காக அங்கே வந்துவிட்டாள். ஒரு தேனிலவு ஜோடியுடன் தங்குவது முடியாதென்பதால் நான் இடம் மாற வேண்டியிருந்தது.

அந்தக் கட்டிடத்திலேயே வேறு ஒரு அறையில் தங்கிக் கொண்டு, ஒரு உணவகத்தில் உணவுக்கு ஏற்பாடு செய்து

கொண்டேன். காலை ஒன்பது மணிக்கும் இரவு எட்டு மணிக்கும் சாப்பாடு கிடைக்கும். இதற்கு மாதம் 10 ரூபாய் கட்டணம். காலையில் எழுந்தவுடன் கிணற்றில் நீர் இறைத்துக் குளிப்பேன். பிறகு இரண்டு மணி நேரம் படிப்பேன். 9 மணியளவிலோ அதற்குச் சற்று முன்பாகவோ நகரத்தின் முக்கிய வீதியில் இருக்கும் உணவகத்தை நோக்கிச் செல்வேன். கிட்டத்தட்ட ஒன்றரை மைல் தூரம். சாப்பிட்ட பிறகு ஒன்பதே முக்கால் மணியளவில் கல்லூரிக்குக் கிளம்புவேன். மதிய இடைவேளையின்போது இரண்டணா அல்லது அதற்கு மேல் கொஞ்சம் செலவு செய்தால் அரை கப் காப்பியும் சாப்பிடுவதற்கு ஏதாவதும் கிடைக்கும். உணவகத்திற்கு நடந்துபோய் இரவுச் சாப்பாட்டை முடித்துவருவேன். சில சமயங்களில் காலையில் கொஞ்சமாகச் சாப்பிட்டுவிட்டு, மத்தியானம் முழு உணவு சாப்பிடுவேன்.

கல்லூரிக் கட்டணம், சாப்பாடு, குறைந்தபட்ச கைச் செலவு எல்லாம் சேர்த்து மாதம் 25 ரூபாய் ஆகும். எனக்குக் கிடைக்கும் பிற உதவிகளைப் பொறுத்து என் தந்தை மாதாமாதம் 10 முதல் பதினைந்து ரூபாய் வரை அனுப்புவார். மாதத் துவக்கத்தில் முந்தைய மாதத்தின் வரவு செலவுக் கணக்கை அவருக்கு அனுப்ப வேண்டும். வரும் மாதத்திற்கு எவ்வளவு தேவைப்படும் என்பதையும் கணக்கிட்டு அனுப்ப வேண்டும். நான் அனுப்பிய கணக்குத் தீவிரமாக ஆராயப் படும். கூடுதலாக ஒன்றிரண்டு ரூபாய் கேட்டால், தீவிர விசாரணைக்குப் பிறகே கிடைக்கும். அவர் அதற்குப் பதிலாக அனுப்பும் கடிதங்களின் தொனி என்னை எரிச்சல்படுத்தி னாலும் நான் அவரைக் குற்றம் சொல்லமாட்டேன். எனக்குப் பணம் அனுப்புவதற்காகப் பல சமயங்களில் வீட்டிலிருக்கும் பொருள்களை அவர் அடகு வைக்க வேண்டியிருக்கும். ஏதாவது ஒரு மாதம் 'பி.ஏ.கே' திருவனந்தபுரத்திற்கு வராமல் போனால் அவ்வளவுதான். நான் சிரமப்பட்டுவிடுவேன்.

இரண்டு கைத்தறி வேட்டிகள், மலிவான துணியாலான இரண்டு சட்டைகள், இரண்டு மூன்று பனியன்கள், இரண்டு கோட்டுகள், இரண்டு கைத்தறித் துண்டுகள் ஆகியவைதான் என்னிடமிருந்தவை. எங்கள் கல்லூரியில் மாணவர்கள் கோட் அணிந்துதான் வரவேண்டும். கோட்டைத் தவிரப் பெரும்பாலான துணிகளை நானே துவைத்துவிடுவேன். எப்போதாவது சட்டையை வண்ணாரிடம் போடுவேன். பட்டப் படிப்பை முடிக்கும்வரை என்னிடம் செருப்பு கிடையாது. பல வருடங்களுக்குச் சொந்தமாக என்னிடம் குடையில்லை. கல்லூரியில் படித்த ஐந்தாண்டுகளிலும் சாதாரண மெத்தை

தலையணைகூட என்னிடம் கிடையாது. வீட்டில் இருக்கும் ஏதாவது ஒரு பாயில் படுத்துக்கொள்வேன். பிறகு நானே சொந்தமாக ஒரு கோரைப் பாயும் தலையணையும் வாங்கினேன். மேசை, நாற்காலியெல்லாம் இல்லை. தரையில் உட்கார்ந்து கொள்வேன். அரிக்கேன் விளக்கு வெளிச்சத்தில்தான் படிப்பேன். எங்கள் வீட்டில் பழங்கால டிரங்குப் பெட்டி ஒன்று இருந்தது. ஆனால், என் தேவைகளோடு ஒப்பிட்டால் மிகவும் பெரியது. பொருள்களை அனுப்பப் பயன்படும் கள்ளிப் பலகைகளை வைத்து ஒரு சிறிய பெட்டி செய்து கொண்டேன். கல்லூரியில் படித்த ஐந்தாண்டுகளிலும் என் புத்தகம், துணிமணி, பொருள்கள் ஆகியவற்றை அதில்தான் வைத்திருந்தேன். நான் சம்பாதித்த பணத்தில் 1927இல்தான் ஒரு டிரங்க் பெட்டியை வாங்கினேன். நான் படிக்கும் காலத்தில் ரயில் பயணங்களில் தகரப் பெட்டிகூட இல்லாமல்தான் பயணம் செய்தேன்.

இவ்வளவு பிரச்சனைகள் இருந்தாலும் என் கல்லூரி நாட்கள் மிகவும் இனிமையாகவே இருந்தன. வரலாற்றுப் பாடம் பிடித்திருந்தது. தீவிரமாகப் படித்தேன். வகுப்பில் சிறந்த மாணவர்களில் ஒருவனாக விளங்கினேன். சீக்கிரமே தேர்வுகளில் முதல், இரண்டாம் இடத்தைப் பிடிக்க ஆரம்பித்தேன். பேராசிரியர்கள் என்னைக் கவனிக்க ஆரம்பித்தார்கள். 'கே' குடும்பத்தைச் சேர்ந்தவர்கள் யாராவது திருவனந்தபுரத்திற்கு வந்தால், எரிச்சல் மூட்டும்படி ஏதாவது செய்வார்கள். பெரும்பாலும் அது பொறுத்துக்கொள்ளக் கூடியதாகத்தான் இருக்கும். படிப்பில் திருப்தி கிடைப்பதால் அவற்றைப் பொறுத்துக்கொள்ளப் பழகிக்கொண்டேன்.

ஒரு விடுமுறை காலம். வீட்டில் இருந்தேன். அப்போது நடந்த ஒரு சில்லறைச் சம்பவம் என் உறுதியைக் கிட்டத்தட்ட குலைக்கும் வகையில் அமைந்தது. அம்பாசமுத்திரத்திலிருந்து ஐந்தாறு கி.மீ. தூரத்தில் இருந்த ஒரு கிராமத்தில் ஏதோ விழா. அதற்கு 'கே' குடும்பத்தைச் சேர்ந்த பெரும்பாலானவர்கள் செங்கோட்டையிலிருந்து சென்றார்கள். நானும் அவர்களுடன் சென்றேன். அம்பாசமுத்திரம் வரை ரயிலில் போனோம். அங்கிருந்து சிலர் மாட்டு வண்டியிலும் எளியவர்கள் நடந்தும் சென்றோம். நடுவில் ஒரு ஆறு. அதைக் கடப்பதற்குப் பாலம் ஏதும் கிடையாது. திரும்பி வரும்போதும் சிலர் மாட்டு வண்டியிலும் சிலர் நடந்தும் வந்தார்கள். 'கே' சகோதரர் களில் ஒருவர் ஆற்றை நெருங்கிய வுடன் வண்டியைவிட்டு இறங்கினார். ஆற்றில் இறங்கி நடக்க ஆரம்பித்தார். அவர் குடும்பத்தின் ஊதாரி. அவரது

சகோதரர்கள்கூட அவரை மதிக்க மாட்டார்கள். ஆற்றில் இறங்கும் முன்பு ஒரு நிமிடம் தயங்கி நின்றார். பிறகு, இடதுகையில் செருப்பைத் தூக்கிக் கொண்டு, வேட்டியை மடக்கிக் கட்டிக்கொண்டு ஆற்றைக் கடந்தார். நான் அவருக்கு அடுத்ததாக வந்துகொண்டிருந்தேன். எனக்குப் பின்னால் வேறு சிலர், அந்தக் குடும்பத்தைச் சேர்ந்த பணியாளர்கள் வந்துகொண்டிருந்தார்கள். நாங்கள் எதிர்க்கரையை அடைந்த வுடன் அவர் என்னைப் பார்த்துக் கோபத்துடன் திரும்பினார். தான் செருப்பைக் கழற்றியவுடன் ஏன் அதை எடுத்துக் கொள்ளவில்லை என்று கேட்டார். நான் அதிர்ந்துபோனேன். நான் அவருடையச் செருப்பைத் தூக்கிக்கொண்டு போக வேண்டுமென அவர் எதிர்பார்ப்பார் என்று எனக்குத் தோன்றவேயில்லை. என்னை இந்த அளவுக்குத் தாழ்த்திக் கொள்ள வேண்டுமென்று நான் யோசித்துப் பார்க்கவில்லை. ஆனால், அந்த நேரத்தில் சரியான பதிலைக் கொடுக்க தோன்றவில்லை. அல்லது தைரியம் இல்லையென்றுதான் சொல்ல வேண்டும். நீங்கள் அதைச் செய்யும்படி சொல்ல வில்லை; அதனால் தூக்கி வரவில்லை என்ற பதிலை தான் சொல்ல முடிந்தது. அவர் செருப்பைக் கழற்றியவுடன் நானே முன்வந்து அவற்றைத் தூக்கியிருக்க வேண்டும் என்றார். ஆங்கிலப் படிப்பின் காரணமாகத்தான் எனக்கு இந்த கர்வம் என்றார். நான் எதுவும் பேசாமல் ரயில் நிலையத்திற்குச் சென்று வண்டி ஏறினேன்.

என் கர்வத்தைப் பற்றியும் மரியாதையில்லாத நடத்தை பற்றியும் அவர் தன் சகோதரர்களிடம் புகார் சொன்னார். ஒன்றிரண்டு நாட்களுக்குப் பிறகு 'கே' சகோதரர்களின் மகன்களில் ஒருவர் வந்தார். அந்தக் குடும்பத்திலேயே பிறரது உணர்வுகளுக்கு மதிப்பளிப்பவர் என்று அவரை நினைத்திருந்தேன். தனது சித்தப்பாவை மதிக்காமல் நடந்து கொண்டதற்காக என்னைக் கண்டித்தார். என் பெற்றோரிட மும் அதைப் பற்றிச் சொன்னார். இதற்காக மன்னிப்புக் கேட்க வேண்டும் என்றும் சொன்னார். இது பெரிய சிக்கலாக உருவெடுத்தது. என் தந்தை தன் விதியை நொந்துகொண்டார். அவர் மிகுந்த சுயமரியாதை உடையவர். சாதாரணச் சூழலில் இம்மாதிரி ஒரு பிரச்சனை எழுந்திருந்தால், என் மீது குற்றம் சாட்டியிருக்க மாட்டார். ஆனால், எங்கள் வாழ்க்கைக் காகவும் என் படிப்பிற்காகவும் யாரைச் சார்ந்திருக்கிறோமோ அவர்களுக்கு அதிருப்தி ஏற்படுத்தும் விதத்தில் நாங்கள் நடந்துகொள்ள முடியாது. இந்த விவகாரம் 'பி.ஏ.கே'யின் காதுகளை எட்டியதா என்பது எனக்குத் தெரியாது. அவர் அதைப் பற்றி என்னிடம் பேசவில்லை. ஆனால், 'கே'

குடும்பத்தினர் பலர் இதன் காரணமாக என் மீது வெறுப்புக் கொண்டது வெளிப்படையாகவே தெரிந்தது. சம்பந்தப்பட்ட அந்த மனிதரிடம் நாங்கள் மன்னிப்புக் கேட்க வேண்டிய தாயிற்று. நான் கல்லூரியில் படிப்பது 'கே' குடும்பத்தைச் சேர்ந்த பலருக்குப் பிடிக்கவில்லை. இந்த அவமானத்தை நாங்கள் சத்தமில்லாமல் விழுங்கிக்கொள்ள வேண்டியிருந்தது. அப்படியில்லாவிட்டால் எனது படிப்பே தடைப்பட்டிருக்கும். இதிலிருந்து விடுபட எனக்கு வெகுகாலம் பிடித்தது. வெற்றியைப் போல வெற்றிதருவது எதுவுமில்லை.

என் கல்லூரி நாட்களுக்கு முன்பே எனக்கு அரசியலில் ஆர்வம் இருந்தது. தேசிய இயக்கத்தின் போக்கையும் கவனித்து வந்தேன். எங்கள் நகரத்தைப் பொறுத்தவரை அரசியல் விழிப்புணர்ச்சி மிகவும் குறைவு. எங்கள் பகுதி மிகவும் வளமான பகுதி. ஏகப்பட்ட பணக்காரர்களும் நிலக்கிழார் களும் உள்ள பகுதி. அதனால், கட்டுப்பெட்டித்தனமான சூழல்தான் இருக்கும். இதுபோக, பிரிட்டிஷ் இந்திய மக்களோடு ஒப்பிட்டால் சமஸ்தானங்களில் வசித்தவர் களுக்கு அரசியல் விழிப்புணர்ச்சி குறைவாகவே இருந்தது. ஆனால், சுவாமி விவேகானந்தரின் தேசியவாதச் சிந்தனைகள் சிறுவயதிலேயே எனக்குள் ஊறிப்போயிருந்ததால் என் சமகாலத்தவர்களுடன் ஒப்பிடுகையில் தேசிய இயக்கத்தில் எனக்குக் கூடுதல் ஆர்வம் இருந்தது.

எஸ்.எஸ்.எல்.சி. தேர்வு முடிந்த பிறகு வந்த கோடை விடுமுறையில் சில மாபெரும் தேசியத் தலைவர்கள் திருநெல்வேலி மாவட்டத்திற்கு வருவதாகக் கேள்விப் பட்டேன். சுயராஜ்ய கட்சியை அமைப்பதற்கு முன்பு சித்தரஞ்சன் தாஸ் மேற்கொண்ட வெற்றிகரமான சுற்றுப் பயணம் அது. அவருடன் அசாமைச் சேர்ந்த ஃபுகனும் வந்தார். சென்னையில் அவருடன் சக்கரவர்த்தி ராஜகோபாலச்சாரி, சுதேசமித்திரனின் ஏ. ரங்கசாமி அய்யங்கார் ஆகியோரும் சேர்ந்துகொண்டனர். சித்தரஞ்சன் தாஸ் பேசுவதைக் கேட்க நானும் இன்னொரு பையனும் அம்பாசமுத்திரம் போனோம். அரசியல் குறித்து ஒரு பெருந்தலைவர் பேசுவதை அப்போதுதான் முதல்முறையாகக் கேட்டேன். ராஜாஜியோ, ரங்கசாமி அய்யங்காரோ சி.ஆர். தாஸின் பேச்சை வரிக்குவரி மொழிபெயர்த்தார். கட்சிக்காரர்கள் சிலருடன் பழக்கம் ஏற்பட்டது. அவர்களுடன் தென்காசிக்கும் போனேன். அங்கேயும் ஒரு பொதுக்கூட்டம். இரண்டு நாட்களுக்குப் பிறகு அவர்களைப் பிரிய மனமேயில்லாமல் செங்கோட்டை திரும்பினேன். சித்தரஞ்சன் தாஸின் சொற்பொழிவு என்

மனதைத் தொட்டது. உயரமாகவும் வசீகரமாகவும் இருந்த அவரது தோற்றமே யாரையும் ஆட்கொள்ளும். அந்தக் காலத்தில் அரசியல் கூட்டங்களுக்குப் பெரிய அளவில் கூட்டம் வராது. சித்தரஞ்சன் தாஸ், ஃபுகன் ஆகியோரின் பேச்சைக் கேட்டதும் உணர்வுரீதியாக நான் வேறொரு வெளிக்கே சென்றதைப் போல உணர்ந்தேன். அவர்களின் ஆழ்மன எண்ணங்களை உணர்ந்துகொள்ளவும் முடிந்தது. அந்தத் தருணத்தில் முழுமையாக அவர்களுடன் என்னை அடையாளப்படுத்திக் கொண்டேன். பேசுபவர்களின் தீவிர உணர்ச்சியை நானும் அனுபவித்தேன். அவர்கள் பேசும் விஷயங்களில் உள்ளவற்றை என்னால் பகுத்துப் பார்க்க முடியவில்லை. உணர்வுரீதியாகவே நான் அதில் கலந்தேன். இதேபோல், சில கோவில்களுக்குச் செல்லும்போது அங்கிருக்கும் தெய்வீகச் சூழல் என் மனதை முழுமையாக ஆட்கொண்டிருக்கிறது.

அதே காலகட்டத்தில் வைக்கம் போராட்டமும் கோவில் நுழைவு, தீண்டாமை ஒழிப்பு ஆகியவற்றை வலியுறுத்திய பிற போராட்டங்களும் மலபாரில் நடந்துவந்தன. இந்த இயக்கங்களில் ஈ.வெ. ராமசாமி நாயக்கர், பி. வரதராஜுலு நாயுடு ஆகியோரின் பங்கேற்பைப் பற்றி நான் படித்துவந்தேன். அந்தக் காலகட்டத்தில் தென்னகத்தில் இவர்களுக்கு மிகுந்த செல்வாக்கு இருந்தது. சத்யமூர்த்தி, ராஜகோபாலாச்சாரி ஆகியோரைவிட இவர்களுக்குச் செல்வாக்கு அதிகம். கோவில் இருக்கும் தெருக்களில் தீண்டத்தகாதவர்கள் நுழைவதற்கு மலபாரில் நடந்த போராட்டங்கள் பெரும் கவனத்தை ஈர்த்தன. இந்தப் போராட்டத்தில் கலந்துகொள்ள பஞ்சாபில் இருந்துகூட சத்தியாகிரகிகள் வந்தார்கள். அப்போதுதான் அகாலிகள் எனப்படும் சீக்கியத் தன்னார்வலர்களைப் பற்றித் தெரிந்து கொண்டேன்.

வைக்கம் சத்தியாகிரகத்தில் என்ன நடக்கிறது என்பதைப் பார்க்க அப்போது காந்திஜியே மலபாருக்கு வந்தார். அவரைச் சிலர் திருவனந்தபுரத்திற்கு வரும்படி அழைப்பு விடுத்தனர். குழப்பங்களைத் தவிர்ப்பதற்காக, அவரை அரசு விருந்தினராகவே அழைத்தார் மகாராஜா. காந்தியும் அரசு விருந்தினர் இல்லத்தில் தங்கினார். சில மாணவர்களுடன் சென்று, அவரை நெருக்கத்தில் பார்த்தேன். காந்தியை அரசு விருந்தினராக அழைத்தது குறித்து அதிகாரவர்க்கத்தினரி டையே அதிருப்தி இருந்தது. திருவிதாங்கூர் சமஸ்தானத் திற்குள் இருக்கும்வரை அரசியல் குறித்தோ, சர்ச்சைக்குரிய விஷயங்கள் பற்றியோ பேசப் போவதில்லை என்றும், இந்துக்

களிடையே தீண்டாமையை நீக்குவது என்ற சமூகப் பணிக்காவே தான் அங்கு வருவதாகத் திருவனந்தபுரத்திற்குள் நுழையும் முன்பே அறிவித்துவிட்டார் காந்தி. சொன்ன சொல்லைக் காப்பாற்றவும் செய்தார். இதனால், மகாராஜா சங்கடத்திலிருந்து தப்பினார்.

ஒரு மாபெரும் அரசியல் கூட்டத்தில் காந்தி பேசினார். நான் பார்த்ததிலேயே அதுதான் பெரிய கூட்டம். திருவனந்த புரத்தில் அதுவரை நடந்த கூட்டங்களிலேயே அதுதான் பெரியது என்றும் சொல்லலாம். வெவ்வேறு ஊர்களிலிருந்து இந்தக் கூட்டத்திற்கு ஆட்கள் வந்தனர். பெண்களும் பெரு மளவில் வந்தனர். ஏன், காந்தியேகூட ஒரு பொதுக்கூட்டத் தில் இந்த அளவுக்குப் பெண்கள் கூடியிருப்பதை அப்போது தான் பார்த்திருப்பார். கேரளப் பெண்களைப் பாராட்டி அவர் சொன்ன வார்த்தைகள் இன்னும் ஞாபகத்தில் இருக் கின்றன. “திருவிதாங்கூரின் அழகிய பெண்களை நான் நேசிக்க ஆரம்பித்துவிட்டேன். அவர்களுடைய எளிய வெண்ணிற ஆடை என்னை வசீகரிக்கிறது. வெண்ணிற ஆடை அவர்களு டைய உள்ளத் தூய்மையின் அறிகுறியாகும்” என்றார். அதற்குப் பிறகு பல நாட்களுக்கு மாணவர்கள் காந்தியைப் பற்றியே பேசிக்கொண்டிருந்தார்கள். திருவிதாங்கூர் பெண்களைப் பற்றி அவர் சொன்ன வார்த்தைகளை நான் வாழ்க்கை முழுவதும் ஞாபகம் வைத்திருந்தேன். நான் பேசிய சில கூட்டங்களிலும் தனிப்பட்ட பேச்சுகளிலும் அவற்றைச் சொல்லியிருக்கிறேன்.

இந்தக் காலகட்டத்தில் வேறு இரண்டு முக்கியத் தலைவர்களும் அங்கே வந்தார்கள். ஒருவர் ரவீந்திரநாத் தாகூர். மற்றொருவர் சரோஜினி நாயுடு. தன் மருமகள், தன் அந்தரங்கச் செயலர் சி.எஃப். ஆண்ட்ரூஸ் ஆகியோருடன் தாகூர் வந்தார். நிறைய படிக்கக்கூடிய, தேசிய இயக்கத்தின் மீதும் இந்திய இலக்கிய மறுமலர்ச்சியின் மீதும் மிகுந்த ஆர்வம் கொண்ட மாணவர்கள் கீதாஞ்சாலியைப் படித் திருந்தார்கள். தாகூரின் புத்தகங்களுக்கு கிராக்கியும் இருந்தது. அதனால், அவரது வருகை பலரையும் ஈர்த்தது. தாகூர் விஸ்வபாரதி பல்கலைக்கழகத்திற்காக நிதி திரட்டிக் கொண்டிருந்ததால், அவரது உரையைக் கேட்பதற்குக் நுழைவுச்சீட்டு வாங்க வேண்டும். நான் கலந்துகொண்ட கூட்டத்தில் பண்டைய இந்தியாவின் வன குருகுலங்களைப் பற்றிப் பேசினார் தாகூர். எல்லா மாணவர்களுக்கும் அவரை நெருக்கத்தில் பார்க்க ஏதுவாக மாணவர் மன்றங்கள் அவரைக் கல்லூரிக்கு அழைத்தன. கல்லூரியின் எல்லா

வராண்டாக்களிலும் நடந்துவந்த அவர் வகுப்பறைகளுக்குள் எட்டிப் பார்த்தார். அங்கிருந்த பேராசிரியர்களுக்கு அறிமுகம் செய்துவைக்கப்பட்டார். தாகூரின் மருமகள் வங்காள பாணியில் எளிய உடையணிந்திருந்தார். கேசத்தை முடியாமல் முதுகில் புரளும்படி விட்டிருந்தார். மாணவர்கள் ஒரு வங்கப் பெண்ணைப் பார்ப்பது அதுதான் முதல் முறை. அவர்கள் போன பிறகு அந்தப் பெண்ணின் உடையைவிடத் தாகூரின் தாடியால்தான் அதிகம் கவரப்பட்டதாக ஒரு பேராசிரியர் கூறினார். தன்னுடைய அங்கி, வெண்ணிற தாடி, தன் தோற்றம் ஆகியவற்றைப் பற்றி தாகூர் மிகுந்த கவனத்துடன் இருப்பார். அவருக்கு அருகில் இருக்கும்போது அவருடைய மருமகளே கிராமத்துப் பெண்ணைப் போல் தோற்ற மளித்தார். சி.எஃப். ஆண்ட்ரூஸ் இந்திய தேசிய இயக்கத்துடன் தன்னை அடையாளப்படுத்திக்கொண்டிருந்தார். தென்னாப் பிரிகாவில் நடந்த போராட்டங்களிலும் அவர் பங்கேற்றி ருந்தார். தாகூரையும் காந்தியையும் மிகவும் மதித்தார். இந்தக் காரணங்களால் இந்திய மாணவர் சமூகத்தில் மிகவும் பிரபலமாக இருந்தார். அவரை அவ்வளவு நெருக்கத்தில் பார்க்கக் கிடைத்தது எங்களுடைய நற்பேறு என்று நினைத்துக் கொண்டோம்.

அந்த நேரத்தில் இந்தியப் பெண்களின் ஈடுஇணையற்ற தலைவியாக சரோஜினி நாயுடு உருவெடுத்திருந்தார். வைக்கம் போராட்டத்திற்கு உத்வேகம் கொடுப்பதற்காக அவர் மலபார் பகுதிக்கு வந்திருந்தார். ஒரு திரையரங்கத்தில் பொதுக்கூட்டத் திற்கு ஏற்பாடு செய்யப்பட்டிருந்தது. மாலை ஐந்து மணிக்கு அவர் பேசுவதாக ஏற்பாடு. பிற்பகல் ஒரு மணியளவிலேயே மாணவர்கள் அரங்கத்திற்கு வர ஆரம்பித்துவிட்டார்கள். மூன்று மணியளவில் நான் போனேன். நிற்கவும் இட மில்லை. ஆயிரக்கணக்கானவர்கள் வெளியில் நின்றுகொண்டி ருந்தார்கள். அப்போது மின்சாரம் அந்த அளவுக்குப் புழக்கத் தில் இல்லை. தெரு விளக்குகள்கூட எரிவாயுவிலும் மண் ணெண்ணெயிலும்தான் எரிந்தன. அந்த அரங்கில் மௌனப் படங்கள் திரையிடப்பட்டன என்பதால் ஓரளவு மின்சார வசதி செய்யப்பட்டிருந்தது. ஆனால், மின்விசிறி இல்லை. சரோஜினி நாயுடு ஐந்தரை மணியளவில் வந்தார். ஆரவாரமான வரவேற்பு, அறிமுக உரை ஆகியவை முடிந்த பிறகு 6 மணியளவில் பேச ஆரம்பித்தார். எரிந்துகொண்டி ருந்த மின்சார விளக்குகள் அவர் பேச ஆரம்பித்த சில நிமிடங்களுக்குப் பிறகு மங்க ஆரம்பித்தன. சில நிமிடக் குழப்பத்திற்குப் பிறகு மீண்டும் விளக்குகள் எரிந்தன. ஒரு ஜெர்மானியக் கவிஞரை மேற்கோள்காட்டி தன் பேச்சை

தொடர்ந்தார் சரோஜினி நாயுடு. அவர் கவிதையை ஆங்கிலத்தில் மொழிபெயர்த்தார். "மக்கள் வெளிச்சம், வெளிச்சம் என்று கத்தினார்கள். பிறகு வெளிச்சம் வந்தது" என்பதுதான் அந்தக் கவிதையின் அர்த்தம். அதையே அன்றைய உரையின் மையமாக வைத்துக்கொண்டு, இந்தியாவில் தேசிய இயக்கத் தின் தோற்றம், வளர்ச்சி ஆகியவற்றைப் பற்றி விவரிக்க ஆரம்பித்தார். இரண்டு மணி நேரத்திற்கு மேல் பேசி யிருப்பார். அந்தக் காலத்தில் ஒலிபெருக்கிகள் கிடையாது. சரோஜினி நாயுடுவுக்கு அவை தேவைப்படவும் இல்லை. நான் என் வாழ்வில் கேட்ட மிகக் கம்பீரமான குரல்களில் அவருடையதும் ஒன்று. அவர் சத்தமாகப் பேசினாலும் அதில் ஒரு இனிமையும் இசைத் தன்மையும் இருந்தன. வசந்தகால கானத்தைப் போல இருந்தது அவரது உரை. வார்த்தைகள் மணியோசையைப் போல ஒலித்தன. அவரு டைய உரையைக் கேட்கும்போது உணர்ந்த மாயத் தன்மையையும் பரவசத்தையும் நான் வேறு எப்போதும் அனுபவித்ததில்லை.

இளைஞர்களுக்கு மகத்தான தேசபக்தர்கள் விடுத்த அழைப்பை நோக்கி என் மனம் ஈர்க்கப்பட்டது. அந்த நிகழ்வுகளின் மையத்தில் நான் இருக்க வேண்டும் என்று ஆசைப்பட்டேன். தலைவர்கள் நடத்தும் பல்வேறு போராட் டங்களில் பங்கேற்கவும் விரும்பினேன். அரசியல் போராட் டங்களில் ஈடுபடும் வாய்ப்பைவிட வேறு எதுவும் எனக்கு பெரும் மகிழ்ச்சியைத் தந்திருக்காது. ஆனால், குடும்பக் கடமைகள் என்னை ஆட்கொண்டிருந்தன. நான் நிறைவேற்ற வேண்டிய கடமைகள் இருக்கின்றன என்பதில் மேலும் மேலும் தெளிவு ஏற்பட்டது. அப்போது எனக்கிருந்த கடமை, படிப்பை முடித்துவிட்டு என்னைச் சுற்றியிருந்தவர்களின் நிலையை மேம்படுத்துவதுதான். என் பொருளாதார நிலைமை மட்டும் சற்று நன்றாக இருந்திருந்தால், முதலில் வழக்குரைஞ ராவதும் பிறகு அரசியல்வாதியாவதும்தான் எனது விருப்பமாக இருந்திருக்கும்.

அந்த நேரத்தில்தான் ஐ.சி.எஸ். தேர்வெழுதி அதிகாரி யாகும் எண்ணம் எனக்குள் மெதுவாக வேர்விட்டது. உயர்நிலைப் பள்ளி மாணவனாக இருந்தபோது நான் அதைப் பற்றி நினைத்ததேயில்லை. கல்லூரியில் ஜூனியர் வகுப்பில் ஒரு இளம் விரிவுரையாளர் இருந்தார். அவர் பெயர் சிவராமகிருஷ்ணன். ஆங்கிலத்தில் முதல் தர ஹானர்ஸ் பட்டம் பெற்றவர். உருவத்தில் மிகச் சிறியவ ராகவும் இளையவராகவும் தோற்றமளித்தார் என்றாலும் மிகச் சிறந்த அறிவாளியாகப் போற்றப்பட்டார். 1922இல்

அலஹாபாதில் நடந்த ஐ.சி.எஸ். போட்டித் தேர்வில் பங்கேற்றார். அதில் தேர்ச்சியடைந்தவுடன் அடுத்த ஆண்டு பயிற்சிக்காக இங்கிலாந் சென்றார். இவர் சென்ற சிறிது காலத்திற்குப் பிறகு ஐ.சி.எஸில் சேர்ந்து, இங்கிலாந்திலிருந்து திரும்பிய என்.ஆர். பிள்ளை எங்கள் கல்லூரிக்கு வருகை தந்தார். அவரை அவருடைய பழைய பேராசிரியர்கள் மரியாதையுடனும் பிரியத்துடனும் கல்லூரியைச் சுற்றிக் காட்டினர். என்.ஆர். பிள்ளையின் வருகையும் இளம் ஆங்கில விரிவுரையாளரான சிவராமகிருஷ்ணனின் வெற்றியும் ஐ.சி.எஸ். பற்றி என்னைச் சிந்திக்கத் தூண்டின. ஆனால், இதைப் பற்றி என் நண்பர்களிடம்கூடச் சொல்லவில்லை. என்னுடைய இந்தத் தகாத ஆசைக்காக அவர்கள் என்னை கண்டிக்கக்கூடும். அல்லது விசித்திரமான ஆள் என்று ஒதுக்கிவிடுவார்கள். ஐ.சி.எஸில் தேர்வுபெறுவதென்பது மிகவும் கடினமாகக் கருதப்பட்டது. அந்தத் தேர்வில் தேர்ச்சிபெற தகுதி மட்டுமே முக்கியம் என்று யாரும் நினைக்கவில்லை. எங்களுக்குத் தெரிந்து அந்தத் தேர்வில் தேறிய சிலர், உயர்மட்ட சிபாரிசினால்தான் அதில் தேறினார்கள் என்று பேச்சு அடிபட்டது.

அந்தச் சமயத்தில் நான் நன்றாகப் படிக்கக்கூடிய மாணவன் இல்லை. தகுதியின் அடிப்படையில் வழங்கப்படும் எந்த உதவித்தொகையையும் நான் வாங்கியதில்லை. என்னிடம் பணம் இல்லை. பெரிய இடத்துத் தொடர்பு களும் கிடையாது. சிவராமகிருஷ்ணன் போன்றவர்கள் ஐ.சி.எஸில் தேர்ச்சிபெறும்போது நான் ஏன் அதில் தேர்வுபெற முடியாது என்று அடிக்கடி நினைத்துப்பார்ப்பேன். இந்தச் சிந்தனைக்கு ஒரு விளைவு இருந்தது. நான் மிகத் தீவிரமாகப் படிக்க ஆரம்பித்தேன். முதல் ஒன்றிரண்டு பருவங்களுக்கு பிறகு ஆங்கிலத்திலும் வரலாற்றிலும் வகுப்பில் முதல் இடத்திற்கு வந்தேன். முதல் வருடத்தின் இறுதித் தேர்விலும் இரண்டாம் வருட வகுப்புத் தேர்வுகளிலும் நான் முதலிடம் பிடித்தேன். நான் எழுதிய விடைகளைச் சில விரிவுரை யாளர்கள் வகுப்பில் படித்துக்காட்டி, அவற்றை முன்மாதிரி யாகக் கொள்ள வேண்டும் என்று குறிப்பிட்டனர். கேள்வி களுக்கு நான் பதிலளிக்கும் முறை மிகவும் பாராட்டப் பட்டது. நூலகங்களிலிருந்து புத்தகங்களை எடுத்து, மிகத் தீவிரமாகப் படிக்க ஆரம்பித்தேன். வகுப்பில் இருந்த சிறந்த மாணவர்கள் எல்லோரும் என்னைத் தேடிவந்தார்கள். நான் சாயங்காலம் நடந்துசெல்லும்போது எப்போதும் என்னுடன் சிலர் இருப்பார்கள். எனக்கே என் மீது பெரும் நம்பிக்கை ஏற்பட்டது.

இந்த இரண்டு ஆண்டுகளில் வீட்டில் சில மோசமான சம்பவங்கள் நடந்தன. திருமணமான என் அக்காவுக்கு குழந்தை பிறந்து, ஒன்றிரண்டு மாதங்களுக்குப் பிறகு மார்பில் கட்டி ஏற்பட்டது. அந்தக் கட்டியை வெட்டி, அகற்றிய பிறகும் அவள் மிகவும் கஷ்டப்பட்டாள். அவளுக்குக் கணவருடனும் அவர் வீட்டாருடனும் ஒருபோதும் மகிழ்ச்சிகரமான உறவு இருந்ததில்லை. அவள் பெரும்பாலும் எங்களுடன்தான் இருந்தாள். ஏற்கெனவே வீட்டில் சிரமதசை. இன்டர்மீடியேட் இறுதித் தேர்வின்போது அவளுக்கு ஏதோ ஒரு காய்ச்சல் ஏற்பட்டது. அது டைபாயிடு காய்ச்சலாகவோ, வேறு ஏதாவது இன்ஃபுளூயன்சா காய்ச்சலாகவோ இருக்கலாம். மருத்துவர்களை வைத்து வைத்தியம் பார்க்க எங்களிடம் வசதியில்லை. கிராமத்து வைத்தியர்கள்தான் அவளைப் பார்த்துக் கொண்டார்கள். தேர்வுக்கு முந்தைய விடுமுறையில், படுக்கையில் கிடந்த அவளைப் பார்ப்பதற்காக வீட்டிற்கு வந்தேன். அவள் எப்படியாவது குணமாகிவிடுவாள் என்று நம்பினோம். அவளுக்குச் சின்ன வயது. உறுதியான உடலும்கூட. ஆனால், தனது மோசமான திருமண வாழ்க்கையால் மனதளவில் அவள் பெரிதும் பாதிக்கப்பட்டிருந்தாள். வாழ வேண்டும் என்ற உறுதி அவளைவிட்டுப் போயிருந்தது.

தர்க்கப் பாடத் தேர்வுக்கு முந்தைய தினம் அவளது சாவுச் செய்தி எனக்குக் கிடைத்தது. நான் எதிர்பார்த்ததைவிட அந்தச் செய்தி என்னை மிகவும் பாதித்தது. விதி அவளை வஞ்சித்து விட்டது. திருமணம் என்றால் என்னவென்றே தெரியாத பதினொரு வயதில் திருமணம் செய்துவைக்கப் பட்டு, அவளுடைய இளம் பருவம் முழுவதுமே சந்தோஷமில்லாமல் கழிந்தது. என்னைவிட நான்கு வயதே மூத்தவள் என்பதால் என் குழந்தைப் பருவத்தில் அவள்தான் எனக்குத் தோழி. அவள் மிகவும் வெளிப்படையானவள். தன் துன்பங்களைச் சாதாரணமாக எதிர்கொண்டாள். வேறு யாராக இருந்திருந்தாலும் தன் வாழ்க்கை குறித்துத் தொடர்ந்து புலம்பியிருப்பார்கள். ஆனால், அவள் தன் துன்பங்களை மிக சந்தோஷமாக எதிர்கொண்டாள். அவளுக்கு என் மீது மிகுந்த பிரியம். நான் பெரியவனாகி சம்பாதிக்கத் தொடங்கினால், தன் கஷ்டமெல்லாம் தீர்ந்துவிடும் என்று அடிக்கடி சொல்வாள். நான் சம்பாதிக்க ஆரம்பித்தவுடன் அவளை சந்தோஷமாக வைத்துக்கொள்வேன் என்று அவளுக்கு உறுதியளிப்பேன். இருபத்தியோரு வயதில் அவள் இறந்துபோன செய்தி என்னைப் பெரும் துக்கத்தில் ஆழ்த்தியது. தேர்வை என்னால் சரியாக எழுத முடியவில்லை. நான்

தேர்ச்சிபெற மாட்டேன்; என் கனவுகள் எல்லாம் நொறுங்கி விட்டன என்றே அஞ்சினேன்.

தேர்வுகளை முடித்துக்கொண்டு வீட்டிற்கு வந்தேன். அவள்தான் வீட்டின் தலைப்பிள்ளை என்பதால், என் பெற்றோர் மிகுந்த துக்கத்தில் இருந்தனர். என் மைத்துனர் நடந்து கொண்டவிதம் எங்களுடைய துக்கத்தை மேலும் அதிகரிப்பதாகவே இருந்தது. அவளுடைய இறுதிச்சடங்கு முடிந்தவுடனேயே இரண்டு வயதேயான தாயில்லாக் குழந்தையை எடுத்துக்கொண்டு தன் கிராமத்திற்குச் சென்று விட்டார். துக்கத்துக்கு வந்தவர்களும் என் பெற்றோரும் எவ்வளவோ கெஞ்சிக் கேட்டும் அவர் பிடிவாதமாக இருந்தார். அவர் எப்போதுமே பிடிவாதக்காரர்தான். தன் அவசரமான செயலால் அந்தப் பரிதாபமான குழந்தையின் வாழும் உரிமையைப் பறிக்கிறோம் என்பதை அவர் உணரவில்லை. பெற்ற தாய் இல்லாதபோது, தாய் வழிப் பாட்டியைத் தவிர வேறு யாரும் அந்தக் குழந்தையை நன்றாகப் பார்த்துக் கொள்ள முடியாது. அக்கா இறந்த பிறகு ஒன்றரை வருடம் தான் அந்தக் குழந்தை உயிருடன் இருந்தது. அந்தக் குழந்தை யும் இறந்த பிறகு, என் மைத்துனர் வீட்டாருடன் எங்களுக்கி ருந்த எல்லாத் தொடர்புகளும் விட்டுப்போயின. அதற்குப் பிறகு நானோ, என் தந்தையோ அந்தக் கிராமத்திற்கு ஒரு முறைகூடப் போகவில்லை. நான் யாரை சந்தோஷமாக வைத்துக்கொள்ள வேண்டும் என்று நினைத்தேனோ, யாருடைய வாழ்வில் சிறு துளி ஆனந்தத்தையாவது சேர்க்க வேண்டும் என்று நினைத்தேனோ அவள் எனக்கு அந்த வாய்ப்பை வழங்க வில்லை. நான் இரத்த உறவால் கடமைப்பட்டிருந்தவர்களில் ஒருவர் குறைந்துவிட்டார்.

10

பட்டம் பெற்றேன்

1923ஆம் வருடக் கோடை விடுமுறை பதற்றமாகக் கழிந்தது. அந்த விடுமுறை என் அக்காவின் மரணத்தோடு துவங்கியது. தவிர, என் தேர்வு முடிவுகள் குறித்து எனக்கு சந்தேகங்களும் இருந்தன. லாஜிக் தேர்வை நான் சற்று அலட்சியமாக எழுதியிருந்ததால், எனக்கு முதல் வகுப்பு கிடைப்பது கடினம் என்ற நிலைமை. முதல் வகுப்பு கிடைக்கும் என்ற எண்ணத்தில் சிலவற்றைத் திட்டமிட்டிருந்தேன். வரலாற்றிலோ, ஆங்கில இலக்கியத்திலோ ஆனர்ஸ் தேர்வுக்குப் படிக்க விரும்பினேன். முதல் வகுப்பு பெறாவிட்டால், கல்லூரியில் இடம் கிடைப்பது கடினமாகிவிடும். தேவையான ஆதரவும் பண உதவிகளும் கிடைக்காது. அதனால், முடிவுகளைப் பதற்றத்துடன் எதிர்பார்த்துக்கொண்டிருந்தேன். நான் தேர்ச்சிபெற்றுவிட்டேன். முதல் வகுப்பு கிடைக்கவில்லை. ஆனால், ஆங்கிலத்திலும் வரலாற்றிலும் மிக நல்ல மதிப்பெண்களை எடுத்திருந்தேன். லாஜிக் தாளையும் தமிழையும் சரியாக எழுதாததால் எனக்கு இரண்டாம்

வகுப்பு கிடைத்தது. அந்த வருடம் என்னுடன் இன்டர்தேர்வு எழுதிய பல மாணவர்கள் கிரேடு பெறவில்லை என்பதால், நகரின் முக்கியப் பிரமுகர்கள் பலர் என்னைப் பாராட்டினார்கள்.

வெளியார் யாரிடமும் ஆலோசிக்காமல் வரலாறு, இலக்கியம் ஆகியவற்றில் ஆனர்ஸ் படிப்புகளுக்கு விண்ணப்பித்தேன். அதேபோல பாஸ் படிப்புக்கும் விண்ணப்பித்தேன். என் தந்தைக்கு மட்டும்தான் நான் ஆனர்ஸ் படிப்பிற்கு விண்ணப்பித்திருப்பது தெரியும். எனக்கு பண உதவி செய்யக் கூடியவர்களை மிகுந்த எச்சரிக்கையுடன் அணுக வேண்டும். நான் ஆனர்ஸ் படிப்பில் சேர விரும்புகிறேன் என்று இவர்களிடம் சொன்னவுடன் பெரும் ஆச்சரியம் அடைந்தார்கள். 'பி.ஏ.கே' மட்டும்தான் சற்றுப் பரிவுடன் இருந்தார். சாதாரண இரண்டு வருடப் பட்டப்படிப்பிற்குப் பதிலாக மூன்று வருட பட்டப்படிப்பை படிக்க விரும்புவது ஏன் என்று கேட்டார். அவரிடம்கூட என் ரகசிய லட்சியத்தைச் சொல்வதற்கு அஞ்சினேன். பாஸ் டிகிரி படித்தால் அதிகபட்சமாக 40 ரூபாய் சம்பளத்திற்கு எழுத்தர் பணிதான் கிடைக்கும். திருவிதாங்கூர் சமஸ்தானத்திலும் சென்னை மாகாணத்திலும் எழுத்தர் பணி கிடைப்பதுகூட மிகவும் கடினம். ஆனால், ஆனர்ஸ் பட்டம் இருந்தால், இரண்டாம் வகுப்புப் பட்டமாக இருந்தால்கூட 100 ரூபாய் சம்பளத்தில் கல்லூரி விரிவுரையாளர் வேலை கிடைக்க உதவியாக இருக்கும். நான் முதல் வகுப்பு பெற்றால் என் வாய்ப்புகள் இன்னும் சிறப்பாக இருக்கும். அவர் இதை ஏற்றுக்கொண்டார். பணத்திற்குத் திருப்திகரமான ஏற்பாடுகள் செய்வதாக உறுதியளித்தார். முந்தைய ஆண்டுகளில் எனக்குக் கிடைத்த உதவிகள் மிகவும் தாறுமாறாக இருந்தன. ஒட்டுமொத்தமாகப் பார்த்தால் என்குறைந்த பட்சத் தேவையில் பாதியளவே அவரிடமிருந்து கிடைத்தது. நிறைய சந்தர்ப்பங்களில் கடைசி நேரத்தில் என் தந்தையிடம் சென்று நிற்க வேண்டியிருந்தது. இந்த முறை, மாதம் 25 ரூபாய் என் வங்கிக் கணக்கில் போட்டு விடுவதென 'கே' குடும்பத்தில் முடிவுசெய்தார்கள். இந்தப் பணம் அந்த சகோதரர்கள் முறைவைத்துக் கவனித்துவந்த உப்புத் தொழிற்சாலையிலிருந்து கொடுக்கப்படும். புத்தகம் வாங்குவது போன்ற ஆரம்ப கட்டச் செலவுகளுக்காக 'பி.ஏ.கே' 50 ரூபாய் கொடுத்தார். அதுவரை அவர் எனக்குத் தந்ததிலேயே அதுதான் மிகப் பெரிய தொகை. அவருடைய நல்ல மனத்தின் வெளிப்பாடாகவே இதை நான் கருதினேன்.

கல்லூரியில் சேரும்போது என்னுடைய உண்மையான ஆசை சட்டம் படிப்பதாகத்தான் இருந்தது. அப்படிப் படித்தால்

வழக்கறிஞராக வேலை பார்ப்பதோடு அரசியலிலும் ஈடுபட முடியும் என்று நினைத்தேன். ஆனால், அதிலிருக்கும் ஆபத்து களை மனத்தில் கொண்டு படிப்படியாக அந்த எண்ணத்தைக் மாற்றிக்கொண்டேன். கல்லூரியில் என்னுடைய மூத்த மாணவர்கள் சிலர் ஐ.சி.எஸ் தேர்வில் வெற்றிபெற்றதையடுத்து, நானும் அவர்களைப் பின்பற்ற முடிவுசெய்தேன். இதற்கு நல்ல ஆனர்ஸ் பட்டம் அவசியம் என்றும் நினைத்தேன்.

1923 ஜூன் மாதம் நான் கல்லூரியில் சேர்ந்தபோது, என்னை நன்கு அறிந்த பேராசிரியர்கள் நான் வரலாறு ஆனர்ஸ் படிப்பதையறிந்து மகிழ்ச்சியடைந்தார்கள். அங்கிருந்த இளம் விரிவுரையாளர்கள் என்னை ஊக்கப் படுத்தியதோடு, ஐ.சி.எஸ். தேர்வில் இருக்கும் வாய்ப்புகள் பற்றியும் ஆலோசனை கூறினார்கள். ஆனால், அந்த விஷயத்தில் என் எண்ணப்படியே நான் நடந்துகொண்டேன். அமைதியாக எனது படிப்பைத் தொடர்ந்து வந்தேன். தரமான பாடப்புத்தகங்களில் சிலவற்றை வாங்கினேன். ஆனர்ஸ் படிக்கும் மாணவர்களுக்குச் சில வசதிகள் இருந்தன. அவர்கள் நூலகத்தை எந்த அளவுக்கு வேண்டுமானாலும் பயன்படுத்த முடியும். இந்த அம்சமே அவர்களை பிற மாணவர்களிட மிருந்து தனித்துக் காட்டியது. ஒரு மாணவரைப் பேராசிரியர் களுக்குப் பிடித்துவிட்டால், அவர் எந்தப் புத்தகத்தை வேண்டுமானாலும் எந்த நேரத்திலும் எடுத்துச் செல்ல முடியும். இம்மாதிரி சூழலில் சொந்தமாகப் பாடப் புத்தகம் இல்லாமலேயே சமாளித்துவிடலாம் என்று எனக்குத் தோன்றியது. அதனால், நான் வாங்கிய சில புத்தகங்களை உடனே விற்றுவிட்டேன். அந்த மூன்று வருட காலத்தில் ஒரு புத்தகத்தைக்கூட வாங்கவில்லை. எந்த ஒரு புத்தகத்தையும் பாடப் புத்தகமாகக் கருதவில்லை. எல்லாவற்றையும் விரிவாகப் படித்தேன். அவற்றிலிருந்து குறிப்புகளை எடுத்துவைத்தேன்.

நான் தங்கியிருந்த ‘கே’யின் திருவனந்தபுரம் பங்களாவில் மாணவர்களின் எண்ணிக்கை அதிகரித்தது. முதல் வருடத்தில் 2 முழுநேர மாணவர்கள்தான் இருந்தோம். ‘கே’யின் தூரத்து உறவினரான ஒருவரும் அங்கே தங்கியிருந்தார். அந்த நேரத்தில் அவருக்கு 27 வயதிருக்கலாம். ஆனால், அதைவிட வயதானவ ராகக் காட்சியளித்தார். தேர்வுகளுக்குப் படிப்பதைப் பொழுது போக்காக, ஆனால் முழுநேர வேலையாக வைத்திருந்தார். நான் அவரைச் சந்திப்பதற்கு முன்பே இன்டர்மீடியட் தேர்வில் மூன்று நான்கு முறை தோல்வியடைந்திருந்தார். என்னுடன் சேர்ந்தும் தேர்வெழுதினார். அதிலும் தோல்வி. இருந்தாலும் விடாமல் தேர்வெழுதி வந்தார். எங்களுக்

கெல்லாம் மேலானவராகவும் மூத்தவராகவும் தன்னை கருதிக்கொள்வார். மேல் படிப்பிற்காகச் செங்கோட்டையிலிருந்து திருவனந்தபுரம் வரும் பல மாணவர்கள் அந்த வளாகத்திலிருந்த அவுட் ஹவுஸிலும் ஷெட்களிலும் தங்கியிருந்தனர். 1923ல் நாங்கள் நான்கு பேர் இருந்தோம். ஆனால் சீக்கிரத்திலேயே இந்த எண்ணிக்கை ஏழாக உயர்ந்தது. மூன்று ஷெட்கள் இருந்தன. இவற்றை எங்களுக்குள் பகிர்ந்துகொண்டோம். அந்த ஷெட்களில்தான் படிப்பு, உறக்கம் எல்லாம். சுகாதார வசதிகள் படு மோசமாக இருந்தன. கழிப்பறையோ, குளியலறையோ கிடையாது. திறந்தவெளியில் ஏதாவது மரத்தடியைத்தான் நாங்கள் பயன்படுத்திக் கொள்ள வேண்டும். கிணற்றிலிருந்து நீர் இறைத்து, ஒன்றாகக் குளிப்போம். இரவிலும் மாலையிலும் அரசியல் விவாதம், பேச்சு என சந்தோஷமாகக் கழியும். சிலர் இரவுச் சாப்பாட்டிற்குச் செல்வதற்கு முன்பு, அங்கிருக்கும் தாவரவியல் பூங்காவில் நெடுநேரம் நடப்போம். எனக்கு நிறைய நல்ல நண்பர்கள் கிடைத்தார்கள். பேசிக் கொண்டிருப்பதற்காக எங்கள் இடத்திற்கே வருவார்கள்.

1923–24இல் தாய்காட்டில் தனியாக ஒரு கலைக் கல்லூரியை உருவாக்க அரசு முடிவுசெய்தது. அந்த இடம் நாங்கள் தங்கியிருந்த இடத்திற்கு மிக அருகில் இருந்தது. மூத்த வரலாற்றுப் பேராசிரியரான கே.வி. ரங்கசாமி அய்யங்கார் அதன் முதல்வராக நியமிக்கப்பட்டார். அந்தக் கல்லூரியை அமைக்கும் பணிகளுக்காக அந்த வருடத்தின் நடுவில் அவர் எங்கள் கல்லூரியை விட்டுச் சென்றுவிட்டார். அந்தக் கல்லூரியுடன் பட்டதாரி ஆசிரியர்களுக்கான பயிற்சிக் கல்லூரியும் இருந்தது. பெரும்பாலான வரலாற்று மாணவர்களுக்கு அந்தப் பேராசிரியரின் மீது மிகுந்த மரியாதை. அவர் சிறந்த அறிவாளி. வரலாறு, அரசியல், பொருளாதாரம் குறித்து எந்த வகுப்பிற்கு வேண்டுமானாலும் எந்தப் பிரிவைப் பற்றி வேண்டுமானாலும் முன்தயாரிப்பு இல்லாமல் அவரால் பேச முடியும். அவ்வப்போது விரிவுரையாளர்கள் வராத சமயத்தில் எங்களுடைய இன்டர்மீடியட் வகுப்புகளுக்கு வந்து பாடம் எடுப்பார். பெரிக்ளிஸ், மேக்னா கார்டா, ஜூலியஸ் சீஸர் என எதுவாக இருந்தாலும் சரி, அவருக்குப் பிரச்சனை இல்லை. தேதிகள், தகவல்கள் ஆகியவற்றை மிகத் துல்லியமாக நினைவில் வைத்திருப்பார். அவரிடம் மிகச் சரளமான மொழியும் இருந்தது. ஆனர்ஸ் முதலாமாண்டில் அவர் எங்களுக்குத் தொடர்ச்சியாக எந்த வகுப்பையும் எடுக்கவில்லை. ஆனால், அவ்வப்போது ஏதாவது ஒரு முக்கிய விஷயம் குறித்துப் பேசுவார். நான் அவரைப்

பற்றி நன்றாக தெரிந்துகொண்டிருந்தேன். அவர் எங்களை விட்டு பிரிந்துசெல்வதில் எனக்கு மிகுந்த வருத்தம்.

இன்னொரு மூத்த பேராசிரியர் இருந்தார். அவர் இவருக்கு முற்றிலும் நேர்மாறானவர். இங்கிலாந்தில் படித்தவர். இவருடைய பெயர் சந்திரசேகர். தான் மிகுந்த நாகரீகமானவர் என்ற எண்ணம் கொண்டவர். கே.வி. ரங்கசாமி அய்யங்கார் வேட்டி, தலைப்பாகை அணிந்துவரும் ஆசாரமான பிராமணர். சந்திரசேகர் மிகச் சுத்தமான ஆங்கிலத்தில் பேசுவதாக நாங்கள் அந்த நேரத்தில் நினைத்தோம். மிகுந்த தயாரிப்புடன் வந்து உரைகளை நிகழ்த்துவார். ரங்கசாமி அய்யங்காரிடமிருந்த பரந்த திறமையும் அறிவும் இவருக்குக் கிடையாது. பாஸ் கோர்ஸ் மாணவர்களுக்கு அவர் ஆங்கில அரசியல் சாசன வரலாறு நடத்தும் வகுப்புகளில் நான் கலந்துகொண்டிருக்கிறேன். இவருக்கு நல்ல நகைச்சுவை உணர்ச்சி இருந்தது. மாணவர்களிடம் அடிக்கடி ஜோக் அடிப்பார். அதற்கு எந்த மாணவராவது புத்திசாலித்தனமாகப் பதிலளித்தால் அதைச் சாதாரணமாக ஏற்றுக்கொள்வார். மிஸ் சேம்பர்ஸ் எழுதிய அரசியல்சாசன வரலாறு என்ற புத்தகத்தைத்தான் அவர் தனது உரைகளில் கவனமாகப் பின்பற்றுவார். ஒருமுறை அவர் பாடம் நடத்தும்போது வழக்கத்திற்கு மாறாக வகுப்பில் பின்னால் அமர்ந்திருந்தேன். நான் பக்கத்திலிருந்தவரிடம் பேசிக்கொண்டிருந்ததைஅவர் கவனித்துவிட்டார். திடீரென என்னிடம் ஒரு கேள்வி கேட்டார். திடீரெனப் பிடிபட்டதால் விழித்தேன். என்னிடம் என் ‘சேம்பர்ஸ்’ இருக்கிறதா என்று கேட்டார். நான் தவறுதலாக, அவளை நான் என் சேம்பரிலேயே விட்டுவிட்டு வந்ததாகப் பதிலளித்தேன். ஒட்டுமொத்த வகுப்பும் சிரிப்பில் ஆழ்ந்தது. அவ்வளவுதான் தொலைந்தோம் என்று நினைத்தேன். ஆனால், அவரும் சேர்ந்து சிரித்துவிட்டு, தனது பாடத்தைத் தொடர்ந்தார். அவரது தாராளமான மனப்பான்மை, அரசியல் விஞ்ஞானத்தில் அவருக்கு இருந்த அறிவு ஆகியவற்றின் காரணமாக எனக்கு அவரையும் பிடித்திருந்தது.

கே.வி. ரங்கசாமி அய்யங்கார் முதல்வராக இருக்கும் கல்லூரிக்குக் கலைப் பிரிவுகள் மாற்றப்பட்டால், அவருக்குக் கீழ் அந்தக் கல்லூரியில் பணியாற்றத் தனக்கு விருப்பமில்லை என்று தெரிவித்தார். அரசு அவரது விருப்பத்தை ஏற்றுக்கொண்டது. இரண்டு பேராசிரியர்களையும் அவர்களது வெவ்வேறு தனித்துவமிக்க திறமைக்காக மதித்தது. அதனால், சந்திரசேகர் பழைய கல்லூரியிலேயே ஆங்கிலப் பேராசிரியராக இருந்துவிட்டார். அந்தக் கல்லூரியின் பெயர் சயின்ஸ்

காலேஜ் என்று மாற்றப்பட்டது. இதைக் கேள்விப்பட்டபோது நான் மிகவும் வருந்தினேன். கே.வி. ரங்கசாமி எனக்குக் கிடைத்தாலும் சந்திரசேகர் இருக்கமாட்டார். நாங்கள் கோடை விடுமுறைக்காக வீட்டிற்குச் செல்வதற்கு முன்பாக, நான் சந்திரசேகருடன் நீண்ட நேரம் பேசினேன். அவர் நிறைய ஆலோசனைகள் தந்தார்.

நாங்கள் தங்கியிருந்த இடத்தில் செங்கோட்டையைச் சேர்ந்த பலர் தங்கியிருந்தாலும் அவர்களில் யாருடனும் நான் நெருக்கமாக இல்லை. இரண்டாம் வருடத்தில் என் நண்பன் சங்கரையும் என்னுடன் வந்து தங்கிக்கொள்ளுமாறு வற்புறுத்தினேன். அதைப் பற்றி 'பி.ஏ.கே'விடமும் பேசினேன். அவரும் அன்புடன் அதற்கு அனுமதியளித்தார். சங்கர் பள்ளிக்கூடத்தில் எனக்கு ஒரு வருடம் இளையவர். எனக்கு அடுத்த வருடம் அவர் எஸ்.எஸ்.எல்.சியை முடித்தார். ஆனால், அவருக்குத் திருவனந்தபுரம் மகாராஜா கல்லூரியில் இடம் கிடைக்கவில்லை. நாகர்கோயில் ஸ்காட் கிறிஸ்தவக் கல்லூரியில் படித்தார். நான் முடித்ததற்கு அடுத்த வருடம் இன்டர் தேர்வை முடித்தார். நான் ஆனர்ஸ் இரண்டாம் வருடம் படிக்கும்போது திருவனந்தபுரத்தில் என்னுடன் வந்து சேர்ந்துகொண்டார்.

அவர் நாகர்கோவிலில் இருக்கும்போது அவ்வப்போது சென்று அவரைச் சந்திப்பேன். தாமரைக்குளத்திலிருக்கும் உப்புத் தொழிற்சாலையிலிருந்துதான் எனக்குப் பணம் கிடைத்தது. மிக அரிதாகவே இந்தத் தொகை உரிய நேரத்தில் கிடைக்கும். அந்தத் தொழிற்சாலையை நிர்வகித்துவரும் சகோதரர் அங்கிருக்கும்போது அவரைச் சென்று பார்க்க ஒருமுறை போனேன். தாமரைக்குளம் நாகர்கோயிலிலிருந்து 10–12 மைல் தூரத்தில் இருக்கிறது. நாகர்கோயிலுக்குப் பேருந்தில் போய், என் நண்பன் தங்கியிருக்கும் இடத்தில் அன்றைய மாலைப் பொழுதைக் கழித்தேன். ஒரு வீட்டிலிருந்த சிறிய அறையில் தங்கிக்கொண்டு, பக்கத்திலிருந்த ஓட்டலில் சாப்பிட்டு வந்தான் சங்கர். பக்கத்திலிருந்த அறை ஒன்றில் பிரபல பாடகியும் நடிகையுமான கே.பி. சுந்தராம்பாளை பார்த்தேன். அவரை நான் பார்ப்பது அதுதான் முதல் தடவை. அவருக்குப் பன்னிரண்டு, பதிமூன்று வயதிருக்கலாம். பெட்டிக்கோட்டும், ஜாக்கெட்டும் அணிந்து அதைவிடச் சிறிய பெண்ணாகக் காட்சியளித்தார். அப்போதே, வளர்ந்துவரும் மேடை நட்சத்திரமாக பெயர் எடுத்திருந்தார்.

நாகர்கோயிலிலிருந்து தாமரைக்குளம் செல்லும் வழியில் பல வரலாற்று, மத முக்கியத்துவம் வாய்ந்த இடங்களுக்கும்

சென்றேன். மிகச் சாவதானமாக இந்த இடங்களின் வரலாறு, புராணங்களைப் பற்றி விவாதித்தபடி இங்கெல்லாம் சுற்றிவந்தோம். பேர்பெற்ற சுசீந்திரம் கோவிலுக்குப் போய் விட்டு, சாயங்காலம் கன்னியாகுமரிக்கும் போனோம். கடலில் குளித்து, சூரிய அஸ்தமனத்தை ரசித்தோம். கோவிலுக் குப் போனோம். சாயங்கால பூஜைக்காக சாமி சிலைக்கு நல்ல அலங்காரம் செய்யப்பட்டிருந்தது. அதன் அழகு, உன்னதமான அலங்காரம், மின்னும் நகைகள் எல்லாம் சேர்ந்து என்னை மிகவும் பாதித்தன. அந்த தெய்வம் ஒரு கற்சிலையாக எனக்குத் தோன்றவில்லை. ஒரு இளம் பெண்ணாகவே தோன்றினாள். கோவிலுக்கு உள்ளேயும் வெளியேயும் மின்சார விளக்குகள் ஏதும் இல்லை. சின்னச் சின்ன எண்ணெய் விளக்குகளிலிருந்து கிடைத்த வெளிச்சமே கோயிலில் இருந்தது. தேவதாசி மரபு அப்போது மிகப் பிரபலமாக இருந்தது. உற்சவர் கோவிலைச் சுற்றி வரும்போது சில தேவதாசிகள் உற்சவருக்கு முன்பு சாஸ்த்ரீய நடனம் ஆடிச் செல்வார்கள். பெரும்பாலானவர்கள் பாரம்பரிய உடை யணிந்திருப்பார்கள். தனியாகவும் குழுக்களாகவும் இவர்கள் ஆடிச்செல்வார்கள். வாத்யக்காரர்களும் இவர்களுடன் இசைத்தபடி செல்வார்கள்.

அன்று இரவு அங்கிருந்த சத்திரத்தில் படுத்துக்கொண் டோம். அடுத்த நாள் காலை தாமரைக்குளத்திற்குப் போனோம். நான் தலைவருடன் உப்பளத்திற்குச் சென்றேன். அப்போதுதான் முதல்முறையாக உப்பு உற்பத்தியைப் பார்த்தேன். பல வருடங்களுக்குப் பிறகு இந்தத் துறையில் அதிகாரபூர்வமாகச் செயல்பட்டேன். பணத்தை வாங்கிக் கொண்ட பிறகு நடந்தே நாகர்கோவில் திரும்பினோம். அடுத்த நாள் நான் திருவனந்தபுரம் திரும்பினேன்.

என் நண்பனுக்கு தொடர்ந்து கடிதம் எழுதி வந்தேன். விடுமுறை நாட்களில் நாங்கள் எப்போதும் ஒன்றாகவே இருப்போம். பெரும்பாலும் அவன் எங்கள் வீட்டில்தான் தூங்குவான். எங்களுடன்தான் சாப்பிடுவான். எங்களுடை யதைவிட மேல் அடுக்கில் இருக்கும் சைவ வெள்ளாளர் வகுப்பைச் சேர்ந்தவன் என்றாலும், சிறு பையனாக இருக்கும்போதே முற்போக்கான பார்வை உடையவனாக இருந்தான். சாதி வித்தியாசங்களை அவன் பொருட்படுத்த வில்லை. என்னை ஒத்த ஒருவன் என்னுடன் தங்கியிருந்ததில் எனக்கு ஏகப்பட்ட சந்தோஷம். விவாதம், சண்டை, சிரிப்பு என எங்கள் நட்பு தொடர்ந்தது. அவனிடம் பல வினோத மான பழக்கவழக்கங்கள் இருந்தன. என்னுடன் இருந்த

பலருக்கு அவன் அதீதமான பழக்கவழக்கங்களை யுடைய வனாகத் தோன்றினான். என்னைப் போன்ற சாதாரணமான ஒரு ஆள் அவனுடன் எப்படி நண்பனாக இருக்கிறேன் என்று ஆச்சரியப்பட்டார்கள். சங்கர் குளித்துவிட்டு, துண்டால் தன்னைத் துடைத்துக்கொள்ளமாட்டான். வேட்டி யைக் கட்டிக்கொண்டு அப்படியே நடமாடிக் கொண்டி ருப்பான். தலையிலிருந்து தண்ணீர் உடம்பெல்லாம் வடிந்து கொண்டிருக்கும். வகுப்புக்குப் போனால் மட்டும் சட்டை அணிவான். வேறெங்கு போனாலும் தோளில் ஒரு துண்டைப் போட்டுக்கொண்டு கிளம்பிவிடுவான். கல்லூரியில் எல்லோரும் சட்டை போடுகிறார்கள் என்பதற்காகச் சட்டை போடு வானே தவிர, பிற சமயங்களில் சட்டை போட மறுத்து விடுவான். கதராடை பயனுக்கு வந்துவிட்டதென்றாலும் திருவிதாங்கூர் சமஸ்தானத்தில் மாணவர்கள் மத்தியில் பிரபலமாகவில்லை. ஆனால், 1921இலிருந்து சங்கர் கதர் அணிந்துவந்தான். நீண்ட காலத்திற்கு அந்தப் பழக்கத்தை பின்பற்றிவந்தான். அவன் பாடப் புத்தகத்தை வாங்கியதோ, படித்ததோ இல்லை. அந்தக் காலத்தில் நாங்கள் எல்லோரும் குடுமி வைத்திருந்தோம். அவனும் அப்படிதான் வைத்திருந் தான். ஆனால், அவன் குடுமியை ஒருபோதும் முடியமாட்டான். மாதம் ஒரு முறைதான் சவரம் செய்துகொள்வான். தாடி நிறைய வளர்ந்திருந்தாலும் அவனுக்குச் சவரக் கத்தியைப் பயன்படுத்துவது பிடிக்காது. உணவைப் பொறுத்தவரை அவனுக்குத் தீவிரமான விருப்பு வெறுப்புகள் இருந்தன. சில காய்கறிகளை அவன் தொடமாட்டான். சில காய்கறிகளை மிகவும் விரும்பிச் சாப்பிடுவான். அவனுடைய சாப்பாட்டு பழக்கவழக்கங்களைப் பார்த்து உணவகங்களில் கேலி செய்வார்கள். ஆனால், அவன் வழக்க மாகச் சாப்பிடும் ஒட்டல்காரருக்கு அவனுடைய எளிமையைப் பற்றித் தெரியும். அதனால், அவருக்கு இவனைப் பிடிக்கும். வாதத்தில் ஈடுபடும்போது கொஞ்சம்கூட வளைந்து கொடுக்காமல் மிக உறுதியாக வாதிடுவான். எல்லாவற்றையும் தீவிரமாக எடுத்துக்கொள்ளும் ஆள் என்பதால் வெகு சிலரே அவனுடன் நட்பாக விவாதத்தில் ஈடுபடுவார்கள். விளையாட்டுத் தனமாகச் சொல்வதைக்கூட உண்மை என்று நம்பிவிடும் அப்பாவி. ஆனால், உண்மை தெரிந்த பிறகு தன்னிடம் அப்படி விளையாடியவர்களைச் சும்மாவிடமாட்டான். ஒரு முறை சங்கர், நான், மற்றொரு நண்பர் எல்லோரும் நீண்ட தூரம் நடந்து போய்க்கொண்டிருந்தோம். கடலுக்குப் போகலாம் என்று நினைத்தோம். ஆனால், பாதி தூரம் போய்கொண்டிருக்கும்போதே, நானும் மற்றொரு நண்பரும்

ஒரு சூத்திரனின் கதை 149

களைத்துவிட்டோம். திரும்பிப் போய்விட நினைத்தாலும் அதை சங்கரிடம் சொல்வதற்குப் பயமாக இருந்தது. அதனால், வழி தெரியவில்லை என்ற வழக்கமான பொய்யைச் சொன்னோம். ஆனால், நாங்கள் அவனுடன் வரவேண்டும் என்று வற்புறுத்தினான். கிட்டத்தட்ட எங்களை இழுத்துச் சென்றான் என்றே சொல்லலாம். எங்களுக்கு வேறு வழியே இல்லை. அவனுடன் போய்த்தான் ஆக வேண்டியிருந்தது.

அக்காலத்தில் ஆனர்ஸ் வகுப்புகளில் மிகக் குறைவான மாணவர்களே இருப்பார்கள். எங்கள் வகுப்பில் ஐந்து பையன்களும் இரண்டு பெண்களும் இருந்தனர். இரண்டாம் வருடத்தில் மூன்றாவதாக ஒரு பெண் பட்ட மேற்படிப்பிற் காகச் சேர்ந்தார். பையன்களுக்கும் பெண்களுக்கும் இடையில் மிகக் குறைவான தொடர்பே இருக்கும். முதல் வருடத்தில் நாங்கள் பெண்களுடன் பேசவேயில்லை. இரண்டாம் வருடத்தில் நிலைமை சற்று மேம்பட்டது. வகுப்பிலிருந்த மூன்று பெண்களுடனும் நான் பேசுவேன். அவர்கள் மிகச் சிறந்த மாணவிகள். பிற்காலத்தில் அவர்கள் வெவ்வேறு விதத்தில் உயர் நிலையை அடைந்தார்கள். ஒருவர் உயர்நீதி மன்ற நீதிபதியானார். அவர்தான் முதல் பெண் உயர்நீதிமன்ற நீதிபதி. மற்றொருவர் அரசியல்வாதியானார். மூன்றாமவர் தியானம், மக்கள் சேவை என்று வாழ்க்கையை அமைத்துக் கொண்டார்.

மாணவர்களில் ஒருவன் மிகுந்த புத்திசாலி. இன்டர் வகுப்பிலிருந்தே என்னுடன் படித்துவந்தான். கடின உழைப்பாளி. முதலில் ஆங்கில ஆனர்ஸ் படிப்பில் சேர முயன்றான். ஆனால், சில பேராசிரியர்களுடன் கலந்தா லோசித்த பிறகு வரலாறு ஆனர்ஸில் சேர்ந்தான். வரலாறு ஆனர்ஸ் படிப்பில் வரலாறு, பொருளாதாரம், அரசியல் ஆகியவை இருப்பதால் நல்ல மாணவனுக்கு இந்தப் படிப்பு சிறந்த வாய்ப்புகளை வழங்கக்கூடியது எனப் பேராசிரியர்கள் அவனுக்குச் சொன்னார்கள். போட்டித் தேர்வுகளில் தேர்வு செய்ய நிறையப் பிரிவுகள் கிடைக்கும் என்றும் சொன்னார்கள். அப்போதுதான் அவன் ஐ.சி.எஸ். தேர்ச்சி பெற விரும்புகிறான் என்பது மாணவர்களுக்கும் ஆசிரியர்களுக்கும் தெரியவந்தது. முன்கூட்டியே இப்படி தெரியப்படுத்திக்கொள்வதில் எனக்கு விருப்பமில்லை. விரைவிலேயே எங்களுக்கிடையே போட்டி ஏற்பட்டது. ஆரோக்கியமான போட்டி. அவன் நல்ல பையன். நாங்கள் நல்ல நண்பர்களானோம். மற்ற மாணவர்கள் மிகச் சுமாரானவர்கள். அதில் ஒருவனைத் தவிரப் பிறர் யாரும் என்னிடத்தில் ஆழமான தாக்கம் எதையும் ஏற்படுத்தவில்லை.

அவன் பெயர் வீரராகவன். திருநெல்வேலிக்குப் பக்கத்து கிராமத்தைச் சேர்ந்த பிராமணப் பையன். ஏழை பிராமணர் ஒருவரின் மகன். வசதியான மாமாவின் ஆதரவில்தான் அவன் படித்து வந்தான். அவனுக்கு இசை மிகவும் பிடிக்கும். எல்லாவற்றையும் எளிதாக எடுத்துக்கொள்வான்.

ஆங்கில இலக்கியம் ஆனர்ஸ் படித்த பிராமணப் பையன்தான் கல்லூரியிலேயே எனக்கு நெருக்கமான நண்பன். அவனுடைய வகுப்பில் ஐந்து மாணவிகள் இருந்தனர். அவன் மட்டும்தான் ஆண். அது அவனுக்கு வித்தியாசமான அனுபவமாக இருந்திருக்க வேண்டும். ஆலப்புழைக்குப் பக்கத்திலிருந்த வளமான பிராமணக் கிராமமான மான்கொம்புவைச் சேர்ந்தவன் அவன். வழக்குரைஞர் ஒருவருடைய மகன். பெயர் கிருஷ்ணன். உயரமாக, சிவப்பாக, அழகாக இருப்பான். அவனுடைய கீழுதடு பெரிதாக, தடிமனாக இருக்கும். பெண்களுக்கு இருப்பது போன்ற நீண்ட கேசம். மிகுந்த அழகுணர்ச்சி உடையவன். மிகவும் உணர்ச்சிவசப்படக் கூடியவன். உயரிய எல்லா விஷயங்களையும் விரும்புவான். தன் மாமாவுடன் நகரின் முக்கிய வீதியில் தனியாக வீடு எடுத்துத் தங்கியிருந்தான். நாங்கள் சீக்கிரமே நல்ல நண்பர்களானோம். தாய்காடில் இருக்கும்போது அவன் எப்போதும் என்னுடன்தான் இருப்பான். விடுமுறை நாட்களிலும் சாயங்காலங்களிலும் நாங்கள் ஒன்றாகவே சுற்றுவோம். எதையும் விளையாட்டாகவே எடுத்துக்கொள்ளக் கூடிய வீரராகவனும் எங்களுடன் சேர்ந்துகொள்வான். கல்லூரி வளாகம், வீதிகள், ஓட்டல்களில் எப்போதும் ஒன்றாகவே திரிந்ததால் எங்களைப் பிரிக்க முடியாத மூவர் என்றே அழைத்துவந்தனர். வீரராகவன் பாடுவான். கிருஷ்ணன் பேசுவான். நான் இதையெல்லாம் கேட்டு விமர்சனம் செய்வேன். அப்படித்தான் பொதுவாக நடக்கும். அவர்கள் இருவரும் பிராமணர்கள் என்பதால், தவிர்க்கவே முடியாமல் சாதி அமைப்பைப் பற்றிய விவாதங்கள் எழும். நான் மிகத் தீவிரமான கருத்துகளை முன்வைப்பேன். கிருஷ்ணன் பெரும்பாலும் நான் சொல்வதை ஏற்றுக்கொள்வான். வீரராகவன் கட்டுப்பெட்டித்தனமானவன் இல்லை என்றாலும் சாதி அமைப்பை ஆதரித்து அடிக்கடி பேசுவான். விவாதம் எவ்வளவு சூடாக நடந்தாலும் அதற்காக நாங்கள் சண்டை போட்டுக்கொண்டதில்லை. அதைத் தனிப்பட்ட முறையில் எடுத்தும்கொண்டதில்லை.

சாதியைப் பற்றி இப்படி மாணவர்களுக்குள் விவாதம் நடப்பது இயல்பானதுதான். சமூகம் சாதியால் பிரிக்கப்பட்டது தானே. திருவனந்தபுரத்தில் பிராமண மேலாதிக்கத்தின்

அடையாளம் எங்கும் நிறைந்திருக்கும். வாழ்வின் எல்லா அம்சங்களிலும் அவர்களுக்குச் சலுகைகள் உண்டு. திருவனந்த புரத்திற்குப் போன முதல் வருடத்தில் பத்மநாபசாமி கோவிலுக்குப் போனோம். பத்மனாபசாமிதான் சமஸ் தானத்தின் முதன்மைக் கடவுள். கோவில் வாசலில் நாங்கள் எங்கள் சட்டைகளைக் கழற்றினோம். எங்களுடைய மேற் துணிகளை கழற்றி இடுப்பில் கட்டிக்கொண்டோம். வாசலில் இருக்கும் அர்ச்சகர் நாங்கள் பிராமணரா, மலையாளியா, தமிழரா என்று கேட்டார். நாங்கள் தமிழர்கள், ஆனால், பிராமணரல்லாதவர் என்று பதிலளித்ததும் மக்கத்தாயமா, மருமக்கத்தாயமா என்று கேட்டார். எல்லாக் கேள்விகளுக்கும் பதிலளித்தாலும் ஒரு கட்டத்திற்கு மேல் உள்ளே போக முடிய வில்லை. சந்நிதியையும் தரிசிக்க முடியவில்லை. எங்களில் ஒருவர் யாதவர். அவர் பொதுவாக அமைதியாக இருக்க மாட்டார். அர்ச்சகரைப் பார்த்து, யாதவ குலத்தில் மாடு மேய்ப் பவனாக அவதரித்த கடவுள் அந்த சந்நிதியில் வைத்து வணங்கப்படும்போது, ஏன் ஒரு யாதவர் அந்தக் கோவிலுக்குள் போகக்கூடாது என்று கேட்டார். அந்த வாதத்திற்கு எந்தப் பலனும் இல்லை. நாங்கள் மிகுந்த வெறுப்புடன் திரும்பிவிட்டோம். பிற்காலத்தில் நிலைமை மேம்பட்டது.

பக்கத்திலேயே முருகன் கோவில் ஒன்று உண்டு. அவ்வப்போது அங்கே போவோம். இங்கே உள்ளே நுழைவது எளிது. இங்கேயும் பிராமணரல்லாத வர்கள் ஒரு எல்லைக்கு மேல் போக முடியாது. நாங்கள் நிற்குமிடத்திலிருந்து சந்நிதியையும் அர்ச்சகர் செய்யும் பூஜையையும் பார்க்க முடியும். இந்தக் கோவிலிலும் எரிச்சல் ஏற்படுத்தும் ஒரு விஷயம் இருந்தது. அர்ச்சகர் பிரசாதத்தை - சந்தனம் அல்லது விபூதி - எங்கள் கையில் கொடுக்கமாட்டார். அதை ஒரு கல்லில் வீசிவிடுவார். பிராமணரல்லாத பக்தர்கள் அதைத் தாங்களே எடுத்துத்தான் பூசிக்கொள்ள வேண்டும்.

அந்த இடம் பிராமணர்களின் சொர்க்கம் என்றே சொல்லலாம். அந்தக் கோவிலுக்குப் பக்கத்திலேயே ஊட்டுப்புரை இருந்தது. பிராமணர்களுக்கு அங்கே தினமும் இரண்டு வேளை இலவச உணவு வழங்கப்படும் இதை ஆயிரக்கணக்கானவர்கள் நம்பி வாழ்ந்து வந்தார்கள். இவர்கள் எல்லோரையும் ஏழைகள் என்று சொல்ல முடியாது. நிறைய பிராமண மாணவர்கள் அங்கே இலவச உணவும் தங்குமிடமும் பெற்று, தம் படிப்பைத் தொடர்ந்து வந்தனர். மிகக் குறைவாகச் சம்பளம் வாங்கும் பிராமண எழுத்தர்கள்,

யாத்ரீகர்கள் ஆகியோரும் இதேபோல பலனடைந்து வந்தார்கள்.

எல்லா ஓட்டல்களிலும் உள்பக்கத்தில் பிராமணர்களுக் கெனத் தனியாக ஒரு அறை இருக்கும். வெளியில் இருக்கும் ஹாலில் மற்றவர்கள் சாப்பிடுவார்கள். பிராமணர்கள் இந்த வெளியிலிருக்கும் ஹாலைக் கடந்துதான் அந்த அறைக்குப் போவார்கள். ஆனால், மற்றவர்கள் அவர்கள் சாப்பிடும் அறையை எட்டிக்கூடப் பார்த்துவிட முடியாது. பிராமணர்கள் சாப்பிடுவதை மற்றவர்கள் பார்க்கக் கூடாது. அப்படி யாராவது பார்த்துவிட்டால் அந்தப் பார்வையால் உணவுத் தீட்டுப்பட்டுவிடும். பெரும்பாலானவர்கள் இந்த பாரபட்சத்தை இயல்பாக எடுத்துக்கொண்டார்கள். ஆனால், தேசிய இயக்கம் வளர ஆரம்பித்தபோது, இதைப் பற்றிச் சிலர் அறிவுபூர்வமாக சிந்திக்க ஆரம்பித்தார்கள். அதிருப்தி வளர்ந்துகொண்டே போனது.

ஆனர்ஸில் நான் இரண்டாம் வருடம் படிக்கும்போது எங்களுக்குப் புதிதாக இரண்டு பேராசிரியர்கள் வந்தார்கள். ஒருவர் கோபால மேனன். லண்டன் ஸ்கூல் ஆஃப் எகானா மிக்ஸில் வணிகப் பாடத்தில் பட்டம் பெற்று, இங்கிலாந் திலிருந்து திரும்பியிருந்தார். இன்னொருவர் தம்பி. அரச குடும்பத்தைச் சேர்ந்தவர். ஆக்ஸ்போர்டு பட்டமும் சட்டத்தில் பட்டமும் பெறுவதற்காக இங்கிலாந்தில் ஏழு ஆண்டுகள் இருந்தவர். கோபால மேனன் பொருளாதாரப் பேராசிரியர். தம்பி எங்களுக்கு அரசியல் சாசன வரலாறும் அரசியலும் நடத்தினார். இருவருமே நாங்கள் தங்கியிருந்த இடத்திற்கு மிக அருகில் வசித்தனர். தம்பி எங்களுக்கு அடுத்த வீடு. இருவரும் என்னை அடிக்கடி அவர்களுடைய வீட்டிற்கு அழைப்பார்கள். அவர்களுடன் நெருக்கமாகப் பழகியது எனக்கு மிகுந்த உதவியாக இருந்தது. கிருஷ்ணமாச்சாரி என்று இன்னொரு பேராசிரியர் இருந்தார். ரொம்பவும் ஆசாரமான மனிதர். ஆனால், மிகச் சிறந்த ஆசிரியர். நன்றாக உரையாடக்கூடியவரும்கூட. அவர் எங்களுக்கு முகலாயர் வரலாற்றைக் கற்பித்தார். அவருக்குக் கதை சொல்வதில் இயல்பான திறமை அதிகம். வழக்கமான முறையில் பாடம் நடத்த மாட்டார். அவர் பாடம் நடத்தும் முறை ஒரு உரையாடலைப் போல இருக்கும். யுத்தம், அரசவைச் சதிகள் ஆகியவற்றை ஒரு விளையாட்டு வர்ணனையாளரைப் போல வர்ணிப்பார். அவர் பாடம் நடத்துவதைக் கேட்பதே பேரின்பமாக இருக்கும். தனியாகப் பேசும்போதுகூட மிக

சுவாரஸ்யமாகப் பேசுவார். படிப்படியாக நான் எல்லாப் பேராசியர்களுக்கும் பிடித்தமான மாணவனாகிவிட்டேன். அவர்கள் என்னை ஒரு நண்பனைப் போலவே நடத்தி னார்கள். விரிவாகப் படிப்பதற்கு ஊக்குவித்ததோடு, பரிவு கலந்த ஆர்வத்துடன் என்னை வழிநடத்தினார்கள். கல்லூரி யில் அவர்கள் அறைகளும் அவர்கள் வீடுகளும் எனக்காக எப்போதும் திறந்திருந்தன.

கல்லூரியின் வரலாறு—பொருளியல் மன்றத்தின் முதல் செயலராக நான் தேர்வுசெய்யப்பட்டேன். பல உரைகளுக்கும் குழு விவாதங்களுக்கும் ஏற்பாடு செய்தேன். கல்லூரி மன்றத்தின் செயலராகவும் விரும்பினேன். ஆனால், கல்லூரி முதல்வரும் பிற பேராசிரியர்களும் தேர்தலில் நிற்க வேண்டாம் என்று சொன்னார்கள். இதைக் கேட்டு எனக்கு எரிச்சல் ஏற்பட்டது. ஒரு ஆனர்ஸ் மாணவன், அதிலும் முதல் வகுப்பு எடுக்கும் லட்சியமுள்ள மாணவன், தன் சக்தியை வேறு எதிலும் செலவழிக்கக் கூடாது என்றார்கள். கல்லூரி மன்றத்தின் செயலரானால் படிப்பதற்கு நேரமே கிடைக்காது என்று விளக்கினார்கள். இருந்தபோதும் கல்லூரி மன்றச் செயற்பாடுகளிலும் நான் கவனம் செலுத்திவந்தேன்.

இந்தச் செயல்பாடுகளின் காரணமாக, எனக்கு மிக முக்கியமான பிரமுகர்களின் அறிமுகம் கிடைத்தது. ஒரு முறை திருவிதாங்கூரின் திவானைச் சந்தித்தேன். மாகாணங் களில் ஆளுனர்களுக்கு இருக்கும் மரியாதையும் செல்வாக்கும் சமஸ்தானங்களில் திவானுக்கு இருக்கும். திவானின் அதிகாரபூர்வ இல்லத்தில் நேரம் வாங்கிப் போய் அவரைச் சந்தித்தபோது எனக்கு பரவசமேற்பட்டது. மாணவர்கள் மத்தியில் என் அந்தஸ்து அப்போதிலிருந்து உயர ஆரம்பித்தது. தலைமைப் பண்பிற்கும் மிகச் சிறந்த மாணவன் என்பதற்கும் என் பெயர் எடுத்துக்காட்டாக விளங்க ஆரம்பித்த இந்தக் கால கட்டத்தில்தான் விஸ்வநாத ஐயரைச் சந்தித்தேன். உயர் நிலைப் பள்ளியில் வரலாற்று ஆசிரியராக இருந்தவர். நான் உருப்பட மாட்டேன் என்று சொன்னவர். ஆசிரியராக நிரந்தரம் செய்யப்படுவதற்கு முன்பு, ஆசிரியர் கல்லூரியில் பயிற்சி பெறுவதற்காக அங்கே வந்திருந்தார். ஒரு மூத்த பேராசிரியரைச் சந்திப்பதற்காகச் செல்லும்போது அவரது கல்லூரி வளாகத்தில் விஸ்வநாத அய்யரைச் சந்தித்தேன். என்னைச் சந்தித்ததில் அவர் நிச்சயமாக சந்தோஷ மடையவில்லை என்பது தெரிந்தது. என்னைப் பற்றிக் கேள்விப்பட்டதிலிருந்து என்னைத் தவிர்க்கவே விரும்பினார். கல்லூரியில் நான் இவ்வளவு சிறப்பாகச் செயல்படுவதில்

தான் மிகுந்த ஆச்சரியமடைவதாக எங்கள் இருவருக்கும் பொதுவான ஒரு நபரிடம் அவர் சொல்லியிருக்கிறார்.

உள்ளூர் அளவில் கொஞ்சம் முக்கியத்துவமுள்ள மற்றொரு சம்பவம் 1924 அல்லது 25இன் ஆரம்பத்தில் நடந்தது. பழைய மகாராஜா நீண்ட காலமாக உடல் நலமில்லாமல் இருந்தார். அவர் இறந்துவிடுவார் என்றே எல்லோரும் நினைத்தார்கள். பட்டத்திற்கு வரவேண்டிய இளவரசருக்கு வயது மிகவும் குறைவு என்பதால், ஸ்தானிகர் ஒருவர்தான் ஆட்சி விவகாரங்களைக் கவனிக்க வேண்டியிருக்கும். ராஜாவுக்கு இரண்டு மகாராணிகள். யார் இந்த கௌரவத்தை அடைவது என்பதில் போட்டி. எங்கள் கல்லூரியின் முதல்வர் பழைய ராஜாவின் நண்பர். ராஜா மீது மிகுந்த மதிப்பு கொண்டிருந்தவர். வகுப்பில் அவரைப் பற்றி உருக்கமாகப் பேசிவிட்டு, அவர் சீக்கிரம் உடல் நலம் பெறவேண்டும் என்று சொன்னார். ஆனால், அந்த வயதான ராஜா இறந்துவிட்டார். இறுதி ஊர்வலத்தைப் பார்க்கப் பெருமளவில் மாணவர்கள் சென்றோம். அப்போதுதான் முதல்முறையாக இளவரசரைப் பார்த்தேன். அந்த நேரத்தில் அவருக்கு 12 வயது. வெள்ளை வேட்டி மட்டும் கட்டியிருந்தார். இடுப்புக்கு மேலே ஆடையில்லை. மிகவும் ஒல்லியாக இருந்ததோடு, வயதுக்கேற்ற உயரமும் இல்லை. ஆனால், பார்க்க அழகாக இருந்தார். அவருடைய பெரியம்மா, மூத்த மகாராணி பிரிட்டிஷ் அரசால் ஸ்தானிகராக நியமிக்கப்பட்டார். திருவிதாங்கூர் வரலாற்றில் ஒரு புதிய அத்தியாயம் உதயமானது.

பழைய மகாராஜாவைப் பொறுத்தவரை அவரே ஒரு நிறுவனம் போன்ற ஆளுமை. மிகவும் ஆசாரமான, பழமைவாதச் சிந்தனைகளைக் கொண்டவர். தனிநபர் ஆட்சியில் நம்பிக்கை கொண்டவர். பிற்காலத்தில் மக்களின் கோரிக்கைகளுக்குப் பணிந்து சில அரசியல்சாசன சீர்திருத்தங் களைச் செய்தார். ஆனால், விஷயம் தெரிந்தவர் என்று மதிக்கப்பட்டார். எல்லாத் துறையின் தலைவர்களும் திவானைச் சந்திப்பதோடு இவரிடமும் நடந்தவற்றைச் சொல்லி மேற்கொண்டு ஆலோசனை பெற வேண்டும். இவருடைய நேரடியான ஒப்புதல் இல்லாமல் முக்கியமான விஷயங்கள் ஏதும் நடக்காது. இவருடைய ஆட்சிக் காலத்தின் ஆரம்ப நாட்களில் வேண்டியவர்களுக்குக் காரியம் சாதித்துக் கொடுப்பது, சதிவேலைகள் ஆகியவை நடந்துகொண்டி ருந்தன. ஆனால், பிற்காலத்தில் அவர் ஒரு முன்மாதிரி ஆட்சியாளராகச் செயல்பட்டார். மாநிலத்தில் பல அரசியல்சாசன, நிர்வாகச் சீர்திருத்தங்களைச் செயல்

படுத்தினார். முற்போக்கான சமஸ்தானம் என்ற மரியாதை திருவிதாங்கூருக்குக் கிடைத்தது. இந்தியாவின் எல்லா சமஸ்தானங்களோடும் மாகாணங்களோடும் ஒப்பிடுகையில் கல்வி, உயர்கல்வி போன்றவற்றில் முதல் நிலையில் இருந்தது திருவிதாங்கூர். அம்மாதிரி ஒரு ஆட்சியாளர் மறைந்தது மிகப்பெரிய இழப்பாகவே கருதப்பட்டது.

வரலாறு—பொருளியல் மன்றத்தில் நான் மேற்கொண்ட நடவடிக்கைகளில் இரண்டைச் சொல்ல வேண்டும். கல்லூரி யின் வரலாற்றிலேயே முதல்முறையாக மாதிரி நாடாளு மன்றம் ஒன்றைக் கூட்டினேன். "அவுரங்கசீப்பின் பதவி நீக்கத் தீர்மானம்" விவாதத்திற்கு எடுத்துக்கொள்ளப்பட்டது. அவுரங்கசீப்பின் கதையை எடுத்துக்கொண்டு, அவருக்கு ஆதரவாக எவ்வளவு முடியுமோ அவ்வளவு வாதாடினேன். இந்த நிகழ்ச்சிக்கு நல்ல ஆதரவு கிடைத்தது. ஆனால், இதைப் போல தொடர்ச்சியாகப் பல நிகழ்ச்சிகளை என்னால் நடத்த முடியவில்லை. இதற்கு மிகுந்த உழைப்புத் தேவைப் பட்டது. நான் துவக்கி வைத்த மற்றொரு நிகழ்வு, தமிழில் பேசுவது. கல்லூரி மன்றத்திலும் பிற அமைப்புகளிலும் ஆங்கிலமே பேச்சு மொழியாக இருந்தது. யாரும் எங்களுடன் தமிழில் பேசியதில்லை. மாணவர்களுக்குள் தமிழில் விவாதம் நடந்ததேயில்லை. நன்றாகத் தமிழில் பேசக்கூடியவர்கள் நிறையப் பேர் இருந்தாலும் யாரும் தமிழில் பேசத் துணிந்ததில்லை. நான் தமிழில் பெரும் புலமை வாய்ந் தவனில்லை. வரலாற்று மன்றத்தின் ஏற்பாட்டில் நடந்த கூட்டத்தில் பேராசிரியர் கிருஷ்ணமாச்சாரி தலைமையேற்க, நான் முகலாய நாயகிகளைப் பற்றித் தமிழில் பேசினேன். நான் செயலராக இருந்த காலகட்டத்தில் மன்றம் சிறப்பாகச் செயல்பட்டது. இறுதியாண்டில் நான் செயலராகத் தொடர முடியவில்லை. அதனால், அதன் செயல்பாடுகள் குறைந்தன.

கிருஷ்ணனுடனான (நான் விரும்பிய ஆங்கில ஆனர்ஸ் மாணவன்) நட்பு என்னை ஒரு விசித்திரமான சூழலில் தள்ளியது. கிருஷ்ணன் கற்பனையில் மிதப்பவன். தன் வகுப்பில் இருக்கும் ஒரு மாணவியைக் காதலிப்பதாக அவன் நினைத்துக்கொண்டான். உயரமான, நல்ல உடலமைப்பைக் கொண்ட, அழகான பெண். பெயர் செல்லம்மாள். நாகர் கோவிலில் ஒரு பிராமணரல்லாத வகுப்பைச் சேர்ந்தவள். அந்தக் கல்லூரியில் பெரும்பாலான பெண்கள் அழகாக இருப்பார்கள். இருந்தும் கல்லூரியின் அழகு ராணியாகக் கருதப்பட்டவள். கிருஷ்ணனின் விருப்பத்திற்கு அவளிடம் ஆரம்பத்தில் உடன்பாடு இருந்ததா என்பதை நான் கவனிக்க

வில்லை. அவள் மீது ஈரேழ் வரிப் பாக்கள், கவிதைகள் எழுதுவதில் நேரத்தைச் செலவழித்தான் கிருஷ்ணன். ஒரு வருடம் இப்படி கற்பனையிலேயே கழிந்தது. படிப்பில் ஆர்வம் குறைந்தது. அவனுடைய கவனக் குலைவு வெளிப்படையாகத் தெரிந்தது. தான் அந்தப் பெண்ணை மிகத் தீவிரமாகக் காதலிப்பதாகவும் தன் பெற்றோரின் பழமையான மரபுகளையும் மீறி எப்படியாவது அவளைத் திருமணம் செய்துகொள்வேன் என்றும் என்னிடம் சொன்னான். கல்லூரிக்கு வெளியிலும் அவளைச் சந்திக்க ஆரம்பித்தான். சில சமயங்களில் அவளுடன் நீண்ட நேரம் பேசிக்கொண்டிருப்பான். அந்தப் பெண் அவனிடம் அதிகப்படியான அக்கறை காட்டவில்லை என்பதே என் கணிப்பு. தன்னைப் பார்த்து அவன் ஏங்குவதில் அவள் மகிழ்ந்துபோயிருக்கலாம். அல்லது தற்பெருமை கொண்டிருக்கலாம். அவனுடைய பெரியப்பா இதைப் பார்த்து மிகவும் கவலைப்பட்டார். அவன் மீது ஆதிக்கம் செலுத்தக்கூடிய ஒரே ஆள் நான்தான் என்பதால், அவனுடைய சிறுபிள்ளைத்தனமான காதலிலிருந்து நான்தான் அவனை மீட்டாக வேண்டும். இதைப் பற்றி அவனிடம் பல நாட்கள் பேசினேன். தொடர்ந்து பல நாட்கள் இப்படிப்பட்ட கற்பனாவாதக் காதலையும் யதார்த்தை வாழ்க்கையையும் பற்றி அவனிடம் பேசினேன். என்னுடைய தங்குமிடத்திற்குப் போகாமல் பல இரவுகள் அவன் அறையில் தங்கினேன். என் நண்பனைத் திருத்தி நல்வழிக்குக் கொண்டுவருவதன் மூலம் ஒரு நல்ல சேவையில் ஈடுபட்டிருப்பதாக நினைத்துக்கொண்டேன். முடிவில் தன் பெற்றோர் பார்க்கும் பெண்ணையே திருமணம் செய்து கொள்ள அவன் ஒப்புக்கொண்டான். விடுமுறையின்போது அவனுக்கு ஒரு பிராமணப் பெண்ணுடன் திருமணம் நடந்தது. அவனுடைய காதல், கல்யாணம் ஆகிய விஷயங்கள் யதார்த்தத்திற்குப் பொருந்தியவகையில் முடிந்தன.

இந்தச் சமயத்தில் என் தங்கை பெரியவளாகிவிட்டாள். அதனால், வீட்டிற்குள்ளேயே இருக்கலானாள். அவள் பள்ளிக்கூடமே போனதில்லை. அவள் படிக்காமல் இருக்கிறாள் என்ற எண்ணம் எனக்கு ஒருபோதும் சந்தோஷத்தைத் தந்ததில்லை. எனக்குள் லட்சியவாதமும் கடமை உணர்ச்சியும் ஓங்கியிருந்தன. எனது குடும்பத்தினருக்குச் சிறிதேனும் அறிவையும் பண்பாட்டையும் ஊட்டவில்லையென்றால், எனக்குக் கிடைத்த கல்வி வீண் என்று நினைத்தேன். விடுமுறையின்போது பல மணி நேரம் செலவழித்து அவளுக்குத் தமிழ் எழுத்துக்களைச் சொல்லிக் கொடுக்க ஆரம்பித்தேன். நான் கிராமப் பள்ளிக்கூடத்தில் எப்படிப்

படித்தேனோ, அதே பாரம்பரிய முறையிலேயே அவளுக்கும் சொல்லிக்கொடுத்தேன். முதலில் மணலில் விரலைக் கொண்டு எழுதச் சொல்லிக் கொடுத்தேன். பிறகு சிலேட்டும் பென்சிலும் வைத்து சொல்லிக்கொடுத்தேன். இப்படியாக அவளுக்குத் தமிழ் எழுத்துக்களும் எண்களும் கற்பித்தேன். கோடை விடுமுறையின்போது எளிய புத்தகங்களை வாசிக்கக் கற்றுக்கொடுத்தேன். அந்த வருடத்தின் இறுதியில் தமிழ்ப் பத்திரிகைகள், கதைப் புத்தகங்கள் படிக்கும் அளவுக்கு அவள் தேறிவிட்டாள். அவள் அதிகமாக எழுதிப் பழகவில்லை. அதனால், படிக்கும் அளவுக்கு எழுத வராது. இருந்தாலும் கல்வியின் கதவை அவளுக்கு நான் திறந்து வைத்தேன். பிறகு அந்தக் கல்வியை மேம்படுத்திக்கொள்வது அவளுடைய பொறுப்பு. வெளியுலகில் நடக்கும் விஷயங்களை என் பெற்றோருக்கு விளக்கவும் நான் பெரும் முயற்சி எடுத்துக் கொண்டேன். அவர்களால் செய்தித் தாள்களையோ, புத்தகங்களையோ படிக்க முடியாது என்பதால், ஒரு சிறிய விவசாயிக்கு என்ன தெரிந்திருக்க வேண்டுமோ, அவ்வளவு தான் தெரிந்திருந்தது. என் அறிவின் ஒரு பகுதியை எனக்கு நெருக்கமானவர்களுக்கும் அன்புக்குரியவர்களுக்கும் இவ்வாறு கொடுப்பது என் கடமை என்று நான் நினைத்துக் கொண்டேன்.

என் தங்கைக்குத் தகுந்த மாப்பிள்ளையைப் பார்ப்பதும் எனது பொறுப்பானது. எனது மைத்துனர் படித்தவராக இருக்கவேண்டுமென்று நான் விரும்பினேன். எங்கள் சாதியில் என்னைத் தவிர ஒரே ஒரு இளைஞர்தான் கல்லூரியில் படித்துக்கொண்டிருந்தார். நான் அம்பாசமுத்திரத்தில் இருந்த போது எனக்கு அவரைத் தெரியும். அவர் பெயர் சுந்தரஸ்வாமி. அவர் திருநெல்வேலியில் இன்டர்மீடியட் படித்தார். தன் பட்டப்படிப்பையும் அவர் அங்கேயே தொடர்ந்திருப்பார். கோடை விடுமுறையின் போது அவரை எங்கள் வீட்டிற்கு அழைத்தேன். அவர் தனது பி.ஏவைத் திருவனந்தபுரத்தில் படிக்கலாமே என்று ஆலோசனை சொன்னேன். எங்களுடைய ஷெட்டிலேயே அவர் தங்குவதற்கும் ஏற்பாடு செய்தேன். அவருக்கு என்னைவிட ஒரு வயது அதிகமாக இருக்கலாம். ஆனால், பெரிய உருவம். இவருடைய தந்தை எங்கள் மாவட்டத்தின் மிகப் பிரபலமான நாதஸ்வர வித்வானுடைய பக்கவாத்தியக்காரர். நான் நான்காம் படிவம் படிக்கும் போது அம்பாசமுத்திரத்தில் இவருடைய வீட்டில்தான் சில மாதங்கள் தங்கியிருந்தேன். அப்போது இவர் பள்ளிக் கூடத்தில் எனக்கு ஜூனியர். நான் இன்டர்மீடியட் முடித்த பிறகுதான் இவர் முடித்தார். நான் அவர் மீது கவனம்

செலுத்தியதில் அவருக்கு மிகுந்த சந்தோஷம். அவரை என்னுடன் தங்க வைத்துக்கொள்ளலாம் என்ற என் திட்டத்திற்கு அவரது தந்தையும் இணங்கினார்.

திருவனந்தபுரத்தில் 'கே'யின் பங்களாவில் இருந்த கொட்டகையில் வெவ்வேறு சாதியைச் சேர்ந்த ஆறு மாணவர்கள் ஒரு குடும்பத்தினரைப் போல வசித்துவந்தோம். எல்லோரும் ஒரே உணவகத்தில்தான் சாப்பிடுவோம். உணவகத்திற்குப் போகும்போதும் ஒன்றாகத்தான் போவோம். படித்தது போக மீதமிருக்கும் நேரத்தை எங்கள் அறையில் எவ்வித வேறுபாடுமின்றி சந்தோஷமாகக் கழித்தோம். பக்கத்திலிருந்த கிணற்றிலிருந்து ஒவ்வொருவராக வாளியில் நீரிறைத்துக் குளிப்போம். இளம் வயதினருக்கே உரிய களிப்பும் விளையாட்டும் அந்த இடத்தில் நிரம்பியிருக்கும்.

சுந்தரஸ்வாமி அங்கே வந்த ஒரு மாதத்திற்குள் மற்றவர்களைவிட உயர்ந்த சமூக அந்தஸ்தில் இருப்பவரைப் போல நடந்துகொள்ள ஆரம்பித்தார். எங்களுடைய பழக்க வழக்கங்கள் குறித்து அடிக்கடி மோசமாகப் பேச ஆரம்பித்தார். எங்கள் குழாமில் பணக்காரக் குடும்பத்தைச் சேர்ந்த இருவர் இருந்தனர். அவர்களுக்கு இவருடைய செயல்பாடுகள் பிடிக்கவில்லை. எளிமையான நட்பும் சந்தோஷமும் மிகுந்த சூழலில் அவர் சுத்தமாகப் பொருந்தவில்லை. நான்தான் அவரை அழைத்துவந்தேன் என்றாலும் இது விஷயமாக அவரை நான் கண்டித்தேன். அவர் என்னையும் திட்ட ஆரம்பித்தார்.சங்கரால் இவரைப் புரிந்துகொள்ளவே முடியவில்லை. விடுமுறை நாட்களில் நாங்களாகச் சேர்ந்து ஏதாவது சமைப்போம். ஏத்தம்பழம், பலாப்பழ வறுவல் எங்களுடைய ஸ்பெஷாலிட்டி. சுள்ளிகளைப் பொறுக்கிவந்து அடுப்பேற்றுவோம். எல்லா வேலைகளையும் நாங்களே செய்து கொள்வோம். அப்படிப்பட்ட ஒரு சந்தர்ப்பத்தில் சுந்தரஸ்வாமி எங்களுடைய அடுப்புக்கு அருகில் இருந்த ஜன்னலில் உட்கார்ந்துகொண்டு, வீட்டில் தான் இம்மாதிரி வேலைகளை செய்ததேயில்லை என்றும் நாங்கள் எப்படித் தான் இப்படிப்பட்ட வேலைகளைச் செய்கிறோம் என்று புரிந்துகொள்ளவே முடியவில்லை என்று அறிவிப்பு செய்தார். எங்களுக்குள் முறை வைத்துக்கொண்டு அறையை பெருக்கி, சுத்தமாக வைத்துக்கொள்வோம். அவர் ஒருபோதும் இதில் உதவியதில்லை. இதே மாதிரியான நடவடிக்கைகளின் காரணமாக, நாங்கள் சாப்பிடும் உணவகத்தில் வேலை பார்க்கும் ஊழியர்களுக்கும் இவரைப் பிடிக்கவில்லை. நான் அவரைக் கேலி செய்ய ஆரம்பித்தேன். முடிவில் எங்கள்

வளாகத்திலிருந்தே அவரை வெளியேற்றினோம். பள்ளியிலும் கல்லூரியிலும் நான் அறிந்தவர்களிலேயே மற்றவர்களுடன் கலந்து பழக முடியாத ஒரு இளைஞன் என்றால் அது இவர்தான். என்னுடைய சொந்தக் காரணங்களுக்காக நான் இவருக்கு எவ்வளவோ உதவ விரும்பினாலும் இவருடைய இருப்பை என்னால் சகித்துக்கொள்ளவே முடியவில்லை. இப்படியாக என் சகோதரிக்கு ஒரு படித்த மாப்பிளையைத் தேடும் முதல் முயற்சி முடிந்தது. இவருக்கு ஏற்கெனவே கெட்ட பெயர் இருந்ததால், இவரை எனக்குப் பிடிக்காமல் போனதில் என் பெற்றோர் ஆச்சரியப்படவில்லை. இவரது பெற்றோரும் பழகுவதற்கு உகந்தவர்களில்லை.

அதற்குப் பிறகு எங்கள் குடும்பத்தினர் கூடி பிரபல நாதஸ்வர வித்வானின் உறவுக்காரப் பையன் என் தங்கைக்குச் சரியான நபராக இருப்பார் என்று முடிவுசெய்தோம். அவருக்கு ஆங்கிலப் படிப்பு இல்லை. ஆனால், தகுந்த வயதும் சமூக அந்தஸ்தும் இருந்தது. அந்த நாதஸ்வர வித்வானின் தத்துப் புத்திரனாகவும் அவர் கருதப்பட்டு வந்தார். அந்த மனிதருக்கு மூன்று மனைவியர் இருந்தாலும் அவருக்குப் பிறந்த நான்கு குழந்தைகளுமே பெண் குழந்தை. ஆண் பிள்ளை இல்லை. நான் அம்பாசமுத்திரத்தில் இருக்கும்போது அவருக்கு இரண்டு மனைவியர்தான் இருந்தார்கள். அவர்களில் ஒருவர் தான் எனக்கு உறவினர். நான்கும் பெண் குழந்தைகளாகப் பிறந்ததால், சில உறவினர்களின் தூண்டுதலின் பேரில் ஒரு ஆண் பிள்ளையைப் பெற்றுக் கொள்ளும் நோக்கத்தில் சில வருடங்களில் ஒரு இளம் பெண்ணைத் திருமணம் செய்துகொண்டார். 1924வரை அவளுக்குக் குழந்தையே பிறக்கவில்லை. அந்த நேரத்தில் அவரது அந்த உறவினர்தான் வீட்டு விவகாரங்களைக் கவனித்துவந்தார். ஒரு விடுமுறைக் காலத்தில் நான் வீட்டிற்கு வந்தபோது, அவர் பக்கவாதத்தில் படுத்த படுக்கையாகிவிட்டார் என்று கேள்விப்பட்டேன். என் பெற்றோர் ஏற்கெனவே சென்று பார்த்துவந்துவிட்டனர். எனக்கு அவரை நன்றாகத் தெரியும் என்பதால் நானும் அவரைப் பார்த்துவர விரும்பினேன். நான்கு பெண்களைப் பெற்ற இவரது மனைவி ஏற்கெனவே இறந்துவிட்டாள். மற்ற இரு மனைவியர் உயிருடன் இருந்தனர். அந்த உறவினனையும் பார்த்து, என் தங்கையின் திருமண விஷயமாகப் பேசி வரும்படி என் பெற்றோர் சொன்னார்கள்.

அவர்களுடைய கிராமமான சுந்தரபாண்டியபுரத்திற்கு நான் இரண்டு, மூன்று முறை போனேன். ஒவ்வொரு முறையும் இரண்டொரு வாரங்கள் தங்கினேன். நான் அங்கே இருப்பது

அந்த நோயுற்ற மனிதருக்கு மிகுந்த ஆறுதலாக இருந்தது. சில எண்ணெய், மூலிகை வைத்தியங்களைச் செய்யக்கூடிய முஸ்லிம் வைத்தியர் ஒருவரையும் அறிமுகப்படுத்தி வைத்தேன். நாதஸ்வர வித்வான் கொஞ்சம்கொஞ்சமாகத் தேற ஆரம்பித்தார். யாருடைய உதவியுடனாவது கயிற்றுக் கட்டிலில் உட்காரவும் யாரையாவது பிடித்துக்கொண்டு நடக்கவும் முடிந்தது. அந்த மனிதரின் சகோதரர் மகளான ஒரு பெண் அந்த வீட்டுக்கு எதிரில் வசித்துவந்தாள். அவளுக்கு வயது பதினைந்து இருக்கும். எனக்குத் தேவையான வேலைகளைச் செய்து, என்னை மிகுந்த ஆர்வத்துடன் கவனித்துக்கொண்டாள். அந்த வட்டாரத்தில் கிராமத்துப் பெண்கள் அப்படி நடந்து கொள்ள மாட்டார்கள். இந்தப் பெண்ணை வைத்து, என் நண்பரான அந்த முஸ்லிம் வைத்தியரும் வேறு சிலரும் கேலி செய்தார்கள். இதையெல்லாம் நான் விளையாட்டாகவே எடுத்துக்கொண்டேன். ஆனால் அந்த வித்வானின் மனைவி களும் சற்று வளர்ந்த அவரது மகள்களும் என்னை மிகவும் அலட்சியத்துடனேயே நடத்தினர். அந்த நோயாளி மனிதர் மட்டும் வற்புறுத்தியிராவிட்டால், நான் அங்கே தங்கியிருந் திருக்கவே முடியாது. நான் என் நோட்டையும் புத்தகத்தையும் அங்கே எடுத்துச் சென்றிருந்தேன். அந்த மனிதரைக் கவனித் ததுபோக, ஓய்வாக இருக்கும் நேரத்தில் படிக்க ஆரம்பித்து விடுவேன்.

விரைவிலேயே என் தங்கைக்கும் அந்தப் பையனுக்கும் திருமணம் நடந்தது. மணமகன் தனக்கு மிகவும் பிடித்த உறவினர் என்பதாலும், தனக்கு உதவியாக இருந்ததாலும் வித்வான் அந்தக் கல்யாணத்தைக் காண விரும்பினார். அதனால், கல்யாணம் சுந்தரபாண்டியபுரத்திலேயே நடந்தது. 'கே'யின் குடும்பத்திலிருந்து மூத்தவர் மட்டும் சிறப்பு விருந்தினராக வந்திருந்து எங்களைக் கௌரவித்தார். இந்தத் திருமணத்திற்கு தன் சக்தியையும் மீறி என் தந்தை செலவழித்தார். 1000 ரூபாய் அளவுக்குக் கடன் ஏற்பட்டது. என் தங்கை அவள் கணவர் வீட்டுக்குச் சென்றுவிட்டாள். என் வேலை முடிந்ததால், நான் என் இறுதியாண்டுப் படிப்பைக் கவனிக்கத் திருவனந்தபுரம் சென்றுவிட்டேன்.

என் நண்பன் கிருஷ்ணனுக்கும் அந்த நேரத்தில் கல்யாணம் ஆகிவிட்டது. அதனால், அவன் பிரச்சனைகளில் நான் கவனம் செலுத்துவது நின்றது. எங்களால் புறக்கணிக்கப் பட்ட அம்பாசமுத்திரம் பையன், என் தங்கையின் திருமணத்திற்குப் பிறகு எங்கள் மீது ஆர்வம் இழந்தார். எங்கள் கல்லூரியை விட்டு விலகி வேறு ஏதோ ஒரு கல்லூரி

யில் தன் படிப்பைத் தொடர்ந்தார். சங்கர் மட்டும்தான் அப்போது எனக்கு நெருக்கமாக இருந்தான். இருந்தாலும் பல மாலை நேரங்களைக் கிருஷ்ணனுடனும் விளையாட்டுப் பேர்வழியான வீரராகவனுடனும் செலவழித்தேன்.

அந்த நேரத்திலேயே சங்கர் யாருடைய உதவியும் வழிகாட்டுதலுமின்றி கணிதத்தில் தன் ஆய்வுகளில் தீவிரக் கவனம் செலுத்த ஆரம்பித்திருந்தான். உயர் கணிதத்தைப் படிக்க ஆரம்பித்திருந்த அவன், எண் கோட்பாட்டால் ஈர்க்கப்பட்டான். சில தீர்க்கப்படாத கணிதப் புதிர்களை ஆராயவும் துவங்கினான். ஒரு நோட்டுக் காகிதத்தில் அவ்வப்போது எதையோ குறித்தபடி, பல மணி நேரத்திற்கு இந்தப் புதிர்களில் ஈடுபட்டிருப்பான். சில சமயங்களில் தன் வேட்டி, சட்டையில்கூடக் கணித குறிப்புகளை எழுதியிருப்பான். சங்கருக்குப் பாடப் புத்தகங்களில் பெரிதாக ஈடுபாடு இருந்ததில்லை. கல்லூரித் தேர்வுகளையும் சிறப்பாக எழுத மாட்டான். இருந்தும் பேராசிரியர் ஆர். சீனிவாசன் இவனுடைய புத்திசாலித்தனத்தைப் புரிந்துகொண்டார். அவனை அடிக்கடித் தன் அறைக்கு வரச்சொல்லி, பேசி ஊக்கப்படுத்துவார். அவர் பெரிய கணித மேதை இல்லை என்றாலும் தன் மாணவனின் திறமையை வளர்த்தெடுப்பதில் மிகுந்த ஆர்வம் கொண்டிருந்தார். அவருக்கு ஆய்வு அனுபவம் குறைவு என்பதால், சங்கரின் முயற்சிகளுக்கு அவரால் வழிகாட்ட முடியவில்லை. ஆனால், அவனுக்குப் புத்தகங்களையும் பத்திரிகைகளையும் கொடுத்துவந்தார். அந்த நேரத்திலேயே தன் வாழ்க்கையைக் கணிதத்திற்கு அர்ப்பணித்துவிட சங்கர் முடிவுசெய்திருந்தான். அதன் துவக்கமாக, முறையான வழிகாட்டுதலின் கீழ் ஆராய்ச்சியில் ஈடுபட விரும்பினான். அவன் செய்யும் வேலைகளில் எனக்கும் ஆர்வம் ஏற்படுத்த முயன்றான். அவன் என்ன செய்ய முயல்கிறான் என்பதை சிரமப்பட்டு விளக்குவான். ஆனால், கணிதம் குறித்த எனது அடிப்படை அறிவு மிகக் குறைவாக இருந்ததால், நான் அதை முழுமையாகப் புரிந்து கொண்டதில்லை. நீண்ட காலமாக என் நண்பனாகவும் துணைவனாகவும் இருந்தவன் எதிர்காலத்தில் முழுக்க முழுக்க அறிவியலில் செயல்பட நினைத்தது எனக்கு மிகுந்த சந்தோஷத்தைத் தந்தது.

அவன் ஒரு நாள் பிரபல கணித மேதையாக வருவான் என்பதில் அந்த நேரத்திலேயே எனக்கு எந்த சந்தேகமும் இல்லை. எங்களுடைய சமகாலத்தவர்களில் பெரும்பாலானவர்கள் அவனுடைய உலகத்துக்குப் பொருந்தாத சிந்தனை

களைக் கேலி செய்தார்கள். ஒரு எழுத்தராகவோ, ஆசிரியராகவோ வாழ்க்கையை அமைத்துக்கொள்ள விரும்பாத அவனைப் பரிதாபகரமானவனாகக் கருதினார்கள். ஆனால், நான் எப்போதும் அவனுக்கு ஆதரவாக நின்றிருக்கிறேன். நான் சிறந்த மாணவனாக இருந்தபோதுகூட, என்னைக் கேலி செய்திருக்கிறார்கள். நான் ஆனர்ஸ் பட்டம் வாங்கினால்கூட, ஆசிரியராவதைத் தவிர வேறு ஏதும் நடக்காது என்று கேலி செய்திருக்கிறார்கள். மிகச் சாதாரண அரசுப் பணியைத் தவிர வேறு வேலைகளைப் பற்றி யோசிப்பவர்களைக் கேவலமாகப் பார்க்கும் அளவுக்கு அந்த நேரத்தில் அரசு பணியின் மீதான மோகம் இருந்தது.

இறுதியாண்டின் மத்தியில் என் நீளக் குடுமியை வெட்டி, கிராப் வைத்துக்கொண்டு வகுப்புக்குள் நுழைந்தேன். மாணவர்கள் மேசையைத் தட்டியும் கூச்சலிட்டும் வரவேற்றார்கள். எங்கள் வகுப்பில் ஐந்து பையன்கள் படித்தோம். அதில் கிறிஸ்தவனான ஒரே ஒரு பையன் மட்டும்தான் கிராப் வைத்திருந்தான். இந்துப் பையன்கள் எல்லோரும் குடுமி வைத்திருந்தார்கள். கல்லூரியில் படித்த இந்துப் பையன்களில் வெறும் 5 சதவீதம் பேரே கிராப் வைத்திருந்தார்கள். வருடத்தின் நடுவில் நான் கிராப் வெட்டிக்கொண்டதுதான் என் வகுப்பு மாணவர்களை மிகவும் கவனிக்க வைத்து. ஐ.சி.எஸ். தேர்வுக்கு என்னைத் தயார்படுத்திக்கொள்ளும் ஆரம்ப முயற்சிகளில் இதுவும் ஒன்று என அவர்கள் கருதினார்கள். உடன் படித்த பெண்களும் இதைப் பற்றிப் பேசிச் சிரித்தார்கள். அந்தப் பெண்கள் இப்போது எங்களுடன் பேச ஆரம்பித்திருந்தார்கள். என் நண்பர்கள் என்னைக் கேலி செய்தார்கள். பேராசிரியர்களும் இந்தத் திடீர் மாற்றத்தைக் கவனித்துப் புன்னகைத்தார்கள். என் போட்டியாளனும் விரைவிலேயே கிராப் வெட்டிக் கொண்டான்.

வேறு எதிலும் கவனம் செலுத்தாமல் படிப்பிலேயே கவனமாக இருந்தேன். தேர்வுக்கு முந்தைய மாலையில்தான் சோர்வு நீங்கச் சற்று இளைப்பாறினேன். ஒரு நாளைக்கு 14 முதல் 15 மணி நேரம் வரை எனக் கிட்டத்தட்ட 5 மாதங்கள் படித்தேன். எனக்கு ஒரு பிரச்சனை இருந்தது. என்னால் இரவில் நீண்ட நேரம் விழித்திருக்க முடியாது. உணவகத்தில் சாப்பிட்டுவிட்டு வந்த பிறகு இரவு 8:30 மணியளவில் படிக்க உட்கார்ந்தால், என்னையறியாமலேயே தூக்கம் ஆட்கொள்ளும். தூங்காமலிருக்க பல்வேறு உபாயங் களைக் கையாண்டு பார்ப்பேன். தூக்கத்துடன் அரை மணி

நேரம் போராடிய பிறகு, ஒன்றிரண்டு மணி நேரம் பிரச்சனை யில்லாமல் படிப்பேன். ஒன்பது மணியளவிலேயே கையில் புத்தகத்துடன் நான் தூங்கிவிடுவது என் நண்பர்களுக்குச் சிரிப்பூட்டுவதாக இருக்கும். அவர்கள் சர்வசாதாரணமாகப் பதினொன்று, பன்னிரண்டு மணி வரை விழித்திருப்பார்கள். வருடத்தின் ஆரம்ப மாதங்களில் சீக்கிரமே தூங்கிவிடுவேன். காலையில் கல்லூரிக்குக் கிளம்புவதற்கு முன் இரண்டு, மூன்று மணி நேரம் படிப்பேன். வருடத்தின் கடைசி மூன்று, நான்கு மாதங்களில் இரவில் நீண்ட நேரம் படிக்க வேண்டி யிருந்தது. எவ்வளவோ முயன்றும், ஒன்பது ஒன்பதரை மணிக்குத் தூங்கிவிடுவதை என்னால் தவிர்க்க முடியவில்லை.

ஒரு நாள் இரவு நான் ஒரு காலி அறைக்குச் சென்று என் பாயை விரித்து தலையணையைப் போட்டுக்கொண்டேன். தலையணைக்கு அருகில் ஒரு மெழுகுவத்தியை ஏற்றி வைத்துக்கொண்டு படிக்க ஆரம்பித்தேன். அரிக்கேன் விளக்கை வேறொரு அறையில் என் நண்பர்கள் பயன்படுத்திக் கொண்டிருந்தனர். நான் அப்படியே தூங்கிப் போயிருக்க வேண்டும். திடீரென 11 மணிக்கு விழிப்பு வந்தது. அறை முழுவதும் கங்குகள் பறந்துகொண்டிருந்தன. தலையணை பாதி எரிந்து போயிருந்தது. தலையணை உறை எரிந்து விட்டதால், அதற்குள் இருந்த பஞ்சும் தீப்பிடித்து பறந்து கொண்டிருந்தது. பாயின் ஒரு பகுதியும் எரிந்து, கருகிவிட்டது. வெளியில் ஓடிச்சென்று சத்தம்போட்டு என் நண்பர்களை அழைத்துவந்தேன். அவர்கள் வாளியில் தண்ணீர் கொண்டு வந்து தீயை அணைத்தார்கள். என் தலை முடியும் புகைந்து போயிருந்தது. எல்லோரும் என்னைக் கேலி செய்தார்கள். அதற்குப் பிறகு மேசையில் உட்கார்ந்துதான் படிப்பது என்று முடிவுசெய்துகொண்டேன். 9 மணிக்கே தூங்கிவிடும் பழக்கத்தை மாற்ற தீவிரமாக முயற்சி செய்தேன். ஆனால், ஒருபோதும் என்னால் இரவு 11 மணிக்கு மேல் விழித்திருக்க முடிந்ததில்லை. தேர்வுகள் நெருங்கியபோது பத்தரை மணிக் கெல்லாம் புத்தகத்தை மூடிவைத்துவிட்டுத் தூங்கிவிடுவேன். அப்போதுதான் அடுத்த நாள் சுறுசுறுப்பாகவும் புத்துணர்ச்சி யுடனும் இருக்கும்.

தேர்வுக்குத் தயாராவதில் தங்களுக்கு உதவும்படி எங்கள் வகுப்பில் படித்த பெண்கள் என்னைக் கேட்டுக்கொண்டார் கள். அந்தப் பெண்களில் சாரதாம்மாதான் மிகவும் புத்திசாலிப் பெண். ஒன்றிரண்டு பாடங்களில் அவர் என் ஆலோசனை யைக் கேட்பார். அன்னா ஜேக்கப் என்ற பெண் என்னிட மிருந்து குறிப்புகளை வாங்கிக்கொள்வார். இவர் பிற்காலத்தில்

உயர் நீதிமன்ற நீதிபதியானார். இருவருமே என்னைத் தங்கள் வீட்டுக்கு வரும்படி அழைத்தார்கள். அந்த நாட்களில் உடன் படிக்கும் பையனை யாரும் இப்படி வீட்டிற்குக் கூப்பிட மாட்டார்கள். பட்ட மேற்படிப்புப் படித்துவந்த மேரி மாஸ்கர்னாஸ் பிறரைப் போல படிப்பில் அவ்வளவு சூட்டிகையில்லை. எங்கள் பகுதியிலேயே இருந்த தனியார் பெண்கள் விடுதியில் தங்கி இவர் படித்துவந்தார். தினமும் காலையில் அரைமணி நேரம் தனக்குப் பாடம் நடத்தும்படி கேட்டுக்கொண்டார். இதைப் பல வாரங்கள் நான் செய்து வந்தேன். அரசியல், வரலாற்றுப் பாடங்களில் நான் எழுதிய கட்டுரைகள் அனைத்தையும் அவரிடமே கொடுத்துவிட்டேன். தேர்வுகள் நெருங்கும்போது இவர் மிகவும் பதற்றமடைந்தார். அதனால், அவர் கேட்கும் உதவிகளை என்னால் செய்யா மலிருக்க முடியவில்லை. இவர் பிற்காலத்தில் அரசியல் வாதியானார்.

வகுப்பில் எனக்குப் போட்டியாக இருந்த மாணவர் மிகவும் சோர்ந்துவிட்டார் என்று கேள்விப்பட்டேன். தேர்வின் முதல் நாளிலேயே அவர் பதற்றமடைந்தார். தான் தேர்வைச் சரியாக எழுதவில்லை என்று பிறகு என்னிடம் சொன்னார். பொது நிதியியல் தேர்வு தினத்தன்று அவர் 25 நிமிடங்கள் தாமதமாகத் தேர்வு அறைக்கு வந்தார். அவர் எனக்குப் பின்னால் அமர்ந்திருந்தார். கண்களில் நீர் ததும்ப, தனக்கு உதவும்படி கெஞ்சினார். நான் விடைகளை எழுதிக் கொண்டே அவற்றை முணுமுணுத்தேன். அந்த ஹாலைக் கண்காணித்துவந்த பெண்மணிக்கு இது எரிச்சலைத் தந்தது என்றாலும் சகித்துக்கொண்டார். நான் மெதுவாக முணு முணுத்தது அவருக்கு உதவியதா என்று தெரியாது. ஆனாலும் தனக்கு உதவும்படி அவர் தொடர்ந்து கிசுகிசுத்தார்.

தேர்வுகள் முடிவடைந்தன. திருவனந்தபுரத்தில் என் ஐந்து வருட வாழ்க்கையும் முடிவுக்கு வந்தது. நான் தேர்வில் முதல் வகுப்பு எடுப்பேன் என என் பேராசிரியர்கள் நம்பினார்கள். எனக்கும் நம்பிக்கை இருந்தது.

பெரும் விடுதலை உணர்வுடன் வீடு திரும்பினேன். என் தந்தை வீட்டில் இல்லை. ஏதோ வேலையாக வெளியூருக்குப் போயிருந்தார். ஆசாரியிடம் சொல்லி ஒரு பெஞ்ச் செய்யச் சொல்லியிருந்தார் தந்தை. நான் வீடு திரும்பிய தினத்தன்று அந்த பெஞ்ச் வீடு வந்துசேர்ந்தது. ஆசாரி இதற்குக் கூலியாக ஏழு ரூபாய் கேட்டார். என் தந்தை ஆறு ரூபாய்தான் பேசி யிருந்தார் என்று சொன்னார் என் அம்மா. ஆனால், ஆசாரி அதை ஏற்கவில்லை. ஒரு ரூபாயைக் கூடக் கொடுப்

ஒரு சூத்திரனின் கதை 165

பதில் பெரிய பிரச்சனை இல்லையென்பதால், என் அம்மாவிடமிருந்த பணத்திலிருந்து அவருக்கு ஏழு ரூபாய் கொடுத்தேன். அடுத்த நாள் என் தந்தை திரும்பி வந்தார். வெளியில் பெஞ்ச் கிடப்பதைப் பார்த்துவிட்டு, ஆசாரிக்கு எவ்வளவு கொடுத்தாய் என்று கேட்டார். ஏழு ரூபாய் கொடுத்த தாக என் அம்மா சொல்லியதும் அவருக்குக் கோபம் தலைக்கேறியது. மிக மோசமாக நடந்துகொண்டார். நான் பார்த்திலேயே மிக மோசமான சண்டை அதுதான். எனக்கு மிகவும் வருத்தமாகவும் எரிச்சலாகவும் விரக்தியாகவும் இருந்தது. நான் எப்படித் தேர்வு எழுதினேன் என்றுகூட அவர் கேட்கவில்லை. எனது படிப்பு முடிந்துவிட்டது என்பதில் அவர் மிகவும் நிம்மதியடைந்து, சந்தோஷப்படுவார் என்று எதிர்பார்த்தேன். தேர்வை நான் சிறப்பாக எழுதி யிருப்பதற்காக என்னைப் பாராட்டுவார் என்றும் நினைத் தேன். நான் இப்போது சிறுவன் இல்லை. எனக்கு இருபத்தி யோரு வயதாகிவிட்டது. சீக்கிரமே மரியாதைக்குரிய மனிதராகக்கூடியவன். இம்மாதிரி ஒரு வீட்டுச் சண்டைதான் எனக்கு வரவேற்பாக அமையும் என்று கொஞ்சமும் எதிர்பார்க்கவில்லை. என் தந்தையின் கோபம் தணிந்ததும் என் வருத்தத்தையும் விரக்தியையும் அவருக்குத் தெரியப் படுத்தினேன். அவருடைய மனநிலையை என்னால் புரிந்துகொள்ள முடிந்தது. ஒவ்வொரு பைசாவையும் மிகவும் கஷ்டப்பட்டு சம்பாதித்ததால், அவருக்குப் பணத்தின் மதிப்பு நன்றாகவே தெரியும். அவருடைய சூழலில் ஒருவர் இருந்தால் எப்படிச் சிக்கனமாக இருப்பாரோ, அப்படிச் சிக்கனமாக இருப்பார். ஆசாரியை எப்படிச் சரிக்கட்டுவது என்று அவருக் குத் தெரியும். அவர் இருந்து கூலியைக் கொடுத்திருந்தால், அந்த ஒரு ரூபாயை மிச்சப்படுத்தியிருப்பார். அந்த இழப்பி னால் ஏற்பட்ட எரிச்சல் அவருக்குக் கோபத்தை ஏற்படுத்தி விட்டது. அந்தக் கோபத்தில் அவரால் வேறு எதையும் பார்க்கவோ உணரவோ முடியவில்லை. இப்படியாக என் வாழ்க்கையின் அடுத்த கட்டம் துவங்கியது.

11

வேலையைத் தேடி...
மதுரை

1926ஆம் வருடக் கோடை விடுமுறை சீக்கிரமே முடிந்தது. நான் என் தங்கையின் இல்லத்திற்குப் போனேன். அங்கே நடந்த ஒரு சிறிய சம்பவம் என் மைத்துனரின் உறவினர்களின் மனப்போக்கில் ஏற்பட்டிருந்த மாற்றத்தைக் காட்டியது. என் தங்கையின் வீடு சிறியது என்பதால் மைத்துனரின் பணக்கார மாமாவுக்குச் சொந்தமான வீட்டின் மாடியில்தான் தூங்குவேன். இந்த முறை நான் சென்றபோது, அவருடைய மகள்கள் அந்த இடத்தின் சாவியைக் கொடுக்க மறுத்துவிட்டனர். நான் வேறு இடத்திற்குச் செல்ல வேண்டியிருந்தது. என் தங்கையின் திருமண தினத்தன்று அந்த நோயாளியின் மூன்றாவது மனைவிக்கு குழந்தை பிறந்தது இதற்குக் காரணமாக இருந்திருக்கலாம். மூன்று மனைவியரிடையேயும் மெதுவாக விரிசல்கள் ஏற்படத் துவங்கியிருந்தன. பிள்ளைகளும் கட்சிசேரத் தொடங்கினர்.

மிக நன்றாகத் தேர்வுகளை எழுதியிருந்தேன். முதல் வகுப்பு கிடைக்கும் என்றும் எதிர்பார்த்தேன். இருந்தாலும் இந்தக் காலகட்டத்தில் நான் மிகப் பதற்றமாகவே இருந்தேன். நான் இனிமேல் மாணவன் இல்லை. சீக்கிரமே சம்பாதிக்க ஆரம்பித்து, குடும்பத்தினருக்கு உதவியாக இருக்க வேண்டும். என் தந்தை அப்போதும்

‘கே’ குடும்பத்தினரிடம் வேலை பார்த்துவந்தார். அவருடைய சுதந்திரமான மனப்போக்கின் காரணமாகவும் முன்கோபத்தின் காரணமாகவும் அவர் அந்த வேலையில் சந்தோஷமாக இல்லை. எந்த வேலைக்குப் போவது என்று தீவிரமாக யோசிக்க ஆரம்பித்தேன்.

போட்டித்தேர்வின் மூலம் சுப்பீரியர் சிவில் சர்வீஸில் இணைவது தான் என் இறுதி லட்சியம். ஆனால், அதற்குக் கிட்டத்தட்ட ஒரு வருடமாவது காத்திருக்க வேண்டும். அவ்வளவு நாட்களுக்கு என்னால் வேலை இல்லாமல் இருக்க முடியாது. ஒரு பெரிய நகரத்தில் கல்லூரி விரிவுரையாளராக வேலை பார்த்தால் மட்டுமே கொஞ்சம் வருமானம் கிடைப்பதோடு, தேர்வுக்கும் தயாராக முடியும். தேர்வு முடிவுகள் அதிகாரபூர்வமாக வெளிவருவதற்கு முன்பாகவே சில கல்லூரிகளுக்கு விண்ணப்பித்தேன். ஆனர்ஸ் தேர்வில் முதல் வகுப்பு எடுப்பேன் என்று நம்புவதாகவும் என் நம்பிக்கையை வெளிப்படுத்தும்விதமாக என் தேர்வு எண்ணையும் என் விண்ணப்பத்தில் குறிப்பிட்டிருந்தேன். தேர்வு முடிவுகள் வெளியானவுடனேயே மதுரையிலிருக்கும் ஒரு கல்லூரியின் முதல்வரிடமிருந்து நேர்முகத் தேர்வுக்கு வரச்சொல்லி அழைப்பு வந்தது. அவருக்கு என்னுடைய தன்னம்பிக்கை மிகவும் பிடித்திருந்தது. நான் விண்ணப்பத்தில் கொடுத்திருந்த எண் முதல் வகுப்பு பெற்றிருந்ததையும் அவர் கவனித்திருந்தார்.

அந்த வருடம் வரலாறு ஆனர்ஸில் மூன்று பேர் மட்டுமே முதலிடம் பெற்றிருந்தனர். எங்கள் கல்லூரியிலிருந்து நான் மட்டுமே முதலிடம் பெற்றிருந்தேன். என் போட்டியாளன் கீழ் இரண்டாம் வகுப்பே பெற்றிருந்தான். சாரதாம்மாள் மேல் இரண்டாம் வகுப்பைப் பெற்றிருந்தாள். என் வகுப்பில் படித்த பிற மாணவர்கள் எல்லோரும் மூன்றாம் வகுப்புதான் பெற்றிருந்தனர். இலக்கிய ஆனர்ஸில் என்னுடன் படித்த கிருஷ்ணன், அவன் தோழி உள்ளிட்ட எல்லோருமே மூன்றாம் வகுப்பே பெற்றிருந்தனர். அந்தக் கல்லூரியில் பல வருடங்களுக்குப் பிறகு ஒரு முதல் வகுப்பு கிடைத்ததில் என் பேராசிரியர்களுக்கு மிகுந்த சந்தோஷம். என் பேராசிரியர்கள், நண்பர்களிடமிருந்து பல தந்திகளும் கடிதங்களும் எனக்கு வந்தன.

செங்கோட்டையில் அதுவரை என்னைக் கண்டுகொள்ளாதவர்கள்கூடப் படிப்பில் என் சாதனையைப் பார்த்து ஆச்சரியமடைந்தார்கள். என் மதிப்பு உயர்ந்தது. திருவிதாங்கூர் சமஸ்தானத்தில் எனக்கு எழுத்தர் வேலை வாங்கித்தருவதாக

'பி.ஏ.கே' சொன்னார். நான் மறுத்துவிட்டேன். அவரிடம்கூட என் திட்டம் என்ன என்பதை முழுமையாகச் சொல்ல வில்லை. கல்லூரியில் ஆசிரியராக வேலைபார்க்க விரும்புவ தாக மட்டும் சொன்னேன். கொஞ்ச காலம் கழித்துத்தான் எனக்கு ஐ.சி.எஸ். தேர்வு எழுதும் எண்ணம் இருப்பதாகச் சொன்னேன். பெரிதாக உற்காசம் காட்டவில்லையென்றா லும் அதற்கு எதிராக அவர் ஏதும் சொல்லவில்லை. வெறும் தகுதியால் மட்டும் ஒருவர் ஐ.சி.எஸ்ஸில் சேர்ந்துவிட முடியாது என்று அவரும் நினைத்தார். நிதி நிலைமையும் வேறு சில அம்சங்களும் அதற்கு முக்கியம் என்று கருதினார். அவரது சகோதரர்களும் உறவினர்களும்கூட நான் நினைப்பது நடக்காது என்று வெளிப்படையாகப் பேசினார்கள். "உயர உயரப் பறந்தாலும் ஊர்க்குருவி பருந்தாக முடியாது" என்று பழமொழி சொன்னார் ஒருவர். கணிதம் படித்த என் நண்பன் சங்கரைத் தவிர இந்த விஷயத்தை வேறு யாரிடமும் நான் வெளிப்படையாக விவாதிக்கவில்லை.

நேர்முகத் தேர்வுக்காக முதல்வரைச் சந்திக்க மதுரைக்குப் போனேன். அவர் ஒரு பிராமணர். சென்னை பச்சையப்பன் கல்லூரியில் நெடுநாள் பணியாற்றியவர். குறிப்பிடத்தக்க அனுபவம் கொண்டவர். ரயிலில் நான் திருநெல்வேலியைத் தாண்டிச் செல்வது அதுதான் முதல் முறை. மதுரைதான் நான் பார்த்த முதல் பெரிய ரயில் நிலையம். ரயில் நிலையத்திலேயே முகம் கழுவி, சாப்பிட்டுவிட்டு முதல்வரைச் சந்தித்தேன். என் மதிப்பெண்களைப் பார்த்ததிலும் நான் பேசியதைக் கேட்டதிலும் அவருக்கு என் மேல் நன்மதிப்பு ஏற்பட்டது. உடனே நியமன ஆணையைக் கையில் கொடுத்து விட்டார். இன்டர் வகுப்புகளுக்கும் பி.ஏ. வகுப்புகளுக்கும் வரலாற்று விரிவுரையாளராக நியமிக்கப்பட்டேன். சம்பளம் 100 ரூபாயாக இருந்தாலும் 80 ரூபாய்தான் கையில் கிடைக்கும். எனக்கு வேறு வழியில்லை. அந்தச் சமயத்தில் எனக்குக் கட்டாயமாக ஒரு வேலை தேவைப்பட்டது. திருவிதாங்கூர் சமஸ்தானத்தின் அலுவாயிலிருக்கும் மற்றொரு கல்லூரி யிலிருந்தும் அழைப்பு வந்திருந்தாலும், இந்த வேலையை விட்டுவிட்டு இன்னொரு வேலையைத் தேடுவது ஆபத்து என்று நினைத்தேன். தவிர, என்னுடைய நோக்கத்திற்கு மதுரை சரியான இடமாகவும் பட்டது. சென்னைக்குச் செல்லும் ரயில்வே பாதை மதுரை வழியாகச் செல்வதால் போக்கு வரத்தும் எளிது.

கையில் நியமன ஆணையுடன் செங்கோட்டைக்கு வந்து சேர்ந்தேன். எனது பேராசிரியர்களிடமிருந்து என்னைப்

பற்றிய மதிப்பீட்டுக் கடிதங்கள் வாங்குவதற்கும் ஐ.சி.எஸ்ஸிற்கு விண்ணப்பிப்பதற்கான ஏற்பாடுகள் செய்வதற்காகவும் நான் ஒரு முறை திருவனந்தபுரம் செல்ல வேண்டியிருந்தது. ஐ.சி.எஸ்ஸிற்கான விண்ணப்பப்படிவத்தைத் திருவிதாங் கூரிலிருக்கும் பிரிட்டிஷ் ரெசிடெண்ட் மூலமாகத்தான் அனுப்ப வேண்டும். என் வயதுச் சான்றிதழில் ரெசிடெண்ட் கையெழுத்திட வேண்டும். இந்த ஏற்பாடுகளையெல்லாம் முடித்துவிட்டு 1926 ஜூன் மாத இறுதியில் என் முதல் வேலையில் சேர மதுரைக்கு வந்தேன்.

விரிவுரையாளருக்கான உடைகள் ஏதும் என்னிடம் இல்லை. இளம் விரிவுரையாளர்கள் ஆங்கிலேயர் பாணியில் உடை அணிவது அப்போது வழக்கமாக இருந்தது. எனக்குப் பரிச்சயமே இல்லாத ஷூ, சாக்ஸ், டை போன்றவற்றை நான் வாங்க வேண்டியிருந்தது. இதற்கெல்லாம் பணம் தேவை. என் தந்தை இதற்காகக் கடன்வாங்கிக் கொடுத்த 30 ரூபாய்க்கும் குறைவான தொகையை வைத்துக்கொண்டு மதுரைக்கு வந்தேன். கோட்டும் டையும் அணிந்தால் வேட்டி அணிந்து வகுப்பெடுக்கலாம் என்று அனுமதியளித்தார் முதல்வர். அதுவும் இரண்டு, மூன்று நாட்களுக்குத்தான். அதற்குள் பிற உடைகளை நான் வாங்கிவிட வேண்டும். சில நாட்களுக்குள் எனக்குத் தேவையான ஆடைகளை வாங்கிவிட்டேன்.

எங்கே தங்குவதென்பது அடுத்த பிரச்சனை. முதல் நாள் இரவை மதுரை ரயில் நிலையத்தின் மூன்றாம் வகுப்புப் பிரயாணிகளுக்கான காத்திருப்போர் அறையில் கழித்தேன். இப்போது இருப்பதுபோல அக்காலத்தில் அங்கே கூட்டம் இருக்காது. சில நல்ல ஓட்டல்களில் தங்குவதற்கான அறைகள் இருந்தன. பஜாரிலும் சில தெருக்களிலும் அறைகள் வாடகைக்குக் கிடைத்தன. ஒரு ஓட்டலில் அறையெடுத்துத் தங்கினால், சாப்பிடுவதும் தங்குவதும் ஒரே இடத்தில் முடிந்துவிடும் என்று நினைத்தேன். பிராமணர்களால் நடத்தப்படும் ஓட்டல்களில் பிராமணரல்லாதவர்களைத் தங்கவிட மாட்டார்கள். பிராமணர்கள் வசிக்கும் பகுதி களிலும் அறைகள் கிடைக்காது. நீண்ட தேடுதலுக்குப் பிறகு பிராமணரல்லாதவர்கள் வசிக்கும் பகுதியில் ஒரு நல்ல அறை கிடைத்தது. அந்த அறையில் சென்னையைச் சேர்ந்த ஒரு கிறிஸ்தவர் குடியிருந்தார். அவர் தபால் துறையில் வேலை பார்த்தார். நான் அவருடன் அறையைப் பகிர்ந்து கொண்டேன். தான் சாப்பிட்டுவந்த ஓட்டலை அவர் எனக்கு அறிமுகப்படுத்திவைத்தார். அந்த ஓட்டலை ஒரு வயதான பிராமணரல்லாத பெண்மணி நடத்திவந்தார்.

தங்கும் பிரச்சனையையும் சாப்பாட்டுப் பிரச்சனையை யும் சமாளித்த பிறகு, கவனத்தை என் வேலையின் பக்கம் திருப்பினேன். நான் நடத்தும் பாடங்கள் பற்றி முதல்வரிடம் விவாதித்தேன். ஐ.சி.எஸ். தேர்வுக்கு நான் தயாராவதற்கு ஏதுவான வகையில் எனக்குப் பாடங்களைத் தர வேண்டும் என்று கேட்டேன். அவர் என்னை முதல்முறையாக நேர்காணல் நடத்தியபோதே, 1926 டிசம்பரில் ஐ.சி.எஸ். தேர்வு எழுத விருக்கிறேன் என்பதை அவரிடம் தெரிவித்துவிட்டேன். அந்த சந்தர்ப்பத்தில் அவர் ஆட்சேபணை ஏதும் தெரிவிக்க வில்லை. ஆனால், எனக்கு ஏதுவாகப் பாடங்களை ஒதுக்கீடு செய்து உதவ அவர் விரும்பவில்லை. பிறகு நான் அதை வற்புறுத்தவில்லை. ஐ.சி.எஸ்ஸிற்காக நான் தேர்வுசெய்திருந்த பாடங்களை நன்றாக அறிந்திருந்ததால் என்னால் சமாளித்துவிட முடியும் என்று நினைத்தேன்.

வேலைக்குச் சேர்ந்து ஒரு வாரத்திற்குள், எப்படி வேலை பார்க்கிறேன் என்று அறிந்துகொள்வதற்காக முதல்வர் என்னை அழைத்தார். எங்கே சாப்பிடுகிறேன், தங்குகிறேன் என்றெல்லாம் விசாரித்தார். நான் தங்கியிருக்கும் இடத்தைச் சொன்னவுடன், அங்கேயா தங்கியிருக்கிறேன் என்று ஆச்சரிய மடைந்தார். வேறு எங்கும் சரியான இடம் கிடைக்கவில்லை என்று சொன்னேன். நான் பிராமணன் இல்லையா என்று வினவினார் முதல்வர். இல்லை என்று சொன்னதும் மிகுந்த ஆச்சரியமடைந்தார். அப்போதுதான் அவருடைய முந்தைய கேள்விக்கான அர்த்தம் புரிந்தது. உடனடியாக தன் தொனியை மாற்றிக்கொண்டார். அந்தக் கேள்விக்குள் பொதிந்திருந்த சாதி அம்சம் குறித்து எனக்குள் எழுந்திருக்கக்கூடிய எண்ணத்தை மாற்ற முயன்றார். நான் பிராமணரல்லாதவனாக இருப்பேன் என்று தான் நினைக்கவேயில்லை என்று ஒப்புக்கொண்டார். என் படிப்பு, தன்னம்பிக்கை, ஆங்கிலத்தையும் தமிழையும் பேசிய விதம் ஆகியவையெல்லாம் சேர்ந்து நான் பிராமணன் என்ற எண்ணத்தை அவருக்குள் ஏற்படுத்தியிருக்கின்றன. ஆனர்ஸ் பட்டதாரிகள், அதுவும் முதல் வகுப்பெடுத்தவர்கள், பிராமணரல்லாதவர்களில் மிகவும் குறைவு. அந்தக் கல்லூரியின் நிர்வாகக் குழுவில் பிராமண வழக்கறிஞர்களும் நிலக்கிழார்களுமே இருந்தனர். பணியாற்றுபவர்கள் எல்லோருமே பிராமணர்கள். நான் பிராமணன் இல்லை என்ற விஷயத்தை யாரிடமும் சொல்ல வேண்டாம் என்று சொன்னார் முதல்வர். கல்லூரி நிர்வாகக் குழுவின் தலைவரையோ, செயலரையோ சந்திக்க வேண்டாம் என்றும் எச்சரித்தார்.

ஒரு சூத்திரனின் கதை 171

இந்த உரையாடல் என்னை மிகுந்த குழப்பத்தில் ஆழ்த்தியது. பிராமணரல்லாதவர்கள் கல்வியில் பெரிய அளவில் முன்னேறவில்லை என்பது எனக்குத் தெரியும். ஒருவன் நன்றாகப் படித்திருக்கிறான் என்பதற்காகவே அவனை பிராமணன் என்று கருதுவது பிராமணர்களுடைய இறுமாப்பையும் உயர்வு மனப்பான்மையையும் காட்டுவதாகவே கருதினேன். அங்கே வேலைபார்த்தவர்களில் எனக்கு நிறைய நண்பர்கள் இல்லை. அங்கிருந்த சிலரேனும் நான் வானத்திலிருந்து குதித்த இனத்தைச் சேர்ந்தவன் இல்லை என்று தெரிந்து கொண்டிருக்கக்கூடும்.

சென்னையைச் சேர்ந்த அய்யங்கார் இளைஞர் ஒருவர் அங்கே இருந்தார். அவர் எனக்கு நண்பரானார். இவரும் மற்றவர்களைப் போல ஆசாரமானவர்தான். ஆனால், பண்பாடுமிக்கவர். என்னை எல்லாவிதத்திலும் சமமாக நடத்தும் அளவுக்கு தாராள சிந்தையுடையவர். கல்லூரி விடுதியில் தன் அறையிலேயே தங்கிக்கொள்ளும்படி அழைத்தார். மதுரைக்கு வந்து ஒரு மாதம் அல்லது ஆறு வாரங்களுக்குள் அந்த கிறிஸ்தவ நண்பரையும் வயதான பெண்மணியையும் விட்டுவிட்டு, கல்லூரி விடுதியிலேயே தங்கிக்கொண்டேன். அசைவ உணவு சாப்பிட்டாக வேண்டுமென்ற விருப்பம் ஏதும் எனக்கில்லை. மீனும் கோழியும் பல ஆண்டுகளாகச் சாப்பிடவில்லை. ஆட்டுக்கறிகூட எப்போதாவதுதான். அதுவும் சிறிதுதான் சாப்பிடுவேன். அதனால், விடுதியில் வழங்கப் பட்ட பிராமண சைவ உணவே போதுமென்று நினைத்தேன்.

ஐ.சி.எஸ். தேர்வுக்கான எனது விண்ணப்பம் ரெஸிடெண்ட் மூலம் சென்னை அரசுக்கு அனுப்பப்பட்டது. சென்னை அரசு மருத்துவப் பரிசோதனைக்கு ஏற்பாடு செய்யும். மருத்துவச் சான்றிதழ் வழங்கப்பட்டதும் அவர்களது பெயரைச் சென்னை அரசு பப்ளிக் சர்வீஸ் கமிஷனுக்கு பரிந்துரைக்கும். அந்தச் சமயத்தில் தேர்வுகள் நவம்பர், டிசம்பர் மாதங்களில் தில்லியில் மட்டும் நடத்தப்பட்டன. சென்னை அரசிடமிருந்து மருத்துவப் பரிசோதனைக்கான அழைப்பை எதிர்பார்த்துக் காத்திருந்தேன். விண்ணப்பப் படிவத்திலும் அதைத் தொடர்ந்த கடிதப் போக்குவரத்துகளிலும் கல்லூரி முகவரியைக் கொடுத்திருந்ததால் அவர்கள் அனுப்பும் கடிதம் கல்லூரிக்கு வரும் என்று எதிர்பார்த்துக் காத்திருந்தேன்.

ஆகஸ்ட் மாதத்தில் தொடர்ந்து ஆறு நாள் விடுமுறையாக அமைந்தன. என் அய்யங்கார் நண்பனும் நானும் தினமும் மாலையில் கல்லூரிக்கு வந்து எழுத்தரிடம் எங்களுக்கு வந்த கடிதங்களை வாங்கிச் செல்வோம். ஒவ்வொரு நாளும்

எனக்கோ, என் நண்பனுக்கோ ஏதாவது கடிதம் வந்திருக்கும். விடுமுறை முடிந்த அடுத்த நாள். புதன்கிழமை. நான் வகுப்பில் பாடம் எடுத்துக்கொண்டிருந்தேன். முதல்வரின் சேவகன் நீண்ட, கனமான தபால் உறையை என்னிடம் கொடுத்தார். நான் உடனடியாகத் திறந்து பார்த்தேன். அன்றைய தினம் காலை 9 மணிக்கு மருத்துவத் தேர்வுக்கு வரச்சொல்லி சென்னை அரசு அனுப்பிய கடிதம் அது. அதிலிருந்த தபால் முத்திரையைப் பார்த்தேன். அந்தக் கடிதம் முந்தைய வியாழக்கிழமையே வந்திருந்தது. அதாவது, அந்த ஆறு விடுமுறை நாட்களில் முதல் நாளே வந்திருந்தது. நான் மிகுந்த அதிர்ச்சியும் குழப்பமும் அடைந்தேன். வகுப்பைத் தொடர முடியவில்லை. வகுப்பைவிட்டு வெளியேறி முதல்வரைச் சென்று பார்த்தேன். மிக துரதிர்ஷ்டமான சம்பவம் நடந்துவிட்டது என்று சொன்னேன். அந்தக் கடிதம் மிகத் தாமதமாக வந்ததால், 1926 டிசம்பர் மாதம் நடக்கும் ஐ.சி.எஸ். தேர்வில் கலந்துகொள்ளும் வாய்ப்பு இல்லாமல் போய்விட்டது என்று சொன்னேன். தினந்தோறும் எங்களுக்கு வந்த தனிப்பட்ட கடிதங்களெல்லாம் கிடைத்துவந்த நிலையில் இந்தக் கடிதம் மட்டும் எப்படி எனக்குக் கிடைக்கவில்லை என்று கேட்டேன். வியாழக்கிழமையே இந்தக் குறிப்பிட்ட கடிதத்தைத் தான் கவனித்ததாகவும் அது மிக முக்கியமான கடிதமாக இருக்கும் என்று நினைத்து, எடுத்து உள்ளே பூட்டிவைத்ததாகவும் சொன்னார் முதல்வர்.

அந்த ஆறு நாட்களில் கல்லூரியிலும் விடுதியிலும் முதல்வரை நான் பல முறைச் சந்தித்திருக்கிறேன். ஆனால், அரசிடமிருந்து ஒரு கடிதம் வந்திருக்கிறது என்பதை அவர் சொல்லவேயில்லை. அவர் வேண்டுமென்றே கெட்ட எண்ணத்தில் செய்திருக்கிறார் என்று கருதினேன். கடிதத்தில் இருப்பதை ரகசியமாகப் படித்துவிட்டு, கடிதத்தை மறைத்து விட்டார் என்று நினைத்தேன். கடுமையான வார்த்தைகளைப் பயன்படுத்தாமல் என் கோபத்தையும் வருத்தத்தையும் சொன்னேன். எனக்கு வரும் கடிதங்களில் எது முக்கியமான கடிதம், எது முக்கியமல்லாத கடிதம் என்று பிரிப்பது அவரது வேலையில்லை என்றும், அவர் அந்தக் கடிதத்தை எடுத்து வைத்துக்கொண்டதை நியாயப்படுத்தவே முடியாது என்றும் சொன்னேன். அவர் தனது செயலுக்கு வருத்தம் தெரிவிக்கவோ, வேறு காரணங்களைச் சொல்லவோ முயல வில்லை. பதிலாக அந்தக் கடிதத்தை பாதுகாப்பாக வைத்துக் கொள்ளும் நோக்கத்திலேயே தான் தனியாக எடுத்து வைத்ததாகத் திரும்பத்திரும்பச் சொன்னார்.

என் வாழ்க்கையிலேயே மிகக் கசப்பான சம்பவம் அது. தொடர்ந்து பல நாட்கள் நான் சோகத்தில் மூழ்கி யிருந்தேன். இத்தனை வருடங்களாக எந்த நம்பிக்கையில் துன்பங்களையும் துயரங்களையும் அவமானங்களையும் சகித்துக்கொண்டிருந்தேனோ, அந்த நம்பிக்கை சிதைந்து விட்டது. ஆறுதல் தேடவோ, ஆலோசனை கேட்கவோ நல்ல நண்பர்களோ, உறவினர்களோ அங்கே இல்லை. என் தந்தைக்கும் அதைப் பற்றி எழுதவில்லை. என் தங்கை அந்த நேரத்தில் வீட்டில் இல்லாவிட்டால், அவர் அந்தக் கடிதத்தை வேறு யாரிடமாவது காட்டி வாசிக்க வேண்டி யிருக்கும். அதனால், பல நாட்களுக்கு என் துயரத்தையும் ஏமாற்றத்தையும் தனிமையிலேயே சுமந்தேன். பிறகு, என்னை நானே தேற்றிக்கொண்டேன். எனக்குப் பெரிதாக வயதாகி விடவில்லை. அடுத்த வருடம் முயலலாம். அல்லது அதற்கு அடுத்த வருடம்கூட முயலலாம் என்று சொல்லிக் கொண்டேன். நேரடியாகச் சென்னைக்குப் போய், யாராவது உயரதிகாரிகளைச் சந்தித்து நிலைமையை விளக்கிச் சொல்லி என் மருத்துவத் தேர்வுக்கு ஏற்பாடு செய்திருக்கலாம். ஆனால், எனக்கு இந்த விஷயங்களில் சுத்தமாக அனுபவம் கிடையாது. செல்வாக்கான நண்பர்களுமில்லை. ஒரு பின்தங்கிய பகுதியிலிருந்து வந்த, பிற்படுத்தப்பட்ட வகுப்பைச் சேர்ந்த பையன் என்பதால் அந்த நேரத்தில் எனக்கு இப்படித் தோன்றக்கூட இல்லை என்றே சொல்லலாம்.

தேர்வுக்கு மிகத் தீவிரமாகத் தயார் செய்வதை ஒத்திவைத்துவிட்டு, என் வகுப்புகளில் கவனம் செலுத்தலா னேன் வரலாற்று வகுப்புகளில் பாடம் நடத்துவதற்கு முன்போ, வகுப்பு முடிந்த பிறகோ சில நிமிடங்களுக்கு மாணவர்களிடம் கேள்விகள் கேட்பது வழக்கம். மாணவர்களைப் புரிந்துகொள்ள இது நல்ல வழியாகப்பட்டது. முதல்நிலை இன்டர் பிரிட்டிஷ் வரலாற்று வகுப்பில் ஒரு நாள் காலை வகுப்பை முடித்த பிறகு முதல் வரிசையில் அமர்ந்திருந்த மாணவன் ஒருவனைக் கேள்வி கேட்டேன். வகுப்பில் நடுவில் வழிவிட்டு, இரண்டு புறமும் மாணவர் களுக்கான மேசை களும் பெஞ்சுகளும் போடப்பட்டிருக்கும். பாதையின் ஒரு பக்கம் திரும்பி, முதல் வரிசையில் இருந்த ஒரு மாணவனைக் கேள்விகேட்க ஆரம்பித்த நான், தொடர்ந்து அதே வரிசையில் பின்னால் அமர்ந்திருந்த மாணவர்களைக் கேள்வி கேட்டுக் கொண்டே சென்று விட்டேன். ஏதோ காரணத்தினால், வகுப்பின் இன்னொரு பகுதியினரைப் பார்த்து கேள்வி கேட்கவேயில்லை. இரண்டு, மூன்று வரிசைகளில் இருந்த மாணவர்கள் யாருமே நான் கேட்ட கேள்விகளுக்குப் பதில்

சொல்லவில்லை. மணி அடித்ததும் வகுப்பை முடித்துக் கொண்டேன். பதில் சொல்லாத மாணவர்கள் அடுத்த வகுப்பிற்கு வரும்போது புத்தகத்தைப் பார்த்து நான் கேட்ட கேள்விகளுக்கான பதிலை எழுதிவர வேண்டும் என்று சொன்னேன். பல மாணவர்கள் அதன்படி செய்தார்கள். ஆனால், ஆறேழு மாணவர்கள் எழுதிவரவில்லை. அவர்கள் மட்டும் அடுத்த வகுப்பிற்கு வரும்போது விடைகளை இரண்டு முறை எழுதிவர வேண்டும் என்று சொல்லிவிட்டு பாடம் நடத்துவதைத் தொடர்ந்தேன்.

மாணவர்களை ஒரு முறைக்கு மேல் இப்படி சுமத்தீட்டு எழுதிவரச் சொல்வது ஒரு தண்டனையாகவே கருதப்பட்டது. பேராசிரியர்கள் பெரும்பாலும் இந்த வழிமுறையைப் பின்பற்ற மாட்டார்கள். மிகவும் கீழ்ப்படியாத மாணவர்களை வழிக்குக் கொண்டுவர முயலும்போது மட்டுமே இப்படி தண்டனை விதிப்பார்கள். இந்த மாணவர்கள் என்னை எதிர்க்க முயல்வதாக நினைத்தேன். அதனால், அவர்களுக்கு இந்தத் தண்டனை வழங்கினேன்.

அடுத்த நாளும் மாணவர்கள் அந்தச் சுமத்தீட்டை எழுதிவரவில்லை. அவர்களை வகுப்பை விட்டு வெளி யேறும்படி உத்தரவிட்டேன். அவர்கள் நான் சொன்னதைச் செய்யும்வரைக்கும் அந்தப் பாட வேளைக்கு அவர்களுடைய வருகையைப் பதிவுசெய்யப்போவதில்லை என்றும் சொன்னேன். தண்டனையை இரண்டு மடங்காக்கியிருப்பதாகவும் சொன்னேன். மாணவர்களது எதிர்ப்பு திங்கள் முதல் வெள்ளிவரை நீடித்தது. வெள்ளிக்கிழமை ஒரு மாணவரைத் தவிர மற்ற ஐந்தாறு பேர் தங்கள் சுமத்தீட்டை எழுதி வந்துவிட்டார்கள். அந்தத் தண்டனை இப்போது எட்டு மடங்காகியிருந்தது. அவர்களை நான் வகுப்புக்குள் அனுமதித்தேன்.

கீழ்ப்படியாத மாணவர்களின் நடத்தையைப் பற்றி என் அதிருப்தியைத் தெரிவித்தேன். கல்வியில் ஒழுக்கத்தின் பங்கு எவ்வளவு முக்கியம் என்று விளக்கினேன். நான் சொன்னதை எழுதிவராத மாணவன் அப்போதும் வகுப்புக்கு வெளியில் வராண்டாவில்தான் நின்றுகொண்டிருந்தான். அந்தப் பையனுக்காகத் தாங்கள் சுமத்தீட்டை எழுதிக் கொண்டு வந்தால் அதில் எனக்கு ஆட்சேபணை இருக்குமா என்றும், அந்தப் பையனை வகுப்பிற்குள் அனுமதிப்பேனா என்றும் அவனது நண்பர்கள் சிலர் கேட்டனர். தவறு செய்தவர்கள்தான் சுமத்தீட்டை எழுதுவேண்டும் என்றாலும் அவனது நண்பர்கள் முன்வைத்த இந்தத் திட்டத்தை

ஏற்றுக்கொண்டேன். அந்த வேலையைச் செய்வதற்காக நான்கு மாணவர்களை வகுப்பை விட்டு வெளியே செல்லவும் அனுமதித்தேன். சில நிமிடங்களுக்குப் பிறகு, சுமத்தீட்டை முழுமையாக எழுதிவிட்டு, அந்தப் பையனையும் அழைத்துக் கொண்டு வந்தார்கள். கொஞ்ச நேரம் நீதிபோதனை செய்துவிட்டுப் பாடத்தைத் தொடர்ந்தேன். ஒரு பகுதி மாணவர்களிடம் கடுமையான எதிர்ப்புணர்வு எழுந்திருப்பதையும் உணர்ந்தேன். ஆனாலும், அவர்களுடைய கோபமான பார்வையைக் கண்டுகொள்ளாமல் நேரம் முடிந்ததும் வகுப்பை விட்டு வெளியேறிவிட்டேன். அந்த நாளில் அதுதான் கடைசி பாடவேளை. அதனால், நேராக விடுதியில் இருந்த எனது அறைக்குச் சென்றுவிட்டேன்.

விடுதியில் இருந்த இன்னொரு விரிவுரையாளரைப் பார்ப்பதற்காக அன்று இரவு முதல்வர் வந்தபோதுதான் அந்தச் சம்பவத்தை அடுத்து நடந்த விவகாரங்கள் எனக்குத் தெரியவந்தன. நான் வகுப்பைவிட்டு வெளியேறியபோது மாணவர்கள் வழக்கம்போல எழுந்து நின்றனர். நான் வகுப்பை விட்டு வெளியேறி வராண்டாவுக்கு வந்தவுடன் அந்த மாணவன் என்னை "அந்தச் சூத்திரப் பயல்" என்று திட்டியிருக்கிறான். கல்லூரி மாணவர்களை நான் நடத்திய விதத்திற்காக எனக்குப் பாடம் கற்பிக்கப்படும் என்றும் பயமுறுத்தியிருக்கிறான். வகுப்பில் இரண்டு வரிசைகளாக மேசை, பெஞ்சுகள் இருக்கும்; நடுவில் வழி இருக்கும் என்று முன்பே சொல்லியிருக்கிறேன். நான் ஒரு புறம் அமர்ந்திருக்கும் மாணவர்களை மட்டுமே கேள்விகேட்டிருக் கிறேன். மாணவர்கள் சாதி அடிப்படையில் பிரித்து உட்கார வைக்கப்பட்டிருக்கிறார்கள் என்பது அப்போது எனக்குத் தெரியாது. நான் கேள்விகேட்ட பகுதி பிராமணப் பையன்கள் அமரும் பகுதி. இன்னொரு பகுதியில் பிற சாதியைச் சேர்ந்த மாணவர்கள் உட்கார்ந்திருக்கிறார்கள். எனக்கு இதைப் பற்றித் தெரியாது. நான் கேள்விகேட்கும்போது முதல் வரிசை, இரண்டாவது வரிசை என்று கேள்வி கேட்காமல் ஒரு பக்கத்தை மட்டும் கேள்விகேட்டிருக்கிறேன். அது தற்செயல் நிகழ்வுதான். ஒரு பகுதியினரை மட்டும் நான் வேண்டு மென்றே தண்டித்திருப்பதாக பிராமண மாணவர்கள் நினைத்திருக்க வேண்டும். என் சாதியைக் குறிப்பிட்டு அவர்கள் திட்டியபோது, பிற சாதி மாணவர்கள் கோப மடைந்தார்கள். அவர்களின் தலைவன் திட்டிய மாணவனின் கன்னத்தில் அறைந்துவிட்டான். சில நிமிடங்களுக்குக் கடுமை யான சண்டை நடந்திருக்கிறது. மற்ற சாதி பையன்களே

வென்றனர். சத்தத்தைக் கேட்டு முதல்வர் வருவதைப் பார்த்தவுடன் எல்லா மாணவர்களும் ஓடிவிட்டனர்.

சிலரை நிறுத்திவைத்து விசாரித்ததில் முதல்வருக்கு இந்த விவரங்கள் தெரியவந்தன. ஆனால், சாதுர்யமாக விசாரணை, ஒழுங்கு நடவடிக்கை என்று இறங்கவில்லை. ஆனால், மாணவர்களிடையே சாதியை முன்வைத்து ஒருவிதமான மோதல் மனநிலை உருவாகியிருப்பதை அவர் இந்தச் சம்பவத்தின் மூலம் புரிந்துகொண்டார். இந்த விவகாரத்தைப் பற்றி அந்த விரிவுரையாளரிடம் சொல்லும்போது, என் மீது தவறு இருப்பதாக முதல்வர் சொல்லவில்லை. பதிலாக, நான் ஒழுக்கத்தை வலியுறுத்தியதைப் பாராட்டினார். அது இப்படி முடிந்ததில் அவர் வருத்தப்பட்டார். கல்லூரியில் பணியாற்றியவர்களிடம் இந்தச் சம்பவம் ஒரு தாக்கத்தை ஏற்படுத்தியது. அவர்களில் சிலர் என்னைச் சற்றே அலட்சியம் கலந்த மரியாதையுடன் வித்தியாசமாக நடத்த ஆரம்பித்தார் கள். முதல்வர் என்னைப் பற்றி என்ன நினைத்தார் என்று தெரியவில்லை. அதற்குப் பிறகு அந்தச் சம்பவத்தைப் பற்றி என்னிடம் விவாதிக்கவில்லை என்றாலும் நான் அந்தக் கல்லூரியில் இருப்பது அவருக்குப் பிடிக்கவில்லை என்பதை உணர்ந்துகொண்டேன். சில நாட்களிலேயே இது சந்தேகத்திற் கிடமில்லாமல் எனக்குப் புரிந்துபோனது.

நான் கிறிஸ்துமஸ் விடுமுறைக்காக வீட்டிற்குப் போயிருந்த போது 'கே' குடும்பத்தினர் நான் ஐ.சி.எஸ். தேர்வை எழுதினேனா என்று விசாரித்தார்கள். கடிதம் தாமதமாக வந்த விவகாரத்தை அவர்களிடம் விளக்க நான் விரும்பவில்லை. நான் சொல்லி யிருந்தாலும் நம்பியிருக்கமாட்டார்கள். நான் மருத்துவத் தேர்வுக்குப் போகவில்லை. அதனால் ஐ.சி.எஸ். தேர்வை எழுத முடியவில்லை என்று பதில் சொன்னேன். எனக்கு ஏதோ வெளியில் சொல்ல முடியாத நோய் – பால்வினை நோயாகக்கூட இருக்கலாம் – இருப்பதாகவும் அதனால்தான் நான் மருத்துவப் பரிசோதனைக்குச் செல்ல பயந்தேன் என்ற முடிவுக்கு சிலர் வந்துவிட்டனர். அவர்களில் ஒருவர் இதை என் முகத்திற்கு நேராகவே சொன்னார். நான் அவர்களுக் கெல்லாம் விளக்கம் அளிக்க விரும்பவில்லை. அவர்களிடம் இருந்த பொறாமையே மற்றொருவரின் சங்கடத்திலும் எல்லையற்ற இன்பம் காணவைத்தது.

நான் மதுரையில் தங்கியிருப்பதைப் பயன்படுத்தி அந்தப் புண்ணிய நகருக்கு வந்துவிட்டு, அப்படியே ராமேஸ் வரத்திற்கும் போய்வர என் பெற்றொர் விரும்பினார்கள். வருவாய்த் துறையில் வேலை பார்த்த நண்பனின் வீட்டில்

இரு அறைகளை இவர்களுக்காக ஏற்பாடு செய்தேன். பிறகு விடுதியைக் காலிசெய்துவிட்டு, அங்கேயே தங்கிவிட்டேன். என் பெற்றோர், தங்கை, மைத்துனர் ஆகியோரைக் கோவில்களுக்கு அழைத்துச் சென்றேன். அவர்கள் புறப்பட்டுப் போன பிறகு, நான் அங்கேயே வசிக்க ஆரம்பித்தேன். உணவகம் ஒன்றில் சாப்பிட்டுக்கொண்டேன். சில சமயங்களில் என் தாயின் அத்தை வந்து வீட்டைப் பார்த்துக்கொள்வார்.

இப்படியாக மதுரையில் ஒன்பது மாதங்கள் கழிந்தன. விரிவுரையாற்றுவதில் எனக்குக் கொஞ்சம் அனுபவமும் ஏற்பட்டிருந்தது. நம் மக்களின் சமூக வாழ்க்கை பற்றிக் குறிப்பிடத்தக்க அளவில் புரிதல் ஏற்பட்டிருந்தது. இந்தக் காலகட்டத்தில்தான் மனரீதியாக என்னைத் தகவமைத்துக் கொண்டேன். பிராமணர்களின் பாரபட்சமான நடவடிக்கை என்னை வருத்தினாலும் நான் தொடர்ந்து செம்மையான தேசியவாதியாகவே இருந்தேன். சென்னை மாகாணத்தில் நீதிக் கட்சியின் ஆட்சி செய்து வந்தது. ஆனால், காங்கிரஸ் கட்சியின் பலமும் பிரபல்யமும் வளர்ந்துவந்தன. அப்போது சென்னை மாகாணத்தின் முதல்வராக இருந்த பனகல் ராஜா, பெரியார், சத்யமூர்த்தி, அன்னிபெசன்ட் ஆகியோரின் உரைகளைக் கேட்டிருக்கிறேன். காங்கிரசின் சில பொதுக் கூட்டங்களுக்கும் போயிருக்கிறேன். சாதி சார்ந்த அரசியல் குறித்து கசப்புணர்வுகொள்ளாமல் எனது பார்வையும் செயல்பாடும் தீவிர தேசியம் சார்ந்து இருந்ததில் என் பிராமணரல்லாத நண்பர்கள் எரிச்சலடைந்தனர்.

12

திருச்சியிலும் வேலையைத் தேடி...

மதுரையில் வசித்தபோது, நான் தகுந்த அரசு பணிக்கு முயல வேண்டும் என நண்பர்கள் பலர் தொடர்ந்து வற்புறுத்திவந்தார்கள். சிறப்பாகப் படித்திருக்கும் என்னைப் போன்ற ஒருவனுக்கு தனியார் கல்லூரியில் இளநிலை விரிவுரையாளர் பதவி என்பது சரியான வேலையில்லை. சம்பளமும் சொல்லும்படி இல்லை. பணி உயர்வு என்பதும் பல்வேறு அம்சங்களைப் பொறுத்தே இருக்கும். அதில் என் தகுதிக்குப் பெரிய முக்கியத்துவம் இருக்காது. முதன்மை விரிவுரை யாளராகவோ, பேராசிரியராகவோ ஆகாவிட்டால் மாதத்திற்கு 250 ரூபாய்க்கு மேல் வாங்க முடியாது. குறைந்தது நாற்பது வயதாகாமல் பேராசிரியர் பதவியை அடைய முடியாது.

வருவாய்த் துறைப் பணிதான் அந்த நேரத்தில் மிகப் பிரபலமாக இருந்தது. துணை ஆட்சியர் அலுவலகத்தில் வருவாய்த் துறை எழுத்தராகப் பணியாற்றும் வாய்ப்புக் கிடைத்தால் அதிர்ஷ்டம் என்றுதான் பட்டதாரிகள் நினைத்தனர். நேரடியாக வருவாய்த் துறை ஆய்வாளர் வேலை கிடைத்தால்

இன்னும் அதிர்ஷ்டம். இராமநாதபுர மாவட்டத்தின் ஆட்சியர் அலுவலகத்தில் சில வருவாய்த் துறை ஆய்வாளர் பணி யிடங்கள் காலியாக இருப்பதாகத் தெரிந்தது. அப்போது இராமநாதபுரத்தின் தலைமையகம் மதுரையில்தான் இருந்தது. அந்தப் பதவிக்கு துவக்க நிலைச் சம்பளம் 50 ரூபாய்தான். ஆகஸ்ட் மாதத்திற்குப் பிறகு இந்த வேலைக்கு விண்ணப் பிக்கும்படி என் நண்பர்கள் வற்புறுத்தினார்கள். நானும் மிகவும் மனத்தளர்ச்சியுற்று இருந்ததால், இந்த வேலைக்கு விண்ணப்பிப்பதால் ஒன்றும் கெட்டுவிடாது என்று நினைத்தேன்.

நானும் வேறு 17 விண்ணப்பதாரர்களும் நேர்முகத் தேர்வுக்கு அழைக்கப்பட்டோம். நான் ஆட்சியரைச் சந்தித்தேன். அவர் ஒரு இந்திய ஐ.சி.எஸ். அதிகாரி. பிற்காலத்தில் பெரிய பதவிகளுக்கு வந்தார். என் மதிப்பெண்களின் காரணமாக நான் நிச்சயம் தேர்வுசெய்யப்படுவேன் என்றுதான் என்னுடன் விண்ணப்பித்திருந்த மற்றவர்கள் நினைத்தனர். ஆட்சித் தலைவர் வழக்கத்தைவிட நீண்ட நேரம் என்னுடன் பேசிக் கொண்டிருந்தார். நான் அந்தப் பதவிக்கான தேவையைவிட அதிகம் படித்திருப்பதாக அவர் நினைக்கிறார் என்பதுதான் என் எண்ணமாக இருந்தது. எனக்கு வேலை கிடைக்கவில்லை. சிபாரிசு ஏதும் இல்லையென்பதால்தான் நான் தேர்வு செய்யப்படவில்லை என என் நண்பர்கள் நினைத்தார்கள். நான் அப்படி நினைக்கவில்லை. எனக்கு ஒரு சிறிய வேலை யைக் கொடுத்து என் எதிர்காலத்தைப் பாழாக்க ஆட்சியர் விரும்பவில்லை என்றே கருதினேன்.

அதற்குச் சில நாட்களுக்குப் பிறகு, துணை தாசில்தார் வேலைக்கு ஆளெடுப்பு நடந்தது. மாகாணத்தில் மூன்று காலிப் பணியிடங்கள் இருந்தன. பணியாளர் தேர்வாணையம் தான் ஆட்களைத் தேர்வு செய்தது. பப்ளிக் சர்வீஸ் கமிஷன் வருவதற்கு முன்பு பணியாளர் தேர்வாணையம்தான் ஆட்களைத் தேர்வு செய்தது. இந்தப் பதவிக்கு துவக்கநிலைச் சம்பளம் 150 ரூபாய். மூன்று வருடம் பயிற்சிக் காலம். ஒருவர் நல்ல அதிகாரியாக இருந்தால் பத்து வருடத்தில் துணை ஆட்சியராகிவிடலாம். அதிர்ஷ்டம் இருந்தால் இன்னும் உயர் பதவியை அடையலாம். இளம் பட்டதாரி களுக்கு மாநில அரசில் இருந்த சிறந்த வேலைகளில் இதுவும் ஒன்று. அதற்கு நான் விண்ணப்பித்தேன்.

பல மாதங்களுக்குப் பிறகு நேர்முகத் தேர்வுக்கு அழைத்தார்கள். சுமார் 20 விண்ணப்பதாரர்கள் அழைக்கப் பட்டிருந்தார்கள். மூன்று அதிகாரிகளைக் கொண்ட குழுவுக்கு

முன்னால், ஒரு ஹாலில் வரிசையாக நிற்க வைக்கப் பட்டோம். அந்த அதிகாரிகளில் இருவர் ஐரோப்பிய ஐ.சி.எஸ். அதிகாரிகள். எங்களில் பல்கலைக்கழக பயிற்சிப் பிரிவின் (யுடிசி) உறுப்பினர்களை இரண்டு அடி முன்னால் வரும்படி சொன்னார்கள். இந்தப் பயிற்சித் திட்டம் சில வருடங்களுக்கு முன்புதான் அறிமுகப்படுத்தப்பட்டிருந்தது. இந்தத் திட்டம் திருவிதாங்கூர் சமஸ்தானத்தில் இல்லை என்பதால் நான் அதில் பயிற்சி பெறவில்லை. யுடிசி முறையில் பயிற்சி பெறாத விண்ணப்பதாரர்கள் நிறையப் பேர் இருந்தோம். இந்தப் பயிற்சி பெற்றவர்களிடம் அவர்களது கல்வித் தகுதி பற்றி சுருக்கமாக ஏதோ கேட்கப்பட்டது. அவர்களது சான்றிதழ்கள் பெயருக்குச் சரிபார்க்கப்பட்டன. இதற்கு அடுத்ததாக மற்ற விண்ணப்பதாரர்களிடம் கேள்விகள் கேட்கப்பட்டன. மொத்த நேர்காணலும் அரை மணி நேரத்தில் முடிந்து விட்டது. விண்ணப்பதாரர்கள் தனித்தனியாக விசாரிக்கப்பட வில்லை. அவர்களது தகுதி, திறமை குறித்து மதிப்பீடு செய்வதற்கு எந்த ஒரு அறிவுபூர்வமான முயற்சியும் செய்யப்படவில்லை.

போலீஸ் கான்ஸ்டபிள்களைத் தேர்வு செய்யப் பயன் படுத்தும் முறைக்கும் இதற்கும் பெரிதாக எந்த வேறுபாடும் இல்லை என்றுதான் அந்தச் சமயத்தில் தோன்றியது. என் மதிப்பெண்கள் தேர்வுக் குழுவினரிடம் நன்மதிப்பை ஏற்படுத்தும் என்று நான் நினைத்தேன். அங்கே நான் மட்டும்தான் முதல் வகுப்பு ஆனர்ஸ் பட்டம் பெற்றவன். அதுதவிரப் பதக்கங்கள், பரிசுகள் எனப் பிற தகுதிகளும் எனக்கிருந்தன. மற்றவர்கள் எல்லாம் சாதாரண பட்ட தாரிகள். அந்தக் குழுவில் இருந்தவர்கள் என் கல்வித் தகுதிமீது எந்த ஆர்வத்தையும் காட்டவில்லை. அந்த ஹாலை விட்டு வெளியில்வரும்போது, தேர்வு செய்யப்படுவோம் என்ற நம்பிக்கை ஓர் ஓரத்தில் இருந்தாலும், மொத்தத்தில் ஏமாற்றமடைந்தேன் என்றுதான் சொல்ல வேண்டும். அப்போது நீதிக் கட்சிதான் ஆட்சியில் இருந்தது. பிற்படுத்தப் பட்டோரை மேலேற்றி வருவதாக பெரும் முழக்கங்கள் இருந்தன. பிற்படுத்தப்பட்ட வகுப்பைச் சேர்ந்தவன் என்பதற்காக நான் எந்த முன்னுரிமையையும் கோரவில்லை என்றாலும் இம்மாதிரியான பணி நியமனங்களில் தகுதியைக் கவனத்தில் கொண்டிருக்க வேண்டும். ஆனால், அங்கிருந்த தேர்வு முறை தகுதியை மதிப்பிடுவதற்கு ஏற்ற வகையில் இல்லை. இம்மாதிரி தேர்வு முறைகள் எல்லாம் கண்துடைப்புகள்தான்; யாரை நியமனம் செய்வது என்பது வேறு விஷயங்களின்

அடிப்படையில் ஏற்கெனவே முடிவுசெய்யப்பட்டுவிடுகிறது என்ற கருத்தை நான் நம்ப ஆரம்பித்தேன்.

1927ஆம் வருடக் கோடைக்காலத்தில் சென்னை அரசு ஒரு அறிவிப்பை வெளியிட்டது. இங்கிலாந்தில் படிப்பதற்காக இரண்டு இளம் ஆனர்ஸ் பட்டதாரிகளுக்கு தகுதியின் அடிப் படையில் ஸ்காலர்ஷிப்கள் வழங்கப்படும் என்பதுதான் அந்த அறிவிப்பு. இதைப் பெற்று இங்கிலாந்திற்குச் சென்று வந்த ஒன்றிரண்டு முதல் வகுப்பு ஆனர்ஸ் பட்டதாரிகள் ஐ.சி.எஸ்ஸில் நுழைந்திருக்கிறார்கள் என்று கேள்விப்பட்டி ருந்தேன். நான் இதற்கு விண்ணப்பித்தேன். அரசின் இந்த அளவு உயர் மட்டத்திலாவது பிற்படுத்தப்பட்ட வகுப்பைச் சேர்ந்த ஒரு முதல் வகுப்பு ஆனர்ஸ் பட்டதாரிக்கு நிச்சயம் ஊக்கம் கிடைக்கும் என்று நம்பினேன்.

அரசு பொது நிறுவனங்களின் இயக்குனருக்குத்தான் இந்த விண்ணப்பம் அனுப்பப்பட்டது. நான் முதலமைச்சரைச் சந்தித்துப் பேசினால், தகுதியின் அடிப்படையில் என் விண்ணப்பம் அந்த ஸ்காலர்ஷிப்பிற்குப் பரிசீலிக்கப்படுவதற்கு வாய்ப்பு இருக்கிறது என்று எனக்குச் சிலர் ஆலோசனை சொன்னார்கள். சட்டமன்ற உறுப்பினராக இருந்த எங்கள் சாதிக்காரர் ஒருவரின் உதவியை நாடினேன். இந்தக் கனவான் அரசியல்வாதியாகி, பிறகு அமைச்சராகவும் ஆனார். அவர் முதல்வரை ஒன்றிரண்டு பேருடன் சந்தித்தார். பிறகு ஒரு நேர்காணலுக்கு ஏற்பாடு செய்தார். அப்போது டாக்டர் சுப்பராயன் புதிய முதலமைச்சராகப் பதவியேற்றிருந்தார். பல வருடங்களுக்குப் பிறகு நீதிக் கட்சியால் மற்றொரு கட்சியுடன் சேர்ந்தும் ஆட்சி அமைக்க முடியவில்லை. சுயேச்சையான டாக்டர் சுப்பராயன் காங்கிரசின் ஆதரவுடன் ஆட்சியமைத்திருந்தார். காங்கிரஸ் ஆட்சியமைக்க விரும்ப வில்லை.

15 நிமிடங்கள் மிக நல்ல முறையில் அவர் என்னிடம் பேசிக்கொண்டிருந்தார். எனக்கு ஒரே பரவசமாக இருந்தது. மாகாணத்திலேயே மிக உயர்ந்த அரசு பதவி வகிப்பவரை நான் சந்திப்பது அதுதான் முதல் முறை. ஒப்பீட்டளவில் பார்த்தால் டாக்டர் சுப்பராயன் மிக இளம் வயதிலேயே தன் பிரபலத்தின் காரணமாக அந்தப் பதவிக்கு வந்துவிட்டார் என்றுதான் சொல்ல வேண்டும். கட்சி அரசியலில் நடந்த மோதல்களில் ஈடுபடாமல் இருந்தது, அவரது உயர்ந்த படிப்பு, சமூக சீர்திருத்தவாதியாக அவரது செயல்பாடுகள் எல்லாம் சேர்ந்துகொள்ள அவரிடமிருந்து மக்கள் மிகவும் எதிர்பார்த்தனர். எனக்கு அந்த ஸ்காலர்ஷிப் கிடைக்கவில்லை.

ஆனால், அதற்கு அவரைக் குற்றம் சொல்லமாட்டேன். பல்வேறு சிபாரிசுகள், பல்வேறு அம்சங்கள் சேர்ந்து வேறு யாருக்காவது அந்த ஸ்காலர்ஷிப் கிடைத்திருக்க வேண்டும். ஒருவேளை தகுதியான ஒரு நபருக்குக்கூட அது கிடைத் திருக்கலாம்.

புனித ஜார்ஜ் கோட்டையில் சுப்பராயன் அறைக்கு வெளியில் நான் காத்திருந்தபோது ஒரு விநோதமான சம்பவம் நடந்தது. கையில் ஒரு உறையுடன் ஒரு இளைஞன் துள்ளலான நடையுடன் அவர் அறையிலிருந்து வெளியில் வந்தான். அதிலிருந்த காகிதத்தை எடுத்து என்னிடம் கொடுத்து, வாசித்து மொழிபெயர்த்துச் சொல்லும்படி சொன்னான். எனக்கு ஏகப்பட்ட ஆச்சரியம். அது முதல்வர் இந்த இளைஞனுக்குக் கொடுத்த நற்சான்றிதழ். இந்த இளைஞன் அவருடைய ஊர்தி ஓட்டுனர். அந்தக் கடிதத்தில் அந்த இளைஞனின் திறமை, சூட்டிகை ஆகியவற்றைப் பற்றி உயர்வாகச் சொல்லிவிட்டு, “பெண்கள் சம்பந்தப்பட்ட விஷயம் தவிர, வேறு எதற்கும் நம்பலாம்” என்று முடித் திருந்தது. நான் இதை மொழிபெயர்த்துச் சொல்லத் தயங்கினேன். அந்த இளைஞனே அதைப் படித்துவிட்டான். அவனுக்கு ஆங்கிலம் ஏதோ தெரியும். தன்னைவிட ஆங்கிலம் நன்றாகத் தெரிந்த ஒருவரிடமிருந்து அதன் அர்த்தத்தைச் சரியாக விளங்கிக்கொள்ள விரும்பினான். நான் மொழி பெயர்த்துச் சொன்னதும், எந்தத் தயக்கமுமின்றி மீண்டும் அறைக்குள் சென்றான். பிறகு, கண்கள் பளிச்சிடத் திரும்பி வந்தான். இப்போது அவனுக்கு மேம்பட்ட சான்றிதழ் கிடைத்திருக்க வேண்டும். இந்தச் சம்பவம் எனக்குப் பழக்க மில்லாத, உயர்மட்ட வாழ்க்கையின் சில அம்சங்களை விளங்கச் செய்வதாக அமைந்தது.

1927ஆம் வருடத்தின் கோடை காலத்தில் நான் மிகுந்த விரக்தியுடன் இருந்தேன். மதுரைக் கல்லூரியில் என்னுடைய விரிவுரையாளர் வேலை சீக்கிரமே முடிந்துவிடும். அதைவிடச் சிறந்த அரசாங்க வேலை ஏதும் கிடைக்கவுமில்லை. கல்லூரி ஆசிரியர் வேலை எதையும் பெறவில்லையென்றால் ஐ.சி.எஸ். தேர்வில் கலந்துகொள்வதென்பது இயலாததாகிவிடும். வேலையில்லாமலும் இருக்க முடியாது. சம்பளத்தில் 40 முதல் 50 ரூபாயை என் தந்தைக்கு அனுப்பி விடுவதால், கடந்த 11 மாதங்களில் 35 ரூபாயிலேயே ஒவ்வொரு மாதத்தையும் கழித்துவந்தேன். என் சம்பளத்தில் பாதியையாவது நான் தந்துவிட வேண்டும் என்று என் தந்தை வற்புத்தியதால் தங்குவது, சாப்பிடுவது, உடைகள், பிற செலவுகளை நான்

இதில்தான் சமாளித்தாக வேண்டும். வேலை தேடுவதற்காக ஜூன் மாத மத்தியில் சென்னைக்குச் செல்ல முடிவெடுத் தேன். அப்படிச் சென்றபோதுதான் முதல்வரைச் சந்தித்தேன்.

நண்பன் சங்கர் அப்போது சென்னையில் இருந்தான். அவன் அறையிலேயே தங்கிக்கொண்டேன். அவனுடைய துணையும் ஆலோசனைகளும் எனக்கு எப்போதுமே பிடிக்கும். சங்கர் 1926இல் பி.ஏ. தேர்ச்சி பெற்றுவிட்டான் என்றாலும் கணிதத்தில் முதல் வகுப்பு வாங்கவில்லை. அவன் ஒருபோதும் தேர்வுகளுக்குப் படிக்கும் ஆளாக இருந்ததில்லை. பாடப் புத்தகங்களையும் பெரிதாக மதித்ததில்லை. கல்லூரி நாட்களி லேயே சில கணிதப் பிரச்னைகளை யாருடைய வழி காட்டுதலுமின்றி தீர்க்க முயல்வான். அதில் அவனுக்குப் பிரமாதமான வெற்றிகளும் கிடைக்கும். அவனுடைய பேராசிரியர் சீனிவாசனுக்கு இதைப் பற்றி நன்றாகத் தெரியும். அவர் ஒரு ஆராய்ச்சியாளர் இல்லையென்றாலும் இந்தப் புரிந்துகொள்ள முடியாத, விசித்திரமான இளைஞனின் திறமையை அங்கீகரித்து பாராட்டினார். ஆராய்ச்சி மாணவனா வதற்காகச் சென்னை பல்கலைக் கழகத்திற்கு விண்ணப் பிக்கும்படி ஆலோசனை கூறினார். ஆனால், எம்.ஏவில் முதல் வகுப்புப் பெற்றவர்களுக்கும் ஆனர்ஸ் பட்டம் பெற்றவர்களுக்கும்தான் இந்த இடத்தை பல்கலைக்கழகம் வழங்கிவந்தது. ஆனால், சங்கர் நேராகச் சென்று கணிதப் பாடக் குழுவில் இருந்த அத்தனை பேராசிரியர்களையும் முறைப்படி சந்தித்தான். தன்னுடைய நேர்மையாலும் கற்கும் திறனாலும் அவர்களது நன்மதிப்பைப் பெற்றான். அந்த இடம் கிடைத்தது. தன் ஆராய்ச்சிப் பணிகளை அந்தப் பல்கலைக் கழகத்தில் ஆரம்பித்தான். கணிதத்தைத் தவிர அவனுக்கு வேறு எந்த லட்சியமும் கிடையாது. கணிதத்தின் சிறப்புப் பிரிவில் தன் மேதமையை வளர்த்துக்கொள்ள வாய்ப்புக் கிடைத்ததில் அவனுக்கு ஏகப்பட்ட மகிழ்ச்சி. அவன் தங்கி யிருந்த எளிமையான இடத்தில் இருந்துகொண்டு, நான் வேலை தேட ஆரம்பித்தேன்.

திருச்சி தேசியக் கல்லூரி, சிதம்பரம் ஸ்ரீ மீனாட்சி கல்லூரி, மதனபள்ளி தியோசாபிகல் கல்லூரி ஆகியவற்றில் இடமிருப்பதாக என் நண்பன் ஒருவன் சொன்னான். மீனாட்சி கல்லூரிக்கும் தியோசாபிகல் கல்லூரிக்கும் விண்ணப்பித்தேன். நேரில் வரச்சொல்லி அழைப்பு வந்தது.

பழமையான, அமைதியான நகரமான மதனபள்ளியைப் பார்க்க வேண்டும் என்ற ஆசைக்காகவே முதலில் அந்நகரைத் தேர்ந்தெடுத்தேன். காசநோயால் பாதிக்கப்பட்டவர்கள்

குணமடைவதற்கு ஏற்ற இடமாகவும் பிரம்மஞான சபையின் மையமாகவும் மதனபள்ளி அறியப்பட்டிருந்தது. இந்த இடம் சென்னையிலிருந்து 150 மைல் தூரத்தில் இருக்கிறது. அந்தக் கோடைக் கால வெயில் பயணம் மிகக் களைப்பூட்டுவதாக இருந்தது. ரயில் நிலையத்தில் இறங்கி எட்டு மைல் தூரம் நடந்து நகரத்தை அடைந்தேன். அங்கிருந்த உணவகங்களில் சாப்பாடு வித்தியாசமாக இருந்தது. வாழ்க்கையிலேயே முதல்முறையாக நெறுநெறுவென்ற மாவினால் செய்யப்பட்ட சப்பாத்திகளையும் மிகக் காரமான குழம்பையும் சாப்பிட்டேன். மதனபள்ளி கல்லூரியின் முதல்வர் ஞானமும் அன்பும் நிறைந்த கனவானாக இருந்தார். பிரம்மஞானம் தன் பக்தர்களிடம் உருவாக்கும் பண்பாடும் மென்மையும் அவரிடம் குடிகொண்டிருந்தன. உலகளாவிய மதத்தைப் பற்றி எனக்குச் சொன்னார். ஆழ்ந்த பற்றுள்ள பிரம்மஞான வாதியாக நான் மாறிவிடுவேன் என்று நம்பிக்கை தெரிவித்தார். கல்லூரியில் சேர்ந்துகொள்ளும்படி சொன்னவர், முடிவெடுக்க இரண்டு வார கால அவகாசமும் கொடுத்தார். மதனபள்ளி கல்லூரியைக் கடைசிப் புகலிடமாக வைத்துக் கொள்ள முடிவுசெய்தேன். இங்கிருந்தபடி போட்டித் தேர்வுக்குத் தயார் செய்வது என்பது மிகக் கடினம். இங்கிருந்து ஊருக்குப் போய்வர நீண்ட நேரம் பிடிக்கும் என்பதோடு, பணமும் அதிகம் செலவாகும். ஆனால், இங்கே வந்ததில் நான் மிகுந்த சந்தோஷமடைந்தேன். மகிழ்ச்சியுடன் சென்னைக்குத் திரும்பினேன்.

அடுத்ததாகச் சிதம்பரத்திற்குப் போனேன். அங்கிருக்கும் நடராஜர் கோவிலுக்கு உலகெங்குமிருந்தும் யாத்ரீகர்கள் வருவார்கள். சிதம்பரம் மிகச் சிறிய, துப்புரவற்ற நகரம். நான் இதை எழுதும் சமயத்தில்கூட மின்சாரம், சுகாதாரம் போன்ற வசதிகள் அங்கே கிடையாது. ரயில் நிலையமே மிகச் சாதாரணமான கட்டடத்தில்தான் இருந்தது. இந்த இடத்தைச் செட்டியார்கள் மிகவும் போற்றிவந்தார்கள். அந்தக் கோவிலை மேம்படுத்துவதற்காகவும் அந்தக் கோவில் திருவிழாவைப் பிரமாதமாக நடத்துவதற்காகவும் அவர்கள் பெருந்தொகையைச் செலவிட்டு வந்தார்கள்.

அக் காலத்தில் முக்கியப் பிரமுகராகவும் தர்ம காரியங்களில் ஈடுபட்டுவந்தவராகவும் இருந்த ஒரு செட்டியார் வழக்கமான தர்ம காரியங்களிலிருந்து விலகி, ஒரு கல்லூரியை நிறுவினார். அந்தக் கல்லூரி நகரத்திலிருந்து சில மைல் தூரத்தில் பல புதிய கட்டடங்களில் செயல்பட்டு வந்தது. அந்தக் கல்லூரியைச் சுற்றியிருந்த கிராமியச் சூழல், நல்ல விடுதி

வசதி, குறைவான செலவு ஆகியவற்றின் காரணமாகச் சீக்கிரமே பிரபலமாகிவிட்டது. செட்டியார் அந்தக் கல்லூரியைப் பல்கலைக்கழகமாக மாற்ற நினைத்திருக்கிறார் என்பது அப்போதே தெரிந்திருந்தது. அதனைப் பல்கலைக்கழகமாக மாற்றுவதற் கான சட்ட வரைவு சட்டமன்ற விவாதத்தில் இருந்தது. அந்த நேரத்தில் கல்லூரியின் முதல்வராக இருந்தவர் நீலகண்ட சாஸ்திரி. வரலாற்றில் எம்.ஏ. பட்டம் பெற்றவர். பெரிய அறிவாளி. அப்போதே சிறந்த ஆசிரியராகவும் நிர்வாகியாகவும் அறியப் பட்டிருந்தார். பிற்காலத்தில் மிகச் சிறந்த ஆராய்ச்சியாள ராகவும் தென்னிந்திய வரலாற்றாளராகவும் புகழ் பெற்றார்.

அவர் என்னை அன்புடன் வரவேற்றார். என் கல்லூரி முதல்வர் கே.வி.ஆர். (அவரும் சிறந்த வரலாற்றுப் பேராசிரியர்) கொடுத்திருந்த நற்சான்றிதழைப் பார்த்து மிகவும் திருப்தி யடைந்தார். நீலகண்ட சாஸ்திரி கே.வி.ஆரின் அபிமானி. கே.வி.ஆரின் மாணவன் தன் கல்லூரியில் வேலைபார்ப்பதை விரும்பினார். பேசிக்கொண்டிருக்கும்போதே நான் ஐ.சி.எஸ். அல்லது வேறு ஏதாவது தேர்வு எழுத விரும்புகிறேனா என்று கேட்டார். ஆமாம் என்று சொன்னவுடன் கடந்த சில வருடங்களாகவே பல புத்திசாலி மாணவர்கள் இந்தக் கல்லூரியில் சேர்ந்துவிட்டு, தங்கள் நேரத்தை இந்தத் தேர்வுகளுக்குத் தயார்செய்வதில் வீணடித்திருக்கிறார்கள். முடிவில் வேலையை விட்டும் போய்விடுகிறார்கள். இது கல்லூரிக்கு நியாயம் செய்வதாகாது என்றார் சாஸ்திரி. நான் இத்தேர்வுக்குத் தயார் செய்யப்போவதில்லை என்று உறுதிகொடுத்தால் மட்டுமே வேலையில் சேர்த்துக்கொள்ள முடியும் என்றார். நான் இந்த நிபந்தனையை எதிர்த்தேன். நன்றாகப் படித்த பட்டதாரிகள் எல்லோருமே ஐ.சி.எஸ். தேர்வில் தேர்ச்சிபெறவே முயல்வார்கள் என்றும், தற்காலிகமாக வேலைக்குச் சேர்பவர்களிடம் இப்படி நிபந்தனை விதிப்பது நியாயமல்ல என்றும் சொன்னேன். தம் தனிப்பட்ட லட்சியங் களுக்காகக் கல்லூரியில் சரியாக வேலை பார்க்காமல் இருக்கிறார்களா என்று கண்காணிக்க முடியும் என்று குறிப்பிட்டேன். ஆனால், சாஸ்திரி அந்த நிபந்தனையில் பிடிவாதமாக இருந்தார். நான் எழுந்து நின்று, விடைபெற்றுக் கொண்டு, "சிதம்பரத்திற்கு வெளியிலும் பசுமையான வயல் வெளிகள் உண்டு, இந்த விரிந்து பரந்த உலகத்தில் என் எதிர்காலத்தை தேடிக்கொள்வேன்" என்று சொன்னேன். நான் அவரது முகத்திற்கு நேரே இப்படி ஒரு கவிதையைச் சொன்னதில் சாஸ்திரி அதிர்ச்சியடைந்தார். என்னை நீண்ட நேரம் முறைத்துப் பார்த்தார். அவர் மிகக் கடுமையான மனிதராக அறியப்பட்டிருந்தார். ஒரு இளைஞர் அவரிடம்

இம்மாதிரி பதிலளித்தது அவர் வாழ்க்கையிலேயே அதுதான் முதல்முறையாக இருந்திருக்கும்.

சென்னைக்குத் திரும்பிவந்து சில நாட்கள் சங்கருடன் இருந்தேன். பிறகு திருச்சி கல்லூரிக்கு ஒரு விண்ணப்பத்தை அனுப்பினேன். அதுதான் என் கடைசி நம்பிக்கை. மூன்றாம் நாள் என்னை வேலையில் நேரடியாக நியமித்துவிட்டதாக தந்தி வந்தது. வேலைக்குச் சேர எனக்கு இரண்டு நாட்களே இருந்தன. நான் அந்த வேலையை ஏற்றுக்கொள்வதாகப் பதில் தந்தி அனுப்பினேன்.

அதற்கு முன் திருச்சிக்குப் போனதில்லை. மதுரைக் கல்லூரியில் இருந்த அய்யங்கார் நண்பன் எனக்குத் தேவையான எல்லா தகவல்களையும் கொடுப்பதாகவும் அந்த இடத்திற்கு வழிகாட்டி உதவுவதாகவும் உறுதியளித்தான். அவருடைய உறவினர் ஒருவர் புனித ஜோசப் கல்லூரியில் பட்ட மேற்படிப்பு படித்துவந்தார். நான் அவருடன் சேர்ந்து செல்லலாம் என்று சொன்னார். இந்த அய்யங்கார் நண்பர் குடுமியும் நாமமுமாக மிக ஆசாரமாகக் காட்சியளிப்பார். ஆனால், மதுரை நண்பரைவிடவும் தாராளமான சிந்தையுடையவர். எல்லோருக்கும் உதவக்கூடியவர். அதுவரை பிராமணர்களிடையே அப்படி ஒரு ஆளை நான் பார்த்ததில்லை. இவர் என்னைத் தன் தங்கையின் வீட்டிற்கு அழைத்துப் போனார். தங்கையின் கணவர் ஒரு பணக்காரர். அங்கே நான் என் வீட்டில் இருப்பதுபோலவே உணர வைத்தார். அந்தக் காலகட்டத்தில் பிராமணர்கள் தங்களுடைய வேறு சாதி நண்பர்களை வீட்டிற்குக் கூட்டிச்செல்வதும் அவர்களுக்கு உணவளித்துக் கவனித்துக்கொள்வதும் மிக அரிது. அவருடைய சகோதரியின் இல்லத்தில் என்னை குடும்ப உறுப்பினராகவே நடத்தினார்கள். சாதி, ஆசாரங்களினால் வரும் வித்தியாசத்தை மறந்து விடும்படி நடத்தினார்கள். சில வருடங்களுக்குப் பிறகு நான் இந்த நண்பரின் தொடர்பை இழந்துவிட்டேன். அதில் எனக்கு மிகுந்த வருத்தம் இருக்கிறது.

நாங்கள் (நண்பரின் உறவினரும் நானும்) விடிகாலையில் திருச்சியில் வந்திறங்கினோம். சென்னை மாகாணத்தில் மூன்றாவது பெரிய நகரம் திருச்சி. பெரும் கல்வி மையமாகவும் கருதப்பட்டது இந்நகரம். சேசு சபை பாதிரிமார்கள் அறிவியல், கலைப் பிரிவுகளுடன் கல்லூரி ஒன்றை இங்கே நடத்திவந்தார்கள். அதன் கல்வித்தரம் மிக உயர்வாக இருந்த காரணத்தால் தென்னிந்தியா முழுவதுமிருந்து மாணவர்கள் அக்கல்லூரியில் பயின்றுவந்தார்கள். கல்லூரி நிர்வாகிகள்

மாணவர்களுக்காகப் பல விடுதிகளை நடத்திவந்தார்கள். இந்த விடுதிகளிலும்கூட பிராமணர்களுக்கும் பிராமணரல்லாதவர்களுக்கும் தனித்தனி உணவுக் கூடங்கள் இருந்தன. இந்தப் பாதிரிமார்கள் சாதி ஏற்றத்தாழ்வுகளில் தலையிடாமல் மிகக் கவனமாக இருந்துகொண்டார்கள். உண்மையில் கத்தோலிக்கத்திற்கு மாறியவர்களிடையேயும் சாதி அமைப்பு நீடிக்கவே செய்தது. நிறைய பிராமணர்கள் கிறிஸ்தவத்திற்கு மாறியதாக இவர்கள் சொல்லிக்கொண்டாலும் அந்தக் கிறிஸ்தவ பிராமணர்களும் ஒரு தெருவில் தனியாகத்தான் வசித்தனர். தேவாலயங்களில் அவர்களுக்குத் தனியாக இடங்கள் ஒதுக்கப்பட்டிருந்தன. மிகக் கவனமாக தங்கள் பிராமண பாரம்பரியத்தையும் சடங்குகளையும் அவர்கள் பின்பற்றிவந்தனர். தங்கள் பிராமண பாரம்பரியத்தைப் பற்றி பெருமிதமாகப் பேசவும் அவர்கள் தயங்கியதில்லை. தங்கள் தனி அடையாளத்தைத் தொடர்ந்து காப்பாற்றிவந்தனர்.

அந்த சேசு சபை கல்லூரியைத் தவிர ஒரு புராட்டஸ்டண்ட் மிஷன் கல்லூரியும் தேசியக் கல்லூரியும் அங்கிருந்தன. நகரில் தெப்பக்குளம் என்ற பகுதி மாணவர்களின் நகர மாகவே அறியப்பட்டிருந்தது. வீதிகள், கடைகள், கோவில்கள் என எங்கு பார்த்தாலும் மாணவர்கள்தான் கூட்டம்கூட்டமாகத் தென்படுவார்கள். மாணவர்களுக்கெனப் பல உணவு விடுதிகள் இருந்தன. அவற்றை நடத்தியவர்கள் பிராமணர்கள். இங்கே பிராமணர்களுக்கு மட்டுமே உணவு வழங்கப்படும். பிராமண மாணவர்களுக்கெனத் தனியாக அறைகளும் வாடகைக்குக் கிடைத்தன. கட்டுப்பாடு மிகுந்த விடுதிகளில் வசிக்க விரும்பாமல், சுதந்திரமாக இருக்க விரும்பிய பல மாணவர்கள் இவற்றில் வசித்தனர். பெரும்பாலான விடுதிகளின் வாசலில் "பிராமணர்களுக்கு மட்டும்" என்ற பலகை தொங்கும்.

எனக்கு வழிகாட்டியாக வந்த பட்ட மேற்படிப்பு நண்பர் அவருடைய விடுதியில் தான் தங்கியிருந்த அறைக்கு என்னை அழைத்துச் சென்றார். எனக்கு அங்கே அறை வாடகைக்குக் கொடுக்க மாட்டார்கள் என்பதை விளக்கினார். சாப்பாடு கிடைப்பதுகூடக் கடினம் என்று சொன்னார். பிறகு, அமைதியாகச் சிரித்துவிட்டு எப்படியாவது சமாளிப்பதாகச் சொன்னார். எங்கள் செருப்பை வெளியில் விட்டுவிட்டு சத்தம்காட்டாமல் அவருடைய அறைக்குள் சென்றோம். தன் அறைக்குச் சில பலகாரங்களைக் காலை உணவிற்காகக் கொண்டுவரச் செய்தார். சீக்கிரமே முதல்வரைச் சந்திக்கத் தயாராகிவிட்டேன். அந்த விடுதியில் இருந்த இரண்டு

மாணவர்கள் தேசியக் கல்லூரியில் படித்துவந்தார்கள். அவர்கள் என் நண்பருக்கு நண்பர்கள். என்னைச் சந்தித்து, என் எதிர்கால மாணவர்கள் என்று தங்களை அறிமுகம் செய்துகொண்டார்கள். பக்கத்திலிருந்த மாவட்டத்தைச் சேர்ந்த பெரிய வழக்கறிஞர் ஒருவருடைய மகன்கள் அவர்கள். அவர்களுடைய குடும்பம் பிரம்மஞானத்தைப் பின்பற்றி வந்தது.

முதல்வர் சாரநாதன் திருமணமாகாதவர். கல்லூரிக்கு அருகிலேயே இருந்த ஒரு வீட்டின் மாடியில் அவர் குடியிருந்தார். காலை 9 மணியளவில் அவருடைய அறைக்குள் நுழைந்தோம். சம்பிரதாய வரவேற்புகளுக்குப் பிறகு, "நீ அய்யரா, அய்யங்காரா?" என்று கேட்டார். அவர் இப்படி முகத்துக்கு நேரே கேட்டதில் நான் சற்று அதிர்ந்துபோனேன். பிறகு சுதாரித்துக்கொண்டு, "நான் அய்யருமில்லை, அய்யங்காருமில்லை. இது மிக முக்கியமா?" என்று கேட்டேன். அவர் பெரிதாகச் சிரித்துவிட்டுச் சொன்னார், "அது இப்போது முக்கியமில்லை. உன்னைத் தேர்வு செய்யும்போது கல்லூரி நிர்வாகக் குழுவிடம் நீ ஒரு அய்யர்தான், அய்யங்காரில்லை என்று உறுதியளித்திருக்கிறேன்" என்று சொன்னார். பிறகு அவர் அதன் பின்னணியை விளக்கினார். கல்லூரிக் குழுவில் சமமான எண்ணிக்கையில் அய்யரும் அய்யங்காரும் இருக்கிறார்கள். தலைவர் அய்யங்கார். செயலர் அய்யர். முதல்வர் அய்யங்கார். இந்தப் போட்டியின் காரணமாகக் கல்லூரிக்கு ஆட்களை நியமனம் செய்யும்போது முதல்வர் தன் வகுப்பைச் சேர்ந்தவர்களையே நியமனம் செய்வதாக அய்யர்கள் குற்றம் சாட்டினார்கள். ஏதாவது விமர்சனம் எழும் என்ற நிலையில், நான் ஒரு அய்யர் என்று அவர்களுக்கு உறுதியளித்திருக்கிறார் சாரநாதன்.

அவர் இதை விளக்கிச் சொன்ன பிறகு, நான் பிராமணனாக இருப்பேன் என்று எப்படி முடிவுக்கு வந்தார் என்று கேட்டேன். இத்தனைக்கும் என் பெயர் பிராமணப் பெயர் கிடையாது. சாதியை என் பெயருக்குப் பின்னால் பயன்படுத்துவதும் கிடையாது. என் கேள்வியை நல்லவிதமாக எடுத்துக்கொண்டு நான் நன்றாகப் படித்திருப்பதால் பிராமணனாகத்தான் இருக்க வேண்டும் என்று நினைத்ததாக அவர் சொன்னார். ஆனர்ஸ் முதல் வகுப்பு ஒன்றும் பிராமணர்களின் தனி உரிமை இல்லை என்று பதில் சொன்னேன். முதல் வகுப்பு ஆனர்ஸ் பட்டம் பெற்ற அல்லது பட்ட மேற்படிப்பு படித்த பிராமணரல்லாத தமிழர் யாராவது இருந்தால் அவரது பெயரைச் சொல்லும்படி சொன்னார் சாரநாதன். அந்தக் கேள்விக்கு என்னிடம் பதில் இல்லை.

எனக்குத் தெரிந்தவரையில் பிராமணரல்லாதவர்கள் யாரும் அந்த அளவுக்கு கல்வியில் தனிச்சிறப்பு பெற்றிருக்கவில்லை. பெரும்பாலான கல்லூரிகளில் ஆனர்ஸ், பட்ட மேற்படிப்பு வகுப்புகளில் வெகுசில பிராமணரல்லாத மாணவர்களே இருந்தனர். மொத்த உரையாடலும் சாதாரணமாக நடந்தது. ஆனால், என் சாதி குறித்த தவறான புரிதல் காரணமாகவே எனக்கு அந்த வேலை கிடைத்திருக்கிறது என்ற எண்ணமே அந்தப் பேச்சிலிருந்து கிடைத்தது. அவர் கடைசியாகக் கொடுத்த ஆலோசனை, எனது எண்ணத்தை உறுதிசெய்தது. கல்லூரிக் குழுவின் தலைவரையோ, செயலரையோ மரியாதை நிமித்தமாகக்கூடச் சந்திக்க வேண்டியதில்லை என்று சொன்னார்.

அப்போது அந்த அறையில் பல மாணவர்கள் இருந்தனர். அவர்களில் சிலர் தேசியக் கல்லூரி மாணவர்கள். இதனால், நானோ சாரநாதனோ எதிர்பாராத சில சங்கடங்கள் ஏற்பட்டன. இவர்களில் பலர் பிரம்மஞானவாதிகள். பொதுவாக சாதி பாகுபாடு பார்க்காதவர்கள். இந்தச் சந்திப்பில் நடந்த விஷயங்கள் அனைத்தும் காது, மூக்கு சேர்த்து கல்லூரி விடுதிகளிலும் நகரிலிருக்கும் உணவு விடுதிகளிலும் பரப்பப் பட்டன. எனக்கு ஒரு கதாநாயகனுக்குரிய அந்தஸ்து கிடைத்தது. சாரநாதன் மீது மாணவர்களுக்குப் பெரிதாக அபிமானம் கிடையாது என்பதால், மாணர்கள் என்னைப் போற்ற ஆரம்பித்தார்கள். சீக்கிரமே சாரநாதனின் காதுக்கு இந்த விவகாரம் எட்டிவிட்டது. அவருக்கு என் மீது தப் பெண்ணம் உருவானது. நான் அந்தக் கல்லூரியில் பணி யாற்றிய அடுத்த எட்டு மாதங்களில் அது பல்வேறு அற்ப வழிகளில் வெளிப்பட்டது.

2

தமிழ்நாட்டில் திராவிட இயக்கமும் அதன் பாரம்பரியமும்

பெரியார் ஈ.வெ.ரா. அறக்கட்டளைச் சொற்பொழிவுகள்
சென்னைப் பல்கலைக்கழகம்
1981

தமிழாக்கம்:

வ. ஜெயதேவன்
சிவ மாதவன்

முன்னுரை

பெரியார் ஈ.வெ. ராமசாமி அறக்கட்டளையின் சார்பில் தென்னகத்தின் மூத்த இச்சென்னைப் பல்கலைக்கழகத்தில் சொற்பொழிவுகளை நிகழ்த்த என்னை அழைத்தமைக்காக இப்பல்கலைக்கழகத்தாருக்கு எனது மனமார்ந்த நன்றி யறிதலையும் பாராட்டுதலையும் முதற்கண் தெரிவித்துக் கொள்கிறேன். இப்பல்கலைக்கழகத்தோடு நெருங்கிய தொடர்பு இல்லாத நான், கல்வியாளர்கள், அறிஞர்கள், கற்றுத்துறை போயவல்லார் ஆகியோருக்கே இத்தகு பெருமைகள் தரப்படும் என்ற எண்ணத்தில் இருந்தேன். இப்பிரிவினருள் எவ்வகையிலும் சாராத நான் இப்படிச் சொல்வது தன்னடக்கத்திற்காகக் கூறப்படும் வெற்றுரையன்று. நான் ஓய்வுபெற்ற பொதுத்துறை ஊழியன். பொருளீட்டத் தேவையற்ற நிலையில் நாட்டு நடப்பு களை ஊன்றிக் கவனிப்பதில் ஆர்வம்கொண்டு நேரத்தைச் செலவழிப்பவன். நான் ஏறத்தாழ பதினான்கு ஆண்டுகளுக்கு முன்பாக இந்தியச் செய்தித்தாள்கள் பலவற்றில் அரசியல், பொருளாதாரம், வரலாறு தொடர்பான கட்டுரைகளை எழுதத் தொடங்கினேன். தமிழ்நாடு பிற்பட்ட வகுப்பினர் குழுவின் தலைமைப் பொறுப்பிற்கு நான் அழைக்கப்பட்டபொழுது நமது சமூக, அரசியல் முறைகளின் சில கூறுகளை ஆராய்ந்தறியும் வாய்ப்பினையும் பெற்றிருந்தேன். அதுமுதல், அண்மைக் காலங்களில் நிகழ்ந்த பிற்பட்ட வகுப்பினர் போராட்டம், அதற்கு எதிரான போராட்டம் இவற்றில் தொடர்ந்து ஆழ்ந்த ஈடுபாடு கொண்டுள்ளேன். இச்சொற்பொழிவுக்காக எனக்குத் தரப்பட்ட பொருட்பரப்புகளுள் என் விருப்பத்திற்கேற்பத் தேர்ந்தெடுக்கப்பட்ட இத்தலைப்பு என் ஆய்விற்கும் ஆர்வத் திற்கும் பாங்கானதாய் அமைந்திருப்பதால் நான் இப்பணியை மகிழ்ச்சியுடன் ஏற்றுக்கொண்டேன்.

மேலும் இதில் எனக்குத் தனிப்பட்ட ஈடுபாடும் உண்டு. பெரியார் மறைவிற்கு முற்பட்ட பத்தாண்டுகளாக அவரை நான் நன்கறிவேன். 1930களில் பெரியார் தமது புகழ்மிக்க இரண்டு தொண்டர்களுடன் பம்பாயில் தாதர் பகுதியில் என் நண்பர் வீட்டிற்கு வந்திருந்தபோது என் முதல் தொடர்பு ஏற்பட்டது.

அத்தொண்டர்களும் இன்று நம்மிடையே இல்லை. கடவுள் மறுப்பாளராகிய பெரியாரின் துறவி போன்ற தோற்றமும், அவரோடு வந்திருந்த தொண்டர் இருவரின் சீடர் போன்ற நடத்தையும் பக்கத்திலிருந்த இந்துப் பெண்மணிகளின் கவனத்தைக் கவர்ந்தன. அவர்கள் பெரியாரைத் தெற்கிலிருந்து வந்திருக்கிற 'சாமியார்' என்று எண்ணிக்கொண்டனர். அப்பெண்கள் என் நண்பரிடம் பேசி பெரியாரைத் தரிசிக்கும் வாய்ப்பைக் கேட்டனர். அடுத்தநாள் சுவாமிகள் மௌனம் மேற்கொள்வார் என்ற நிபந்தனையுடன் தரிசனம் ஏற்பாடு செய்யப்பட்டது. அந்தப் பெண்கள் மலர்கள், பழங்கள், இனிப்புகள் ஆகியவற்றைத் தட்டுகளில் ஏந்திவந்து அவற்றை அவரைச் சுற்றி வைத்துவிட்டுப் பக்கத்தில் அமைதியாக அமர்ந்தனர். அந்தப் பெரியவர் அவர்களை மதிக்கும்வகையில் தலையைப் பன்முறை அசைத்தும், அவர்களுக்கு ஆசி அருளுதல் போன்றும் கையை உயர்த்தினார். அப்பெண்கள் முழு மகிழ்வோடும் மனநிறைவோடும் அங்கிருந்து புறப்பட்டுச் சென்றனர். அவரும் மறுநாள் பம்பாயை விட்டுப் புறப்பட்டார்.

1967 அல்லது 1968இல் இந்நிகழ்ச்சியைக் கட்டுரையாக ஓர் செய்தித்தாளில் எழுதினேன். இதன் உண்மை பற்றிப் பெரியாரிடம் கேட்கப்பட்டபோது பம்பாயில் நடந்த அந்த நிகழ்ச்சி உண்மையே என்று கூறிய பின்னர் அவர் எனக்குச் சொல்லி அனுப்பினார். அதற்குப் பிறகு நான் பெரியாரை அடிக்கடிச் சந்திப்பது வழக்கம். அவரிடம் நிறைந்த நகைச்சுவை உணர்வும், குழந்தை போன்று எதனையும் பாராட்டும் பண்பும் நிறைந்திருந்தன. நாட்டில் ஆங்காங்கே நிறுவப்பட்டிருக்கிற சிலைகள் மீது தேங்காய்கள் உடைக்கப்படும் என்றும், கடவுள் தன்மையற்ற சமயவாதிகளுக்குப் பூசைகள் நிகழ்த்தப்படும் என்றும் கூறி அவரைக் கேலி செய்வது வழக்கம். மேலும், அவருடைய தலையிலேயே பார்ப்பனப் பெண்டிர் தேங்காய் உடைக்கக்கூடும் என்று கூறுவதைக் கேட்டு அவர் பெரிதும் மகிழ்ந்து வாய்விட்டுச் சிரிப்பார். இவையெல்லாம் நடந்து முடிந்துவிட்டன.

மிகக் குறைந்த காலத்திலேயே சாமானிய மக்களுக்கு இவ்வளவு நிறைந்த தொண்டாற்றியுள்ள அந்தப் பெருந்தகைக்கு என் அஞ்சலியை மீண்டும் ஒரு முறை செலுத்துவதற்கு வாய்ப்பளித்த இப்பல்கலைக்கழகத்திற்கு என் நன்றியைத் தெரிவித்துக்கொள்கிறேன். அவருடைய தொண்டு என்றும் இறவாத் தன்மையுடையது.

1

தமிழ்நாட்டில் திராவிட இயக்கமும் ஓர் அரசியல் சக்தியாக அது எழுச்சியுற்றமையும்

இயக்கத்தின் தொடக்கம்: திராவிடத்திலிருந்தா?

தென்னிந்திய வரலாற்றில் 20ஆம் நூற்றாண்டின் மிகச் சிறப்பான நிகழ்ச்சி, திராவிட இயக்கம் என்று கூறப்படுகின்ற பார்ப்பனர் அல்லாதார் இயக்கத்தின் எழுச்சியும் அதன் வளர்ச்சியுமாகும். இந்திய வரலாற்றில் முதன்முறையாக மதமோ, இனமோ அன்றிச் சாதியே பெருஞ் சக்தியாக அரசியலுள் நுழைந்தது. திராவிட இயக்கம் இந்திய வரலாற்றில் ஓர் அண்மைக்கால அத்தியாயமெனினும் இவ்வியக்கத்தின் தொடக்கம் குறித்து அறிஞர்களிடையே கருத்து வேறுபாடு உள்ளது. இப்போது இது ஒரு வரலாற்று ஆய்வுப் பொருளாகவே ஆகிவிட்டது. இந்த இயக்கம் இந்நூற்றாண்டின் தொடக்கத்தில் பம்பாய் மாநிலத்தில்-குறிப்பாக- மராட்டியப் பகுதியில் தோன்றிப் பின்பு அது தெற்கு நோக்கிப் பரவியது என்பது பரவலாகக் கூறப்படும் கருத்து. அந்நாளில் விந்திய மலையின் தெற்குப் பகுதி யானது பம்பாய் மாநிலம், சென்னை மாநிலம் என்ற இரண்டு பேராட்சிப் பகுதிகளாகப் பிரிக்கப்பட்டிருந்தது என்பதையும், இவ்விரு பகுதிகளுக்கிடையில் சில

பெரிய, சிறிய சமஸ்தானங்கள் இருந்தன என்பதையும் கருத்திற்கொள்வது இன்றியமையாதது. ஆயின் அடிப்படை யான சமூக, சமய, இனச்சார்பான இயக்கம் தோன்றிய நாளை வரையறுத்துக் கூற நம்மால் இயலாது. காலவரையறை என்பது சிறப்புமிக்க மனிதன், வரலாற்று நிகழ்ச்சி, இயற்கை நிகழ்ச்சி போன்றவற்றுடன் தொடர்புடையவற்றிற்கே உரியது.

பார்ப்பனர்களுக்கு எதிரான, பார்ப்பனர் அல்லாத பிற சாதியினரின் இயக்கம் என இவ்வியக்கம் கருதப்படு மானால், இது ஆரியர் குடியேறிய நாள் முதலே ஏதாவது ஒரு வடிவில் இருந்திருக்கலாம்; பௌத்தமும் சமணமும்கூடப் பார்ப்பனர் எதிர்ப்பு இயக்கங்களாகக் கூறப்படலாம். எனினும் இவையெல்லாம் நிச்சயம் எவ்வகையிலும் திராவிட இயக்கங்களே அல்ல. இவ்வியக்கங்கள் எல்லாம் பெரும்பாலும் சமயச் சார்பானவை; சமூகச் சீர்திருத்தங்களில் ஈடுபாடு கொண்டவை; வருணம் அல்லது சாதியின் அடிப்படையில் பார்ப்பனருக்கு எதிராக இவ்வியக்கங்கள் செலுத்தப்பட வில்லை; அன்றியும், இவை பார்ப்பனர்பால் வெறுப்புணர்ச்சி யையும் ஊட்டவில்லை. ஆரியரல்லாத ஆரியர் வழி வந்த க்ஷத்திரியர், வைசியர் அற்ற திராவிடரின் போராட்டம் அல்லது இயக்கத்தையே திராவிட இயக்கம் எனலாம். இப்பொருளில் இப்போதைய திராவிட இயக்கம் அமையவில்லை. எனினும் உறுதியாகப் பார்ப்பனர் அல்லாதார் இயக்கமாகவே அன்றும் இன்றும் இருந்துவருகிறது.

முற்காலத்தில் சமூக, சமயச் சீர்திருத்தங்கள்

ஆரியர்கள் இந்தியாவில் குடியேறிய காலத்திலிருந்து ஒன்பது, பத்தாம் நூற்றாண்டுகளில் இஸ்லாமியர் படை நடத்தி, ஆட்சி நிறுவி ஆண்ட காலம் வரை பார்ப்பனர்கள் சில சமயங்களில் ஆட்சியாளராகவும், பல சமயங்களில் அரசுக்குப் பின்பலமாகவும் இருந்தனர். இந்தக் காலப்பரப்பு முழுவதிலும் பார்ப்பனர்களின் அரசியல் செல்வாக்கு, ஆட்சித் துறையில் ஆதிக்கம் முதலியவற்றை எதிர்த்து எவ்வகைப் போராட்டமும் நிகழவில்லை. சமூகச் சீர்திருத்தம், பார்ப்பனியச் சடங்கு முறைகளில் நெகிழ்ச்சி அல்லது எளிமை ஆகியவை கருதி அவ்வப்போது சில இயக்கங்கள் எழுந்தன. சமூக அளவில் பார்ப்பனர் மதச் சடங்குகளால் பெற்றிருந்த உயர்நிலையை எதிர்த்து நேரடித் தாக்குதல் எதுவும் நடைபெறவில்லை. க்ஷத்திரியரின் எழுச்சி அடக்கப் பெற்றதைப் பரசுராமன் கதை வாயிலாகப் புராணங்கள் உறுதிசெய்கின்றன. நினைவுக்கெட்டாத காலம் முதல்

காப்பியங்களும் புராணங்களும் வினை, மறுபிறப்பு போன்ற கோட்பாடுகளைப் பரப்புவதன் வாயிலாக சமூகத்தின் பெரும் பகுதியினரை அவர்களது சமூக, சமய, பொருளாதாரத் தாழ்வு நிலையினை ஒப்புக்கொள்ளச் செய்தன.

ஆரியர் குடியேற்றம் ஒட்டுமொத்தமானதன்று

மேற்குறிப்பிட்ட ஆரியக் கொள்கைகளைக் கண்டனம் செய்யுமளவிற்கு முறையான பகுத்தறிவு முயற்சி எதுவும் மேற்கொள்ளப்படவில்லை. பொதுவாகத் தென்னிந்தியா வையும், குறிப்பாகத் தமிழ்நாட்டையும் பொறுத்தமட்டில் பார்ப்பனர் தவிர்ந்த பிற சாதியினர் அனைவரும் திராவிடர்கள் என்ற கருத்தில் ஓரளவு உண்மை இருக்கக்கூடும். ந. சுப்பிரமணியன் போன்ற இக்கால வரலாற்றாசிரியர்கள் பெருமுயற்சி எடுத்துக்கொண்டு படிப்போரை மனங்கொளச் செய்தல் போன்று, வடபுலத்து ஆரியப் பார்ப்பனர்கள் தங்கள் முழுமையான சாதிய அமைப்புடன் ஒட்டுமொத்த மாகத் தென்னிந்தியாவில் குடியேறவில்லை. மாறாக, அவர்கள் வருணாசிரம அமைப்பை அல்லது சாதியப் பண்பாட்டினை மறைமுகமாக இங்கே அறிமுகப்படுத்தினர்.

ஆரியர்களின் சாதியமைப்புக் கொள்கைப்படி, தென்னகப் பழங்குடி மக்களுக்கும் தொழில்வழிக் குழுக்களுக்கும் சமூக ஏணியில், மதச் சடங்குகளின் அடிப்படையில் வருணம் அளிக்கப்பட்டது. அரச மரபினருக்கு 'க்ஷத்திரியர்' என்ற அந்தஸ்தும் மரபும் அளிக்கப்பட்டன; வாணிபம் செய்யும் சில சாதியினர் 'வைசியர்' என்ற பட்டம் பெற்றனர்; பிற தொழிற் பிரிவினர் அனைவரும் அவர்களுடைய இட வேறுபாட்டிற்கேற்பச் 'சூத்திரர்' என்னும் பெரும்பான்மை பிரிவினுள் சேர்க்கப்பட்டனர். இந்தப் பண்பாட்டுத் தழுவலை எதிர்த்து முற்காலத்தில் வாழ்ந்துவந்த தமிழக மக்கள் போராட்டமோ புரட்சியோ மேற்கொண்டதற்கு எச்சான்றும் இல்லை. ஆரியரின் பண்பாட்டுக் கொள்கையானது விருப்பமில்லா நிலையில் ஏற்றுக்கொள்ளப்பட்டதற்கான குறிப்புகள் ஏதும் சங்க இலக்கியத்திலோ, சங்கம் மருவிய இலக்கியத்திலோ இல்லை. இப்பகுதித் தெய்வங்களும் சடங்குகளும் சமஸ்கிருத மயமாக்கப்பட்டதோடு, ஆரிய மத, புராணக் கருத்துக்களும் இம்மண்ணில் பரவின.

பழந்தமிழ் இலக்கியக் குறிப்புகள்

இக்கால ஆராய்ச்சியாளர் ஒருவர், கி.பி. 5 அல்லது 6ஆம் நூற்றாண்டைச் சேர்ந்ததெனப் பொதுவாகக் கருதப்படும் திருமூலரின் திருமந்திரத்தில் பார்ப்பனிய எதிர்ப்புக் கருத்தைக்

கண்டறிய முயற்சி செய்துள்ளார். திருமந்திரத்தில் இரண்டாம் தந்திரத்தில் உள்ள சில பாடல்களில் காணப்படும் பூணூல், குடுமி பற்றிய வருணனை ஏளனம் நிறைந்தது எனவும், திருமூலர் இதன் வாயிலாகப் பார்ப்பனரை ஏளனம் செய்கிறார் எனவும், அவ்வெள்ளல் பார்ப்பன எதிர்ப்பை உருவாக்குகிறது எனவும் அவ்வாய்வாளர் சுட்டியுள்ளார். ஆனால் திருமூலர் அவ்விடத்தில் பூணூல், குடுமி இவற்றுக்குத் தந்திர சாத்திரக் குறியீட்டைக் கொண்டுள்ளார். இதற்கு முந்திய பாடல் ஒன்றில் திருமூலர், பார்ப்பனர்கள் காயத்ரி மந்திரத்தை முறைப்படி ஓதி சிவனின் அருளைப் பெற்றனர் என்றும், மாயையை வெற்றிகொண்டனர் என்றும் கூறி அவர்களைப் புகழ்கின்றார். இவ்வாறு அவர் அவர்களைப் புகழ்ந்து கூறிவிட்டுப் பிறகு அவர்களுக்கெதிராக வெறுப்புணர்வைப் பரப்புகிறார் எனல் ஏற்கத்தக்கதன்று. தந்திர சாத்திரக் கலையில் துறைபோய சித்தர்களுள் காலத்தால் முற்பட்டவர் திருமூலர். சமயத்தின் புறவடிவங்களுக்கு உடன்படுவது தேவையானது என்று சித்தர்கள் கருதவில்லை; சித்தர்களுள் அனைவரும் உருவ வழிபாட்டையோ அர்ச்சகர்களது நியமனத்தையோ புறக்கணிக்கவில்லை; அவர்கள் பார்ப்பனருக்கோ ஆரியருக்கோ எதிரானவர்கள் அல்லர்.

பார்ப்பனர்கள் தொடர்ந்து தங்களுடைய சிறப்புரிமைகளைத் துய்த்துவந்தனர். நாயன்மார்கள் காலத்தில் நிறுவப்பட்ட சைவமடங்களின் ஆளுகைக்குட்பட்ட ஆலயங்களிலும்கூட அவர்கள் இப்போது இருத்தலைப் போன்று தலைமை அர்ச்சகர்களாகப் பணிபுரிந்தனர். திராவிடம் அல்லது பார்ப்பன எதிர்ப்புக்குப் பழைமைச் சிறப்பளித்து, அதனைத் திருமூலருடனும், கி.பி. 7, 8 நூற்றாண்டுகளில் வளர்ச்சியுற்ற சைவ வழக்குடனும் தொடர்புபடுத்திப் பேசுவது குறுகிய தற்பற்று வெறியின் உச்சநிலையாகும்.

சிறந்த சமூகவியல் அறிஞரான டாக்டர் குர்யே மேலே குறிப்பிட்ட ஆராய்ச்சியாளரை விஞ்சும் வகையில் பார்ப்பன எதிர்ப்பானது இன்னும் தொன்மையானது எனத் தமது அண்மைப் பதிப்பாகிய 'இந்தியாவில் சாதியும் இனமும்' என்ற நூலில் கூறுவது மிகவும் வியப்பானது. சங்க காலத்தில் சமஸ்கிருதச் சொற்கள் அல்லது சமஸ்கிருத மொழிபெயர்ப்பு இல்லாமை, தமிழ் மொழி, இலக்கியம் சமஸ்கிருதச் செல்வாக்கில்லாது தனித்து வளர்ச்சியுற்றமை ஆகியவை ஆரிய எதிர்ப்பு, பார்ப்பன எதிர்ப்புக்கு எடுத்துக்காட்டுகளாக அவரால் குறிக்கப்படுகின்றன. இவ்வாறே ஆய்வுணர்ச்சியின்றி அவர், ஆழ்வார், நாயன்மார்களுள் பல வேளாளர்களும் பறையர்களும் இருந்தனர் என்று குறிக்கப்படுதலையும், பெரிய

புராணம் வேளாளராகிய சேக்கிழாரால் இயற்றப்பட்ட தையும் காட்டி இவையெல்லாம் பார்ப்பன எதிர்ப்புக்குரிய எடுத்துக்காட்டுகள் ஆகும் என்று தவறாகத் தெரிவிக்கிறார். கற்று வல்ல இச்சமூகவியல் அறிஞர், 1930, 40களில் தோன்றிய திராவிடர் கழகம், திராவிட முன்னேற்றக் கழகம், இவற்றின் துண்டு வெளியீட்டாளர்களின் தற்பற்று வெறியை வர்ணிக்கை யில் அவ்வெளியீடுகளில் காணப்பெறும் பார்ப்பன எதிர்ப் பானது முற்காலத்தில் விளங்கிய பார்ப்பன எதிர்ப்பின் மறுபதிப்பே எனத் தவறாகத் தெரிவிக்கிறார்.

தமிழ்நாட்டை ஆண்ட பல்லவர், சோழர், பாண்டியர் எவரும் ஒருபோதும் பார்ப்பனர் எதிர்ப்பை புலப்படுத்த வில்லை. உண்மையில் பார்ப்பனர்களை வடநாட்டிலிருந்து அவ்வப்போது கூட்டங்கூட்டமாகத் தருவித்ததற்கும், தாங்கள் கட்டிய கோவில்களைச் சுற்றி அவர்களைக் குடிவைத்ததற்கும் அம்மன்னர்கள்தாம் பொறுப்பாளிகள் ஆவர்.

பார்ப்பன எதிர்ப்பு — ஒரு நவீன நிகழ்வுப்போக்கு

திராவிட இயக்கம் என்னும் பெயரில் அமைந்த பார்ப்பன எதிர்ப்பு அல்லது பார்ப்பனர் அல்லாதார் இயக்கம் என்பது ஆங்கிலேயர் ஆட்சியில் பத்தொன்பதாம் நூற்றாண்டின் இறுதியில் தலையெடுத்த ஒரு புது அற்புதமாகும். ஆங்கிலேயர் தமது ஆட்சியை ஒன்றுதிரட்ட இந்து சமயத்துள் உயர் சாதியினராகவும், நெடுங்காலமாகக் கல்வி பயின்றவர் களாகவும், ஆட்சித் திறத்தில் காலங்காலமாக மதிக்கப்பட்டு வந்தவர்களுமாகிய பார்ப்பனர்களையே நம்ப வேண்டி யிருந்தது. மேலும் இவர்கள் சமய வழிபாட்டுப் பணிகளில் வகித்த உயர்ந்த இடத்தாலும், இதன் காரணமாக இவர்கள் சாதாரண மக்களின் பணிவுக்கும் மதிப்புக்கும் உரியவர்களாக விளங்கியமையாலும் ஆங்கிலேயர்கள் பார்ப்பனர்களையே நம்ப வேண்டியிருந்தது. சிறுசிறு பார்ப்பன அலுவலர்கள் கூட அவர்கள் பார்ப்பனர்கள் என்பதாலேயே மதிக்கப் பட்டனர்; மரியாதை செலுத்தப்பட்டனர்; பணிவு காட்டப் பட்டனர்.

வாலன்டைன் சிரால் *(Valentine Chirol)* 1910இல் எழுதிய தமது 'இந்தியர் அமைதியின்மை' ***(Indian Unrest)*** நூலில் எர்ஸ்கின் பிரபுவின் வடிகட்டுக் கொள்கைக்கு எடுத்துக் காட்டாகப் பார்ப்பனர்களின் நிலையை அரசு ஊழியர் நிலையோடு ஒப்பிட்டுப் பின்வருமாறு கூறுகிறார்: "இந்தியாவில், ஆங்கிலேயரின் கல்வி சமயத்தோடு பின்னிப்பிணைந்த ஒன்றாய் இருந்ததால், இந்துக்களின் உயர்கல்வி பார்ப்பனர்

களின் கையில் இருந்ததோடு அது அவர்களுக்கே உரியதாகவும் விளங்கியது.” இந்தக் கல்வி முறை இரு தென்னக மாநிலங் களிலும் சுதேச சமஸ்தானங்களிலும் முழுமையாகவும் பரவலாகவும் இருந்தது. 19ஆம் நூற்றாண்டின் இறுதியில் இந்தியர்களுக்கு வழங்கப்பட்ட பணிகளில் 80 முதல் 90 விழுக்காடு பார்ப்பனர்களால் கைக்கொள்ளப்பட்டன. அரசு பணிகள் மட்டுமன்றிப் பிற துறைப் பணிகளிலும் அவர்கள் ஆதிக்கம் செலுத்திவந்தனர். இக்காலப் பரப்பில் அரசு ஊழியர்கள், வழக்குரைஞர்கள் போன்ற பதவிகளை வகித்த பார்ப்பனரின் எண்ணிக்கை அடிக்கடி பல அறிக்கைகளிலும் வெளியீடுகளிலும் வெளிவந்திருப்பதால் மீண்டும் அவற்றை இங்குப் புள்ளிவிவரங்களுடன் தரத் தேவையில்லை.

பார்ப்பனர் அல்லாத உயர் சாதியினரின் எதிர்ப்பியக்கம்

திராவிட இயக்கம் என்று தற்போது அழைக்கப்படுகிற பார்ப்பனர் அல்லாத இயக்கம் ஒரு புது நெறியாகும். இது பற்றிப் பின்னர் முழுமையாக விளக்கப்படும். இந்த இயக்கம் மகாராட்டிரம், சென்னை மாநிலங்களில் ஏறத்தாழ ஒரே காலத்தில், ஒத்த காரணங்களுக்காக எழுந்த ஒரு புது நெறியாகும் என்பதை வலியுறுத்திக் கூற விரும்புகிறேன். மராட்டிய, சென்னை மாநிலத் தலைவர்களிடையே பின்னர் தொடர்பு இருந்தபோதிலும் இவ்வியக்கம் மகாராட்டிரத் திலிருந்து தமிழகத்திற்குத் தருவிக்கப்பட்டது என்பதற்கான சான்று எதுவும் இல்லை. இது ஆங்கிலேய நிர்வாகத்தைக் கவரும் நோக்கில் உருவாக்கப்பட்ட எதிர்ப்பியக்கம். நாளடைவில் பார்ப்பனர்களுக்கு எதிரான வெறுப்புணர்ச்சியை வளர்த்துக்கொண்டாலும் தொடக்கத்தில் இது பார்ப்பன எதிர்ப்பியக்கமன்று. இந்த இயக்கம் முகமதியர்களையும் கிறித்தவர்களையும் சேர்த்துக்கொண்டபோதிலும் தாழ்த்தப் பட்டோர் என அப்போது குறிப்பிடப்பெற்ற வகுப்பினரை இதில் ஈடுபடுத்தாதது விந்தையானது. இது அடிப்படையில் பார்ப்பனர் அல்லாத உயர் சாதியினரின் இயக்கமாக இருந்தது. இவ்வுயர் சாதியினர் சமயச் சடங்குகளில் இல்லா விட்டாலும், சமுதாய, அரசியல் மற்றும் அரசு பணி களிலாவது தமக்குரிய முக்கியமான இடத்தைப் பெற வேண்டும் என்பதில் எப்போதும் பேரார்வம் காட்டிவந்தனர்.

வரலாற்று ரீதியில் பல்லவர், சோழர், பாண்டியர், நாயக்கர் ஆட்சியின்போதுகூட உயர் அலுவல்கள், குறிப்பாக நீதிமன்றம், நில ஆட்சிமுறை முதலான அலுவல்கள் யாவும்

வேளாளர், முதலியார் என்னும் இரு சாதியினரால் நடத்தப்பெற்றன. முற்காலச் சோழர் காலத்தில் வேளிர்கள் என அழைக்கப்பட்டவர்கள் பெரிய நிலவுடைமையாளர்களாக மட்டுமல்லாமல் நிலப்பிரபுக்களாகவும் விளங்கினர்; படைகளைத் திரட்டுபவர்களாகவும் விளங்கினர். இவர்கள் தம் பெண்களை அரச குடும்பத்தினருக்கு மணம் முடித்தனர். வேளிர்கள் முற்காலத்தில் பெற்ற சிறப்பு நிலைகள் யாவும் பிற்காலப் பாண்டியர், நாயக்கர் ஆட்சிக் காலங்களில் தளவாய்களாகத் தொடர்ந்து பேணப்பட்டன. தெலுங்குச் சோழர்களையும் நாயக்க அரசர்களையும் தொடர்ந்து நாயுடு, ரெட்டியார் என்னும் இரு சாதியினரும் பெரும் நிலக்கிழார்களாகவும் உயர்நிலைகளுக்கு உரிமைகொண்டாடுபவர்களாகவும் உயர்வு பெற்றனர். இதன் பயனாக வேளாளர், நாயுடு, ரெட்டியார் என்னும் இம்மூவகையினரும் பார்ப்பனர் அல்லாத மக்களிடத்து ஆதிக்கம் செலுத்தினர். ஆங்கிலேயரின் ஆட்சிக் காலத்தில்தான் இவர்கள் தங்களின் ஆதிக்க நிலையை இழந்தனர். 20ஆம் நூற்றாண்டின் தொடக்கத்தில் இவர்கள் ஆரியர் அல்லாதவர் அல்லது பார்ப்பனர் அல்லாதாரின் தலைவர்களாவதன் மூலம் தமது பழைய வரலாற்றுப் புகழ்மிக்க தலைமையிடத்தை மீண்டும் பெறவிரும்பினர். இத்தகு சூழ்நிலைகளில் தமிழகத்தில் பார்ப்பனர் அல்லாதார் இயக்கம் பம்பாய் மாநிலத்தைச் சார்ந்த மராட்டியப் பகுதியினின்று கிளைத்தெழுந்ததெனக் கூறுவது பொருத்தமுடையதன்று. இதுபோன்ற இயக்கங்கள் மராட்டியத்திலும் தமிழகத்திலும் ஒரே காலகட்டத்தில், ஒத்த காரணங்களின் அடியாக எழுந்தன என்ற ஒன்றை மட்டும் சொல்லலாம்.

இவ்வியக்கம் தென்னகத்தில் தோன்றியது ஏன்?

தென்னாட்டில் திராவிட இயக்கம் தோற்றுவிக்கப்பட்டதன் காரணத்தையும், அது வடநாட்டில் தோன்றாததற்கான காரணத்தையும் லாயிட் மற்றும் சுசன் ரூடால்ஃப் என்ற இரு ஆசிரியர்களும் தங்களுடைய பல்வேறு ஆய்வுகளின் மூலமாகப் பின்வருமாறு கூறுகின்றனர். பார்ப்பனர்கள் தாங்கள் தாம் இருபிறப்புடைய உண்மையான ஆரியர்கள் என்ற கருத்தைத் தென்னாட்டில் வெளிப்படையாகக் கூறிவந்தார்கள். வடநாட்டிலோ பல பார்ப்பனர் அல்லாத க்ஷத்திரிய, வைசியர் போன்றவர்களும் தங்களை இருபிறப்புடையவர்கள் என்று கூறிக்கொண்டனர். அத்துடன் வடநாட்டில் மொகலாயரின் ஆட்சிக் காலத்தில் காயஸ்தர் என்ற புதிய சாதியினரும் உருவாகி முன்னுக்கு வந்தனர். இந்தப் புதிய சாதியினர் அரசுப் பணிகளில் தமக்குரிய பங்கினைப் பெறவும் அறிவுத்

துறைகளில் சிறந்த இடத்தைப் பெறவும் பார்ப்பனர்களோடு போட்டியிட்டு வெற்றியும் கண்டனர். முகமதிய மன்னர் களின் வருகைக்குப் பிறகு ஆங்கிலேயர் இந்நாட்டிற்கு வந்தபின்னும் வடநாட்டுப் பார்ப்பனர்களால் எந்த அதிகாரமிடும் பணிகளையும் பெற முடியவில்லை. பார்ப் பனர்களுடைய பணியை ஏற்கின்ற அளவுக்குக் கோயில்கள், கல்விக்கூடங்கள் அதிகமாக இல்லை. வடநாட்டுப் பார்ப் பனர்கள் – ஆண், பெண் இருபாலாருமே – உடை, பேச்சுமுறை, நடத்தை ஆகியவற்றில் மற்றவர்களிடமிருந்து வேறுபடுத்த முடியாதவர்களாய் இருந்தனர். ஆனால் தமிழ்நாட்டில் அவர்கள் தம்மை முற்றிலும் வேறுபட்டவர்களாகக் காட்டிக்கொண்டனர். இந்த உண்மை சாதாரணமானதாக இருந்தாலும் இதுவும் தமிழ்நாட்டில் திராவிட இயக்கம் தோன்ற ஒரு காரணமாக இருந்தது எனலாம். அரசு பணிகளிலும் சேவைகளிலும் அவர்கள் பெரும் எண்ணிக்கை யில் இடம்பெற்றிருந்ததோடு, அவர்கள் வசித்து வந்த அக்ரகாரங்களும் எண்ணிறைந்த கோவில்களும் அவர்களது நிலையைத் துவக்கமாகத் தனித்துக் காட்டின.

பார்ப்பனர் அல்லாத உயர்வகுப்பினரின் நோக்கங்கள்

பார்ப்பனர்கள் அரசு பணிகளில் பெற்றிருந்த ஆதிக்க நிலை, அரசியல் செல்வாக்கு, அரசியலில் பெற்றிருந்த இடம் ஆகியவற்றிலிருந்து விரைவாக அவர்களை மாற்றி அவ் விடங்களில் தாங்கள் அமர வேண்டும் என்பதே தொடக்கத் தில் பார்ப்பனர் அல்லாத உயர் சாதித் தலைமைப் பொறுப்பின் நாட்டமாக இருந்தது. கல்வி, பொருளாதார வலிமை, அரசியல் செல்வாக்கு இல்லாத நிலையில் ஆங்கிலேய ஆட்சி யின் நேரடி ஆதரவைத் தாம் பெற்றாலன்றி இந்த மாற்றத்தைச் செய்வது எளிதன்று என்பதையும் அத்தலைவர்கள் உணர்ந்திருந்தனர். விரைந்து வலுப்பெற்றுவந்த இந்தப் புதிய பார்ப்பனர் அல்லாத உயர்சாதிப் பிரமுகர்கள் ஆங்கிலேய ஆட்சி நீக்கப்பட்டுவிட்டால் காங்கிரஸ் கட்சியின் பார்ப்பனத் தலைவர்கள் சாதாரண மக்களின் முன்னேற்றத்தைத் தடைப்படுத்துவர் என்று கருதினர். எனவே தேசிய காங்கிரஸ் இயக்கத்தின் மீது தங்களுக்கிருந்த அவநம்பிக்கையை வெளிப் படுத்தினர். எனவே, உயர்சாதியினரின் புதிய தலைமை, தேசியவாதிகளின் இயக்கத்திற்கு வெளிப்படையான எதிர்ப் பாக விளங்கியதோடு ஆங்கிலேய ஆட்சிக்குப் பக்கத் துணையாக நின்றது.

பார்ப்பனர் அல்லாதார் அறிக்கையும் தலைமையும்

1916ஆம் ஆண்டின் பார்ப்பனர் அல்லாதார் அறிக்கையில் அவர்கள் தங்கள் அச்சவுணர்வுகளை வெளிப்படுத்தினர். கொள்கை விளக்க அறிக்கையை வெளியிட்ட தென்னிந்தியர் நல உரிமைச் சங்கமும் அக்கொள்கை விளக்க அறிக்கையும் ஆங்கிலேயரிடமிருந்து ஆட்சிமாற்றம் பார்ப்பன எசமானர்களின் கைகளுக்குச் சென்றுவிடும் என்ற காரணத்தால் அதனை உறுதியாக எதிர்த்தன. இதையடுத்து, 1917 ஆகஸ்டில் தென்னிந்திய விடுதலைக் கழகம் என்ற அமைப்பு அரசியல் அமைப்பாக செயல்படும்முகத்தான் டாக்டர் டி.எம்.நாயர், பி.தியாகராய செட்டியார், டாக்டர் சி.நடேச முதலியார் ஆகியோர் தலைமையில் தோற்றுவிக்கப்பட்டது. இத்தலைவர்களைப் பற்றித் தவறாகக் கூறுவது சில ஆண்டுகளுக்கு முன்வரை பாவமாகக் கருதப்பட்ட போதிலும் சில கருத்துக்களைக் கூற விழைகின்றேன்.

பார்ப்பனியம் ஆழமாக வேரூன்றிக்கிடந்த கேரளாவில் அதற்கு எதிராக எந்த இயக்கமும் எழவில்லை. இந்நிலையில் கேரளாவைச் சேர்ந்த நாயர் சென்னை மாநிலத்தில் கேரளாவின் ஒரு பகுதி உட்பட்டிராவிட்டால் தமிழ்நாட்டு அரசியலில் ஈடுபட்டிருக்கமாட்டார். தியாகராய செட்டியார் தெலுங்கு பேசும் வணிகர். மற்றொருவர் முதலியார். இந்தக் கழகத்தின் மிக முக்கியத்துவம் வாய்ந்த பிரதிநிதியாக நாயர் விளங்கினார். இதற்குச் சில தனிப்பட்ட காரணங்கள் உண்டு. இந்தக் கழகம் சமூகத்தின் உயர்மட்டத்தில் உள்ள செல்வர்களை ஒன்றுதிரட்டுகின்ற குழுவாகவே விளங்கிற்று. இக்குழுவினர் சமூகத்திலுள்ள எளிய மக்களின் பிரதிநிதிகளாக இல்லை. அம்மக்களின் இன்பதுன்பங்களைத் தெரிந்தவர்களாகவும் இல்லை. பொதுமக்களுக்கு நன்மை செய்யும் நோக்கிலான புதிய சமுதாயத்தை அமைத்தல், பொருளாதார மேம்பாடு இவைபற்றித் தீவிரமான முயற்சியை அவர்கள் மேற்கொள்ளவில்லை. இவ்வியக்கம் சமூகத்தின் எளிய மக்களை அணுகாமல் பெரும்பாலும் நகரமாந்தரைச் சார்ந்ததாகவே இருந்தது என்பது உண்மை. தாழ்த்தப்பட்ட மக்களைப் பற்றிய எண்ணத்தை இக்குழுவினர் கொண்டிருந்தனர் என்பதற்குச் சான்று எதுவும் இல்லை. இவர்கள் பெரும் நிலக்கிழார்களாதலால் எளிய மக்களைச் சிறிதுகூடப் பொருட்படுத்தவில்லை. பார்ப்பனர் அல்லாத உயர்சாதியைச் சேர்ந்த முதல் தலைமுறையினரில் பட்டம் பெற்றவர்கள்

அல்லது அறிவுத்துறையினரை இக்கழகம் உறுப்பினர்களாகக் கொண்டிருந்தது. உள்ளாட்சியின் அளவுகோலாக இருந்த மாவட்டக் கழகம் என்னும் அமைப்பில் பார்ப்பனர்களின் எண்ணிக்கை பெருகியது குறித்தும், டாக்டர் அன்னி பெசன்ட் தலைமையில் சென்னையில் செல்வாக்குப் பெற்று விளங்கிய தன்னாட்சி இயக்கத்தில் பார்ப்பனர்களின் செல்வாக்கு பெருகிவருதலைக் கண்டும் பார்ப்பனர் அல்லாதாரின் தலைவர்கள் பெரிதும் கவலைகொண்டனர்.

பார்ப்பனர் அல்லாதார் இயக்கம் பற்றிய ஆங்கிலேயரின் மனப்பாங்கு — ஒரு பார்வை

இது தொடர்பாக, பார்ப்பனர்கள் அறிவுத் துறைகளிலும் அரசு பணியிலும் பெற்றிருந்த ஆதிக்கம் குறித்து அந்நாளில் ஆங்கிலேய அரசு என்ன நினைத்தது என்பதை நோக்குவது பயனுடையதாகும். சென்னை மாநிலத்தின் மொத்த மக்கள் தொகையில் 4 விழுக்காடு உள்ள பார்ப்பனர்களின் ஆதிக்கத் திற்கு எதிராக எழுந்த உணர்வுப் போக்கை ஆங்கிலேய ஆட்சியாளர்கள் முன்கூட்டியே அறிந்திருந்தனர். மேலும் சமூக நீதி காரணமாக இவர்களது ஆதிக்கத்தைத் தடுத்து நிறுத்துகிற அறிவையும் பெற்றிருந்தனர். மிண்டோ மார்லி சீர்திருத்தத்தின் கீழ் உருவாக்கப்பட்ட சிறிய சட்டமன்றத்தில் கூடப் பார்ப்பனர்களே ஆதிக்கமுடையோராய் இருந்தனர். 1907இலேயே இந்திய அரசின் உள்துறையானது சென்னை சட்டமேலவையில் இந்தியர்கள் பங்கேற்க வேண்டும் என்ற கருத்துத் தூண்டுதலையடுத்து ஒரு திட்டத்தைத் தயாரித்தது. இதன்படி அரசுத்துறை சாராத 17 தேர்தல் தொகுதிகள் இருத்தல் வேண்டும். சாதி, தொழிற்குழுக்களின் வாக்காளரால் தேர்ந்தெடுக்கப்படவேண்டிய இத்தொகுதிகளில் கிறித்தவர், முகமதியர் உள்ளிட்ட பார்ப்பனர் அல்லாதார்க்குக் கணிசமான அளவில் பிரதிநிதித்துவம் கிடைத்தது. சட்டமன்றங்களில் கொண்டுவரப்பட்ட இந்த வகுப்புவாரிப் பிரதிநிதித்துவம் இந்தியா முழுவதும் கடுமையான கண்டனத்திற்கு ஆளாயிற்று. இது சென்னைப் பத்திரிகைத் துறையினரால் தேசிய ஒருமைப் பாட்டுக்கு எதிரானது என்றுகூடச் சித்திரிக்கப்பட்டது. உண்மையில் இளம் விடுதலை இயக்கம் வலிமை பெறுமுன்பாக அதனை அழித்துவிடக்கூடிய கயமை நிறைந்த சதித்திட்டம் என்று இப்பிரதிநிதித்துவம் பழிப்புரைக்கு உள்ளானது; பார்ப்பனர்களின் ஆதிக்கத்திலிருந்த புகழ்வாய்ந்த நாளேட்டில் இப்பிரதிநிதித்துவம் ஒரு பிரித்தாளும் சூழ்ச்சியின் வளர்ச்சி என்று எழுதப்பட்டது. இத்திட்டத்திற்கு முகமதியரிடமிருந்தே

பெரும் ஆதரவு கிடைத்தது. இது தொடர்பாகப் பார்ப்பனர் அல்லாத மக்களிடம் பொதுக்கருத்தை உருவாக்க முடிய வில்லை; அவர்களை ஒன்றுதிரட்ட முடியவில்லை. ஏனெனில் தங்கள் கருத்துகளை வெளியிடுவதற்கேற்ற பத்திரிகைச் சாதனங் களைத் தமக்கென்று சொந்தமாக அவர்கள் வைத்திருக்க வில்லை. எல்லாச் சாதியினரும் ஏற்கக்கூடிய தலைவரை நியமிக்க பார்ப்பனர் அல்லாதாரிடமிருந்த ஒற்றுமையின்மை தடையாக இருந்தது. ஒவ்வொரு சாதியும் தங்கள் சாதிக்குப் பிரதிநிதித்துவம் வழங்கப்பட வேண்டும் என்று விரும்பியது. பிரதிநிதித்துவம் பெற இயலாதவை தாம் பாதிக்கப்பட்டதாகக் கருதின.

இந்நிலைமைகள் யாவும் 1917இல் நீதிக்கட்சி அரசியல் இயக்கமாக எழுச்சியுற்றபொழுது முழுமையாக இல்லாவிட்டா லும் கணிசமான அளவு மாறின. எந்த வகையான தன்னாட்சி யிலும் பிரமணர்களின் ஆதிக்கம் இருக்கும் என்ற அச்சம் பார்ப்பனர் அல்லாத உயர் வகுப்பினரிடம் ஏற்பட்டது. பிராமணர்களுக்கு எதிரான பிரச்சாரம் பொது மேடை களிலும் இதற்கெனவே துவக்கப்பட்ட நாளிதழ்களிலும் பத்திரிகைகளிலும் நடக்கத் துவங்கியது. இதன் விளைவாகப் பொது மேடையில் பார்ப்பன எதிர்ப்புக் கருத்துகள் பரப்பப் பட்டன. அத்துடன் இதற்காகவே சில செய்தித்தாள்களும் இதழ்களும் பார்ப்பனர் அல்லாதாரால் தொடங்கப்பட்டன. 1916இல் இக்கருத்துகள் உச்சநிலையை அடைந்தன. மிண்டோ மார்லி திட்டத்தின் கீழ் மத்திய சட்ட மேலவை தேர்தல் நடத்தப்பட்டது. பார்ப்பனர் அல்லாதார் இயக்கத்தின் தலைமைச் சுடராக விளங்கிய டாக்டர் நாயர் ஒரு வரையறுத்த தொகுதியில் தோற்கடிக்கப்பட்டுப் பார்ப்பனர் ஒருவர் தேர்ந்தெடுக்கப்பட்டார். இத்தோல்வியானது பார்ப்பனர் எதிர்ப்புக்கு ஒரு சவாலாக அமைந்தது. இதனைத் தொடர்ந்து இவர்கள் முன்னைவிடவும் பல மடங்கு வீறுடன் செயலாற்றத் தொடங்கினர். இந்தப் புதிய இயக்கத்தில் டாக்டர் நாயர் ஈடுபட்டதன் சொந்தக் காரணம் இதுவே.

ஆங்கிலேயரின் கொள்கைகள் குறைந்தது சென்னை மாநிலத்தைப் பொறுத்த அளவிலாவது இந்தப் புதிய வளர்ச்சிக்கு ஊக்கமளிப்பவையாக இருந்தன. அத்துடன் இங்குள்ள மக்களில் ஒரு பிரிவினர் ஆங்கிலேய ஆட்சியை விரும்பி ஏற்கக்கூடியவர்களாகவும், ஆங்கிலேயர்கள் இங்கேயே நிரந்தர மாகத் தங்குவதை விரும்பக்கூடியவர்களாகவும் இருந்தனர். எனவே இந்தப் புதிய வளர்ச்சிக்கு ஆங்கிலேயர் உதவியும் ஆதரவும் அளித்தது இயற்கையே.

சில வரலாற்று அனுமானங்கள்

பார்ப்பனர் அல்லாதார் இயக்கம் வலிவு பெற்றுத் திகழ ஆரம்பித்தபோது பார்ப்பனத் தலைவர்கள் மிகச் சிறந்த அறிவுத் திறத்துடன் செயல்பட்டிருக்கலாம். ராஜாஜி சென்னை காங்கிரஸ் கட்சியின் தலைமைப் பொறுப்பில் இல்லாத நிலையிலும் கட்சியில் மிகப்பெரும் செல்வாக்குடைய வராய் விளங்கினார். இவ்வாறே அந்தக் கட்சியின் பிற தலைவர்களும் ஆற்றல் வாய்ந்தவர்களாக விளங்கினர். இந்தத் தலைவர்களுள் ஒருவரால்கூடத் தங்களுடைய சிந்தனையையும் அறிவையும் மறைத்துக்கொண்டிருந்த மாயையின் முகத்திரையைக் கிழித்தெறிய முடியவில்லை. பார்ப்பனர் அல்லாதாரின் சிலவகை வகுப்புவாரிப் பிரதிநிதித்துவம், சமூகநீதி குறித்த கோரிக்கைகளின் தவிர்க்க இயலாத நிலையினைப் பார்ப்பனர்கள் முன்கூட்டியே அறிந்திருக்க வேண்டும். பார்ப்பனர்கள் தங்களுடைய பழைய நண்பரும், சில ஆண்டுகள் காங்கிரசில் தங்களோடு சேர்ந்து பணியாற்றிய வருமான ஈ.வே. ராமசாமியைச் சமாதானப்படுத்த முயற்சி செய்திருக்க வேண்டும். தாங்கள்தாம் ஆண்டவனின் பிரதிநிதி, அறிவுத்திறனில் மேம்பாடுடையவர்கள் என்னும் கருத்துகளில் பார்ப்பனத் தலைவர்கள் கொண்டிருந்த உறுதி பார்ப்பனர் அல்லாத குழுவினரின் மனத்தில் இருந்த அச்சத்தை நீக்கத் தவறியது. அத்துடன் காலங்காலமாக வந்த தங்களது முறைகேடான அதிகாரத்தை நிலைநிறுத்திக்கொள்ளும் முயற்சியையும் அவர்கள் மேற்கொண்டிருந்தனர். அதில் அவர்கள் பெற்ற தோல்வியின் விளைவாக அரை நூற்றாண்டு கழித்து திராவிட முன்னேற்றக் கழகத் தலைவர்களின் குரல் எல்லா இடத்திலும் எதிரொலிக்கலாயிற்று. அதாவது பார்ப்பனர்களுடைய வருணாசிரமப்படி நான்காவது சாதியின் ஆட்சி – சூத்திரர்களின் – ஆட்சி ஏற்பட்டது. இந்தச் சூத்திரர் ஆட்சிக்குப் பார்ப்பனர் அல்லாதாரின் அறிக்கை அடிப்படை அமைத்துக்கொடுத்தது. இந்த ஆட்சியின் ஆதாரக்கல் நீதிக்கட்சியால் நாட்டப்பட்டது.

தமிழ் மறுமலர்ச்சி

நீதிக்கட்சியின் சாதனைகளை மதிப்பீடு செய்யத் தொடங்குவதற்கு முன்பாக இக்காலகட்டத்தில் இலக்கிய, பண்பாட்டுப் பரப்பில் ஏற்பட்ட விழிப்புணர்வு குறித்துச் சில கூற விழைகிறேன். தேசிய இயக்கம் பழைமைவாய்ந்த இந்துப் பண்பாடு, இலக்கியம் குறித்த ஆய்வை மேற்கொள்ளப் பெரும் ஊக்கம் அளித்தது. எந்த அரசியல் புரட்சியாயினும்

இதுபோன்ற கலை, இலக்கிய, பண்பாட்டு மறுமலர்ச்சியோடு இணைந்த ஒன்றாகவே இருக்கும். திராவிடர் விழிப்புணர்ச்சி யின் காரணமாக எழுந்த ஊக்கத்தினால் தமிழ் இலக்கியம் முழுச் சிறப்புற்று மலர்ந்தது. தமிழ் இசை, கலை, கவிதை, நாடகம் ஆகியவை தனித்த வடிவம் பெற்றன. தமிழ் உரைநடை பல்வேறு வகைகளிலும் விரிவும் வளர்ச்சியும் உடையதாக மாறியது. ஆயினும் இந்த மறுமலர்ச்சி பார்ப்பனர் அல்லாத அல்லது திராவிட இயக்கத்தினரின் ஆதரவால் மட்டுமே ஏற்பட்டதன்று என்பதையும் குறிப்பிட விரும்புகிறேன். தமிழ் மறுமலர்ச்சி இயக்கத்தின் மேம்பாட்டில் காங்கிரஸ் கட்சிக்கு மிகுந்த பங்குண்டு. அத்துடன் பார்ப்பனக் கவிஞர் களும் அறிஞர்களும் இம்மறுமலர்ச்சியில் மதிக்கத்தகுந்த இடம் வகித்தனர். தமிழும் தனி கவனம் பெற்றது; மேடைத் தமிழ் 19ஆம் நூற்றாண்டில் எதிர்பார்த்திராத ஓர் உயர்நிலையை அடைந்து மதிப்புற்றது. இத்துறையில் திராவிட முன்னேற்றக் கழகத்தின் எழுத்தாளர்களும் சொற்பொழிவாளர்களும் பெரிதும் தொண்டாற்றி உள்ளனர்.

தற்பற்று

இம்மறுமலர்ச்சியின் துணைவிளைவாகப் புதிய உலகத் தேவைகள் அனைத்தும் பழந்தமிழ் மொழியிலும் தமிழ் நாட்டிலும் இருந்தன என்று குறிப்பிடும் மிகையான தற்பற்றுணர்ச்சி வளர்ச்சியுறலாயிற்று. இது தமிழுக்கோ, தமிழருக்கோ நிறைந்த பலன் தராத இந்தி எதிர்ப்புப் போராட்டத்திற்கும் வழிகோலியது. இந்தி, வடமொழி, ஆங்கிலம் ஆகிய மொழிகளால் தமிழுக்குத் தீங்கு நேராது என்பதை இத்தீவிரத் தற்பற்றாளர்கள் ஒத்துக்கொள்ளவில்லை. தென்னிந்தியர்களையெல்லாம் 'மதராஸிகள்' என்றும், 'கருப்புக் காட்டுமிராண்டிகள்' என்றும் கருதிவந்த இந்தியா வின் பிற பகுதியினர் இதன்பின் தென்னக மக்களைப் பற்றி நன்கு புரிந்துகொண்டதோடு அவர்களுடைய பண்புகள் மற்றும் வரலாற்றுச் சிறப்புமிக்க பங்களிப்பைப் பாராட்டவும் முற்பட்டனர். ஒருவகையில், தொடக்கத்தில் திராவிடச் சார்பு அவர்களுக்கு அதிர்ச்சியை அளித்தது. திராவிடச் சார்பு, தமிழ்த் தற்பற்று, அவற்றின் அடியாக எழுந்த விரும்பத் தகாத போக்கு காரணமாகத் திராவிட நாடு கோரிக்கை தொலைநோக்குச் சிந்தனை படைத்த அரசியல் மேதையாகிய அண்ணாவால் கைவிடப்பட்டது. தமிழர்களின் புத்தெழுச்சியை இந்திய தேசிய நீரோட்டத்தில் கலக்கச் செய்வதற்காகவும், நாடு தழுவிய பண்பாட்டு மறுமலர்ச்சிக்காவும் முயற்சிகள் செய்யப்பட்டு வருகின்றன.

முடிவாக, இந்த மொழி, பண்பாட்டு மறுமலர்ச்சி ஆகியவை தமிழருக்கே உரியது என்றோ அல்லது திராவிட இயக்கத்தின் தனிச்சிறப்புடைய கொடை என்றோ கருத முடியாது. இத்தகைய மறுமலர்ச்சி வேறு சில இடங்களிலும் நடந்திருக்கிறது. எடுத்துக்காட்டாக, கேரளா, குஜராத், வங்காளம், ஒரிசா ஆகிய மாநிலங்களைக் குறிப்பிடலாம். இது பெரும் மறுமலர்ச்சியினுடைய ஒரு கூறே ஆகும்; தவிர முழுமையான மறுமலர்ச்சி அன்று. இம்மறுமலர்ச்சிக்குத் திராவிட இயக்கம் தனித்திருப்பத்தையும் மொழி உணர்ச்சியையும் நல்கி இதனைத் தனித்தன்மையுடையதாகவும் தற்பற்றுடையதாகவும் மாற்றியது.

2

திராவிட இயக்கத்தின் மாறிவரும் அரசியல் படிநிலைகள்

படிநிலைகள்

சென்னை மாநிலத்தில் பார்ப்பனர் அல்லாதார் இயக்கம் மூவகைப் படிநிலைகளில் அடங்குகிறது. 1. பார்ப்பனர் அல்லாதார் இயக்க அறிக்கை வெளியிடப்பெற்ற 1916ஆம் ஆண்டு முதல் 1926 வரையிலான காலப்பகுதி. இது நீதிக்கட்சியின் காலம் ஆகும். 2. பெரியாரின் தலைமையில் அமைந்த, திராவிடச் சார்பு மிக்கிருந்த 1926 முதல் 1949க்கு இடைப்பட்ட காலப்பரப்பு. இக்காலப் பகுதி சுயமரியாதை இயக்கம், திராவிடர் கழகம் ஆகியவற்றின் தோற்றத்தை உள்ளடக்கியது. 3. 1949 முதல் அண்ணா பெரியாரிடமிருந்து பிரிந்து சென்ற காலப்பகுதி. இந்தப் படிநிலை முற்றிலும் அரசியலைச் சார்ந்தது. ஆதலின் இதைப் பார்ப்பனர் அல்லாதார் இயக்கத்தின் தொடர்ச்சி என்று முழுமையாகக் கொள்ளவியலாது. 1949வரை தமிழ்நாட்டு அரசியல், சமூக வாழ்வில் திராவிட இயக்கத்தின் படிநிலைகளான நீதிக்கட்சி, திராவிட இயக்கம் ஆகியவற்றின் கருத்துகள் நிரந்தரமாகச் செல்வாக்குப் பெற்றிருந்தபோதிலும், பார்ப்பனர் அல்லாத அல்லது திராவிட இயக்கம் சமூக, அரசியல் எதிர்ப்பு இயக்கமாகச் சொல்லப்பட்டு வந்த நிலை 1949ஆம் ஆண்டளவில் மங்கலாயிற்று.

ஆங்கிலேய மேற்பார்வையில் தன்னாட்சி

1916இல் ஆங்கிலேய ஆட்சியாளர்கள் இந்தியாவில் தன்னாட்சிக்கு ஓரளவு வடிவம் கொடுக்க முயன்றனர். அன்றியும் தங்களுடைய ஆட்சி அதிகாரத்தைத் தேர்ந்தெடுக்கப் பட்ட சில இந்தியர்களுக்குப் பகிர்ந்து கொடுக்க விரும்பினர். இந்த நோக்கத்திற்குச் சென்னைச் சூழ்நிலை மிகவும் உகந்த தாக இருப்பதை ஆங்கிலேயர் உணர்ந்தனர். நிலப்பிரபுக்களில் சிலர் ஒரு கட்சியை உருவாக்கினர். இக்கட்சியின் கொள்கை விளக்க அறிக்கையில், "ஆங்கிலேய ஆட்சியின் செல்வாக்கை யும் ஆணையுரிமையையும் அழிக்க முனையும் எந்த ஒரு இயக்கத்திற்கும் ஆதரவு அளிப்பதில்லை" என்று அவர்கள் தெளிவாகக் குறிப்பிட்டிருந்தார்கள். தென்னிந்தியர் விடுதலைக் கழகத்தின் அதிகாரப்பூர்வ ஏடாகிய *Non-Brahman* ஏட்டில் இந்தக் கருத்து மேலும் வரையறுத்து விளக்கப்பட்டது: "நம்முடைய நோக்கம் தன்னாட்சி அமைத்தலாகும். ஆனால் அதே சமயத்தில் அத்தன்னாட்சி ஆங்கிலேயர்களால் வழிநடத்தப்பட வேண்டும் என விரும்புகிறோம்." இந்தக் காலத்தில் இக்கழகம் திராவிடர் விடுதலைக் கழகம் என அழைக்கப்படாமல் அது தென்னிந்தியர் விடுதலைக் கழகம் என்றே அழைக்கப்பட்டது. என்பதை இங்குக் கருத்திற் கொள்ள வேண்டும். சென்னை அரசுக்கு அளிக்கப்பெற்ற கோரிக்கை மனுவில் இத்தென்னிந்தியர் விடுதலைக் கழகம் சென்னை மாநிலத்தின் பல்வேறு பகுதிகளுக்குப் பிரதிநிதித் துவம் தரமுடியாது என்று வாதிட்டது. இந்தியாவில் தன்னாட்சிமுறை மரபில் இல்லையென்றும், இந்தியர்க்குத் தன்னாட்சிமுறை சார்ந்த பயிற்சி படிப்படியாக வழங்கப்பட வேண்டும் என்றும் டாக்டர் நாயர் தமது சொற்பொழி வொன்றில் குறிப்பிட்டதை டி.வரதராஜுலு நாயுடு தமது 'நீதிக்கட்சி இயக்கம்' என்னும் நூலில் மேற்கோளாக எடுத்துக்காட்டுகின்றார். இது, நீதிக்கட்சி ஒருபோதும் விடுதலை அல்லது தன்னாட்சிக்கு எதிரானது அன்று என்பதை வலியுறுத்துகின்றது. விடுதலை அல்லது தன்னாட்சி படிப்படியாக வரவேண்டும் என்பது அவர்களது கருத்தாகும். அவர்களுடைய கருத்துப்படி சுதேசி ஆட்சி என்பது பார்ப்பனர் ஆட்சியாகும்.

நீதிக்கட்சியினர், தேர்தல்களில் பார்ப்பனர்களை எதிர்த்துச் சமமாக நின்று போட்டியிட முடியவில்லை என்றும், பார்ப்பனர் அல்லாதாரின் எண்ணிக்கை, சொத்து, கல்வி, வரி செலுத்தும் அளவு ஆகியவற்றின் அடிப்படையில் வகுப்புவாரித் தேர்தல் தொகுதிகள் தங்களுக்கு ஒதுக்கப்பட வேணடும் என்றும் வாதிட்டனர். நடந்து முடிந்த பல

தேர்தல்களில் பெற்ற அனுபவங்களை வைத்து எண்ணுகின்ற பொழுது இந்நாளிலும் 96 விழுக்காடு பெரும்பான்மை மக்கள் மிகச் சிறுபான்மையான 4 விழுக்காடு மக்களிட மிருந்து தற்பாதுகாப்பைத் தேடுகின்ற நிலையே நிலவுகின்றது. இந்தக் கோரிக்கைகளை நீதிக்கட்சி வைத்தபின்னும், நீதிக் கட்சியினர்பால் ஆங்கிலேயர் மறைமுகமாகப் பரிவு கொண்டிருந்தபோதிலும், பார்ப்பனர் அல்லாதார்க்குத் தனித் தேர்தல் தொகுதிகள் ஒதுக்கப்பட வேண்டும் என்ற மாண்டேகு செம்ஸ்போர்டு அறிக்கையினை அரசு ஏற்கவில்லை. ஏனெனில், இதன் மூலம் சிறுபான்மையோரிட மிருந்து பெரும்பான்மையோர் பாதுகாப்பு கோருகின்ற கருத்து அவர்களுக்கு மனமொப்பக்கூடியதாயில்லை. தனித்தேர்தல் தொகுதிகளின் தன்மையை ஆராய்ந்து வரையறுக்கும் பொறுப்பு 1918இல் அமைக்கப்பட்ட சவுத்பரோ குழுவிற்கு அளிக்கப்பட்டது.

வகுப்புவாரித் தேர்தல் தொகுதிகள்

வகுப்பு அடிப்படையில் தேர்தல் தொகுதிகளுக்கு ஆதரவு திரட்டுவதற்காகப் பார்ப்பனர் அல்லாதாரின் மாநாடுகள் தொடர்ந்து நடத்தப்பெற்றன. அம்மாநாடுகளில் சவுத்பரோ குழுவைப் புறக்கணிப்பது என்ற கருத்துக்கூட நிலவியது. சவுத்பரோ குழு பார்ப்பனர் அல்லாதார்க்குத் தனித் தேர்தல் தொகுதிகள் அமைத்தல் இயலாதது என அறிக்கை அளித்தது. சாதி இந்துக்களை மட்டும் கணக்கில் கொண்டு பார்க்கும் பொழுது பார்ப்பனர் அல்லாதாரும் பார்ப்பனரும் 22க்கு 1 என்ற விகிதத்தில் அமைந்திருப்பதாலும், வாக்காளர் களுக்கு இருக்கவேண்டுமெனச் சொல்லப்பட்ட சொத்துரிமை மற்றும் பிற தகுதிகளின் அடிப்படையில் பார்க்கின்றபொழுது பார்ப்பனர் அல்லாதாரும் பார்ப்பனரும் 4க்கு 1 என்ற விகிதத்தில் அமைந்திருப்பதாலும் மேற்சொன்ன முடிவு அளிக்கப் பட்டது. பார்ப்பனர் அல்லாதார் தமக்குள் ஒருங்கிணைந்து அந்தந்தச் சாதிகளின் மக்கள்தொகை அடிப்படையில் உரிய பிரதிநிதித்துவத்தைப் பெற முயற்சி செய்ய வேண்டும் என்று அக்குழு கருதியது. பார்ப்பனர் அல்லாதார் இயக்கத்தின்மீது பரிவுகொண்ட இந்திய அரசு சவுத்பரோ குழுவின் கருத்துகளை ஏற்றுக்கொள்ளவில்லை.

ஜனநாயக அமைப்புகளில் பங்குகொண்டு பழகிய நாட்டில் எண்ணிக்கை பலம் பொருத்தமாக இருக்கலாம். சமூக மற்றும் அரசியல் உண்மை நிலைகளைக் கணக்கில் எடுத்துக்கொள்ளும்போது தென்னகத்தில் பார்ப்பனர் அல்லாதாரின் எண்ணிக்கையின் வலிமை மேன்மையடை

யாது. மற்றும் பார்ப்பன ஆதிக்கமுடைய ஒரு சிறு குழு வினிடம் ஆட்சி சென்றுவிடும் என்று சென்னை ஆட்சி யாளர்கள் கூறிய கருத்துகளின் அடிப்படையில் இந்திய அரசு சவுத்பரோ குழுவின் கருத்துகளை ஏற்கவில்லை. ஆகையால், சென்னை சட்டமன்றத்தில் முகமதியர் அல்லாதார்க்குரிய 61 பொது இடங்களில் குறைந்தது 30 இடங்களாயினும் பார்ப்பனர் அல்லாதார்க்கு ஒதுக்கப்பட வேண்டும் என்றும் மீதமுள்ள இடங்களைப் பொதுத் தொகுதியாக்க வேண்டும் என்றும் இந்திய அரசு பரிந்துரைத்தது. ஆயின் இடஒதுக்கீடு குறித்த போர் முடிவு பெறவில்லை. அத்துடன் பார்ப்பனர் அல்லாதாரின் தலைவர்களும் இதனைக் கைவிடும் மனநிலையில் இல்லை. அவர்கள் அரசியல் மற்றும் பேச்சுவார்த்தை நடத்துவதற்கான திறன்களை விரைவாகப் பெற்று இந்தப் பிரச்சினையை இந்தியாவிலும் இங்கிலாந்திலும் வலியுறுத்தினார்கள். இந்திய அரசின் பரிந்துரையின் பேரில் பிரிட்டிஷ் நாடாளுமன்றம் 1919ஆம் ஆண்டின் இந்தியச் சட்டத்தை நிறைவேற்றியது. இதன்படி இச்சட்டம், இடஒதுக்கீட்டுக்கொள்கையை அனுமதித்தாலும் இடஒதுக்கீடு செய்யப்படவேண்டிய இடங்களின் எண்ணிக்கை யையும், அதன் அமைப்புத்தன்மைகளையும் அந்தந்த இடத்தில் போட்டியிடும் தலக் கட்சிகளின் முடிவுக்கே விட்டுவிட்டது. ஏறத்தாழ இக்காலத்தில் விலிங்டன் பிரபு பம்பாயிலிருந்து சென்னைக்கு மாற்றம் பெற்ற நிகழ்ச்சி சிலவகையில் பார்ப்பனர் அல்லாதாரின் செயலுக்கு ஆதரவாயிருந்தது. விலிங்டன் இதுபோன்ற போராட்டங்களை பம்பாயில் வெற்றிகரமாக நிர்வகித்திருந்ததால் இந்த மாற்றம் நீதிக்கட்சி யினர்க்கு உதவும் நோக்கத்துடன் ஏற்படுத்தப்பட்டதே என நம்பப்பட்டது. ஆனால் 75 விழுக்காடு இடங்கள் பார்ப்பனர் அல்லாதார்க்கு ஒதுக்கீடு செய்யப்பட வேண்டும் என்ற கருத்தையே பார்ப்பனர் அல்லாதார் இயக்கத்தினர் வலியுறுத் தினர். விலிங்டன் 50 விழுக்காடு இடஒதுக்கீடு செய்யத் தயாராக இருந்தபோதிலும் இந்தச் சிக்கலை அவரால் கூடத் தீர்க்க இயலவில்லை.

அடுத்து வந்த மெஸ்டன் அவார்டு 24 இடங்கள் மட்டுமே தர இசைந்ததும், "பார்ப்பனர் அல்லாதாரின் எண்ணிக்கை யின் வலிமை முறையான அமைப்புகளால் தகர்க்கப்பட வேண்டும்" என்று கூறியமையும் பார்ப்பனர் அல்லாதார் தலைமைக்குப் பேரிடியாய் அமைந்தன. இடஒதுக்கீடு குறித்து நிகழ்ந்த இத்தகைய கசப்பான சண்டை பார்ப்பனிய எதிர்ப்புணர்ச்சிகள் உயிர்கொள்ளவும், பார்ப்பன வெறுப்பு, பார்ப்பனர் அல்லாதார் இயக்கத் தொண்டர்களின் கொள்கையாக உருவெடுக்கவும் காரணமாயிற்று.

இறுதியில் ஓர் உடன்பாட்டுத் தீர்வு இந்திய அரசால் வழங்கப்பட்டது. இத்தீர்வு விலிங்டன் பிரபுவின் கருத்துகளை ஒட்டியே அமைந்தது.

இதன்படி 50 விழுக்காடு இட ஒதுக்கீட்டுடன்—பார்ப்பனர் அல்லாதார் அதற்கு மேற்பட்ட எத்தனை இடங்களில் வேண்டுமானாலும் போட்டியிடலாம் என்ற உரிமையும் வழங்கப்பட்டது. இதனால், தங்களுடைய பெரும்பான்மை, சட்டமன்றத்தில் சிறுபான்மையாகக் குறைக்கப்படும் என்ற பார்ப்பனர் அல்லாதாரின் அச்சம் நீங்கியது. பல்வேறு இனத்தவர்கள் வாழ்கிற ஒரு சமூகத்தில் சிறுபான்மையோர்க்குச் சாதாரணமாக வழங்கப்படுகின்ற அனைத்துப் பாதுகாப்புகளும் பெரும்பான்மையோருக்குக் கொடுக்கப்பட்டமை எந்த அரசியல் வரலாற்றிலும் காணமுடியாத ஒரு தனிக் கூறாகும். கால ஓட்டத்தில் எதிர்கால வரலாற்றறிஞர்கள் இதனைப் பார்ப்பனர் அல்லாதார்க்குரிய வெற்றி என ஏற்று மகிழ்வார்களா என்பது கேள்விக்குறியாகவே இருக்கும்.

நீதிக்கட்சியின் தேர்தல் வெற்றிகள்

மேற்குறித்த முடிவின் அடிப்படையில் 98 இடங்களைக் கொண்ட சட்டமன்றத்தில் 1920, 1923, 1926 ஆகிய ஆண்டுகளில் அடுத்தடுத்து நடைபெற்ற தேர்தல்களிலும் முறையே 51, 62, 56 இடங்களைப் பெற்றுப் பார்ப்பனர் அல்லாதார் பெரும்பான்மையினராகத் திகழ்ந்தனர். சட்டமன்றத்தில் 17, 14, 18 என இடங்களைப் பெற்றுவந்த பார்ப்பனர்கள் தங்களுடைய வலிமை எண்ணிக்கையை மட்டுமே சார்ந்திருக்கவில்லை எனக் காட்டினர். மற்ற 24 இடங்கள் முகமதியர் உள்ளிட்ட சிறப்புப் பிரிவினருடைய நிலைத்த இடங்களாக இருந்தன. இப்பெரும்பான்மை காரணமாக மாநிலத்தில் நடைபெற்ற இரட்டை ஆட்சியில் 1920 முதல் 1926 வரை நீதிக்கட்சி பங்கேற்க முடிந்தது. எனினும், பார்ப்பன அல்லாத மக்கள் திரள் அனைத்தும் நீதிக்கட்சியுடனும் பார்ப்பனர் அல்லாதவர் இயக்கத்துடனும் இணைந்திருந்தன என்று கூறமுடியாது. காங்கிரஸ் இயக்கத்தின் வரலாற்றிலிருந்து தெளிவாக அறிவதைப்போல் பார்ப்பனர் அல்லாத எல்லா வகுப்பைச் சார்ந்த நிலக் கிழார்கள், கற்றவர்கள், விவசாயிகள் ஆகியோர் காங்கிரஸ் கட்சியில் இருந்தனர். ஆனால் காங்கிரஸ் ஒத்துழையாமை இயக்கத்தை மேற்கொள்ள முடிவு எடுத்ததால் அது எதிர்க்கட்சியாகச் சட்டமன்றத்தில் செயல்படவில்லை.

நீதிக்கட்சியைத் தொடக்கத்தில் எதிர்ப்பதற்கு முறையாக உருவான எதிர்க்கட்சி இல்லை. காங்கிரஸைச் சாராத பார்ப்பனர்களின் ஒரு பிரிவினரிடமிருந்து மட்டுமே

எதிர்ப்புக்குரல் எழுந்தது. மற்றவர்கள் பொதுவாக அரசுக்கு ஆதரவாக வாக்களித்தனர். 1923இல் நடைபெற்ற தேர்தல்களில் பார்ப்பனர் அல்லாதார் மிகப்பெரும்பான்மையை அடைந்தனர். (சென்ற தேர்தலில் 57 இடங்களைப் பெற்ற இவர்கள் இத்தேர்தலில் 61 இடங்களைப் பெற்றனர்.) இவர்களில் சிலர் நீதிக்கட்சியைச் சேர்ந்தவர்கள் அல்லர். சி.ஆர். தாஸின் அனைத்திந்தியத் தலைமையை ஏற்றுக்கொண்டு காங்கிரஸில் அதிருப்தியாளர் குழுவாக இயங்கிய சுயராஜ்யக் கட்சி சட்டசபைக்குள் நுழைந்தது. அவர்களுள் பார்ப்பனர் அல்லாதார் பலர் இருந்தனர். அந்தச் சமயத்தில் அதிகாரங்களைப் பங்கிட்டுக்கொள்வதில் வழக்கமாக ஏற்படும் பூசலானது நீதிக்கட்சியிலும் ஒரு பிளவை ஏற்படுத்தியது. மூன்றாவது தேர்தலில் 56 பார்ப்பனர் அல்லாதார் இருந்தபோதிலும் அவர்களில் பலர் சுயராஜ்யக் கட்சியைச் சேர்ந்தவர்களாயிருந்தனர். நீதிக்கட்சி 20 இடங்களைப் பெற்றபோது அவர்கள் 40 இடங்களைப் பெற்றனர். அந்த 40 சுயராஜ்யக் கட்சியினரில் பலர் பார்ப்பனர் அல்லாதாராய் இருந்திருக்க வேண்டும்.

நீதிக்கட்சியின் சரிவு

நீதிக்கட்சி 1937 வரை அரசியல் கட்சியாக நீடித்த போதிலும் அக்கட்சியின் சரிவு 1926இலேயே தொடங்கி விட்டது. 1927க்குப் பின்னர் நீதிக்கட்சி தனியாக அமைச்சரவை அமைக்காதபோதிலும் அடுத்து அமைக்கப் பட்ட சுயேட்சைகளின் அமைச்சரவை மீது ஆதிக்கம் செலுத்திவந்தது. 1935ஆம் ஆண்டு இந்தியச் சட்டப்படி நடைபெற்ற முதல் தேர்தலில் நீதிக்கட்சி, தான் போட்டியிட்ட 86 இடங்களில் 12 இடங்களை மட்டும் பெற்றபோது தன்னுடைய வீழ்ச்சியைச் சந்தித்தது. இதன் பின்னர் அக்கட்சி பின்னுக்குத் தள்ளப்பட்டது. நீதிக்கட்சி ஆட்சியில் இருந்த காலத்தை அரசியல் விஞ்ஞானிகளும் அரசியல் நோக்கர்களும் இங்கு (சென்னையில்) நாடாளுமன்ற ஜனநாயகம் சிறப்பாகச் செயல்படுவதற்குரிய இருகட்சி ஆட்சி முறையானது தொடங்கி விட்டதாகக் கருதினர். சட்டமன்றத்தில் சுயராஜ்யக் கட்சி நுழைந்தபோது பல்வேறு குழுக்கள் எதிர்க்கட்சியாய் இயங்கின. அங்கு உண்மையாகவே ஒருங்கிணைக்கப்பெற்ற நாடாளுமன்ற எதிர்க்கட்சி இருந்தது. 1935ஆம் ஆண்டு இந்தியச் சட்டப்படி நடைபெற்ற தேர்தலுக்குப் பிறகு, நீதிக் கட்சியின் செயற்பாடுகள் இவ்வெல்லா நம்பிக்கைகளையும் பொய்யாக்கின. ஒரு பெரிய எதிர்க்கட்சியாகக்கூடச் செய லாற்ற இயலாத இக்கட்சியின் அரசியல் வீழ்ச்சிக்கு, அக்கட்சி மக்கள் ஆதரவை அடிப்படையாகக் கொண்டிராததும் கிராம அளவில் கட்சிக்கான தொண்டர்களைப் பெற்றிராததும்

காரணமெனக் கொள்ள வேண்டும். அது தலைவர்களின் கட்சியாக இருந்ததே தவிர மக்களின் கட்சியாக இல்லை. கிராம அளவிலோ, தொகுதி அளவிலோ அல்லது மாவட்ட அளவிலோ கூட கட்சியமைப்பு இல்லாததால் பயனளிக்கும் வகையில் செயல்படவில்லை. கட்சியை நடத்திச் சென்ற பகட்டான உடையணிந்த இராசாக்கள், ஜமீன்தார்களின் கவர்ச்சியால் மக்கள் திரளை நீண்ட நாட்களுக்குக் கட்டிக் காக்க இயலவில்லை. பல்வேறுபட்ட பார்ப்பனர் அல்லாத சாதிகளிடையே ஒத்த இயல்பில்லாமை முக்கிய காரணமாகும்.

பரம்பரையாகப் பல பகுதிகளில் ஆதிக்கம் செலுத்தி வந்த சில சாதியினர் நீதிக்கட்சியைத் தங்கள் ஆதிக்கத்தில் வைத்திருந்தனர்.

இதனால் இச்சாதியினைச் சார்ந்த இளம் பட்டதாரி களுக்கு ஆட்சிப் பணிகள் ஏராளமாக வழங்கப்பட்டன. அவர்கள் வருவாய்த் துறையிலும் நீதித் துறையிலும் மாவட்டத் துணை ஆட்சித் தலைவர், வட்டத் துணை ஆட்சியர் மற்றும் முன்சீப்புகளாக மிகுந்த எண்ணிக்கையில் இடம்பெற்றனர். பின்னர் நாளடைவில் உயர் பதவிகளிலும் இடம்பெற்றனர். இவ்வாறு இவர்களுக்கு வாய்ப்புகள் வழங்கப்பட, இவர்களினும் கீழாகக் கருதப்பட்ட சாதியைச் சார்ந்த – அதாவது அப்போதேகூடப் பிற்பட்ட வகுப்பினர் என்றழைக்கப்பட்ட சாதியைச் சார்ந்த ஆர்வம்கொண்ட இளைஞர்களுக்குச் சிறுசிறு வாய்ப்புகள் கூட அளிக்கப்பட வில்லை. தாழ்த்தப்பட்ட வகுப்பினரைப் பற்றிச் சொல்லவே வேண்டாம். மக்கள் திரளின் ஆதரவு, மாநிலம் தழுவிய கட்சியமைப்பு ஆகியன இன்மையால் நீதிக் கட்சி உரிய காலத்திற்கு முன்னரே விரைவான வீழ்ச்சியைத் தழுவ நேர்ந்தது. இதற்குப் பின்னர் பல ஆண்டுகள் கழித்து வந்த இளைய தலைவர்கள் பார்ப்பனர் அல்லாத கட்சியைப் புதுப்பித்து மக்களின் ஆதரவு, முறையான கட்டுக்கோப்பு கொண்ட கட்சியாக உருவாக்கும் பொறுப்பை வேறொரு பெயரில் மேற்கொண்டனர். இப்பணியைச் செய்த பெருமை அறிஞராகவும் சிறந்த எழுத்தாளராகவும் சொற்பொழிவாள ராகவும் விளங்கிய, காஞ்சியில் தோன்றிய சி.என். அண்ணாதுரையைச் சாரும். நீதிக்கட்சியின் சட்டமன்றச் சாதனைகளும் ஆட்சிமுறைச் சாதனைகளும் குறைத்து மதிப்பிடத்தக்கன அல்ல என்றபோதிலும் அவற்றை விவரிப்பது இந்தச் சொற்பொழிவின் நோக்கம் அன்று.

ஆனால் நீதிக்கட்சியும், பார்ப்பனர் அல்லாதார் இயக்கமும் விட்டுச் சென்ற மரபு தற்போது ஆதிக்கம் செலுத்துவதும்,

தென்னிந்திய அரசியலிலும் சமூக வாழ்விலும் தொடர்ந்து ஆதிக்கம் செலுத்த இருப்பதும் வரலாற்றில் குறிக்கத்தக்க ஒன்றாகும். இந்த மரபுகளை உருவாக்குவதில் பெரியாரின் பங்கு உளங்கவரக்கூடியது; ஆழ்ந்து கருதப்பட வேண்டியது.

பெரியாரும் திராவிடக் காலகட்டமும்

காசிநாத் காவ்லேகர் என்பவர் தனது பார்ப்பனர் அல்லாதார் இயக்கம் பற்றிய ஆய்வில், பெரியாரின் திராவிட இயக்க நுழைவை, திராவிடக் காலகட்டத்தின் தொடக்கம் என்று விவரிக்கிறார். அப்பொழுதுவரை இவ்வியக்கம் பார்ப்பனர் அல்லாதார் இயக்கமாக மட்டுமே இருந்தது. இது சட்ட மன்றம், மாவட்ட வாரியம் இவற்றில் அதிகாரமும் செல் வாக்கும் பெற வேண்டும் என்பதையும், படித்த பார்ப்பனர் அல்லாதார்க்கு அரசு பணிகளில் மிகுந்த எண்ணிக்கையில் வேலைகள் பெற வேண்டும் என்பதையும் தனது வரையறுத்த குறிக்கோளாகக் கொண்டிருந்தது. பெரியார், விரிவான குறிக்கோள்களையும் அரசியல் பிரச்சாரம் கலவாத சமூகச் சீர்திருத்தப் பணிகளையும் மேற்கொண்டு இந்த இயக்கத்தை நடத்தினார். அவர் இதனை ஒரு மக்கள் இயக்கமாக ஆக்கினார்; அதற்குத் தேவைப்படுகின்ற எல்லாப் பயிற்சிகளையும் அவர் பெற்றிருந்தார்.

பெரியார் நீதிக்கட்சிக்கு வந்து சேர்ந்தது திட்டமிட்டதோ அல்லது தற்செயலாய் நிகழ்ந்ததோ அன்று. பல ஆண்டு களாகக் காங்கிரஸ் கட்சியால் வளர்க்கப்பட்ட பெரியார் தமிழ்நாட்டுக் காங்கிரஸ் குழுவிலும் பல முக்கிய பொறுப்புகளை வகித்தார். எனவே அவருக்குக் காங்கிரஸ் கட்சியிலிருந்து வெளியேறியவுடன் நீதிக்கட்சியில் சேருவது எளிய செயலாக இருந்திருக்க முடியாது. நீதிக்கட்சியில் சேருவது என்னும் முடிவை எடுப்பதற்கு முன் அவர் பல ஆண்டுகள் ஆத்மசோதனை செய்திருக்க வேண்டும். இதன் காரணமாக ஈ.வெ.ரா. மக்கள் தலைவராகவும் அம்மக்களோடு தொடர்பினை வளர்த்துக்கொள்பவராகவும் விளங்கினார். எனவே நீதிக்கட்சி அவரை 1938இல் அக்கட்சியின் தலைவராகத் தேர்ந்தெடுத்தது. அந்தக் காலத்தில் மிகவும் காரசாரமாக விவாதிக்கப்பட்டுவந்த சட்டமன்றத்தில் வகுப்புவாரி பிரதிநிதித்துவம் குறித்துத் தீர்மானம் நிறை வேற்றுதல் உள்ளிட்ட பல்வேறு விஷயங்களில் தமிழ்நாடு காங்கிரசில் ஈ.வெ.ரா. தொடர்ந்து தோல்வியையும் சரிவையும் சந்திக்க நேர்ந்ததற்குப் பின்னால் அவர் 1926இல் காங்கிரசிலிருந்து வெளியேறினார். வெளியேறியபின் அவர் வாளாயிருக்கவில்லை. இடைப்பட்ட 12 அல்லது 13 ஆண்டு

களில் அவருக்கேற்பட்ட குறைகளைக் கூறிக்கொண்டிருக்கவு மில்லை. அவர் உடனடியாக 1929இல் நடைபெற்ற ஒரு மாநாட்டில் சுயமரியாதை இயக்கத்தைத் தொடங்கினார். அதற்கும் முன்பாகவே — அவர் தென்னகத்தில் இந்தி மொழி கற்பிக்கப்படுவதற்கு அல்லது பரப்பப்படுவதற்கு எதிராக நடைபெற்ற எதிர்ப்பில் பங்கேற்றார். அடுத்த நாற்பதாண்டு களில் தாம் பரப்ப இருந்த சமூகம், சமயம், அரசியல் தொடர்பான கருத்துகள் அனைத்தையும் பெரியார் முன் பாகவே ஒழுங்குபடுத்திக்கொண்டார். அவர் நாற்பதாண்டுக் காலமாகத் தமிழ்நாட்டில் வீறுநடை போட்டு வந்தார்.

திராவிடநாடு கோரிக்கை

பார்ப்பனர் அல்லாதார் இயக்கத்திலிருந்து மாறுபட்ட திராவிடர் இயக்கம் முதன்முதலாக 1939இல்தான் வெளிப்படையாகத் தலைதூக்கலாயிற்று. அச்சமயத்தில் பிரிட்டனின் போர்முயற்சிகளுக்கு இந்தியரின் ஆதரவைத் திரட்டுவதற்காக முதல் அரசியல் பயணம் மேற்கொண்டிருந்த சர் ஸ்டாஃபோர்டு கிரிப்ஸிடம் பெரியார் திராவிடநாடு கோரிக்கையை முன்வைத்தார். மேலும், திராவிடர்களின் நல்வாழ்விற்காக, திராவிடர்களின் தாயகமாகிய சென்னை மாநிலம் இந்திய அரசின் நேரடி ஆட்சிக்கு உட்பட்ட தனி மாநிலமாகப் பிரிக்கப்பட வேண்டும் என்ற தீர்மானத்தை மாநாடு ஒன்றில் பெரியார் நிறைவேற்றச் செய்தார். இது, இந்தியா இரு நாடாகப் பிரிக்கப்பட வேண்டும் என்று ஜின்னா உருவாக்கிய கொள்கையை ஒட்டி நிகழ்ந்தது. தனி நாடு கோரிக்கையைப் பரப்புவதற்காகவே 'திராவிட நாடு' என்னும் தமிழ் வார இதழும் தொடங்கப்பெற்றது. திராவிட நாடு கோரிய நிகழ்ச்சி, தென்னகத்தின் பார்ப்பனர் அல்லாதார் அனைவரையும் திராவிடர்கள் என்ற கருத்திற்குக் கொண்டு சென்றது. மற்றும் 'திராவிடர்' என்ற சொல் எல்லா இயக்கங் களையும் கட்சிகளையும் தொற்றிக்கொண்டது. 'பார்ப்பனர் அல்லாதார்' என்ற சொல் இனவுணர்வுடையதாய் இல்லை. ஆனால் 'திராவிடர்' என்னும் சொல் இனச்சார்பும் இனவுணர்வும் உடையதாயுள்ளது. 'திராவிடர்' என்னும் பெயர் வியக்கத்தக்க அளவிலான தற்பற்று, தமிழ்ப் புத்துயிர்ப்பு ஆகியவற்றிற்கு இதற்கு முன் எப்பொழுதும் கண்டிராத அளவில் ஊக்கத்தையும் எழுச்சியையும் அளித்தது. ஆனால் திராவிட நாட்டைச் சார்ந்த பிற பகுதிகள் இந்தத் தனிநாடு கோரிக்கையை ஆதரிக்கவில்லை. இது, நீதிக்கட்சியின் பழைய சக்திகளான உயர்குடியினர், பிரபுக்கள், திவான்பகதூர்கள், ஜமீன்தார்கள் ஆகியோருக்கு மிகவும் தொந்திரவாக அமைந்தது. 1944இல் கூடிய சேலம் மாநாட்டில் கட்சி உறுப்பினர்களாக

உள்ளவர்கள் அனைவரும் அரசு பணியையும் பட்டங்களையும் துறக்க வேண்டும் என்று பெரியார் வற்புறுத்தியது நிலைமையை மேலும் சீர்குலைத்தது. பெரியார் காங்கிரசில் இருந்தபோது கற்ற இத்திட்டத்தை நடைமுறைப்படுத்தினார்.

தி.க., தி.மு.க. ஆகியவற்றின் தோற்றம்

பழைய நீதிக்கட்சியைச் சேர்ந்த பழைமைப் பற்றாளர்கள் பெரியாரின் இயக்கத்திலிருந்து தம்மை விலக்கிக்கொண்டனர். எஞ்சியிருந்தவர்களைக் கொண்டு திராவிடர் கழகம் அமைக்கப்பட்டது. பெரியாரும் அண்ணாவின் தலைமையிலான வீறுடைய இளந்தொண்டர்களும் இந்தப் புதிய மாறுதலுக்கான களத்தை முன்பே உருவாக்கிக்கொண்டிருந்தார்கள். முதன்முதலாகக் கட்டவிழ்த்த பொதுமக்களைக் கொண்டு திராவிட இயக்கம் இளைய, தீவிர புரட்சிகரத் தலைமையின் கீழ்த் தோன்றியது. இந்த மாற்றம் வருங்காலத் தமிழகத்தின் தலைவிதியைத் தெளிவாக மாற்றியமைப்பதாக இருந்தது. பெரியாருடைய கழகத்திலிருந்து பிளவுண்டவர்கள் 1949இல் திராவிட முன்னேற்றக் கழகத்தை அமைத்தனர். தொடக்க காலத்திலிருந்தே இதன் கொள்கை அரசியல் சார்ந்ததாகவும் வாக்குப்பெட்டிகளின் மூலம் ஆட்சியைப் பிடிப்பதாகவுமே இருந்தது. இம்மாற்ற நிலைக்கு வருமுன் நாம் பெரியாருடைய நிலையான சாதனையைக் கருத்திற் கொள்ள வேண்டும்.

கடவுள் மறுப்பு, சுயமரியாதை இயக்கங்கள்

பெரியார் எதற்கும் சமரசமற்ற நாத்திகவாதியாக விளங்கினார். இந்துக் கடவுள் சிலைகளை உடைக்க விரும்பினார். இந்துக் கடவுளரின் பெருமையைப் பழித்தார். மேலும் வடமொழிக் காப்பியங்களையும் புராணங்களையும் இழித்துரைத்தார். அவர் நாத்திகத்தைப் பின்பற்றக்கூடிய உறுதியான தொண்டர் படையைப் பெற்றிருந்தார். எனினும், அது, மக்களுடைய இந்து சமய, சடங்கு முறைகளிலும் கோவில் வழிபாட்டிலும் கணிசமான அளவில் மாற்றங்களை ஏற்படுத்தியதா என நான் சந்தேகிக்கிறேன். விக்கிரக ஆராதனைக்கு எதிரான பெரியாரின் வாதத்தை என்னால் புரிந்துகொள்ள முடிகிறது. அவர் ஒரு பகுத்தறிவுவாதி. அவர் சாதி முறையை ஒழிக்க விரும்பினார். வட மொழிக் காப்பியங்களிலும் புராணங்களிலும் வலியுறுத்தப்பட்டுள்ள கடவுளர்களால் உருவான சாதி, இந்து சமய அமைப்போடு பின்னிப்பிணைந்து அதன் ஒரு பகுதியாகவே இருந்தது என்பதை அவர் உணர்ந்திருந்தார். சாதி கடவுளின் ஆணையால் வந்தது என்று விவரிக்கப்பட்டது. பகவத்கீதையும் இதனை வலியுறுத்துகிறது. 'சதுர்வர்ணமாயா சிருஷ்டி' என்று கீதையில் பகவான்

கூறுகிறார். நாத்திகர்களுடைய ஆராதனை எதிர்த்தாக்கு தலால் சாதி, மத உறவுகளும் கடவுள் நம்பிக்கையும் சாதிய மைப்பும் அழியக் கூடும். மேலும் இந்து சமூக அமைப்புமுறை யும் அழியும் என்று பெரியார் நம்பினார். ஆனால் இந்து மதம் மிகவும் வலிமையானது; இத்தகு வலுவான பல தாக்குதல்களுக்கு ஈடுகொடுக்கவல்லது.

பெரியாருடைய போதனைகள் மக்களைச் சிந்திக்கச் செய்தன; அதனால் பெரும் சீர்திருத்தங்கள் மெல்லமெல்ல விளைந்தன. மதம் தொடர்பான மனிதனுடைய பழக்க வழக்கங்கள் மாற்றம் பெறலாயின. அவருடைய சுயமரியாதைக் கொள்கையே அவரது நிலையான சாதனையாக இருக்கிறது. சுயமரியாதை என்பதில் சுய, மர்ஜதா என்பவை வடமொழி மூலத்திலிருந்து பிறந்தவை என்று கூறி, தமிழில் ஒரு வார்த்தையைக்கூடச் சிந்திக்க இயலாதவர் எனப் பெரியாரை அச்சமயத்தில் கேலி செய்தனர். செயல்வீரரான பெரியார் இதைச் சிறிதும் பொருட்படுத்தவில்லை. சுயமரியாதை என்பதற்குப் பதிலாகத் தன்மானம் என்னும் சொல் கொள்ளப்பட்டது. தமிழர்கள் தங்கள் மொழிப்பற்றின் காரண மாகத் தன்மானம் என்ற சொல்லைக் கையாண்டபோதிலும் அதற்கு எதிராக, சுயமரியாதை என்னும் சொல் இங்கு நிலைத்துவிட்டது. இந்தச் சுயமரியாதை இயக்கம்தான் தமிழ் நாட்டிலுள்ள முகமதியர்கள், கிறித்தவர்கள், தாழ்த்தப்பட்ட வர்கள் உள்ளிட்ட அனைத்துப் பார்ப்பனர் அல்லாதார் சிந்தனையை மாற்றியமைத்தது. இப்பொழுது ஒவ்வொரு தமிழனும் தான் யாருக்கும் தாழ்ந்தவன் அல்லன் என்றெண்ணுகிறான். மேலும் ஒவ்வொருவனிடத்தும் தான் தகுதியுடையவன் என்ற உணர்வு வளர்ந்திருக்கிறது. நிலவுடைமைக் கொள்கைகள் காட்டிய மனித உறவுமுறைகள் விரைவாக மறைந்து வருகின்றன. பிறப்பினாலும் தொழி லாலும் கருதப்பட்டுவந்த உயர்வு தாழ்வு இனியும் ஏற்கக் கூடியதாயில்லை. இது இந்திய வரலாற்றில் இணையற்ற ஒரு புரட்சியாகும். தமிழகத்தில், குறிப்பாகக் கிராமப்புறங் களில், இப்போதும் சாதியமைப்பு இருந்தபோதிலும் அது தன்னுடைய சடங்கு முறைகளில் இருந்த குருக்கள் ஆட்சி முறையை மெல்லமெல்ல இழந்து வருகிறது.

பெரியார், பகுத்தறிவின் மூலம் கடவுளையும் மதத்தையும் தாக்கியதோடு சாதியமைப்பின் கொடுமைகளைக் குறைக்கவோ அல்லது வேறு அடிப்படையில் சாதிகளுக்குள் சமத்துவத்தைக் கொண்டு வரவோ தீவிரமான முயற்சி எடுக்கவில்லை. ஆனால் அவர் சுயமரியாதை இயக்கத்தின் மூலம் நிறை வேற்றியவை அவரை இந்தியச் சமூகச் சீர்திருத்த வரலாற்றில்

ஒரு சூத்திரனின் கதை 219

தலைசிறந்தவர்களுள் ஒருவர் என்று நினைவுகூரச் செய்கிறது. அவரது மறைவிற்குப் பிறகும்கூட அவரது கருத்து தமிழகத்திற்கு வெளியே பரவியது. பெரியாரின் நெருங்கிய தொண்டர்கள் அதிக அளவில் வளராவிட்டாலும் நீதிக்கட்சி யினுடனோ, கழகத்தினுடனோ தொடர்பில்லாத எல்லாப் பிரிவு மக்களிடமும் அவரது கருத்துக்கள் நிலையாகப் பரவின. நாம் சுயமாகச் சிந்திக்கவும், தலை நிமிர்ந்து நடக்கவும் கற்றுத்தந்ததே அவருடைய மிகப் பெரிய தொண்டு என்பது எனது கருத்தாகும்.

அண்ணா சகாப்தம்

சி.என். அண்ணாதுரை சிறந்த தமிழறிஞர்; ஆங்கில இலக்கியம், அரசியல், பொருளாதாரம் ஆகியவற்றை நன்கு கற்றறிந்த அறிஞர். மேலும் தமிழ், ஆங்கிலச் சொற்பொழிவுக் கலையில் வல்லவர். இவர் பெரியாரைச் சார்ந்திருந்த ஆறு அல்லது ஏழு முன்னணித் தலைவர்களுடன் திராவிட முன்னேற்றக் கழகத்தை உருவாக்கினார். பெரியாரின் விக்கிரக ஆராதனை எதிர்ப்புக் கருவியாக இருக்க விரும்பாமல் ஒரு புதுமையான அரசியல் இயக்கமாக ஆக்கும் குறிக்கோளோடு தி.மு.க.வைத் தொடங்கினார். அவரது முதல் அணுகுமுறை சாமானியர்களை – எளிய மக்களை – நோக்கியது. ஏழை, எளிய மக்களின் கண்ணீரைத் துடைப்பதே தனது முதன்மையான பணி என்பதைத் தமிழ் மக்கள் திரள் நம்பும்படி அவர் செய்தார். அவர் வலுப்பெறத் தொடங்கி ஆட்சி இன்றோ நாளையோ தனது கைக்கு வரும் என்று உணரத் தொடங்கிய பின்பு, பார்ப்பன எதிர்ப்பைப் பரப்புவது பயன்தராது என உணர்ந்துகொண்டார். பார்ப்பன எதிர்ப்பு மெல்லமெல்ல கைவிடப்பட்டது. தமிழரின் பழம் பெருமையையும் பழந்தமிழ் இலக்கியங்களின் அருமை பெருமைகளையும் எடுத்துக்கூறித் தனது கட்சியின் ஆரம்பகால நிலையில் வலுவை ஏற்படுத்து வதற்குத் தேவையான தமிழ்ப் பற்றை வளர்ப்பதில் வெற்றி கண்டார். அவர் அரசியலில் உயர்ந்த இடம் பெற்றவுடன் வெறும் உணர்வைத் தூண்டும் நிலையிலிருந்து தம்மை மாற்றிக்கொண்டார். மேலும் அரசியல் மேதைமை போன்ற குணங்களால் தன்னைச் சிறந்த அரசியல்வாதியாகவும், தொலைநோக்குடைய ஆட்சியாளராகவும் மெய்ப்பித்தார்.

பிரச்சாரத்தின் வெற்றி

பெரியாரின் திராவிடர் கழகம், அண்ணாவின் திராவிட முன்னேற்றக் கழகம் ஆகியவற்றிற்குச் சமூகக் குறிக்கோளைப் பொறுத்த அளவில் வேறுபாடுகள் இல்லை. பெரியார், சமூக விழிப்புணர்ச்சி ஏற்படுத்தல், மூட நம்பிக்கை,

பூசாரிகளின் கொடுங்கோன்மை, அரசியலிலும் ஆட்சித் துறையிலும் இருந்த பார்ப்பனர் ஆதிக்கம் ஆகியவற்றை ஒழித்தல் போன்றவற்றிற்காகத் தனது சக்தியை அர்ப்பணித்தார். இக்கருத்துக்களைப் பரப்புவதற்காக அவர் தளராது பேசியும் எழுதியும் வந்ததோடு பல சூறாவளிச் சுற்றுப் பயணங் களையும் மேற்கொண்டார். திராவிட முன்னேற்றக் கழகம் பெரியாரின் மேற்சொன்ன கொள்கைகளுக்காக ஆட்சியைக் கைப்பற்றுவதன் மூலம் அவற்றை நிறைவேற்றலாம் என முயற்சி செய்தது. திராவிட முன்னேற்றக் கழகம் விளக்கக் கூட்டங்களையும் கண்டனக் கூட்டங்களையும் நாடு தழுவிய அளவில் நிகழ்த்தியது. அது தனது வலிமையை எடுத்துக்காட்ட நல்லதொரு வாய்ப்பினை 1953இல் பெற்றது. இராஜாஜி குறுகிய காலத்திற்கு முதலமைச்சராகப் பதவி வகித்தபோது பள்ளிகளில் தொழிற்கல்வியின் ஒரு பகுதியாக மாணவர்கள் அவரவர் குலத்தொழிலைச் செய்ய வேண்டும் என்னும் குலக்கல்வித் திட்டத்தை அறிமுகப்படுத்தினார். 1953இல் அறிமுகப்படுத்தப்பட்ட இத்திட்டம் தி.மு.க.வின் பார்ப்பனர் எதிர்ப்பு விளக்கம் வேகம்பெறத் தானாகவே வழிவகுத்தது. மேலும் நேரு தி.மு. கழகத்தைக் கேலி செய்ததை எதிர்த்து இரயிலை நிறுத்தும் போராட்டத்தையும் நிகழ்த்தியது. இராஜாஜியினுடைய கல்வி மசோதா திரும்பப் பெறப் பட்டமை தி.மு.க.வின் அரசியல் வெற்றிக்கு மேலும் சுவை கூட்டியது. தி.மு.க. அடிக்கடி இந்தியை எதிர்த்துப் போராட்டம் நடத்தி, போராட்ட உணர்வை உருவாக்கி வைத்திருந்ததோடு மிகப்பெரிய எண்ணிக்கையிலான மாணவச் சமூகத்தையும் கவர்ந்து தன்வயப்படுத்திக் கொண்டிருந்தது.

தேர்தல்களில் போட்டி

1956இல் திருச்சியில் கூடிய மாநாட்டில் தி.மு.க. 1957ஆம் ஆண்டு தேர்தல்களில் தமது கட்சி போட்டியிடுவதாக முடிவு செய்து ஒரு தேர்தல் அறிக்கையை வெளியிட்டது. இந்த அறிக்கையில் திராவிடர் கழகம் எதையெதையெல்லாம் எதிர்த்துவந்ததோ அவற்றை எல்லாம் தி.மு.க. ஆதரித்தது. ஆனால் தனித்தமிழ் நாடு கோரிக்கையில் மட்டும் வேறு பட்டது. தி.மு.க. கூட்டாட்சி அரசியல் அமைப்பு நடவடிக்கை களை ஒப்புக்கொண்டது; ஆனால் ஒவ்வொரு மாநிலமும் தாம் விரும்பும்போது பிரிந்து செல்லும் உரிமையுடன் விளங்க வேண்டும் எனக் கோரியது. கட்சியின் சில தீவிரவாதிகள் இதை அண்ணா தமது கொள்கையிலிருந்து சரிந்துவிட்டார் என்று கருதியிருக்கக்கூடும். ஆனால் இது அண்ணாவினுடைய அரசியல் உறுதிமிக்க முன்னறிவுக்கு எடுத்துக்காட்டாக

அமைந்தது. வட இந்தியர்கள், தென்னிந்திய வளங்களைச் சுரண்டுவதை எதிர்த்துச் சில கண்டனங்களும் எழுந்தன. இவ்வறிக்கை, இக்கட்சி சாதி, வகுப்பு பேதமற்ற கட்சியாகச் செயல்படுகிறது என்பதைப் பறைசாற்றும் வகையில் பல சம உரிமைக் கருத்துக்களைக் கொண்டிருந்தது. சமூகத்தின் எளிய குடியிலிருந்து வந்த காமராசர் அந்தச் சமயத்தில் காங்கிரசின் தலைவராகவும், மக்கள் செல்வாக்குடைய தலைவராகவும் விளங்கினார். அண்ணாவின் குருவான பெரியார் காமராசரை மிகவும் பாராட்டி அவரைப் பச்சைத் தமிழர் என வாழ்த்தித் தனது தொண்டர்களான திராவிடர் கழகத்தாரிடம் காமராசருக்கு வாக்களிக்க வேண்டினார். மேலும் பெரியார் காமராசருக்கு ஆதரவாகவும் தி.மு.கவுக்கு எதிராகவும் தீவிரமாகச் செயல்பட்டார்.

1957ஆம் ஆண்டு தேர்தலில் காமராசருக்குப் பெரும் வெற்றி கிடைத்தது. காங்கிரஸ் சட்டமன்றத்தில் 133 இடங்களைக் கைப்பற்றியது. அது 45.3 விழுக்காடு வாக்குகளைப் பெற்றது. தி.மு.க. 15 இடங்களைக் கைப்பற்றியது. அது 14.6 விழுக்காடு வாக்குகளைப் பெற்று முதன்முதலாகச் சட்டமன்றத்தில் நுழைந்தது. ஒற்றை உறுப்பினர் தொகுதி முறையில் வாக்குகளின் விகிதாசாரத்தைக் கணக்கில் கொள்ளாது, பெரும்பான்மையை அடிப்படையாகக் கொண்டு முதலில் வருபவர் வெற்றிபெற்றவர் என்று முடிவுகூறும் தீய கொள்கைக்குச் சிறந்த எடுத்துக்காட்டாக இத்தேர்தல் முடிவுகள் அமைந்தன. சில அரசியல் கருத்துரைஞர்கள் இதனைக் காங்கிரசின் பன்மடங்குப் பெருக்கம் என மதிப்பிட்டார்கள். ஒழுங்கமைப்புடைய ஒரு கட்சி, அமைப்புமுறையற்ற ஒரு கட்சியை எதிர்த்து நிறைய இடங்களில் போட்டியிட்டுச் சிறுபான்மை வாக்குகளைப் பெற்று, பெரும்பான்மை இடங்களில் வெற்றிபெற முடியும். தி.மு.க. நாடாளுமன்றத் தேர்தலில் இரண்டு இடங்களில் வெற்றி பெற்றது. தனித்த பெருங் குழுவாகச் சென்னைச் சட்டமன்றத்தில் இருந்ததால் அதிகார பூர்வ எதிர்கட்சியை இது அமைத்தது. தி.மு.கவின் வலிமை மிகப் பெரிய நகரப் பகுதிகளில் வேரூன்றி இருந்தது என்பதே அது இத்தேர்தலின் மூலம் அறிந்து கொண்டதாகும். இத் தேர்தல் முடிந்தவுடன் தி.மு.க. சென்னை மாநகராட்சியைக் கைப்பற்றியது. மேலும் கம்யூனிஸ்டுகளுடன் கூட்டணி ஏற்படுத்திக்கொண்டு பல மாநகராட்சிகளையும் நகராட்சிகளையும் கைப்பற்ற வேண்டி வெற்றிக்கு வழி வகுக்கிற தீவிரமான முயற்சிகளில் ஈடுபட்டது.

இந்தச் சமயத்தில் திராவிட முன்னேற்றக் கழகத்தில் ஓர் உட்பூசல் எழுந்தது. இதனால் தி.மு.கவின் நிறுவனர்களில்

ஒருவரான ஈ.வெ.கி. சம்பத் கட்சியை விட்டு விலகினார். தி.மு.க.வின் மூலத்திட்டமான திராவிட நாடு கோரிக்கையைத் தி.மு.க. தலைமை கைவிட்டுவிட்டது என்று வெளிப்படையாகக் குற்றம் சாட்டிய சம்பத், அடுத்த ஆண்டிலேயே காங்கிரசில் சேர்ந்ததும், அதன் நம்பிக்கைக்குரிய தமிழ்நாட்டுத் தலைவர்களுள் ஒருவரானதும் வியப்பிற்குரியன.

தி.மு.க. ஆட்சி பீடமேறுதல்

அடுத்து, 1962இல் தேர்தல் நடக்கவிருந்தது. புதிய தேர்தல் அறிக்கையில் நடைமுறைக்கு உகந்த போக்கு காணப்பட்டது. விலைவாசி உயர்வு போன்ற பொருளாதாரப் பிரச்சினைகளுக்கு முதன்மை அளிக்கப்பட்டது. சொல்லிலும் செயலிலும் பார்ப்பனருக்கு எதிரான தீவிரம் குறைந்து பல வழிகளிலும் அவர்களை அரவணைத்துச் செல்லும் போக்கு மேற்கொள்ளப்பட்டது. தி.முக. 27.10 விழுக்காடு வாக்குகளைப் பெற்று சட்டமன்றத்தில் 50 இடங்களைப் பெற்றது. இது தென்மாநில வரலாற்றிலேயே காங்கிரசுக்கு ஒரு பெரும் சவாலாக உருவெடுத்தது. இது நாடாளுமன்றத்திற்கு 7 உறுப்பினர்களை அனுப்பிவைத்தது. தி.மு.க. பிடித்த 50 இடங்களை வைத்துக் கொண்டே அதனுடைய வெற்றியைக் கணித்துவிட முடியாது. 15 தொகுதிகளில் 1000 வாக்குகளுக்கும் குறைவான வித்தியாசத்திலேயே இது தோல்வியுற்றது. இதற்குள் தி.மு.க. தலைவர்கள் அரசியல் படிப்பினையைப் பெற்று, தேர்தல் கலையில் வல்லவர்கள் என்பதை நிரூபித்துக் காட்டினர். அவர்கள் பெருநகரங்கள், வட மாவட்டங்களுக்கு அப்பாலும் தமது கட்சியின் பரப்பை விரிவுபடுத்தினார்கள். தென் மாவட்டங்கள் முழுவதிலும் அவர்களுடைய கொடிகள் காணப்பட்டன; முழக்கங்கள் ஒலித்தன. இத்தேர்தலில் அண்ணா தோல்வியடைந்தது வருத்தத்திற்குரியது. ஆனாலும் அவர் உடனடியாக மாநிலங்களவைக்குத் தேர்ந்தெடுக்கப்பட்டார். அடுத்த 1967 பொதுத் தேர்தலில் இக்கட்சி மாபெரும் வெற்றியைப் பெற்று ஆட்சியைப் பிடித்தது. அண்ணா முதல்வரானார். ‘எகனாமிஸ்ட்’ இதழில் எழுத்தாளர் ஒருவர் விவரித்தது போன்று, பெயரைக் கூட உச்சரிக்கக்கூடாது என ஒதுக்கிவைக்கப்பட்ட கறுப்பு மனிதர்கள் முதன்முறையாக ஆட்சியில் அமர்ந்தார்கள். இது தமிழக அரசியலில் ஒரு புதிய காலத்தின் தொடக்கத்தைக் குறிக்கிறது. அண்ணா, தனது கட்சிக்கு வழிகாட்டவும், அதற்குச் சிறந்த ஒழுங்கமைப்புள்ள ஓர் அரசியல் சக்தியாக வடிவம் கொடுப்பதற்கும் நீண்ட நாட்கள் வாழாவிட்டாலும் அவர் ஒன்றைச் சாதித்தார் என்பது உறுதி. அரசியலில் பார்ப்பனத் தலைமை, பெருங்கட்சி அரசியல், அரசுபணிகளில் பார்ப்பன ஆதிக்கம் ஆகியவை நீங்கின. சூத்திரர்களின் ஆட்சி தொடங்கியது.

இரு கட்சி முறை

நீதிக்கட்சி நிறுவப்பட்ட காலந்தொட்டு கடந்த ஐம்பது ஆண்டுகளாக நாம் எதிர்பார்த்த சில வகையான இருகட்சி முறை நாட்டைச் சீர்ப்படுத்தும் என்ற நம்பிக்கை இருந்தது. காங்கிரஸ் ஒரு காலத்தில் வலுப்பெற்று, பிரிந்த திராவிடக் கட்சியிடமிருந்து ஆட்சியைக் கைப்பற்றக்கூடும். ஆனால் அது பார்ப்பனர் அல்லாதாரால் உருவாக்கப்படும்; வெளிப்பார்வைக்கு எவ்வளவு அலங்காரம் கொண்டதாயினும், வெவ்வேறு மொழி மரபுகளைப் பேசினாலும் ஒரு திராவிடக் கட்சியின் கொள்கைகளைப் பெற்றிருக்க வேண்டும். நமது மதிப்பிற்குரிய தலைவர்களுள் ஒருவர் கூறியது போல் திராவிடத் தோற்றம் உள்ள ஒரு கட்சி மட்டுமே வாக்காளர்களின் ஆதரவைப் பெற முடியும். திராவிடர் கழகம், திராவிட முன்னேற்றக் கழகத்திற்கு இடங்கொடுத்ததுபோல் திராவிட முன்னேற்றக் கழகமும் மீண்டும் இரு கட்சியாகப் பிளவுபட இடம் கொடுத்தது. எனவே மேலும் சில பிளவுகளும், சில பகுதி மறு இணைவுகளும் இருக்கக்கூடும். இது இந்திய அரசியலில் ஒரு வழக்கமான நடைமுறையாகத் தெரிகிறது. திராவிடர் கழகம், திராவிட முன்னேற்றக் கழக மரபின் வாரிசுகளால் காங்கிரஸ் கட்சியில் நடந்துகொண்டிருப்பவை தமிழ் நாட்டிலும்கூடத் திரும்பத்திரும்ப நடைபெறக்கூடும். ஆனால் எப்பொழுதும் தமிழ்நாட்டில் ஆளுங்கட்சியாகவோ எதிர்கட்சியாகவோ வலிமைவாய்ந்த திராவிடச் சார்புடைய ஒரு கட்சி இருந்து கொண்டிருக்கும்.

சூத்திரர் ஆட்சி

சூத்திரர் ஆட்சி பற்றி நான் குறிப்பிடும்பொழுது கலியுகத்தில் சூத்திரர்கள் ஆட்சி புரிவர் என மகாபாரதத்திலும் ஸ்ரீமத் பாகவதத்திலும் உள்ள கணிப்பு நினைவுக்கு வருகிறது. ஆனால் அக்காலத்தில் சூத்திரர்கள் நால்வருணத்தாருள் ஒருவர். இக்காலத்திலோ சூத்திரர் என்னும் சொல் அவரவர்க்குரிய வழிபாட்டு முதன்மைக் கொள்கைகளைக் கொண்ட ஆயிரக்கணக்கான சாதிகளை உள்ளடக்கியது. எந்தச் சூத்திரர் ஆட்சி புரிவர் என்ற வினாவிற்குத் தற்பொழுது விடைகாண வேண்டும். நான் முன்பே பொதுவாகக் குறிப்பட்டதுபோல் பார்ப்பனரிடத் திலிருந்த ஆதிக்கம் மொத்த மக்கள் தொகையில் குறைந்த விழுக்காடுள்ளவர்களான பார்ப்பனர் அல்லாத உயர்சாதியினரிடம் சென்றது. பார்ப்பனர் அல்லாதார் இயக்கம் எல்லாச் சாதிகளுக்கிடையேயும் ஒற்றுமையினைக் கொண்டு வரவில்லை என்பதைச்

சொல்ல வேண்டியதில்லை. வயதுவந்தோர் வாக்குரிமை ஏதேனும் ஒன்றைச் சாதித்திருக்கிறதென்றால் அது சாதி உணர்வைத் தூண்டி, சாதிப் பகைமையினை ஏற்படுத்தியதில் அவர்கள் பெற்ற வெற்றியே ஆகும். இந்த மரபுரிமை முன்பே பார்ப்பனர் அல்லாத உயர் சாதியிடமிருந்து பார்ப்பனர் அல்லாத எண்ணிக்கைமிக்க பிற்பட்ட வகுப்பினரிடம் சென்றுள்ளது. எல்லா அரசியல் கட்சிகளிலும் வகுப்பு அல்லது சாதிக்குழுவின் அடிப்படையில் உட்கட்சிப் போராட்டம் வெளிப்படையாவோ மறைமுகமாகவோ நடந்துகொண்டிருக் கின்றது.

காமராசர், அண்ணா மற்றும் சில தலைவர்களைப் போல் தனிச் சிறப்பு வாய்ந்த குணமுடைய தலைவரைக் காணும்பொழுது வெவ்வேறு சாதியைச் சார்ந்த பெரும்பகுதி யான மக்கள் அத்தலைவரை நாடிச்செல்லத் தொடங்கினர். மரபுவழி உரிமையான தலைமைப் பதவி சூத்திரர்களில் மிகத் தாழ்ந்த வகுப்பாரிடமும், அதன் பிறகு தாழ்த்தப்பட்ட வகுப்பாரிடமும் எவ்வளவு விரைவாகச் செல்லும் என்பதைப் பொறுத்திருந்துதான் பார்க்க வேண்டும். அனைத்துச் சாதி யினரையும் ஒருங்கிணைந்த ஓரினமாகப் பக்குவப்படுத்தி, சமப்படுத்திய ஜனநாயக சமூகத்தை உருவாக்கச் சில காலம் ஆகும். ஆனால் நவீனமாக்குதல், தொழில்மயமாக்குதல், நகரியமாக்குதல், வேகமான தகவல்தொடர்புச் சாதனங்கள், தொழிற்சங்கங்களின் விரிவாக்கம், கம்யூனிசக் கருத்துக்கள் ஆகியவை சமப்படுத்துவதும் ஒற்றுமைப்படுத்துவதுமான செயலுக்கு நன்மை புரிந்து வருகின்றன. ஆனாலும் நாம் இன்னும் ஒரு நீண்ட பயணம் மேற்கொள்ள வேண்டியுள்ளது.

3

அரசியலில் சாதியச் செயல்பாடு

கடந்த இரு சொற்பொழிவுகளிலும் நான், பார்ப்பனர் அல்லாதார் இயக்கத்தின் வளர்ச்சியையும் அதன் சமூக விளைவுகளையும் பொதுவாக விளக்கினேன். பலமுறை திரும்பத்திரும்பக் கூறியதைப்போல் பார்ப்பனர் அல்லாதார் சாதி அல்லது சமூகம் என்று தனித்து ஒரு சமூகம் இல்லை. பார்ப்பனர் அல்லாதார் என்னும் தொடர் பார்ப்பனச் சாதியைச் சாராத அனைவரையும் உள்ளடக்கியது. இத்தொடர் அரிசனங்கள், கிறித்தவர், முகமதியர் ஆகியவர்களையும் உள்ளடக்கியது. கிறித்தவர், முகமதியர், தாழ்த்தப்பட்ட சாதி ஆகியவை நீங்கலாக நூற்றுக்கு மேற்பட்ட பெரிய சாதிகளும், நூற்றுக்கு மேற்பட்ட சிறிய சாதிகளும் பார்ப்பனர் அல்லாதாருள் அடங்கும். சாதிப்பெயர்களைப் பதிவு செய்வதற்கு இறுதியாக அமைக்கப்பட்ட மக்கள் தொகைக் கணக்கெடுப்பு அறிக்கைகூட அனைத்துச் சாதியினரையும் கணக்கெடுக்கவில்லை. ஆனால் அரசியல் காரணங்களுக்காகச் சில பெரும் சாதிகளைக் கூர்ந்து நோக்குதல் இன்றியமையாதது. இங்கு நமது ஆய்வுக்குத் தாழ்த்தப்பட்ட சாதிகள் அனைத்தும் ஒரு குழுவாக எடுத்துக்கொள்ளப்படுகின்றன. தாழ்த்தப்பட்ட வகுப்பின் பல்வேறு சாதிகளுக்கிடையே

உயர்வு தாழ்வு இருந்தபோதிலும் அவற்றுள் இரு சாதிகள் மட்டுமே மிகுந்த எண்ணிக்கையையும் முக்கியத் துவத்தையும் கொண்டுள்ளன. இச்சொற்பொழிவின் இறுதியில் அரிசனங் களை அழுத்தப்பிடிப்புள்ள சக்தி எனக் கொள்ளாமல் பொதுவாக ஆய்வு செய்யப்படும்.

பெரிய, சிறிய சாதிகளின் பரவல்

தமிழ்நாட்டுச் சாதி நிலப்படத்தின் வாயிலாக உழவுத் தொழில் சார்ந்த பெரும் சாதிப் பிரிவுகளுக்கிடையே ஒரு தொடர்பு இருந்ததை அறிகிறோம். ஒவ்வொரு மாவட்டத்திலும் அரிசனங்கள் 15 முதல் 22 விழுக்காடு வரை உள்ளனர். அதாவது சராசரியாக 18 விழுக்காடு உள்ளனர். இவர்கள் பெரும்பாலும் உழவுத் தொழிலில் இருக்கிறார்கள். விடுதலைக்கு முற்பட்ட காலத்தில் இவர்களுடைய நிலைமை அடிமைகளை விடவும் –கொத்தடிமைகளை விடவும் – மோசமாக இருந்தது. இவர்களையடுத்து விவசாயத்தை முறையோடு மேற்கொள்ளும் வகுப்பினராக வடஆற்காடு, தென் ஆற்காடு, சேலம், தர்மபுரி மாவட்டங்களில் வாழும் வன்னியகுல க்ஷத்திரியர், அரிசனங் களின் எண்ணிக்கைக்குச் சமமாகவோ அல்லது அதிகமாகவோ இருக்கின்றனர். திருச்சி, தஞ்சை மாவட்டங்களில் சில வட்டங்களில் இவர்கள் வாழ்கின்றனர். மாநிலத்தின் பிற பகுதிகளில் இவர்கள் குறைந்த அளவில் பரவியுள்ளனர். தென் மாவட்டங்களான மதுரை, இராமநாதபுரம், திருநெல்வேலி மாவட்டங்களில் கள்ளர், மறவர் முதலானோர் இதே நிலையில் இடம் பெற்றுள்ளனர். வன்னியர், மறவர் முதலா னோரில் சிறு பகுதியினர் குறைந்த நிலவுடைமையாளராக வும், குத்தகைப் பயிராளராகவும் இருக்கின்றனர். ஆனால் பெரும்பான்மை மக்கள் அரிசனங்களில் மேல் மட்டத்தினரைப் போல உழவுத் தொழிலைச் செய்கின்றனர்.

அடுத்த பெரும்பான்மைச் சாதி கொங்கு வேளாளர் சாதியாகும். இச்சாதியினர் நிலவுடைமையாளர்களாகவும் பயிராளர்களாகவும் சேலம், கோயம்புத்தூர் மாவட்டங்களி லும் மதுரை மாவட்டத்தின் சில பகுதிகளிலும் இருக்கின் றனர். இவ்வகுப்பினருள் ஒரு சிலர் மட்டுமே உழவுத் தொழிலா ளர்களாக விளங்குகின்றனர். அடுத்து, இவை தவிர விவசாயத்திலிருந்து முற்றிலும் விடுபடாத மூன்று முக்கிய சாதியினர் உள்ளனர். அவர்கள் இடையர் அல்லது யாதவர், நெசவுச் சாதியைச் சேர்ந்த கைக்கோளர் மற்றும் நாடார் என அழைக்கப்பட்ட சாணார்கள் ஆவர். மக்கள் தொகைக் கணக்கெடுப்புப்படி வெள்ளாளர்கள் எண்ணிக்கையில் மிகுந்தவர்கள். ஆனால் அவர்கள் அனைவரும் கார்காத்தார்

அல்லது சைவ வேளாளர் மற்றும் முதலியார்கள் அல்லர். கொங்கு வேளாளர் எண்ணிக்கை தனியாகக் கணக்கிட முடியாதது. அவர்களது இப்போதைய மக்கள் தொகை 25 முதல் 30 இலட்சம் வரை என மதிப்பிடப்பட்டுள்ளது. இதில் ஏறத்தாழ நூறு உட்சாதி பிரிவுகள் உண்டு. வீரக்கொடி வெள்ளாளர் என அழைக்கப்படும் கற்பனைச் சாதியும் இதில் அடங்கும். அவையெல்லாம் வெள்ளாளர் என்னும் சாதியின் கீழ்த்தொகுக்கப்பட்டுள்ளன.

மரபுவழி உயர்சாதிகள்

வழிவழியாக நிலவுடைமை என்பது பெரும்பாலும் பார்ப்பனர், வெள்ளாளர் சாதியில் மேம்பட்ட பிரிவினரிடமும் நாயுடு மற்றும் ரெட்டியார் பிரிவினரிடமும் இருந்து வந்தது. கல்வியால் ஏற்பட்ட தாக்குரவு காரணமாகவும் அரசுபணிகள், உயர்தொழில்கள் காரணமாகவும் ஜமீன்தார் ஒழிப்பு, குத்தகைச் சட்டம் ஆகியவற்றின் காரணமாகவும் பார்ப்பனர்களின் நிலவுடைமை வீழ்ந்தது. ஆனால் பிற சாதியினர் தங்களின் முதன்மை இடத்தை இப்பொழுதும் வகித்து வருகின்றனர். இச்சாதியினரின் கல்வியறிவு சராசரி கல்வியறிவைக் காட்டிலும் மிக்கிருந்தது. பார்ப்பனர் அல்லாதார் அல்லது திராவிட இயக்கத்தின் தொடக்க காலங்களில் பார்ப்பனர்களைப் பின்னுக்குத் தள்ளி, பார்ப்பனர் அல்லாத இந்துமத உயர்சாதியினர் அந்த இடத்தைப் பெரும்பாலும் கைப்பற்றி நன்மையடைந்தனர். மேலும் இவர்களுடைய தேவைக்கேற்ப முயற்சியின்றியே செல்வாக்கைச் செலுத்தும் ஆதிக்கச் சாதியினராய் இருந்தனர்.

இயல்பாகவே இந்நிலை பிற பார்ப்பனர் அல்லாத, குறிப்பாகப் பெரும் எண்ணிக்கையிலான சாதியினரால் பணிந்து ஏற்றுக்கொள்ள முடியவில்லை. உண்மையில் சாதிப் பாகுபாட்டில், தங்களின் தாழ்ந்த சடங்கு நிலைகளுக்கு எதிரான எதிர்ப்புணர்வு 19ஆம் நூற்றாண்டின் இறுதியில் தோன்றியது. இவ்வெதிர்ப்புணர்வே பல்வேறு விளைவுகளுக்கு வழிகோலியது.

சமஸ்கிருதமயமாக்கல்

சமூகவியலாரால் தற்பொழுது சமஸ்கிருதப்படுத்தல் என அழைக்கப்படும் செயலே பெரும்பான்மைச் சாதியினரால் முதற்படியாக எடுத்துக்கொள்ளப்பட்டது. இவர்கள் பார்ப்பனரைத் தழுவி க்ஷத்திரியர் அல்லது வைசியர் என்னும் பட்டங்களைத் தமது பழைய சாதிப் பெயர்களில் வைத்துக் கொண்டனர். நாடார்கள் தொடக்க காலத்தில் இருபிறவி

யாளர்களின் சடங்குகளையும் அடையாளங்களையும் தழுவிய போது பார்ப்பனர்களால் அளிக்கப்பட்ட சாதிப்பெயரால் வெறுப்பும் ஒற்றுமையின்மையும் ஏற்படும் என அறிந்து கொண்டனர். அடுத்தபடி, சிறப்பு வாய்ந்தவர்கள் க்ஷத்திரியரும் வைசியரும் ஆவர். பார்ப்பனர்களின் விருந்து முறை, வழிபாட்டு முறை ஆகியவற்றை ஏற்றுக்கொண்டு முழுமையாகவோ அல்லது பகுதியாகவோ புலால் உண்ணாதவராக மாறுதல் சமஸ்கிருதமயமாக்கலின் பிற அம்சங்களாகும்.

வன்னியகுல க்ஷத்திரியர்

பள்ளி அல்லது படையாட்சி என எல்லோருக்கும் அறிமுகமானவர்கள் 19ஆம் நூற்றாண்டின் இறுதி இருபது ஆண்டுகளில் வன்னிய குல க்ஷத்திரியர் என்ற சாதிப் பெயரை மேற்கொண்டனர். இந்திய தேசிய காங்கிரஸ் மற்றும் பல சமூகச் சீர்த்திருத்தங்கள் தோன்றிய அதே காலத்திலேயே வன்னியகுல க்ஷத்திரியர் மகா சங்கம் நிறுவப்பட்டது. ஆனால், இவர்கள் பார்ப்பனர்களுக்கு அடுத்த க்ஷத்திரியர் என்னும் உயர்நிலையைப் பெரிதும் பொருட்படுத்தியதாகத் தோன்றவில்லை. இதனை இவர்களுடைய தலைவர்களே ஒப்புக் கொண்டனர். இவர்கள் சாதி இந்துக்களிலேயே பெரும் எண்ணிக்கை கொண்ட தனித்த சாதியாக இருந்தபோதிலும் தங்களுடைய பகுதியில் உள்ள சிறுபான்மைச் சாதியினரைத் தங்களது எண்ணிக்கை வலிமையை வைத்துக்கொண்டு அதிகாரம் செலுத்தியபோதிலும் ஆதிக்கச் சாதி என்னும் நிலைக்கு வர இவர்களால் இயலவில்லை. இச்சாதியினரில் சிலர் பெரும்பண்ணையாளராகவும் வியாபாரிகளாகவும் பணக்காரர்களாகவும் இருந்தாலும், குறைந்த அளவான கல்விச் சாதனையும் கணிசமான மேட்டுக்குடியினர் இல்லாமையும் இதற்கு ஒரு காரணம் ஆகும். ஆதிக்கச் சாதியாக வளர முடியவில்லை என்ற பெரும் ஏமாற்றத்தைத் தொடர்ந்து, தேர்தல் வெற்றி தமக்கு ஆதிக்கச் சாதி என்ற நிலையையும், அரசியலிலும் நிர்வாகத்திலும் உயர்நிலையையும் தரும் என்று நம்பி இச்சாதி தன்னை அரசியலில் ஈடுபடுத்திக் கொண்டது.

உழைப்பாளர் கட்சி

கடலூரில் ஒரு நல்ல நடுத்தர வகுப்புக் குடும்பத்திலிருந்து ஓர் இளைஞர் 1940களின் பிற்பகுதியில் உழைப்பாளர் கட்சியை நிறுவினார். குறிப்பாக, தென்னாற்காடு, செங்கல்பட்டு மாவட்டங்களில் வன்னியர்களை ஒன்றுதிரட்டினார். ஓரளவு அரசியல் முன்னனுபவம் உள்ள ஒரு வழக்குரைஞர் வடஆற்காட்டிலும் அதன் அருகில் உள்ள பகுதிகளிலும்

உழைப்பாளர் பொதுநலக்கட்சி என்னும் பெயரில் மேற்சொன்னது போன்ற ஒரு கட்சியை உருவாக்கும் பணியைச் செய்தார். இந்த இரு கட்சிகளின் தோற்றம் இந்தச் சாதியை அரசியலில் பெரும் வலிமை செலுத்தும் குழுவாக மாற்றியமைத்தது. இவ்வளவு மக்கள் தொகை மிக்கிருந்தும் தொடக்க காலத்தில் இருந்த நீதிக்கட்சி அல்லது பார்ப்பனர் அல்லாதார் இயக்கத்திலோ பின்னர் எழுந்த திராவிடர் கழக இயக்கத்திலோ மிகப் பலர் சேராதது குறிப்பிடத்தக்கது. இது தனது தனித்தன்மையை நிலைநிறுத்தி வந்தது. மேலும் பிற்பட்ட சாதியில் தலைமையிடம் வகிக்கக்கூடிய பெருமையைக் கொண்டிருந்தது. இந்த இரு கட்சிகளும் சேர்ந்து அதிக முயற்சியோ பொருட்செலவோ இன்றி 1952ஆம் ஆண்டு சென்னைச் சட்டமன்ற முதல் தேர்தலில் போட்டியிட்டு 24 இடங்களைப் பெற்றன. அத்துடன் நாடாளுமன்றத்திலும் சில இடங்களைப் பெற்றன. இக்கட்சியின் தலைமையில் ஒற்றுமையின்மை காணப்பட்டதால் கட்சியினர் இரு பிரிவாகப் பிரிந்து செயல்பட்டனர். இந்த இரு பிரிவில் ஒரு பிரிவைச் சேர்ந்த தலைவரையும் அவரோடு இருந்த ஆறு சட்டமன்ற உறுப்பினர்களையும் ராஜாஜி தம்மோடு சேர்த்துக்கொண்டு மந்திரி சபையை அமைத்தார். அவர் நினைத்தபடியே பொதுநலக்கட்சி கலைந்தது. தமிழ்நாட்டில் கட்சித் தாவல் நிகழ்ந்ததற்கு இதுவே முதல் சான்றாகும். இதற்குக் காங்கிரஸ் துணை போயிற்று. சில ஆண்டுகளுக்குப் பிறகு ராஜாஜி உழைப்பாளர் பொது நலக்கட்சிக்குச் செய்ததையே காமராசர் உழைப்பாளர் கட்சிக்கும் செய்து காங்கிரசில் இணைத்தார். 1963இல் மீண்டும் புதுப்பிக்கப்படும்வரை உழைப்பாளர் கட்சி சட்டமன்றக் கட்சியாக இருக்க இயலாமற்போயிற்று. இக்கட்சியைச் சார்ந்த சாதியினர் சாதி அடிப்படையிலான கட்சியிலோ அதன் தலைமையிலோ நம்பிக்கை இழந்து விட்டதால் இக்கட்சி எந்த ஒரு தேர்தல் வெற்றியையும் பெறவில்லை. இந்தப் பிரிவினர் காங்கிரசோடு இணைந்த போதும் அச்சாதியைச் சேர்ந்த சட்டமன்ற உறுப்பினர்கள், அச்சாதியினரின் முன்னேற்றத்தை உயர்த்தவும், குறிப்பாக முக்கியமான இடங்களில் பணிகளையும் கௌரவப் பதவிகளையும் பெறவேண்டித் தமக்குள் இணைந்து ஒரு செல்வாக்குடைய குழுவாக அதிகாரபூர்வமன்றி இயங்கினர். வன்னியச் சாதியினர் ஒரு கட்சியாகவோ அதிகாரபூர்வமற்ற செல்வாக்குக் குழுவாகவோ இயங்கியமை எல்லா வட்டார அரசியல் கட்சிகளிலும் முற்பட்ட சாதியினரின் இடத்தைப் பிற்பட்ட சாதியினர் மெல்லமெல்லப் பிடித்தமையைத் தெளிவாகக் காட்டுகிறது. அரசு பணிகளில் பிற்பட்ட

வகுப்பினர் பிரதிநிதித்துவம் பெறுவதிலும், தேர்தலில் போட்டியிடும் ஒவ்வொரு அரசியல் கட்சியிலும் போதுமான அளவு இச்சாதியைச் சேர்ந்தவர்கள் வேட்பாளர்களாகத் தேர்ந்தெடுக்கப்படுவதிலும் இவர்கள் மேற்கொண்ட முயற்சிகள் நல்ல முடிவுகளைத் தந்தன. தமிழ்நாடு சட்ட மன்றத்தின் ஒவ்வொரு கட்சியிலும் வன்னியர்கள் இடம் பெற்றுள்ளனர். இச்சாதியைச் சேர்ந்த காங்கிரஸ்காரர்கள் வழிவழியாகச் சட்டமன்றத்தில் இருக்கின்றனர். மேலும் இச்சாதியைச் சேர்ந்தவர்கள் மற்ற கட்சிகளிலும் தீவிர ஈடுபாட்டுடன் இருக்கின்றனர். ஒரு சிறப்பு வாய்ந்த தலைமை யின்கீழ் இவர்கள் தற்போது இருக்கின்ற கட்சிகளில் ஏதாவது ஒன்றினுடைய அமைப்பைக் கைப்பற்றி அதில் தலைமை வகிக்கக்கூடும்.

நாடார்

இந்நூற்றாண்டின் தொடக்க காலத்தில் அழைக்கப்பட்டு வந்த 'சாணான்' என்கிற சாதியினர் சமூகச் சடங்குகளில் கீழ்மட்டத்தினர் என்று கருதுவதையும் கடந்து திருநெல்வேலி, கன்னியாகுமரி மாவட்டங்களின் சில பகுதிகளில் தீண்டத் தகாதவர்கள் எனவும் கருதப்பட்டனர். எனவே இந்நிலையை மாற்றி உயர வேண்டும் என இச்சாதியின் தலைவர்கள் உறுதி பூண்டனர். நான் முன்பே குறிப்பிட்டது போல இவர்கள் தங்களைச் சமஸ்கிருதமயமாக்கத்திற்கு உட்படுத்திக்கொண்டு தங்களை ஒருவகைப் பார்ப்பனர் என்று அழைத்துக் கொண்டது தோல்விக்குரியதாகியதோடு அது இவர்களைக் கேலிக்குரியவர்களாகவும் ஆக்கியது. இவர்கள் தங்களைப் பொருளாதாரத்தில் மேம்பட்டவர்களாக ஆக்கிக்கொள்ள முயன்றனர். இச்சாதியினர் முதலில் போக்குவரத்துத் தொழிலும், வெல்ல வியாபாரமும் செய்யத் தொடங்கி, பிறகு தாளிதப் பொருள், தானியங்கள், விறகுக்கட்டைகள் போன்றவற்றை மொத்தமாகவும் சில்லரையாகவும் விற்பவர்களாகப் பரவினர். இரண்டு அல்லது மூன்று தலைமுறைகளில் இவர்கள் மதுரை, இராமநாதபுரம் மாவட்டங்களிலும், பின்னர் மாநிலத்தின் அனைத்து நகர்ப்பகுதிகளிலும் மதிப்பிற்குரிய வாணிகம் மற்றும் தொழிற் சமூகமாகக் கருதும் நிலைக்கு உயர்ந்தனர். இவர்கள் தமது இளைய தலைமுறையினரின் கல்வியை மேம்படுத்த ஒருங்கிணைந்த முயற்சியை மேற்கொண்டனர். மேலும் இவர்களது சங்கம் தமக்குச் சொந்தமாகப் பள்ளி களையும் கல்லூரிகளையும் நிறுவ முயற்சி எடுத்தது. இம் முயற்சிகளில் தொடக்க காலத்தில் பெருமளவில் கிறித்தவ மதத்தைத் தழுவிய தமது மக்களை இவர்கள் எடுத்துக் காட்டாகக் கொண்டதோடு அவர்களுடைய உதவியையும்

பெற்றனர். இச்சாதியினரின் சமூக உணர்வு, பிற்பட்டோரின் பட்டியலிலிருந்து தமது சாதிப்பெயரை நீக்கிவிட வேண்டும் என்னும் அளவிற்கு இவர்களைக் கொண்டுசென்றது. பிற்காலத்தில் இவர்கள் தங்கள் தவற்றை உணர்ந்துகொண்டது டன் இடஒதுக்கீடு உரிமையைக் கோரியும் விண்ணப்பித் தனர். கணிசமான அளவில் நல்ல வளமான வணிகக் குழுவாக இச்சாதி வளர்ச்சி பெற்றது. இது உயர்ந்த வணிகச் சமூகமாகிய செட்டியார்களுடன் எவ்வகையிலும் ஒப்பிடக்கூடியதன்று.

காமராசரைப் போன்ற ஒரு சிறந்த தலைவரை இச் சமூகம் பெற்றது அதன் நற்பேறாகும். வன்னிய குல க்ஷத்திரிய வகுப்பைப் போன்று இச்சாதி அரசியல் உணர்வுடையதன்று எனினும் இதுவும் அரசியலில் செல்வாக்குடையதாக இருக்க முயற்சி செய்தது. எனினும் ஒவ்வொரு அரசியல் கட்சியும் தென்மாவட்டங்களில் இச்சாதியினரின் ஆதரவைப் பெற முயன்றது. ஒவ்வொரு தேர்தலிலும் மாநிலச் சட்ட மன்றத்திற்கும் நாடாளுமன்றத்திற்கும் நாடார்கள் தேர்ந் தெடுக்கப்பட்டார்கள். அவர்கள், சாதி நன்மைக்கு ஒன்று பட்ட சக்தியாக விளங்கினர். இவர்களுடைய முதன்மை விருப்பம் காங்கிரசாக இருந்தபோதிலும் இவர்கள் எந்த அரசியல் கட்சியினருக்கும் முன்னுரிமை அளிக்கவில்லை. எல்லா அரசியல் கட்சித் தலைவர்களும் நாடார்களை அதிகாரமுள்ள பதவிகளில் அமர்த்த முயற்சி செய்கின்றனர். இச்சாதி யினருக்கு ஒரு கட்சியை உருவாக்கும் அல்லது எதையும் ஆதிக்கம் செய்யும் அரசியல் ஆர்வம் இல்லை. ஆனால், இச்சாதி தமிழகத்தின் வேறு எந்தச் சாதியும் இதற்கு இணை யாகக் கூற முடியாதபடி ஒன்றுபட்ட வெற்றிகரமான ஒரு குழுமுயற்சி பெற்றிருப்பதற்குச் சிறந்த எடுத்துக்காட்டாக விளங்குகிறது. கேரளாவில் உள்ள ஈழவர்களோடு மட்டுமே இதனை ஒப்பிட முடியும்.

பெரும்பாலும் வணிக வகுப்பிலிருந்து வந்த நாடார்களின் தலைமை, அரசியல் நிலைமை எப்படியிருந்தபோதிலும் அவ்வப்போது நிலவும் அரசாங்கத்துடன் நல்ல உறவை வைத்துக்கொண்டிருப்பதில் நம்பிக்கை கொண்டிருந்தது. இவர்களது பொதுவான மனப்பான்மை எக்கட்சியையும் சாராமை ஆகும். இவர்கள் எந்த ஒரு பெரும் சாதியின ருடனும் கூட்டு சேர்ந்து ஒரு பெரும்பான்மைத் தொகுதியை உருவாக்க வேண்டும் என்று முயலவில்லை. தென் மாவட்டங்களில் வாழ்ந்த சக்தி வாய்ந்த மறவர் சாதி யினரோடு இவர்களுக்கு இருந்த பகைமையும் நம்பிக்கை யின்மையும் அவர்களோடு ஏதோ ஒருவகையில் கூட்டு வைத்துக்கொள்வதற்குத் தடையாக அமைந்தன. வன்னியர்கள்

எண்ணிக்கையில் மிகுந்தும் சிறந்த அரசியல் உணர்வும் போதுமான தேர்தல் வெற்றிகளும் கொண்டிருந்தபோதிலும், அவர்களுடைய வெற்றி தமிழக அரசியலில் செல்வாக்குக் குழுவாக விளங்கிய கள்ளர், மறவர் அல்லது கட்சி சாராத நாடார் சாதியினரின் வெற்றியோடு ஒப்பிட முடியாதது. அரசியல், வன்னியர்களிடத்துச் சாதி உணர்வை வலுப் படுத்தியது. ஆனால் நாடார்களிடம் அத்தகைய தாக்கம் இன்றி, சாதி உணர்வு நன்றாக ஒரு கட்டுப்பாட்டிற்குள் வைக்கப்பட்டிருந்தது.

கள்ளர், மறவர்

தமிழக அரசியலில் மற்றுமொரு பெருந்தொகுதி யினராகிய இச்சாதியினரின் தாக்கம் ஆய்வுக்குரியது. திருநெல்வேலி, மதுரை மாவட்டங்களின் மறவர் சாதியும், இதனுடைய உடன்பிறப்பு சாதியான கள்ளர் சாதியும் சேர்ந்து இரண்டாவது பெரிய தனிச் சமூகமாகும். இதனுடைய சார்புச் சாதியாகிய அகமுடையாரையும் இக்கள்ளர் மறவர் சாதியினரோடு சேர்த்துக் காணும்போது அது முக்குலத்தோர் – முக்குல மரபினர் – என்றழைக்கப்படும் மிகப்பெரிய பிரிவாகும். கள்ளரும் மறவரும் அகமுடையா ரோடு இணைந்துகொள்ள விரும்பினாலும் அகமுடையார் கள் குறிப்பாகத் தஞ்சை மாவட்டத்தினர் இதில் எவ்வித ஆர்வமும் காட்டவில்லை என்பது தமிழ்நாடு பிற்பட்டோர் வகுப்புக் குழுவின் எண்ணமாக இருந்தது. அகமுடையாரின் கல்வியறிவின் விழுக்காடு எப்பொழுதும் அதிகமானதாக இருந்தது; மேலும் மரபு வழியாக அவர்கள் அரசு பணிச் சாதியினராகவே இருந்தனர். அவர்களுள் விவசாயத் தொழிலாளர்களின் விகிதாசாரம் குறைவாக இருக்கிறது. சில நேரங்களில் தம்மை அகமுடையார்களின் ஒரு பிரிவினர் என்றழைத்துக்கொள்ளும் துளுவ வேளாளர்களோடு இவர்கள் தொடர்புகொள்ள விரும்பினர். அண்மைக் காலம்வரை தென்மாவட்டங்களில் கள்ளர், மறவர் சாதியில் பல ஜமீன்தார் களும், இளவரசுக்கொத்த செல்வமுடையோரும் செழுமை பெற்றும், பல பெருஞ்செல்வாக்குடைய பணி நிலைகளை வகித்தும் இருந்தனர். இது இச்சாதியினர் பெற்ற நன்மையாகும். இராமநாதபுர அரசராக ஒரு மறவரும், புதுக்கோட்டை அரசராக ஒரு கள்ளரும் இருந்தனர். இப்படிப்பட்ட பிரபுக்கள் மரபுவழி வந்த முத்துராமலிங்கத் தேவர், மூக்கையா தேவர் போன்ற சில தலைவர்கள் அண்மைக் காலங்களில் இச்சாதி யிலிருந்து உருவாயினர். மறவர்களிடம் பார்வர்டு பிளாக் கட்சிக்கு ஆதரவான போக்கு இருந்தது. இப்பொழுதோ கள்ளரும் மறவரும் எல்லா அரசியல் கட்சிகளிலும் இடம் பெற்றுள்ளனர்.

மறவர்கள் திருநெல்வேலி மாவட்ட மக்கள் தொகையில் 13 விழுக்காடாகவும் இராமநாதபுரம் மாவட்ட மக்கள் தொகையில் ஏறத்தாழ 9.5 விழுக்காடாகவும் உள்ளனர். மதுரை, தஞ்சை மாவட்ட மக்கள் தொகையில் கள்ளர்கள் முறையே 9 விழுக்காடும் 10 விழுக்காடும் உள்ளனர். கள்ளரையும் மறவரையும் ஒன்றாக எடுத்துக்கொண்டால் அவர்கள் மூன்று தென்மாவட்டங்களில் ஒரு சக்தியாக விளங்குகின்றனர். அவர்களுடைய மக்கள் தொகை விழுக்காட்டைவிட அதிக எண்ணிக்கையிலான சட்டமன்ற உறுப்பினர்களாக அவர் களால் வரமுடிகிறது. வீரமரபு, சாதி ஒற்றுமை, தக்க அரசியல் தலைமை ஆகியவற்றின் காரணமாக இவர்களுக்கு ஒரு பெரும் வலிமை ஏற்பட்டது. இச்சாதியினருள் பெரும் பான்மையான மக்கள் ஏழை உழவுத் தொழிலாளராகவும் குத்தகைப் பயிராளராகவும் இருந்தபோதிலும் இவர்கள் நல்ல முன்னேற்றம் அடைந்துகொண்டிருக்கின்றனர். தங்களைப் பேரளவில் அரசியலில் ஈடுபடுத்திக்கொள்வதோடு, இவர்கள் அரசியல் பதவிகளின் மீது ஒரு கண் வைத்துள்ளனர். இக்கள்ளர், மறவர் சாதியினர் வட மாவட்டங்களில் வன்னியர்களுடன் கூட்டுவைத்துக் கொண்டால் இவர்களால் சக்திவாய்ந்த ஒரு சாதிக்கூட்டை ஏற்படுத்த முடியும். ஆனால் அத்தகைய கூட்டுறவுக்கான வாய்ப்புகள் அருகிக் காணப்படு கின்றன. அரசியல் ரீதியாக இவர்களை ஒரு சக்தியாகக் கணக்கில் கொள்ள வேண்டியுள்ளது. தென் மாவட்டங்களைப் பொறுத்த அளவில் பல துறையில் நாடார்களுடைய சாதனை களை விஞ்சுகிற வகையில் தங்களுடைய சொல்லே இறுதிச் சொல்லாக இருக்குமளவிற்கு இவர்கள் சக்தி படைத்தவர்கள்.

எண்ணிக்கை மட்டுமே தீர்மானிக்கும் சக்தி அன்று: யாதவரும், கம்மாளரும்

வன்னிய குலக்ஷத்திரியர், நாடார், கள்ளர்–மறவர் ஆகிய மூன்று பெரும்பான்மைச் சாதியினரின் போக்குகள் பற்றி விளக்கினேன். பெரும் எண்ணிக்கையிலான மக்கள் நெருக்கம் மிகுந்த சில பகுதிகளில் இவர்களுடைய வலிமை அம்மக்கள் தொகையைச் சார்ந்திருக்கிறது. இது இவர்களுக்குக் குறிப்பிடத்தக்க அரசியல் வலிமையைத் தருகிறது. நாடார், மறவர், கள்ளரைவிட அதிக மக்கள் தொகையைக் கொண்ட ஒரு பெரும்பான்மைச் சாதியாக இடையர் அல்லது யாதவர் உள்ளனர் என்பதைக் குறிப்பிடலாம். ஆனாலும் அவர்கள் எல்லா மாவட்டங்களிலும் சமமான அளவில் கணிசமாகப் பரவியிருக்கின்றனர். எனினும், ஒரு சட்டமன்றத் தொகுதியில் கூட முடிவுசெய்யும் குரலாக அவர்கள் அமையவில்லை. சாதியை மட்டுமே கருத்திற்கொண்டு எந்தவொரு தொகுதி

யிலும் அரசியல் கட்சிகள் இச்சாதியினரைத் தேர்தலில் நிறுத்துவதில்லை. இவர்களால் எந்த ஒரு சட்டசபைக்கும் 4 அல்லது 5 உறுப்பினர்களுக்கு மேல் அனுப்ப இயலவில்லை. மேலும் பிற பெரும் சாதிகளைப் போல இவர்கள் ஒருங்கிணைந்து அரசியலில் செல்வாக்கு மிக்க குழுவாக விளங்க வேண்டும் என்று விழைய முடியாது.

சில பகுதிகளில் மக்கள்தொகை நெருக்கமற்ற மற்ற சாதி களின் நிலைமை இப்பொழுதும் மோசமாக உள்ளது. கம்மாளர் சாதியினர் அல்லது எண்ணெய் வாணிக (வாணியர்)ச் சாதியினர் எல்லா மாவட்டங்களிலும் மிகக்குறைந்த அளவில் பரவியுள்ளதால் இவர்களால் சட்டமன்றத்திற்கு ஒரு உறுப் பினரைக்கூட அனுப்பிவைக்க இயலவில்லை. இச்சாதியைப் போன்றே நெசவாளர் சாதியும் உள்ளது. போதுமான மக்கள் தொகை விகிதாசாரம் இல்லாத போதிலும், எண்ணிக்கையில் பெரிய சாதிகள் அதிகமான சட்டமன்ற உறுப்பினர்களை அனுப்பிவைக்கும் ஆற்றல் கொண்டிருக்கின்றன. இப்போதுள்ள தேர்தல்முறையில் நெருக்கமின்றிப் பரவியுள்ள சாதியினர்க்கு வாய்ப்புகள் இல்லை. ஆனால் ஆதிக்கச் சாதிகள் தங்கள் பகுதியிலும் மாநில அளவிலும் தங்களது சமூக, பொருளா தார, அரசியல் செல்வாக்கின் காரணமாக எப்படியோ போதுமான அளவிற்கும் மேலான பிரதிநிதிகளைப் பெறு கின்றன. இதற்கு விலக்காக 3 விழுக்காடு மக்கள் தொகை யுள்ள பார்ப்பனர்கள் குறைந்தது 7 அல்லது 8 இடங்களில் தேர்ந்தெடுக்கப்பட வேண்டும் என விரும்புகிறார்கள். ஆனால் அவர்கள் ஓரிடத்தைக்கூடப் பெறவில்லை.

அரசியலில் செல்வாக்கு மிக்க குழுவாகத் தீவிரமாகச் செயல்படுவது ஆதிக்கச் சாதியினருக்கு எளிதாயிருக்கிறது. எந்தக் கட்சி ஆட்சியில் இருந்தாலும் அவர்கள் அதை நடைமுறையில் செயல்படுத்தி வருகின்றனர். சட்டமன்றத் திற்கு அதிக உறுப்பினர்களைத் தேர்ந்தெடுக்க உதவுவதைத் தவிரப் பிறவற்றிற்கு வெறும் எண்ணிக்கை மட்டுமே உதவாது. ஒரு சாதியின் பொருளாதார மற்றும் பிற சாதனைகளும் முக்கியமானவை. ஒரு சாதியிலிருந்து ஒன்றோ இரண்டோ திறம் வாய்ந்த அமைச்சர்கள் கூர்ந்த மதியோடு கூடிய சாதிப்பற்றும், தம்மைச் சுற்றி வலிமையான சட்டமன்ற உறுப்பினர்களின் கூட்டத்தையும் வைத்திருந்தால் அச்சாதி யில் ஒரு வலிமைவாய்ந்த செல்வாக்குக் குழுவின் மையக்கரு உள்ளது எனக் கூற முடியும். அச்சாதியிலிருந்து அரசியலுக்கு வெளியே அரசுயர் அதிகாரிகளும் உயர் நீதிமன்ற நீதிபதி களும் பிற உயர் அதிகாரிகளும் இருந்தால் அது மேலும் ஆதாயம் விளைவிப்பதாக இருக்கும்.

வகுப்புவாரிப் பிரதிநிதித்துவம்

பொதுப்பணிகளில் வகுப்புவாரிப் பிரதிநிதித்துவத்தைக் கணக்கில் கொள்ளாமல் சாதிகளின் நிலையை ஆய்வது முழுமையாகாது. 20ஆம் நூற்றாண்டின் தொடக்கத்திலிருந்து வகுப்புரிமைச் சலுகைக் கொள்கை பின்பற்றப்பட்டதன் விளைவாக அதிகாரத்தில் வளர்ச்சி, பொதுமக்கள் கருத்து களைத் தூண்டும் திறமை, பெரும்பான்மைப் பிற்படுத்தப் பட்ட சமூகத்தினருக்குச் சலுகை, அரசின் ஆதரவு ஆகியன பெருமளவில் உள்ளன. காலப்போக்கில் குறிப்பிட்ட சில சாதியினரின் போராட்ட வலிமையால் வகுப்புவாரிப் பிரதிநிதித்துவக் கொள்கை மாறிவந்துள்ளது.

சென்னை மாநிலத்தில் வகுப்புவாரிப் பிரதிநிதித்துவக் கொள்கை பார்ப்பனர் அல்லாதார் அல்லது திராவிட இயக்கத் திற்கு முற்பட்டது என்பது தொடக்கத்திலேயே குறிப் பிடப்பட வேண்டிய ஒன்று. பிற்பட்டோர் அல்லது தாழ்த்தப் பட்ட வகுப்பினரின் பட்டியலானது 1885இல் உருவாக்கப்பட்ட நிதியுதவித் திட்டத்தின்போதே கால்கொண்டுவிட்டது. இந்தத் திட்டம் தீண்டத்தகாதவர் அல்லது தாழ்த்தப்பட்ட வகுப்பினரைச் சார்ந்த ஏழை மாணவர்களுக்கு உதவுவதற்காக ஏற்படுத்தப்பட்டது. இந்தப் பட்டியல் 1906, 1913ஆம் ஆண்டு களில் மறு ஆய்வுக்கு உட்பட்டு விரிவாக்கப்பட்டது. 1913 வரையிலும் தாழ்த்தப்பட்ட சாதியினரிலிருந்து பிற்பட்ட சாதியினரை வேறுபடுத்தி அறியும் முயற்சி மேற்கொள்ளப் பெறவில்லை. 1925இல் தாழ்த்தப்பட்ட சாதிகளிலிருந்து வேறான சாதிகளின் பட்டியல் தயாரிக்கப்பட்டது. இந்த இரண்டு பட்டியல்களும் 1931ஆம் ஆண்டு மக்கள் தொகைக் கணக் கெடுப்பை அடிப்படையாகக் கொண்டு மேலும் திருத்தம் பெற்றன. பள்ளிகளில் அரைக்கட்டணச் சலுகையை முறைப் படுத்தும் நோக்கத்திற்காக மட்டுமே இந்த இரு பட்டியல்களும் தொடர்ந்து பின்பற்றப்பட்டன. விடுதலைக்குப் பிறகு தாழ்த்தப் பட்ட, பழங்குடிச் சாதியினர் ஆகியோருக்கு அரைக் கட்டணச் சலுகை முழுக்கட்டணச் சலுகையாக மாற்றப்பட்டது. அரசியல் அமைப்பில் சட்டப்படி இயற்றப்பெற்ற பட்டியலாகத் தாழ்த்தப்பட்ட சாதியினரின் பட்டியல் இருக்கிறது. மாநில அரசால் தொகுக்கப்பட்ட பட்டியலில் தங்களையும் சேர்த்துக் கொள்ளும்படிப் போராடுகிற சாதிகளுடைய கல்வி மற்றும் சமூக பிற்படுத்தப்பட்ட தன்மையின் அடிப்படையில் பிற்பட்ட வகுப்புகளின் பட்டியல் காலத்திற்குக் காலம் திருத்தப் பெற்றது. இவ்வசதிகள் பள்ளிக் கட்டண சலுகைக்காகவே தொடக்கத் தில் தோற்றுவிக்கப்பட்டன. இது எப்படி இருப்பினும் இம்மக்க ளின் கல்வி முன்னேற்றத்திற்குப் பெரிதும் உதவியது.

மக்களுடைய சமூக விழிப்புணர்வின் காரணமாகவும், அரசியல் உணர்வின் காரணமாகவும் பிற்பட்ட வகுப்புப் பட்டியலிலிருந்த பல சாதியினர் தாழ்த்தப்பட்ட சாதியினருக்கு ஒத்த நிலையிலான வசதிகளைக் கோரிப் போராடினர். அவர்களுள் சில சாதியினர் தங்களைத் தாழ்த்தப்பட்ட சாதிகளின் பட்டியலில் இணைக்கக் கோரியும் வேண்டினர். 1957இல் சென்னை அரசு மிகப் பிற்படுத்தப்பட்ட வகுப்புப் பட்டியல் என்ற பட்டியலை முதன்முறையாக ஏற்றுக்கொண்டது. இதன்கண் உள்ள வகுப்புக்களுக்கு வேலைவாய்ப்பு அல்லாமல் அதிக அளவிலான கல்விச் சலுகைகளை அளிப்பதற்காக இப்பட்டியல் ஏற்றுக்கொள்ளப்பட்டது.

வகுப்புரிமை அரசாணை, 1921

அரசுபணிகளில் வகுப்புரிமைப் பிரதிநிதித்துவத்தின் வரலாறு கல்வித்துறைச் சலுகைகளினின்று வேறானது. எப்படியிருப்பினும் அது 1916இல் பார்ப்பனர் அல்லாதார் கொள்கை விளக்க அறிக்கையை அடுத்தே தோற்றங் கொண்டது. தமிழ்நாடு பிற்பட்டோர் வகுப்புக் குழுவின் அறிக்கை கீழ்வரும் அரசு வேலைகளின் புள்ளிவிவரங்களை அளிக்கிறது: "1894இல் இருந்து 1904ஆம் ஆண்டிற்கு இடைப்பட்ட காலத்தில் மாநிலக் குடிமுறைப் பணிகளில் இருந்த 16 உயர் பணியாளர்களுள் 15 பேரும், 21 உதவிப் பொறியாளர்களில் 17 பேரும், 140 மாவட்டத் துணை ஆட்சித் தலைவர்களுள் 77 பேரும், 128 மாவட்ட முன்சீப்புகளில் 98 பேரும் பார்ப்பனர்களாக இருந்தனர்" என்று அதில் குறிப்பிடப்பட்டிருக்கிறது. இந்தக் காலப்பகுதிகளில் இது குறித்து ஆழமான ஆய்வை மேற்கொண்டு சென்னைப் பல்கலைக்கழகத்தின் பட்டதாரிகளுள் 67 முதல் 71 விழுக்காடு வரையிலானவர் பார்ப்பனச் சமூகத்திலிருந்தே வந்தவர்கள் என்று இ.எப்.இர்ஷிக் கூறுவது போல இது தவிர்க்க இயலாததாய் இருந்தது. 1915இலிருந்து பார்ப்பனர் அல்லாதார் மேற்கொண்ட போராட்டத்தின் விளைவாக ஐந்து வேறுபட்ட குழுக்களுக்குச் சுழல்முறையிலான வேலை வாய்ப்பு என்னும் திட்டத்தின் மூலம் அரசு 1921ஆம் ஆண்டில் வகுப்புரிமைப் பிரதிநிதித்துவ விதியை அறிமுகப்படுத்தியது. நீதிக்கட்சியின் பெருஞ்சாதனைகளுள் ஒன்றாக இது கருதப்பட்டது. ஐந்து குழுக்களுக்கான சுழல்முறை வேலைவாய்ப்பை அடிப்படையாகக் கொண்ட இத்திட்டம் நாடு விடுதலை பெறும் வரை 25 ஆண்டுகாலம் தொடர்ந்தது.

வகுப்புவாரிப் பிரதிநிதித்துவத்தின் வளர்ச்சியையும் அதில் காலந்தோறும் செய்யப்பட்ட மாற்றங்களையும் விளக்குவது

என் நோக்கமன்று. கல்வியில் வகுப்புவாரிச் சலுகைகளையும், அரசுபணிகளில் வகுப்புவாரிப் பிரதிநிதித்துவத்தையும் குறித்துச் சுருக்கமாகக் குறிப்பிட்டதன் காரணம் (தாழ்த்தப் பட்ட வகுப்பினர் உள்ளிட்ட) பார்ப்பனர் அல்லாதாரின் அரசியல் சமூக விழிப்புணர்வுக்கிடையேயுள்ள தொடர்பை வற்புறுத்துவதற்காகவும், மாநில அரசால் வழங்கப்பட்ட கல்வி வாய்ப்புகளிலும் அரசுபணிகளிலும் மிகுந்த பங்கினைப் பெற வேண்டும் என்று அவர்கள் கொண்டிருந்த விருப்பத்தை வற்புறுத்துவதற்காகவுமே ஆகும். இவ்வகுப்புவாரிப் பிரதிநிதித் துவத்திற்கு நீதிக்கட்சி முதன்மை அளித்தது; சட்டத்தின் முன் அனைவரும் சமம் என்ற கொள்கை எவ்வளவு மிகுதி யாகப் போதிக்கப்பட்ட போதிலும் அது இந்த இயக்கத்தைத் தடைசெய்யவில்லை. மேலும் காங்கிரஸ் அரசு விடுதலைக்குப் பிறகும் இந்தக் கொள்கையை மேற்கொண்டதோடு இதனை விரிவும் படுத்தியது. திராவிட முன்னேற்றக் கழகமும் அண்ணா திராவிட முன்னேற்றக் கழகமும் சாதி அல்லது வகுப்புகளின் அடிப்படையிலான இப்பிரதிநிதித்துவத்தை ஆற்றலிழக்கச் செய்யும் அல்லது பின்வாங்கக்கூடிய எந்தச் செயலையும் செய்யாது என்பதைக் கூறத் தேவையில்லை. வகுப்பு என்னும் சொல் ஒரு மங்கல வழக்கு. உண்மையில் சென்னை அல்லது தமிழ்நாட்டின் முன்மாதிரி தற்பொழுது பிற மாநிலங்களில் பின்பற்றப்படுவதோடு மேலும் விரிவு படுத்தப்பட்டுவருகின்றது. பிற்பட்ட வகுப்பின் அல்லது சாதியின் பிரதிநிதித்துவ வளர்ச்சி தமிழ்நாட்டில்கூட முற்பட்ட சாதியினரிடமிருந்து எதிர்த்தாக்குதலை எழச் செய்திருக்கிறது. பிற்பட்ட தன்மை என்பது சிலருக்கே தொடர்ந்து நலம் விளைவிப்பதாக இப்போது நிலைமைகள் வந்துள்ளன. ஒரு சாதி ஒருமுறை பிற்பட்டோர் பட்டியலில் சேர்க்கப்பட்டு விட்டால் பின்பு அதனை நீக்குவது என்பது இயலாததாகும். 'வாக்கு வலிமை' என்னும் கோணத்திலேயே எந்த ஒன்றையும் அரசியல் கட்சிகள் பார்க்கின்ற காரணத்தால் நிறைய சாதி களைப் பிற்பட்டோர் பட்டியலில் சேர்க்க முயல்கின்றன. இத்தகைய செயல் அரசியல் தற்கொலைக்கு ஒப்பானது. மேலும் மேலும் பல சாதிகள் பிற்பட்டோர் பட்டியலில் சேர்க்கப்படுகின்றன.

பிற்பட்டோர் வகுப்புக் குழுவின் கருத்துகளுக்கு எதிராக 1971க்குப் பிறகு அதிக மக்கள் தொகை கொண்ட பல சாதிகள் இப்பட்டியலில் சேர்க்கப்பட்டிருக்கின்றன. இதற்கு முன்பு எப்போதும் இல்லாத அளவுக்கு, அதாவது மக்கள் தொகையில் ஏறத்தாழ 80 விழுக்காட்டினர் (தாழ்த்தப் பட்ட சாதி, பழங்குடிச் சாதி உள்ளிட்டோர்) பிற்பட்டவர்

பட்டியலில் இருக்கிறார்கள். உண்மையில், சாதிப்பெயர்களின் குறிப்பீடு, அரசாணைகள் இவற்றிலுள்ள ஓட்டைகள் காரணமாகப் பார்ப்பனர் அல்லாத எந்தவொரு சாதியும் பிற்படுத்தப்பட்ட சாதிப் பட்டியலில் இடம்பெற்றுவிட முடியும். இந்த நிலை தொடர்ந்து கொண்டிருப்பதோடு ஏற்றத்தாழ்வுகளும் குறைவதற்குப் பதிலாக விரிந்துகொண்டே செல்கின்றன. மாநில அரசு வகுப்புவாரிப் பிரதிநிதித்துவக் கொள்கையை அவ்வப்போது அல்லது குறைந்தது பத்தாண்டு களுக்கு ஒரு முறையாவது மறு ஆய்வு செய்யாவிடில் சமூகநீதி தவறாகப் பயன்படுத்தப்படுவதோடு செயலற்றதாகவும் ஆகிவிடும்.

சமமற்ற நலம்பெறுவோர்

இப்போது நடைபெறுவது விரும்பத்தகாத போக்கு. பிற்பட்ட வகுப்புகளின் பட்டியல் விரிவுபடுத்தப்படுகின்றது. மேலும் இடஒதுக்கீட்டு விகிதாசாரமும் பெருகியுள்ளது. தற்பொழுது கல்வி நிலையங்களில் படிப்பதற்கு இடம், பணிவாய்ப்பு இவற்றில் பிற்பட்ட வகுப்பினர் தொகை 70 விழுக்காட்டிற்குச் சென்றுள்ளது. முற்பட்ட வகுப்பினர் இடஒதுக்கீட்டை எப்பொழுதும் எதிர்க்கின்றனர். இடஒதுக்கீடு, அறிவாற்றல்களில் சிறந்தவர்களின் தகுதியை ஊக்குவிக்க வில்லை என்றும், தகுதியுடையோரின் சீரிய பணிகளைச் சமூகம் இழந்துவிட வழிசெய்கிறதென்றும் இதனை எதிர்க் கின்றனர். இந்தப் போராட்டம் அனைத்து மாநிலங்களிலும் பரவி வருகின்றது. இதனின்று மாறுபட்ட நிலையில், பிற்பட்டோர் பட்டியலில் உள்ள சில வளர்ந்துள்ள அல்லது முற்போக்குச் சாதியினர் தங்கள் எண்ணிக்கைக்கும் அதிக மான அளவில் இடஒதுக்கீட்டுப் பங்கினைத் தாங்களே பெறுகின்றனர் என்று உண்மையிலேயே பிற்பட்ட நிலையில் இருக்கும் வகுப்பினர் தொடர்ந்து குற்றம் சாட்டுகின்றனர். பிற்பட்டோர் வகுப்புக் குழுவின் கருத்துப்படி தமிழ்நாட்டில் 20 அல்லது 25 இலட்சம் மொத்த மக்கள் தொகையைக் கொண்ட சில சாதியினர் அரசு பணிகளில் இடஒதுக்கீடு, கல்வி நிலையங்களில் இடஒதுக்கீடு இந்த இரண்டிலும் 60 விழுக்காட்டிற்கும் மேலாகப்பெறும் நிலையிலிருக்கின்றனர். இதன் காரணமாக, பிற்பட்ட வகுப்பினருள் குறைந்த முன்னேற்றம் உள்ள சில சாதியினர் நடைமுறைக்கு ஒவ்வாத விகிதாசாரப் பிரதிநிதித்துவத்தை வேண்டுகின்றனர்.

இடஒதுக்கீடு மறுஆய்வுக்குரியது

சுற்றுப்புற, சமூக இடையூறுகள் ஓரிரு தலைமுறைகளின் உணர்வுபூர்வ உழைப்பால் அழிக்கப்பட முடியாது என்னும்

கருத்தைப் புதிய சமூகமும் புதிய சிந்தனையும் அனுமதிக்காது. தொழில்கள், தேர்வுகள், அரசுபணிகளில் சாதனைகள் ஆகியவற்றில் பிற்பட்ட சாதியினரின் முன்னேற்றத்திலிருந்து அவர்களிடையே அதிகமான திறமையுடையவர்கள் இருப்பதைக் காண முடிகிறது. நாடார் சமூகத்தினர் இதனைக் குறிப்பிடத் தக்க அளவில் வெளிப்படுத்திக் காட்டியுள்ளனர். இந்தத் திறமை சில போட்டிகளின்போது மேலும் செழிக்கும். எக்காலத்திலும் அரசு ஆதரவைச் சார்ந்திருக்க முடியாது என்பதைப் பிற்பட்ட வகுப்பினரின் தலைவர்கள் உணர வேண்டும். இடஒதுக்கீட்டுச் சலுகைகளைப் பெரிதும் எதிர்நோக்கியே இன்றைய இளைஞர்கள் இருக்கின்றனர். பார்ப்பனர் அல்லாதாரும், அவர்களுள் குறிப்பாகப் பிற்பட்ட வகுப்பினர் எனப்படுவோரும் இட ஒதுக்கீட்டின் மூலம் கல்வி நிறுவனங்களில் சேருவதிலும் தாராளமான இட ஒதுக்கீட்டின் மூலம் அரசுபணிகளைப் பெறுவதிலும் நன்மை அடைந்துள்ளனர். இப்பொழுது இவ்விட ஒதுக்கீட்டுமுறை மாநில அரசு பணிகளில் மட்டுமே வரையறுக்கப்பட்டுள்ளது. மற்ற மைய அரசு பணிகள், அரசின் பொது நிறுவனங்கள் அல்லது வணிக நிறுவனங்கள் ஆகியவற்றில் இம்முறை இல்லை என்பது உண்மையாகும். எப்படியிருப்பினும் இது ஜனதா அரசினால் மூன்றாண்டுகளுக்கு முன்பு அமைக்கப் பட்ட பிற்பட்டோர் வகுப்புக் குழுவின் ஆய்வில் உள்ளது. தாழ்த்தப்பட்ட சாதியினருக்கும் மலைச் சாதியினருக்கும் செய்ததைப் போல் பிற்பட்ட சாதியினருக்கும் இடஒதுக்கீடு செய்வதே நியாயமாகும். தமிழ்நாட்டைப் பொறுத்தவரையில் சில பிற்பட்ட சாதிகள் நல்ல முன்னேற்றம் அடைந்துள்ளன; சில சாதிகள் பின்தங்கியுள்ளன. மொத்தத்தில் இந்த முன்னேற்றம், முற்பட்ட வகுப்பினருக்குச் சரிசமமாக அவர்களைக் கொண்டுவருவதற்குப் போதுமானதன்று. தவிர்க்க இயலாத நிலையில் இம்முன்னேற்றம் ஒரே சீராக இல்லை. இளைய தலைமுறையைச் சேர்ந்த ஆண்களும் பெண்களும் இடஒதுக்கீட்டை அதிகமாக நம்பியிராமல் மிகுந்த முயற்சியில் ஈடுபடுவது இன்றியமையாதது.

மேல்தட்டில் உள்ளவர்களை நீக்குதல்

குறிப்பிடத்தக்க இரண்டு போக்குகள் காணப்படுகின்றன. இட ஒதுக்கீடு, நடைமுறையில் பிற்பட்ட வகுப்பின் மூன்று தலைமுறையினருக்கு–1920 முதல் 1980 வரையில்–அறுபதாண்டுகள் உதவியுள்ளது. இடஒதுக்கீட்டின் பயன் பெரும்பாலும் பிற்பட்டோருள் உயர்ந்த சில சாதியினருக்கும், ஒவ்வொரு சாதியிலும் வளர்ந்துகொண்டிருக்கிற உயர்மட்டத்தின ருக்குமே சென்றுள்ளது. வடிகட்டும் செயல்முறை முழுமை

யானதாகவோ சீரானதாகவோ இல்லை. இது வியப்பிற்குரிய தன்று; மேலும் இது ஓரளவிற்குத் தவிர்க்க முடியாதது. இந்த இரண்டு போக்குகளும் கட்டுப்படுத்தப்படுமாயின் சமுதாயத்தின் பரந்த நலனுக்கும், பிற்பட்ட சாதியினரின் நலனுக்கும் பயனுடையதாய் அமையும். இந்த வழியில் ஆட்சியாளர்களிடையே இதைப் பற்றிய சிந்தனை இருந்து வருகின்றது. ஆனால், தொடர்ந்து பயன்சுவைப்போரின் எதிர்ப்பு மிகவும் வலிவானதாக இருப்பதால் தேவையான களையெடுப்பைச் செய்ய இயலவில்லை. ஆனால், இன்றோ நாளையோ இவ்விருவகையான மேல்மட்டத்தினரை நீக்குதல் தவிர்க்க முடியாததாக வந்துசேரும். இல்லாவிடில், நாம் சாதி அமைப்புக்குள்ளேயே ஒரு வகுப்புமுறைமையை ஊக்கு விப்பவர்களாக ஆவோம். ஜனநாயக, சோசலிச சமூகத்தில் இது விரும்பத்தக்க போக்கு அன்று.

பார்ப்பனர் அல்லாதார் இயக்கம் தாழ்த்தப்பட்டோர் தவிர்த்த பிற பார்ப்பனர் அல்லாதாரின் நிலையைப் பாதித்தது. எனவே நான் இவ்விவாதத்தில் அரிசனங்களைச் சேர்த்துக் கொள்ளவில்லை. கல்வி நிறுவனங்கள், அரசு பணிகளில் இடஒதுக்கீடு, சட்டமன்றத்தில் பிரதிநிதித்துவம் ஆகியன தாழ்த்தப்பட்ட சாதியினருக்கு இந்திய அரசியல் சட்டத்தா லேயே உறுதி செய்யப்பட்டிருக்கின்றன. இம்மக்கள் தங்களுக்குரிய வாய்ப்பினைப் பெறத்தக்கவகையில் மைய, மாநில அரசுகள் பல்வேறு முயற்சிகளை மேற்கொண்டிருக் கின்றன. இன்றும்கூட அவர்களில் மிகவும் முன்னேறிய ஓரிரு சாதியிலிருந்து வந்த சில மேட்டுக்குடியினரே மீண்டும் நன்மை பெறுபவர்களாக இருக்கிறார்கள். பிற்பட்ட வகுப்பினரின் கீழ்நிலையிலுள்ளவர்களைக் காட்டிலும் தாழ்த்தப்பட்ட வகுப்பைச் சார்ந்த மேல்மட்டத்தினர் பொதுவாகப் பொருளாதார நிலையில் மேம்பட்டவர்களாக இருக்கிறார்கள். இது தவிர்க்க இயலாத நிலையில் பல இடங்களில் அவர்களுக்குள் (பிற்பட்ட, தாழ்த்தப்பட்ட சாதியினருக்குள்) மோதல்களுக்கு வழிவகுக்கிறது. உழவுத் தொழிலாளர்களை வேலைக்கு அமர்த்திக்கொள்ளும் நிலவுடைமை வகுப்பினரும் நிலக் குத்தகைக்காரர்களும் தாழ்த்தப்பட்டோரைத் தங்களுக்கு இணையாக மதிப்பதற்கு மிகவும் தயங்குகின்றனர். இத்தாழ்த்தப்பட்ட மக்கள் தாம் இப்பொழுது துய்த்துவரும் தனி அரசியல் சட்டப் பாதுகாப்பை நன்கு அறிந்துள்ளனர். பார்ப்பனர் அல்லாதார் இயக்கத்திலிருந்து தன்மானக் கருத்துக்களையும், தொழிலாளர் இயக்கத்திலிருந்து எல்லா மனிதரும் அரசியல், சமூக உரிமை களைச் சமமாகப் பெற்றவர் என்னும் கருத்தினையும்

பெற்றிருப்பதால் சாதி இந்துக்களால் அவர்களுக்கு அவ மரியாதை ஏற்படுவதை அவர்கள் நீண்ட நாட்களுக்குப் பொறுத்துக்கொண்டிருக்கமாட்டார்கள். அரசியல், சமுதாயக் கட்டமைப்பு காக்கப்பட வேண்டுமேயானால் மைய, மாநில அரசுகளும் இந்து சமூகமும் தாழ்த்தப்பட்ட சாதியினருக்கு உரிய இடத்தை அளித்துப் போற்ற வேண்டும்.

நூலடைவு

1. Robert L. Hardgrave Jr., *The Dravidian Movement*, Popular Prakashan, Bombay, 1965.
2. S. Saraswathi, *Minorities in Madras State Group Interests in Modern Politics*, Impex India, Delhi, 1974.
3. Lloyd I. Rudolph and Susanne H. Rudolph, *The Modernity of Tradition: Political Development in India*, University of Chicago Press, Chicago, 1967.
4. David J. Elkins, *Electoral Participation in a South India Context*, Vikas Publishing House Ltd., Delhi, 1975.
5. G.S. Ghurye, *Caste and Race in India*, Popular Prakashan, Bombay, 1979.
6. S.N. Sadasivan, *Party and Democracy in India*, Tata McGraw Hill Publishing Co, Ltd., Delhi, 1977.
7. Rajni Kothari (ed.), *Caste in Indian Politics*, Orient Longman, New Delhi, 1970.
8. N.K. Mangala Murugesan, *Self-Respect Movement in Tamil Nadu, 1920-1940*, Koodal Publishers, Madurai, 1980.
9. Kashinath K. Kavlekar, *Non-Brahmin Movement in Southern India, 1873-1949*, Shivaji University Press, Kolhapur, 1979.
10. *Report of the Backward Class Commission*, Government of Tamil Nadu, 1971.
11. *Report of the Backward Class Commission* (Kaka Khalekar Report), Government of India, 1955.
12. Eugene F. Irschick, *Politics and Conflict in South India, 1916-1929*, 1969
13. Kamala Ganesh, 'Vellalas: A Socio-Historical Perspective' in *South Indian Studies, II,* 1979.

குறிப்புகள்

1

ஒரு சுயசரிதைப் பயிற்சி

1. பெண்களின் வீடு

ஹுமாயூன் கதை: முதல் முகலாயச் சக்ரவர்த்தியான பாபரின் மகள் குல்பதன் எழுதிய ஹுமாயூன் நாமா (1552) புத்தகத்தில் இந்தக் கதை சொல்லப்பட்டிருக்கிறது. பாபரின் மகள் ஹுமாயூன் கீழே விழுந்து மிக மோசமாக அடிபட்டுவிடுகிறார். என் உயிரை எடுத்துக்கொண்டாவது ஹுமாயூனின் உயிரைக் காப்பாற்று என கடவுளிடம் வேண்டுகிறார் பாபர். ஹுமாயூன் உடல் நலம் பெற்றதும் பாபர் இறந்துவிடுகிறார்.

கே.: நாராயணன் காசமுத்து சட்டநாதக் கரையாளர் (1851–1917). இவரது வழித்தோன்றல்கள் இன்றும் செங்கோட்டையில் உள்ள தங்கள் பாரம்பரிய வீட்டில் வசித்துவருகிறார்கள்.

அவர்கள் இரண்டு வெவ்வேறு சாதியைச் சேர்ந்தவர்கள்: கரையாளர் இடையர் அல்லது யாதவர் சாதியைச் சேர்ந்தவர். சட்டநாதனின் குடும்பம் வன்னியர் சாதி.

2. என் தந்தை

ஈத் பண்டிகையின்போது நடக்கும் புலி விளையாட்டில்: புலிக்களி அல்லது புலியாட்டம் கேரளாவில் வசிக்கும் முஸ்லிம்களால் நடத்தப்படுகிறது. ஆனால், இது ஈத் பண்டிகையின்போது நடத்தப்படுவதில்லை. முகரம் பண்டிகையின்போதுதான் நிகழ்த்தப்படுகிறது. முஸ்லிம் ஆண்கள் புலி வேடமிட்டு தெருக்களில் ஆடிச்செல்வார்கள்.

புலியானது முகமது நபியின் பேரன் ஹுசைனின் வீரத்தைக் குறிக்கிறது.

3. பள்ளிக்கூட அனுபவங்கள்

திருவிதாங்கூர் சமஸ்தானம்: பிரிட்டிஷ் ஆட்சிக் காலத்தில் இந்தியாவில் இரண்டுவிதமான நிர்வாகங்கள் இருந்தன. மாகாணங்கள் எனப்படுபவை நேரடியாக பிரிட்டிஷ் ஆதிக்கத்தின் கீழ் இருந்தன. சமஸ்தானங்களை பிரிட்டிஷாரின் மேற் பார்வையில் உள்ளூர் மன்னர்கள் ஆட்சிசெய்தனர். திருவிதாங்கூர் சமஸ்தானமானது திருவிதாங்கூர் மகாராஜா வால் ஆட்சிசெய்யப்பட்டது.

சாதிக்கே உரிய தொழிலில்: இந்த இடத்தில் அது விவசாயத் தைக் குறிக்கிறது. அந்தப் பகுதியில் வசித்த வன்னியர்கள் இசைக் கலைஞர்களாக இருந்ததோடு, நன்னீரில் மீன் பிடிப்பதிலும் ஈடுபட்டிருந்தனர். விவசாயம் போக, இந்த இரு தொழிலிலும் சட்டநாதனின் தந்தை ஈடுபட்டிருந்தார்.

4. பள்ளிப்பருவத்தில் ஒரு சாகசம்

குடுமியை வைத்திருக்கும் விதத்தில் நான் தமிழன். மலையாளியல்ல: தலையின் முன்பகுதியைச் சவரம் செய்துகொண்டு, பின்பகுதியை நீளமாக வளர்த்து குடுமி போட்டுக்கொள்வது தமிழக பிராமணரல்லாதோரிடம் வழக்கமாக இருந்தது. மலையாளிகளிடம் அந்த வழக்கம் இல்லை.

5. ஆங்கிலப் பள்ளியில் மூன்றாண்டுகள்

இரண்டு அறுவடைக் காலங்கள்: ஜனவரி மாதத்தில் பொங்கல் திருநாளை ஒட்டி ஒன்று, ஜுலை – ஆகஸ்ட் மாதத்தில் ஒன்று என இரு அறுவடைக் காலங்கள்.

6. பெயரும் மாறியது, பள்ளியும் மாறியது

எஸ்.கே.: சுப்ரமணியக் கரையாளர் (மறைவு 1928)

எஸ்.: சட்டநாதன். அக்குடும்ப நிறுவனருடைய பெயர்.

அந்த மாவட்டத்தில் இசையைத் தொழிலாகக் கொண்ட கலைஞர்களில் மிகவும் வெற்றிகரமான மனிதர்: சித்திரை நாயக்கர் (மறைவு – 1925) தனது காலத்தில் மிகப் பெரிய

நாதஸ்வரக் கலைஞராக விளங்கினார். மைசூர் மகாராஜா வின் தர்பார் (நான்காவது கிருஷ்ணராஜ உடையாரின் *1894–1940* தர்பாராக இருக்க வேண்டும்), இலங்கை கதிர்காமம் முருகன் கோவில் போன்ற இடங்களுக்கெல்லாம் சென்று வாசித்தார் என்று சொல்லப்படுகிறது.

இவரைப் பற்றி பின்னால் விரிவாகச் சொல்கிறேன்: இந்த பிரபல இசைக் கலைஞர் பிறகு சட்டநாதனின் நெருங்கிய உறவினரானார். சட்டநாதனின் தங்கையை இவரது மருமகன் மணந்துகொண்டதோடு சட்டநாதனும் இவரது இரண்டாவது மனைவியின் மகளான மீனாட்சியை *1929*இல் திருமணம் செய்துகொண்டார். தான் நினைத்ததுபோல சட்டநாதன் முழுமையாக இந்த இசைக் கலைஞரைப் பற்றி எழுதியிருந் தால், இவரைத் தன் மாமனார் என்று குறிப்பிட்டிருப்பார்.

திருவிதாங்கூரின் பழைய மகாராஜா (ஸ்ரீ மூலம் திருநாள்): மூலம் திருநாள் ராம வர்மா *(1857–1924) 1885* முதல் *1924*வரை மகாராஜாவாக இருந்தார்.

7. பள்ளிக்குப் போகாத ஆண்டு

இவன் பிற்காலத்தில் மதிப்பிற்குரிய கணித நிபுணராக உருவெடுத்தான்: எஸ். சிவசங்கரநாராயண பிள்ளை என்ற எஸ்.எஸ். பிள்ளை *(1901–1950)*. இருபதாம் நூற்றாண்டில் இந்தியாவின் மிகச் சிறந்த கணித நிபுணர்களில் ஒருவர். *1950*இல் ஒரு விமான விபத்தில் காலாமானார். சட்டநாதனின் நெருங்கிய நண்பர்.

அதற்கு முந்தைய வருடம்தான் ஜெர்மானிய நீர்மூழ்கிக் கப்பலான எம்டன் இந்தியக் கடல்பகுதியில் வலம் வந்தது: சட்டநாதன் தான் குறிப்பிட விரும்பிய நீர்மூழ்கிக் கப்பலின் பெயரையும் தேதியையும் தவறாகக் குறிப்பிட்டிருக்கக்கூடும். எஸ்எம்எஸ் எம்டன் ஜெர்மானிய இலகு ரகக் கப்பலாகும்; நீர்மூழ்கிக் கப்பலில்லை. முதலாம் உலகப் போரில் மிகவும் பேசப்பட்ட கப்பல் இது. *1914*ஆம் வருடத்தின் பிற்பகுதியில் பசிபிக், இந்தியப் பெருங்கடல் பகுதியில் நேச நாட்டுக் கப்பல்களுக்குப் பெருத்த சேதத்தை ஏற்படுத்தியது இக்கப்பல்.

8. உயர்நிலைப் பள்ளியில் இரண்டாண்டுகள்

புனித ஜோசப் சேசு சபை கல்லூரி: *1542*இல் புனித பிரான்சிஸ் சேவியர் கோவாவில் காலடி எடுத்துவைத்ததிலிருந்து சேசு சபையினர் இந்தியாவில் பணியாற்றி வருகிறார்கள். *1844*இல்

நாகப்பட்டிணத்தில் புனித ஜோசப் கல்லூரியை சேசு சபையினர் நிறுவினர். 1866இல் சென்னைப் பல்கலைக் கழகத்துடன் இணைக்கப்பட்ட இக்கல்லூரி 1883இல் திருச்சிக்கு மாற்றப்பட்டது.

முஸ்லிம் இந்தியா குறித்து லானே–பூலேவின் புத்தகம்: Stanley Lane–Poole, *Mediaeval India under Mohammedan Rule* (AD 1712-1764) (London: Fisher Unwin and New York: Putnam, 1903)

பிரிட்டிஷ் இந்தியா பற்றிய லையாளின் புத்தகம்: Alfred Lyall, *The Rise of British Dominion in India* (London: John Murray, 1893)

ஆங்கில வரலாறு குறித்த டூட், க்ரீனின் புத்தகங்கள்: Thomas Frederick Tout, *A Short Analysis of English History* (London: Macmillan, 1891), John Richard Green, *A Short History of the English People* (London: Macmillan, 1898).

புரவலரின் நினைவாக: சுப்பிரமணியக் கரையாளர் பணத்தைக் கொடுத்தாலும், அவரது தந்தை சட்டநாதக் கரையாளரின் நினைவாகவே கொடுக்கப்பட்டது.

9. வழி புலப்படுகிறது

எங்களுடைய கல்லூரி: திருவனந்தபுரத்திலிருக்கும் மகாராஜா கல்லூரி. 1866இல் சென்னைப் பல்கலைக்கழகத்துடன் இணைக்கப்பட்டக் கல்லூரியாகத் துவங்கப்பட்டது. அப்போது மகாராஜாவாக இருந்தவர் 1860இலிருந்து 1880வரை ஆட்சி செய்த ஆயில்யம் திருநாள். 1924இல் இதன் கலை, அறிவியல் பிரிவுகள் தனித்தனியாகப் பிரிக்கப்பட்டு, இரண்டு கல்லூரி களாக்கப்பட்டன. அவை 1942இல் மீண்டும் ஒன்றிணைக்கப் பட்டு, யுனிவர்சிடி கல்லூரி என்ற தற்போதைய பெயர் வழங்கப்பட்டது.

சி.ஆர். தாஸ், சுயராஜ்யக் கட்சி: சுயராஜ்யக் கட்சி என்பது சித்தரஞ்சன் தாஸ் (1870–1925), மோதிலால் நேரு (1861–1931) தலைமையில் காங்கிரசிலிருந்து பிரிந்து இயங்கிய குழுவாகும். 1920களில் காந்தி அரசியல் நடவடிக்கைகளி லிருந்து தற்காலிகமாக விலகியிருந்தபோது, இந்தப் பிளவு ஏற்பட்டது. 1922இல் ஒத்துழையாமை இயக்கத்தை காந்தி நிறுத்திக்கொண்டார். 1922 மார்ச்சில் காந்தி கைதுசெய்யப் பட்டு, இரண்டு ஆண்டுகள் சிறையில் அடைக்கப்பட்டார். அரசில் இந்தியர்களின் பங்கேற்பை அதிகரிக்கும் நோக்கத்தில்

இயற்றப்பட்ட 1919 இந்திய அரசுச் சட்டத்தின் படி கீழ் மாகாண, மத்திய சட்டமன்றங்களுக்கு நடக்கும் தேர்தல்களில் போட்டியிடுவதற்கு ஏதுவாக, அரசியல் சட்டத்திற்கு உட்பட்ட கட்சியாக சுயராஜ்யக் கட்சி துவங்கப்பட்டது.

அசாமைச் சேர்ந்த ஃபுகன்: தருண் ராம் ஃபூகான் (1877–1939) வழக்கறிஞர். அசாமில் இந்திய தேசிய இயக்கத்தின் மிக முக்கியத் தலைவர்களில் ஒருவர்.

***சுதேசமித்திரனின்* ஏ. ரங்கசாமி அய்யங்கார்:** ஏ. ரங்கசாமி அய்யங்கார் (1877–1934) தஞ்சாவூரைச் சேர்ந்தவர். வழக்கறிஞர், அரசியல்சாஸன நிபுணர். 1910இல் *தி இந்து* நாளிதழில் துணை ஆசிரியராகவும் நிர்வாகியாகவும் சேர்ந்தார். 1915இல் அதை விட்டு விலகி, *சுதேசமித்திரனில்* இணைந்தார். 1928இல் *சுதேசமித்திரனைவிட்டு* விலகி மீண்டும் *தி இந்து*வில் இணைந்தார். இரண்டு முறை காங்கிரசின் செயலராக இருந்த ரங்கசாமி, *சுதேசமித்திரனின்* ஆசிரிய ராகவே நாடு முழுவதும் அறியப்பட்டார்.

வைக்கம் சத்தியாகிரகம்: சாதிய ஒடுக்குமுறை எதிர்ப்புப் போராட்ட வரலாற்றில் இது ஒரு மைல்கல். சாதிப் பாகுபாடு மிகத் தீவிரமாக இருந்த கேரளாவின் வைக்கத்திலுள்ள சிவன் கோவிலைச் சுற்றியுள்ள சாலைகளிலும் தீண்டத் தகாதவர்களை அனுமதிக்கக் கோரி 1924 மார்ச் 30ந் தேதி ஒரு சிறிய குழுவினர் சத்தியாகிரகப் போராட்டத்தை நடத்தினர். இது விரைவிலேயே தேசத்தின் கவனத்தைக் கவர்ந்தது. போராட்டம் துவங்கி இருபது மாதங்களுக்குப் பின் கோவிலைச் சுற்றியுள்ள சில பாதைகள் திறந்துவிடப் பட்டதையடுத்து, போராட்டம் முடிவுக்கு வந்தது. 1939இல் திருவிதாங்கூரின் கடைசி மகாராஜாவான சித்திரைத் திருநாள் பலராம வர்மாவின் கோவில் நுழைவுப் பிரகடனத் தின் மூலம் திருவிதாங்கூரிலிருக்கும் எல்லாக் கோவில்களும் கோவிலைச் சுற்றியுள்ள பாதைகளும் சாதிப் பாகுபாடின்றி அனைவருக்கும் திறந்துவிடப்பட்டன.

பி. வரதராஜுலு நாயுடு (1887–1957): மருத்துவர், பத்திரிகையாளர். பெரியாரின் நெருங்கிய நண்பர். சிறந்த பேச்சாளர். தமிழ்நாடு காங்கிரஸ் தலைவர்களில் ஒருவர்.

சத்யமூர்த்தி: எஸ். சத்யமூர்த்தி (1887–1943). சிறந்த நாடாளு மன்றவாதி. தமிழ்நாடு காங்கிரசில் இராஜாஜியின் முக்கிய எதிரிகளில் ஒருவர். பிராமணத் தலைவர்களைவிட பிராமண ரல்லாத தலைவர்களுக்கே பெரும் ஆதரவு இருந்தது என்பதையே சட்டநாதன் இங்கே சுட்டிக்காட்ட விரும்புகிறார்.

அகாலிகள்: அகாலி என்பதை "என்றும் நிலைத்திருக்கக்கூடிய ஒருவனைப் பின்பற்றுபவன்" என்று மொழிபெயர்க்கலாம். 1920களின் துவக்கத்தில் சீக்கியரல்லாத பூசாரிகளிடமிருந்து குருத்வாராக்களை மீட்கக் கிளம்பியவர்கள் தங்களை 'அகாலிகள்' என்று அழைத்துக்கொண்டார்கள். அஹிம்சை முறையில்தான் அவர்களது எதிர்ப்பு அமைந்திருந்தது. இதே மாதிரியான அரசியல் இலக்குகளைக் கொண்ட தீவிரவாதக் குழுவான பப்பர் அகாலிகளும் இவர்களும் வேறுவேறு. அகாலிகளை காந்தியும் இந்திய தேசிய காங்கிரசும் ஆதரித்தன.

அவரது மருமகள்: ரவீந்திரநாத் தாகூரின் மகன் ரதீந்திர நாத்தின் மனைவியான பிரோதிமா தேவி (1893–1969). தாகூரின் பல்வேறு திட்டங்களில் தன்னை ஈடுபடுத்திக் கொண்டார். தாகூர் பயணம் செய்யும்போது உடன்செல்வது இவர் வழக்கம்.

சி.எஃப். ஆண்ட்ரூஸ்: சார்லஸ் ஃப்ரீயர் ஆண்ட்ரூஸ் (1871–1940). 1904இல் கிறிஸ்தவ மிஷனரியாக இந்தியாவிற்கு வந்தார். விரைவிலேயே வெளிப்படையாகவும் தீவிரமாகவும் தேசிய இயக்கத்தில் பங்குகொண்டார். இந்திய தேசிய காங்கிரசின் தலைவராக இருந்த கோபால கிருஷ்ண கோகலேவின் வேண்டுகோளின்படி 1913இல் தென்னாப்பிரிக்காவுக்குச் சென்றார். அங்கே காந்தியைச் சந்தித்து அவருடன் இணைந்து செயல்படலானார். 1912இல் இங்கிலாந்தில் தாகூரைச் சந்தித்த ஆண்ட்ரூஸ், அவருடைய நெருங்கிய நண்பரானார். ஆண்ட்ரூஸின் மூலமாகத்தான் 1914இல் சாந்திநிகேதனில் தாகூரும் காந்தியும் முதல்முறையாகச் சந்தித்தனர்.

விஸ்வபாரதி பல்கலைக்கழகம்: 1901இல் தாகூர் சாந்தி நிகேதனில் ஒரு பள்ளியை நிறுவினார். 1921இல் இது விஸ்வபாரதி பல்கலைக்கழகம் என்ற பெயரில் ஒரு உறைவிடப் பல்கலைக் கழகமாக விரிவுபடுத்தப்பட்டது.

பண்டைக் காலத்தில் காட்டில் நடக்கும் குருகுலங்களைப் போல: தாகூருக்கு மிகவும் பிடித்த அம்சம் இது. பண்டைக் காலத்தில் வனத்தில் இருக்கும் குருகுலங்களின் பாணி யிலேயே தாகூர் தனது பள்ளிக்கூடத்தை சாந்திநிகேதனில் நிறுவினார். விஸ்வபாரதி பல்கலைக்கழகத்திற்காக நிதி திரட்டுவதற்கான விழாவில் இந்த விஷயம் குறித்துப் பேசியது பொருத்தமாகவே இருந்தது.

தென்னாப்பிரிக்காப் போராட்டம்: 1894இல் காந்தி நட்டால் இந்தியக் காங்கிரசை நிறுவினார். தென்னாப்பிரிக்காவில் வசிக்கும் இந்தியர்களின் உரிமைக்காக சத்தியா கிரகம்

நடத்தினார். 1914ல் காந்தி தென்னாப்பிரிக்காவை விட்டு வெளியேறும்போது குறிப்பிடத்தக்க அளவு முன்னேற்றம் எட்டப்பட்டிருந்தது.

இளம் விரிவுரையாளர்: ஆர். சிவராமகிருஷ்ணன் (1899–1945). மகாராஜா கல்லூரியில் ஆங்கில விரிவுரையாளராக இருந்தவர். சட்டநாதன் குறிப்பிடும் தேர்வில் அவர் எடுத்த சிறந்த மதிப்பெண்களையடுத்து கேம்ப்ரிட்ஜில் இருக்கும் ஜீஸஸ் கல்லூரிக்கு பயிற்சிக்காக அனுப்பப்பட்டார்.

என்.ஆர். பிள்ளை (1898–1992): கேம்ப்ரிட்ஜில் இருக்கும் ட்ரினிட்டி ஹாலில் பட்டம் பெற்றார். இந்திய சிவில் சர்வீஸில் ஒரு சிறந்த இடத்தை வகித்த இவர், (1952–1960)இந்திய வெளியுறவுத்துறையில் செயலாளர் நாயகமாக இருந்தார்.

10. பட்டம் பெற்றேன்

ஆனர்ஸ் படிப்பு; பாஸ் படிப்பு: அந்தக் காலத்தில் இளங்கலைப் பட்டம் பெறுவதற்கு இரண்டு வகையான படிப்புகள் இருந்தன. மூன்று வருடங்கள் மிகக் கடினமாகப் படிக்க வேண்டிய ஆனர்ஸ் படிப்பு ஒன்று. மற்றொன்று விடச் சற்று குறைந்த இரண்டு வருட சாதாரண பாஸ் படிப்பு.

கே.வி. ரங்கசாமி அய்யங்கார் (1880–?): பிரபல வரலாற்றாசிரியர். பண்டைய இந்திய வரலாறு பற்றி விரிவாகப் பல நூல்களை எழுதியவர். தாய்க்காடு கல்லூரியில் முதல்வராக இருந்தவர்.

சந்திரசேகர்: ஆக்ஸ்போர்டில் படித்த சி.வி. சந்திரசேகர் (1889–?) தாய்க்காடு கலைக்கல்லூரிக்கு கே.வி. ரங்கசாமி அய்யங்காரின் காலத்திற்குப் பிறகு முதல்வராக இருந்தார்.

மிஸ் சேம்பர்ஸ் எழுதிய அரசியல்சாசன வரலாறு: *Annie Muriel Chambers, A Constitutional History of England (London, Methuen, 1909)*

ஸ்காட் கிறிஸ்தவக் கல்லூரி: திருவிதாங்கூரில் இருந்த லண்டன் மிஷனரி சொசைட்டியின் மிஷனரிகளால் 1809இல் நாகர்கோவிலில் மிஷன் பள்ளியாக இது துவங்கப்பட்டது. 1893இல் சென்னைப் பல்கலைக்கழகத்துடன் இணைந்த கல்லூரி யாக உயர்த்தப்பட்டது. லண்டன் மிஷனரி சொசைட்டியின் தலைவராக இருந்த செப்டிமஸ் ஆர். ஸ்காட் ஆற்றிய தொண்டை நினைவுகூரும்வகையில் அவரது பெயர் இக்கல்லூரிக்குச் சூட்டப்பட்டது.

உப்புத்துறை... பிற்காலத்தில் இத்துறையுடன் நான் அலுவல் ரீதியாகச் சம்பந்தப்பட்டிருந்தேன்: 1942இல் சென்னை மாவட்ட ஆட்சியரலுவலகத்தில் உப்பு வருவாய் மற்றும் மத்திய கலால் வரித்துறையில் நியமிக்கப்பட்டார் சட்டநாதன்.

உயர்நீதிமன்றத்தின் முதல் பெண் நீதிபதி: அன்னா சண்டி (அன்னா ஜேகப்) (1905–1996). கேரள உயர்நீதிமன்ற நீதிபதி. இந்தியாவில் உயர்நீதிமன்ற நீதிபதியாக நியமிக்கப்பட்ட முதல் பெண். உலக அளவில் இரண்டாவது பெண்.

ஒரு அரசியல்வாதி: சட்டநாதன் பின்பு இவரை மேரி மாஸ்கரனாஸ் என்று அடையாளம் காண்கிறார். இவரைப் பற்றிய தகவல் எதையும் கண்டறிய முடியவில்லை. ஆனால், ஆனி மாஸ்கரென் (1902–63) என ஒரு பெண் அந்தக் காலகட்டத்தில் மகாராஜா கல்லூரியில் படித்திருக்கிறார். அவரைத்தான் சட்டநாதன் குறிப்பிட்டிருக்க வேண்டும். இந்திய சுதந்திரப் போராட்டம் உச்சத்தை அடைந்தபோது திருவிதாங்கூரில் நடந்த அரசியல் போராட்டங்களில் மாஸ்கரேன் மிகவும் தீவிரமாகப் பங்கெடுத்தார். 1939–47 காலகட்டத்தில் பல முறை சிறையிலடைக்கப்பட்டார். சுதந்திரத்திற்குப் பிறகு புதிதாக உருவான திருவிதாங்கூர் – கொச்சி மாகாணத்தின் சுகாதாரம் மற்றும் மின்துறை அமைச்சரானார். ஆனால், 1950இல் ஊழலை எதிர்த்து காங்கிரசிலிருந்து ராஜினாமா செய்தார். 1951இல் மீண்டும் மக்களவைக்கு சுயேச்சை உறுப்பினராகத் தேர்ந்தெடுக்கப் பட்டார். அடுத்து வந்த பொதுத் தேர்தலில் தோற்கடிக்கப் பட்டார். அதற்குப் பிறகு அவர் பொதுவாழ்க்கையிலிருந்தே விலகிவிட்டார். சட்டநாதன் குறிப்பிடும் பெண்மணி மாஸ்கரேன் என்றால், சட்டநாதன் ஞாபகமறதியால்தான் பெயரை மாற்றிச் சொல்கிறார் என்று கொள்ளலாம். அல்லது அடையாளத்தை மறைக்கவும் அப்படிச் சொல்லியிருக்கலாம்.

மூன்றாவது பெண், துறவியாகிவிட்டார்: கட்டுரையின் பிற்பகுதியில் அவரது பெயர் சாரதாம்மா என்று குறிப்பிடப் படுகிறது. பிற்காலத்தில் இவர் திருவனந்தபுரத்திற்கு அருகில் இருக்கும் குளத்தூரில் இருந்த ஆசிரமம் ஒன்றில் சேர்ந்து விட்டார். சட்டநாதன் கல்லூரியில் படித்த இந்தப் பெண்மணியை மறக்கவில்லை. 1950களின் துவக்கத்தில் திருவனந்தபுரத்திற்குக் குடும்பத்துடன் சென்றபோது இவர் தங்கியிருந்த ஆசிரமத்திற்குச் சென்று பார்த்தார்.

மக்கட்தாயம் அல்லது மருமக்கட்தாயம்: மகன்வழி பாரம்பரியம் மக்கட்தாயம் என்று அழைக்கப்பட்டது. மக்கன் என்ற மலையாளச் சொல்லுக்கு மகன் என்று அர்த்தம்.

சகோதரியின் மகன் வழி பாரம்பரியம் மருமக்கத்தாயம் என்று அழைக்கப்பட்டது. அதாவது ஒருவருடைய வாரிசு அவருடைய மகன் அல்ல; அவரது சகோதரியின் குழந்தைகள் தான். அல்லது அந்தக் குடும்பத்தின் பொதுவான பெண் வாரிசின் மக்களாக இருப்பார்கள். இருபதாம் நூற்றாண்டின் இடைப் பகுதிவரை கேரள அரச குடும்பத்திலும், நாயர் போன்ற பிராமணரல்லாத மேல்சாதியினரிடத்திலும் இதுவே வழக்கம்.

ஊட்டுப்புரை: மலையாளத்தில் ஊட்டுப்புரா. இந்த இடங்களில் இலவசமாகச் சாப்பிடும் உரிமை திருவிதாங்கூரின் பிராமணர்களுக்கு நீண்ட காலமாக இருந்துவந்தது. "பிராமணர்களுக்கு உணவளிப்பதற்காக நடத்தப்படும் ஊட்டுப்புரைகளை ஒழிக்க வேண்டும். பிராமணர்களுக்காக இப்படி ஊதாரித்தனம் செய்வதுபோல நாகரிகமடைந்த எந்த ஒரு நாட்டிலும் இல்லை" எனத் தனது *Native life in Travancore (London: W.H. Allen, 1883)* புத்தகத்தில் குறிப்பிடுகிறார் சாமூவேல் மாட்டியர்.

கோபால மேனன்: ஏ. கோபால மேனன் *(1889–?)*. லண்டன் ஸ்கூல் ஆஃப் எகனாமிக்ஸில் பி.காம் பட்டம் பெற்றார். 1935–37இல் கலைக் கல்லூரியின் முதல்வராகச் செயல்பட்டார்.

தம்பி: அருமனை நாராயணன் தம்பி *(1892–?)*. திருவிதாங்கூர் அரச குடும்பத்தைச் சேர்ந்தவர். சென்னையில் சட்டம் பயின்றார். இங்கிலாந்தில் அல்ல. 1922இல் ஆக்ஸ்போர்டின் க்ரைஸ்ட் சர்ச்சில் பட்டம் பெற்றார். 1924இல் மகாராஜா கல்லூரியில் வரலாற்றுத் துறையில் துணைப் பேராசிரியராக நியமிக்கப்பட்டார்.

திருவிதாங்கூர் திவான்: இங்கே குறிப்பிடப்படுவது 1920இலிருந்து 25வரை திருவிதாங்கூரின் திவானாக இருந்த டி. ராகவையா.

இரண்டு மகாராணிகள் இருந்தார்கள்: மூலம் திருநாளுக்கு சகோதரிகள் கிடையாது. சேது லட்சுமி பாய், சேது பார்வதி பாய் ஆகிய இருவரையும் மருமக்களாகத் தத்தெடுத்தார். இவர்களே பெரிய மகாராணி, சின்ன மகாராணி என்று அழைக்கப்பட்டனர். சேது லட்சுமி பாயிக்கு மகன்கள் இல்லை. அதனால் சின்ன மகாராணியின் மூத்த மகன் பழைய மகாராஜாவின் வாரிசானார். ஆனால், மூத்தவர் என்ற முறையில் சேது லட்சுமி பாய்தான் மகாராஜாவுக்குப் பிறகு ஸ்தானிகரானார்.

ஆனால், பழைய மகாராஜா இறந்துபோனார்: மூலம் திருநாள் 1924 ஆகஸ்ட் 7இல் காலமானார்.

இளவரசன்: திருவிதாங்கூரின் கடைசி மகாராஜாவான சித்திரைத் திருநாள் பலராம வர்மா (1912–91, ஆட்சிக் காலம்: 1931–49) பிற்காலத்தில் சட்டநாதனின் நல்ல நண்பரானார்.

ஆர். சீனிவாசன்: 1937–38, 1941–2 காலகட்டத்தில் அறிவியல் கல்லூரியின் முதல்வராக இருந்தார்.

11. வேலையைத் தேடி... : மதுரை

சுப்பீரியர் சிவில் சர்வீஸ்: சட்டநாதன் குறிப்பிடும் கால கட்டத்தில் சிவில் சர்வீஸ் என்பது சுப்பீரியர், புரொவின்சியல், சபார்டினேட் என மூன்றாகப் பிரிக்கப்பட்டிருந்தது. இவற்றில் மிக உயர்ந்ததாகக் கருதப்படும் சுப்பீரியர் சர்வீசஸ் ஆல் இந்தியா சர்வீசஸ் என்றும் (இந்திய சிவில் சர்வீஸ், இந்திய போலீஸ் சர்வீஸ், இந்திய எஜுகேஷனல் சர்வீஸ் போன்றவை இதில் அடக்கம்), சென்ட்ரல் சர்வீசஸ் என்றும் பிரிக்கப்பட்டிருந்தது. சென்ட்ரல் சேவையில் இந்திய மாகாணங்களுக்கான தபால், தந்தி, சுங்கம், ரயில்வே போன்றவை அடங்கும்.

மதுரையிலிருக்கும் கல்லூரியின் முதல்வர்: பிறகு இந்தக் கல்லூரியை மதுரைக் கல்லூரி என்றே குறிப்பிடுகிறார் சட்டநாதன். 1889இல் இக்கல்லூரி நிறுவப்பட்டது. இந்தியர்களால் நிறுவப்பட்ட மிகச் சில உயர்கல்வி நிறுவனங்களில் இதுவும் ஒன்று. அந்த நேரத்தில் முதல்வராக இருந்தவர் வி.ஆர். வேங்கடராமன்.

திருவிதாங்கூரின் அலுவாவில் இருந்த இன்னொரு கல்லூரி: அலுவாவில் 1921இல் நிறுவப்பட்ட யூனியன் கிறிஸ்தவக் கல்லூரி. மாநிலத்தில் ரோமன் கத்தோலிக்க தேவாலயங்கள் அல்லாத பிற கிறிஸ்தவப் பிரிவுகளின் முயற்சியில் உருவான கல்லூரி.

திருவிதாங்கூரில் இருந்த பிரிட்டிஷ் ரெஸிடெண்ட்: பிரிட்டிஷ் அரசின் பிரதிநிதி. அந்த சமஸ்தானத்தின் ஆட்சியாளருக்கு ஆலோசகராக இருப்பார். 1926இல் ரெஸிடெண்டாக இருந்தவர் சார்லஸ் வில்லியம் ஈகர்ட்டன் காட்டன் (1875–1931).

பனகல் ராஜா: பி. ராமராயநிங்கர் (1866–1928). 1922இல் பனகல் ராஜா என்ற பட்டம் வழங்கப்பட்டது. 1921இலிருந்து 26வரை சென்னை மாகாணத்தின் முதல்வராக இருந்தார்.

12. திருச்சியிலும் வேலையைத் தேடி...

யுனிவர்சிடி ட்ரெய்னிங் கோர்: 1917ஆம் வருட இந்திய பாதுகாப்புச் சட்டத்தின்படி தி யுனிவர்சிடி கோர் உருவாக்கப்பட்டது. இந்திய ராணுவத்திற்கு ஆட்கள் கிடைப்பதற்கு ஏற்பட்ட தட்டுப்பாட்டைச் சரிசெய்ய உருவாக்கப்பட்டது. 1920ஆம் வருட இந்திய பிரதேசச் சட்டத்தின்படி இந்தப் பிரிவு, யுனிவர்சிடி ட்ரெய்னிங் கோர் என்று மாற்றப்பட்டது. தற்போது இருக்கும் தேசிய மாணவர் படையின் முன்னோடி அமைப்பு. இந்தியப் பல்கலைக் கழகங்களில் படித்தவர்கள்தான் இதன் உறுப்பினர்கள். இந்திய ராணுவத்தை இந்தியர்களால் நிரப்பியதில் இந்த அமைப்புக்கு முக்கியப் பங்கு உண்டு.

இந்தக் கனவான் அரசியல்வாதியாகி, பிறகு அமைச்சரானார்: எம்.ஏ. மாணிக்கவேலு நாயக்கர் (1896–1964). வழக்கறிஞர். 1926லிருந்து 37வரை சென்னை மேலவையின் உறுப்பினர். பிறகு, டாய்லர்ஸ் காமன்வீல் கட்சியைத் துவக்கினார். 1952இல் ராஜாஜி சென்னை மாகாணத்தின் முதல்வரான போது தன் அமைச்சரவையில் சேர்த்துக்கொண்டார். பிறகு காமராசரின் அமைச்சரவையிலும் வருவாய்த்துறை அமைச்சர்.

டாக்டர் சுப்பராயன்:ப. சுப்பராயன் (1889–1962). 1926இலிருந்து 30வரை சென்னை மாகாணத்தின் முதல்வர்.

தேசியர் கல்லூரி, திருச்சி: தி நேஷனல் ஹைஸ்கூல் திருச்சியில் 1886இல் ஜி. சேஷ அய்யங்கார் (1856–1937), பி.எஸ். வேங்கடரமண சர்மா (1866–1931), பி.ஜி. சுந்தரேச சாஸ்திரி (1851–1954) ஆகிய பிராமணர்களால் நிறுவப்பட்டது. இந்து நம்பிக்கைகளைப் பாதுகாக்கக்கூடிய ஒரு உயர்தரக் கல்வி அமைப்பை நிறுவுவது அவர்களது நோக்கம். 1919இல் இன்டர்மீடியட் வகுப்புகள் துவங்கப்பட்டவுடன் இரண்டாம் கிரேட் கல்லூரியாக உயர்த்தப்பட்டது. 1924இல் முழுமையான முதல் கிரேட் கல்லூரியானது.

ஸ்ரீ மீனாட்சி கல்லூரி, சிதம்பரம்: 1920இல் அண்ணாமலைச் செட்டியார் தன் தாயாரின் நினைவாக இந்தக் கல்லூரியை துவங்கினார். சென்னைப் பல்கலைக்கழகத்துடன் இணைக்கப் பட்ட கல்லூரியாக இது துவங்கப்பட்டது. பின்பு அண்ணா மலைப் பல்கலைக்கழகமானது.

தியசாபிகல் கல்லூரி, மதனபள்ளி: ஆந்திராவில் உள்ள மதனபள்ளியில் 1915இல் அன்னிபெசன்ட் அம்மையாரால் நிறுவப்பட்டது. 1917இல் ஹோம் ரூல் இயக்கத்தின்போது சென்னைப் பல்கலைக்கழகத்திலிருந்து இக்கல்லூரி தன்னை

விடுவித்துக்கொண்டது. 1923இல் மீண்டும் சென்னைப் பல்கலைக்கழகத்துடன் இணைத்துக்கொள்ளப்பட்டது.

காசநோயால் பாதிக்கப்பட்டவர்களுக்கான வாசஸ்தலம்: தென்னிந்தியாவில் இருந்த சுவிசேஷ மிஷன்களால் 1915இல் தி யூனியன் மிஷன் ட்யூபர்குளோசிஸ் சானடோரியம் மதனபள்ளியில் நிறுவப்பட்டது. இதற்கு டாக்டர் சி. ஃப்ரிமோத்–முல்லர் என்பவர் பொறுப்பாக இருந்தார். இந்தியாவில் காசநோய் குறித்த ஆராய்ச்சியிலும் சிகிச்சையிலும் பெரும் தாக்கத்தை ஏற்படுத்தியது இந்த மையம்.

தியோசபி: தமிழில் பிரம்மஞானம் எனப்படும் தியோசோபிகல் சொசைட்டியின் தத்துவம் அல்லது மதம் 1875இல் நியூயார்க்கில் ஹெலனா பெட்ரோவ்னா ப்ளாவட்ஸ்கி (1831–91), ஹென்ரி ஸ்டீல் ஆல்காட் (1832–1907) ஆகியோரால் நிறுவப்பட்டது. 1879இல் இந்தியாவுக்கு வந்தபோது இந்தியாவிலும் வேர்கொண்டது. பிரம்மஞானத்தின் முக்கியச் செய்தி உலகளாவிய சகோதரத்துவமாகும்.

அக்காலகட்டத்தில் பிரபலமாக இருந்த செட்டியார்: எம். அண்ணாமலைச் செட்டியார் (1881–1948). பல தர்மகாரியங்களைச் செய்துவந்தார். 1923இல் இவருக்கு சர் பட்டம் வழங்கப்பட்டது. 1929ல் செட்டிநாட்டின் ராஜாவாக அறிவிக்கப்பட்டார்.

பல்கலைக்கழகத்தை உருவாக்குவதற்கான சட்டம் சட்ட மன்றத்தில் இருந்தது: ஸ்ரீ மீனாட்சி கல்லூரியைப் பல்கலைக்கழகமாக மாற்றுவதற்கான சட்டவரைவு 1928இல் சென்னை சட்டமன்றத்தில் முன்மொழியப்பட்டது. இது ஒருமனதாக நிறைவேற்றப்பட்டு 1929 ஜனவரி 1ந் தேதி சட்டமானது. இதைத் தொடர்ந்து இக்கல்லூரி விரிவாக்கப்பட்டு, அண்ணாமலைப் பல்கலைக்கழகமாக மாறியது. 1929 ஜூலை 1ந் தேதி இது திறக்கப்பட்டது.

நீலகண்ட சாஸ்திரி: கே.ஏ. நீலகண்ட சாஸ்திரி (1892–1975). சிதம்பரம் ஸ்ரீ மீனாட்சி கல்லூரியின் முதல் முதல்வர். பிறகு சென்னைப் பல்கலைக்கழகத்தில் வரலாற்றுப் பேராசிரியர். இவரது *Cholas A History of South India from Prehistoric Times to the Fall of Vijayanagar* (1955), தென்னிந்திய வரலாறு குறித்த பிற நூல்களும் மிக முக்கியமானவை.

ஒரு புரொடஸ்டண்ட் மிஷன் கல்லூரி: தி எஸ்.பி.ஜி. கல்லூரி 1873இல் செகண்ட் கிரேட் கல்லூரியாகத் துவங்கப் பட்டது. 1882இல் முதல் கிரேடு கல்லூரியாக உயர்த்தப்பட்டது. 1920களின் பிற்பகுதியில் பிஷப் ஹீபர் கல்லூரி என்று

பெயர் மாற்றப்பட்டது. கொல்கத்தா பிஷப் ரெஜினால்ட் ஹீபர் (1783–1826) இங்கே வருகைதந்தபோது காலமானார். அவரது பெயரே இக்கல்லூரிக்குச் சூட்டப்பட்டது.

ஒரு முக்கியமான வழக்கறிஞர்: இது ஏ. ரங்கஸ்வாமி அய்யங்கராகத்தான் (1869–1964) இருக்க வேண்டும். இவர் 1897இல் பிரம்மஞான சபையில் இணைந்தார். பிறகு அன்னி பெசன்ட்டின் பல்வேறு நடவடிக்கைகளில் தீவிரமாகப் பங்கெடுத்துக்கொண்டார்.

சாரநாதன்: வி. சாரநாதன் (1892–1948). திருச்சியிலிருக்கும் நேஷனல் கல்லூரியின் முதல்வராகப் (1921–1947) பணி யாற்றியவர். இந்தக் காலகட்டம் அக்கல்லூரியின் பொற் காலமாகக் கருதப்படுகிறது. சமூகரீதியாக ஒதுக்கப் பட்டவர்கள், சமுதாயத்தின் கீழ்நிலையில் இருப்பவர்களின் முன்னேற்றத்தில் அக்கறை கொண்டவராகப் புகழப்படுகிறார் சாரநாதன்.

2

தமிழ்நாட்டில் திராவிட இயக்கமும் அதன் பாரம்பரியமும்

முன்னுரை

தமிழ்நாடு பிற்படுத்தப்பட்டோர் கமிஷன்: முதலாவது தமிழ்நாடு பிற்படுத்தப்பட்டோர் கமிஷன் ஏ.என். சட்டநாதன் தலைமையில் 1969இல் அமைக்கப்பட்டது. மாநிலத்தில் பிற்படுத்தப்பட்ட வகுப்பினர் சமூகப் பயன்களைத் துய்க்க முடியாத நிலைமையை அறிய வேண்டி இந்த ஆணையம் நியமிக்கப்பட்டது. இதன் பரிந்துரைகளின் (1971) அடிப் படையில் கல்வி நிலையங்களிலும் அரசு பணிகளிலும் பிற்படுத்தப்பட்டோருக்கென இடஒதுக்கீட்டுக் கொள்கையை தமிழக அரசு செயல்படுத்தியது.

சமீப காலத்தில் நடந்த பிற்படுத்தப்பட்டோர் போராட்டம், எதிர் போராட்டங்கள்: 1979இல் தமிழ்நாட்டில் எம்.ஜி.ஆர். தலைமையிலான அ.இ.அ.தி.மு.க அரசு சட்டநாதன் அறிக்கையில் குறிப்பிடப்பட்டிருந்த பொருளாதார வரையறை என்ற அம்சத்தை கணக்கில் எடுத்துகொள்வதற்கான அரசாணையை வெளியிட்டது. அதன்படி வருடாந்திர வருமானம் ரூ. 9,000 அல்லது அதற்குக் கீழ் இருப்பவர்களுக்கு மட்டுமே இடஒதுக்கீடு கிடைக்கும். இதைத் தொடர்ந்து

நடந்த போராட்டங்கள், கிளர்ச்சிகளையடுத்து 1980இல் இந்த அரசாணை திரும்பப் பெற்றுக்கொள்ளப்பட்டது. அதே நேரத்தில் பிற்படுத்தப்பட்டோருக்கான 31 சதவீத இட ஒதுக்கீட்டை 50 சதவீதமாக அதிகரித்தும் உத்தரவிட்டது எம்.ஜி.ஆர். அரசு. இந்த இரண்டு அரசாணைகளை எதிர்த்தும் பல வழக்குகள் தொடரப்பட்டன. இதனையடுத்து 1982இல் இரண்டாவது பிற்படுத்தப்பட்டோர் கமிஷன் நியமிக்கப் பட்டது.

உரை 1

பௌத்தமும் சமணமும் பிராமணரல்லாதோர் இயக்கமாகக் கருதப்படலாம்: பௌத்தமும் சமணமும் கி.மு. 500 அளவில் வட இந்தியாவில் தோன்றிய மதங்களாகும். சாதி அடிப்படை யில் கட்டியமைக்கப்பட்டிருந்த இந்து சமயத்தை எதிர்த்துத் தோன்றிய இயக்கங்களாக இவற்றைக் கருதலாம். இந்த இரண்டு மதங்களுமே சாதி அமைப்பை ஏற்கவில்லை.

ஒன்பது, பத்தாம் நூற்றாண்டுகளில் முஸ்லிம்களின் படை யெடுப்பும் ஆட்சியும்: 712 வாக்கில் வடமேற்கு இந்தியாவின் சிந்துப் பகுதியில் நிகழ்ந்த அரபு ஆக்கிரமிப்பிற்குப் பிறகு இந்தியாவில் இஸ்லாம் அறிமுகமானது. துருக்கிய அரசனான கஜினி முகமதுவின் படையெடுப்பிலிருந்து முஸ்லிம்களின் ஆட்சி துவங்குகிறது.

என். சுப்ரமணியன் போன்ற நவீன வரலாற்றாசிரியர்கள்: பார்க்க, என். சுப்ரமணியன், *History of Tamilnad (To AD 1336) Madurai: Koodal Publishers,* 1972.

தனது *Caste and Race in India* புத்தகத்தின் சமீபத்திய பதிப்பில் டாக்டர் குர்யே: ஜி.எஸ். குர்யேவின் *Caste and Race in India (1932, Bombay, Popular Prakashan)* புத்தகத்தில் *Caste and Politics in Tamilnadu* என்ற அத்தியாயத்தைப் பார்க்கவும்.

மகாராஷ்டிரத்தில்: மகாராஷ்டிரத்தில் பிராமணரல்லாதோர் இயக்கமானது ஜோதிராவ் பூலேவின் (1827–90) செயல்பாடு களுடன் துவங்குகிறது. ஆனால், 1920களில்தான் பெரும் ஊக்கத்தையும் வெற்றியையும் பெற்றது. சட்டநாதன் குறிப்பிடுவதுபோல தமிழ்நாட்டில் எழுந்த பிராமண ரல்லாதோர் இயக்கத்தையும் மகாராஷ்டிராவில் எழுந்த பிராமணரல்லாதோர் இயக்கத்தையும் ஒரே காலத்தில் எழுந்த இயக்கமாகப் பார்க்க வேண்டுமே தவிர, தமிழ் நாட்டில் எழுந்த இயக்கத்திற்கு முன்னோடியாக மகாராஷ்டிர இயக்கத்தைப் பார்க்க இயலாது.

வேளிர்: சங்க காலக் குறுநில மன்னர்கள். இவர்களில் பலர் சோழ மன்னர்களுக்கு விசுவாசமாக இருந்தவர்கள்.

தளவாய்கள்: இடைக்காலத் தென்னிந்தியாவிலிருந்த பல இந்து அரசுகளின் முதன்மை அதிகாரிகளுக்குக் கொடுக்கப் பட்ட பட்டம். சிவில், ராணுவத்தை நிர்வகிக்கும் அதிகாரம் அவர்களிடம் இருந்தது.

தெலுங்குச் சோழர்கள்: சங்க காலச் சோழர்களில் பிரசித்தி பெற்ற அரசனான கரிகாலனின் வழிவந்தவர்களாகச் சொல்லிக்கொண்ட இவர்கள் தற்போதைய ஆந்திரத்தின் தென்பகுதியை 12ஆம் நூற்றாண்டில் ஆட்சிசெய்தார்கள்.

லாயிட் ருடால்ஃபும் சூசன் ருடால்ஃபும் தங்களுடைய பல்வேறு ஆய்வுகளில்: பார்க்க, *Rudolphs, The Modernity of Tradition: Political Development in India (Chicago and London: University of Chicago Press, 1967)*

காயஸ்தர்கள்: வடஇந்தியாவில் வேத முறைக்கு வெளியில் இருந்த சாதியினர். இவர்கள் நிர்வாகம், அறிவுத்துறைகளில் சிறந்துவிளங்கினர். சாதி அந்தஸ்தைப் பொறுத்தவரை அவர்கள் தங்களைப் பிராமணர்களுக்கு இணையாகக் கருதிக்கொள்கிறார்கள். இவர்கள் சத்ரியர்களின் ஒரு பிரிவினராகக் கருதப்படுகிறார்கள்.

1916 வருடத்து பிராமணரல்லாதோர் அறிக்கை... தென்னிந்திய மக்கள் சங்கம்: 1916 நவம்பரில் சென்னையில் 30 பிராமணரல்லாதோர் கலந்துகொண்ட ஒரு கூட்டம் நடந்தது. தென்னிந்திய மக்கள் இயக்கத்தின் துவக்கம் இதுதான். தென்னிந்தியாவில் பிராமணர்களால் நடத்தப்படும் செய்தித் தாள்களின் தேசியவாத நிலைப்பாட்டை எதிர் கொள்ள பத்திரிகைகளைத் துவங்க ஒரு சங்கம் அமைப்பது தான் அந்தக் கூட்டத்தின் நோக்கம். இதன் மூலம் பிராமணரல்லா தோரின் நலனைக் காக்க முடியும் என்று நம்பினார்கள். 1916 டிசம்பரில் பிராமணரல்லாதோர் அறிக்கையை வெளி யிட்டனர். பிரிட்டிஷ் ஆட்சியைத் தொடரச் செய்வதுதான் அதன் முக்கிய அரசியல் இலக்காக இருந்தது. இந்த சங்கம் ஆங்கிலத்தில் *ஜஸ்டிஸ்* என்ற ஆங்கிலப் பத்திரிகையையும் *திராவிடன்* என்ற தமிழ் பத்திரிகையையும் *ஆந்திரப் பிரகாசிகா* என்ற தெலுங்கு பத்திரிகையையும் பதிப்பித்தது.

டாக்டர் டி.எம். நாயர், பி. தியாகராய செட்டியார், டாக்டர் சி. நடேச முதலியார் தலைமையில் தென்னிந்திய நல உரிமைச் சங்கம்: டி.எம். நாயர் (1868–1919), பி. தியாகராய செட்டியார் (1852–1925), சி. நடேச முதலியார் (1869–1937)

ஆகியோரால் நிறுவப்பட்ட தென்னிந்திய நல உரிமைச் சங்கம் என்பது தென்னிந்திய மக்கள் சங்கத்தின் அரசியல் பிரிவு. விரைவிலேயே இச்சங்கத்தின் நாளிதழான ஜஸ்டிஸின் பெயரால், ஜஸ்டிஸ் கட்சி என்று அழைக்கப்பட்டது.

டிஸ்ட்ரிக்ட் போர்டுகள். சுயமான உள்ளாட்சியின் முதல் அலகுகள்: இந்தியாவில் உள்ளாட்சி அமைப்புகளில் இந்தியர்களையும் பங்கேற்கச் செய்யும் முதல் முயற்சி ரிப்பன் பிரபு (1827-1909) இந்தியாவின் வைசிராயாக இருந்த காலத்தில் (1880-1904) துவங்கியது. 1882 மே 18ல் அவர் நிறைவேற்றிய தீர்மானம் அதிகார பகிர்வுக்கான பொதுவான விதிகளை வகுத்தது. இதுவே 1885ஆம் வருடத்தின் வங்காள உள்ளூர் சுயாட்சி சட்டமானது. இதன்படி ஒவ்வொரு மாவட்டத்திலும் ஒரு வாரியம் இருக்கும். அந்த மாவட்ட வாரியத்தின் கீழ் இரண்டு மட்ட உள்ளாட்சி அமைப்புகள் இருக்கும்.

ஹோம் ரூல் இயக்கம். டாக்டர் அன்னி பெசன்ட்: அன்னி பெசன்ட் (1847-1933) ஒரு ஆங்கில சமூக சீர்திருத்தவாதி, சமூகப் போராளி. பிற்காலத்தில் பிரம்மஞான இயக்கத்தின் தலைவர். பிரம்மஞானத்திற்கு மாறிய பிறகு 1893இல் இந்தியாவுக்கு வந்தார். 1914இலிருந்து தேச விடுதலைப் போராட்டத்தில் ஈடுபட்டார். 1916 முதல் பால கங்காதர திலகருடன் சேர்ந்து ஹோம் ரூல் இயக்கத்தை ஆரம்பித்தார். பிரிட்டன் அரசுக்கு உட்பட்ட டொமினியன் அந்தஸ்தை இந்தியாவுக்குத் தரவேண்டுமென இந்த லீக் கோரியது. 1917 நடந்த கல்கத்தா காங்கிரஸ் மாநாட்டிற்குத் தலைமை தாங்கினார். இந்தக் கட்டத்தில் ஹோம் ரூல் லீக் காங்கிரசுடன் இணைக்கப்பட்டது. ஆனால், காந்தியுடன் ஏற்பட்ட கருத்துவேறுபாட்டின் காரணமாக, 1920களில் தேசிய அரசியலிலிருந்து விலகிக்கொண்டார்.

மின்டோ-மார்லி சீர்திருத்தங்கள்: 1909ஆம் வருடத்தின் இந்திய அரசுச் சட்டம் என்றும் இது அழைக்கப்படுகிறது. ஜான் மார்லி இந்தியாவுக்கான அமைச்சர். மின்டோ 1905லிருந்து 1910வரை இந்தியாவின் வைசிராயாக இருந்தார். இந்தச் சட்டமானது மத்திய, மாகாண சட்ட மன்றங்களில் இந்தியர்களுக்கு வரையறுக்கப்பட்ட பிரதிநிதித் துவத்தை வழங்கியது. இதற்கு முன்பு சட்டமன்றங்களில் இந்தியர்கள் அரசால் நியமனம் செய்யப்பட்டார்கள். இந்தச் சீர்திருத் தத்தின் மூலம் தேர்ந்தெடுக்கப்பட்ட பிரதிநிதிகள் சட்ட மன்றங்களில் இடம்பெறலாம். ஆனால், வாக்காளர்கள் பெரும்பாலும் மேல்வகுப்பு, மேல் சாதியைச் சேர்ந்தவர் களாகவே இருந்தார்கள். முஸ்லிம்களுக்கெனத் தனித் தொகுதி

உருவாக்கப்பட்டது. இப்படிச் செய்ததன் மூலம் மத ரீதியிலான இடஒதுக்கீட்டுக் கொள்கையை அங்கீகரித்தது. இதுவே பிற்காலத்தில் பிற சமூகங்களுக்கும் இடஒதுக்கீடு அளிக்க வழிவகுத்தது.

பிராமணர்களின் கட்டுப்பாட்டில் இருந்த முன்னணி நாளிதழ்: *தி இந்து*. 1878இல் ஆறு பிராமண தேசியவாதிகளால் வாரப் பத்திரிகையாக தி இந்து நிறுவப்பட்டது. 1889இல் நாளிதழானது.

இம்பீரியல் சட்டமியற்றும் கவுன்சில்: பிரிட்டிஷ் இந்தியாவின் மத்தியச் சட்டமன்றம்.

ஒரு பிராமணர் தேர்ந்தெடுக்கப்பட்டார்: வி.எஸ். ஸ்ரீநிவாஸ சாஸ்திரி (1869–1946). இவர் பிறகு காங்கிரசைவிட்டு விலகினார். காங்கிரசின் ஒத்துழையாமை இயக்கத்தை ஏற்காத பிற மிதவாதிகளுடன் சேர்ந்து இந்திய விடுதலைக் கூட்டமைப்பை 1922ல் நிறுவி, அதன் தலைவரானார்.

உரை 2

மாண்டேகு–செம்ஸ்போர்டு சீர்திருத்தங்கள்: 1917இலிருந்து 1922வரை இந்தியாவுக்கான அமைச்சரராக இருந்த எட்வின் சாமுவேல் மாண்டேகு (1879–1924) மற்றும் 1916இலிருந்து 1921வரை இந்தியாவின் வைசிராயாக இருந்த செம்ஸ்போர்டு (1868–1933) ஆகியோர் அளித்த அறிக்கை. இந்திய மாகாணங் களில் வரையறுக்கப்பட்ட அளவு இந்தியர் களுக்குப் பிரதிநிதித்துவமளிக்கும் அரசை அமைக்கவும் மாகாணங் களில் இரட்டை ஆட்சி முறைக்கான அமைப்பையும் இந்த அறிக்கை பரிந்துரைத்தது. இந்த அறிக்கையின் பரிந்துரைகள் பிறகு 1919ஆம் வருட இந்திய அரசுச் சட்டமானது.

சௌத்பரோ குழு: 1919ஆம் வருட இந்திய அரசுச் சட்டத்தின் கீழ் வகுக்கப்பட வேண்டிய தொகுதிகளை அமைக்கவும், அந்தச் சட்டத்தின் மூலம் வரவிருக்கும் சுய ஆட்சி அமைப்புகளுக்கான தேர்தல் வழிமுறைகளை கண்டறியவும் பிரிட்டிஷ் அரசு அமைத்த குழு.

லார்ட் வில்லிங்டன்: வில்லிங்டனின் முதலாவது மார்க்கஸ் ஃப்ரீமேன் ஃப்ரீமேன்–தாமஸ் (1866–1941) 1913இலிருந்து 1918வரை பம்பாயின் ஆளுனராகவும், 1919இலிருந்து 1924வரை சென்னையின் ஆளுனராகவும் இருந்தார். 1931இல் இந்தியாவின் வைசிராயாகவும் பிறகு கவர்னர் ஜெனர லாகவும் உயர்ந்தார். அரசியலில் தாராளச் சிந்தனைகளைக்

கொண்டிருந்த வில்லிங்டன், இந்திய தேசிய இயக்கத்தின் மிதவாதிகளின் மீது அனுதாபம் கொண்டிருந்தார். பிராமண ரல்லாதோர் இயக்கம் பிரிட்டிஷ் ஆட்சி தொடர்வதை விரும்பியதால் வில்லிங்டன் அவர்களது இயக்கத்திற்கு ஆதரவளித்தார்.

மெஸ்டன் அவார்ட்: சென்னை மாகாணச் சட்டமன்றத்தில் பிராமணரல்லாதவர்களுக்கு ஒதுக்கப்படவேண்டிய இடங்கள் குறித்து பிராமணர்களுக்கும் பிராமணரல்லாதவர்களுக்கும் இடையில் விவாதித்து முடிவெடுக்க இந்திய அரசு முதல் பாரன் மெஸ்டன் ஜேம்ஸ் ஸ்கோர்ஜி மெஸ்டனை (1865–1943) நியமித்தது. 1920இல் இவர் அளித்த அறிக்கை மெஸ்டன் அவார்ட் என்று அழைக்கப்படுகிறது.

பிராமணரல்லாதோர் இயக்கத்தைப் பற்றிய காஸிநாத் காவ்லேக்கரின் ஆய்வு: *Kasinath K. Kavlekar, Non–Brahmin Movement in Southern India, 1873–1949 (Kolhapur: Shivaji University Press, 1979)*

1929இல் நடந்த ஒரு மாநாடு: 1929 பிப்ரவரி 18இல் செங்கல் பட்டில் நடந்த முதல் சுயமரியாதை மாநாடு.

பிரிட்டனின் யுத்த முயற்சிக்கு இந்தியர்களின் ஆதரவைத் திரட்டிய... சர் ஸ்டாஃபோர்ட் க்ரிப்ஸ்: 1939இல் இரண்டாம் உலகப்போர் வெடித்தவுடன் இந்தியர்களைக் கலந்தாலோசிக் காமலேயே இந்தியா அதில் ஈடுபடுத்தப்பட்டது. இதற்கு எதிர்ப்புத் தெரிவித்து எட்டு மாகாணங்களில் இருந்த காங்கிரஸ் அமைச்சரவைகள் ராஜினாமா செய்தன. 1941 டிசம்பரில் யுத்தத்தில் குதித்த ஜப்பான் 1942இன் துவக்கத்தில் சிங்கப்பூரை யும் ரங்கூனையும் கைப்பற்றியது. அவர்கள் வேகமாக இந்தியாவை நோக்கி முன்னேறிக்கொண்டிருந்த தருணத்தில் இந்திய அரசியல் தலைவர்களின் ஆதரவைத் திரட்டுவதற்காக 1942 மார்ச்சில் பிரிட்டனின் மக்களவைத் தலைவரான சர் ஸ்டாஃபோர்ட் க்ரிப்ஸ் (1889–1952) இந்தியாவுக்கு அனுப்பப் பட்டார். யுத்தத்திற்கு ஆதரவளித்தால், யுத்தம் முடிந்த பிறகு இந்தியாவுக்கு டொமினியன் அந்தஸ்து வழங்கப் படுவதோடு, புதிய அரசியல் அமைப்புச் சட்டமும் உருவாக்கப் படும் என்று வாக்குறுதி அளிக்கப்பட்டது. கிரிப்சின் திட்டம் தோல்வியில் முடிந்தது. பிரிட்டிஷ்காரர்கள் இந்தியாவை விட்டு முழுமையாக வெளியேற வேண்டுமெனக் கோரி, 1942 ஆகஸ்ட் 8இல் புகழ்பெற்ற ‘வெள்ளையனே வெளியேறு’ இயக்கத்தை அறிவித்தது காங்கிரஸ்.

ஜின்னாவின் இரு நாடு கருத்தாக்கம்: இதன் அடிப்படை யில்தான் பாகிஸ்தான் உருவாக்கப்பட்டது. முகமது அலி

ஜின்னா (1876–1948) 1920இல் காங்கிரசை விட்டு விலகினார். 1934இல் முஸ்லிம் லீகின் தலைவரானார். முஸ்லிம்களின் நலனைப் பாதுகாக்கும் நோக்கத்தில் 1906இல் துவங்கப்பட்ட முஸ்லிம் லீகில் 1913இலேயே ஜின்னா இணைந்துவிட்டார் என்றாலும் காங்கிரசின் விசுவாசமான தொண்டராகவும் நீடித்தார். துவக்கத்தில் இந்து – முஸ்லிம் ஒற்றுமைக்காகப் போராடியவர், 1940வாக்கில் இந்துக்களையும் முஸ்லிம்களை யும் இரு தேசிய இனங்கள் என்றே குறிப்பிட்டார். 1940இல் நடந்த முஸ்லிம் லீகின் லாகூர் மாநாட்டில் வரலாற்று முக்கியத்துவம் வாய்ந்த தனிப் பாகிஸ்தான் தீர்மானம் நிறைவேற்றப்பட்டது. எந்தெந்தப் பகுதிகளில் முஸ்லிம்கள் எண்ணிக்கையில் அதிகமாக வசிக்கிறார்களோ, அவற்றை இந்தியாவிலிருந்து பிரித்துத் தனிநாடாக்க வேண்டும் என்றது அந்தத் தீர்மானம்.

திவான் பஹதூர்: இந்தியர்களுக்கு பிரிட்டிஷ் அரசு அளித்த கௌரவப் பட்டம்.

1944 சேலம் மாநாடு: நீதிக் கட்சி திராவிடர் கழகமாக பெயர் மாற்றப்பட்ட மாநாடு.

ஒரு கல்விச் சீர்திருத்த நடைமுறை: பள்ளி மாணவர்களுக்கு அவர்களுடைய குலத் தொழிலில் பயிற்சியளிக்கும் திட்டத்தை 1937இல் சென்னை மாகாணத்தின் முதல்வரானவுடன் ராஜாஜி அறிமுகப்படுத்தினார். ஒருவருடைய குடும்பத் தொழிலை வலியுறுத்துவதன் மூலம் சாதிப் பிரிவினையை நிலைப் படுத்தும் நடவடிக்கை இது என விமர்சிக்கப்பட்டதால், இந்தத் திட்டம் அப்போதே நிறுத்திவைக்கப்பட்டது. 1952இல் ராஜாஜி சென்னை மாகாணத்தின் முதல்வரானதும் மீண்டும் தொழிற்கல்வியை அறிமுகப்படுத்தினார். கடும் எதிர்ப்பின் காரணமாக, இது விலக்கிக்கொள்ளப்பட்டது. 1954இல் முதல்வர் பதவியிலிருந்து விலகிக்கொண்டார் ராஜாஜி.

தி.மு.கவை நேரு விமர்சித்ததை எதிர்த்து நடந்த ரயில் மறியல் போராட்டம்: 1953இல் மூன்று கோரிக்கைகளை முன்னிருத்தி ரயில் மறியல் உள்பட பெரும் போராட்டத்தை நடத்தியது தி.மு.க. ராஜாஜியின் கல்விச் சீர்திருத்தத்திற்கு எதிர்ப்புத் தெரிவித்தும், திருச்சி மாவட்டத்திலிருக்கும் கல்லக்குடியின் பெயரை அங்கிருக்கும் வடஇந்திய சிமிண்ட் தொழிற்சாலையின் பெயரால் டால்மியாபுரம் என்று மாற்றியதை எதிர்த்தும், தி.மு.கவின் திராவிடவாதக் கோரிக்கைகள் குறித்து நேரு தெரிவித்ததாகச் சொல்லப்பட்ட கருத்துக்குக் கண்டனம் தெரிவித்தும் இந்தப் போராட்டம் நடத்தப்பட்டது. ஒரு அறிவியல் கண்காட்சியைத் திறந்து

வைக்கச் சென்னைக்கு வந்த நேருவிடம் பள்ளிக்கூடப் பாடங்களில் தமிழக வரலாற்றுக்கும் கலாச்சாரத்திற்கும் அதிக இடம் கொடுக்க வேண்டும் என்ற தி.மு.கவின் கோரிக்கை பற்றிக் கேட்கப்பட்டது. அதற்கு நேரு "நான்சென்ஸ்" என்று பதிலளித்ததாகச் சொல்லப்படுகிறது.

அரசியல் சாசனத்தின் தற்போதைய கூட்டாட்சி அமைப்பு: கூட்டாட்சி முறையிலான ஆட்சியுடன் கூடிய மாகாணங் களின் ஒன்றியம்தான் இந்தியா என்கிறது அரசியல் சாசனம். சட்டமியற்றும், செயல்படுத்தும் நடவடிக்கைகள் மத்திய, மாநில அரசுகளுக்கு நடுவில் பிரிக்கப்பட்டிருக்கின்றன. மத்தியில் நாடாளுமன்றமும் ஒவ்வொரு மாநிலத்திற்கெனத் தனியான சட்டமன்றமும் உண்டு.

கம்யூனிஸ்டுகள்: தி.மு.க. தேர்தலில் போட்டியிடுவதற்கு முன்பு, சென்னை மாநிலத்தில் இந்திய கம்யூனிஸ்ட் கட்சிதான் காங்கிரசிற்கு அடுத்த இடத்தில் இருந்தது.

ஈ.வி.கே. சம்பத் (1926-77): பெரியாரின் அண்ணன் மகன். அண்ணா திராவிடர் கழகத்தைவிட்டு விலகி, தி.மு.கவைத் துவங்கியபோது, சம்பத்தும் உடன் சென்றார். 1957 தேர்தலில் மக்களவை உறுப்பினரானார். அண்ணாவுடன் ஏற்பட்ட கருத்து வேறுபாட்டின் காரணமாக 1961இல் தி.மு.கவைவிட்டு விலகிய சம்பத், தமிழ் தேசியக் கட்சியைத் துவங்கினார். 1964இல் இக்கட்சி காங்கிரசுடன் இணைந்தது.

எகனாமிஸ்ட் பத்திரிகையாளர் குறிப்பிட்டதுபோல: தி எகனாமிஸ்ட் செய்தியாளரின் வார்த்தைகளைச் சட்டநாதன் சற்று மிகைப்படுத்திச் சொல்கிறார். சென்னை மாகாணத்தில் 1967இல் நடந்த தேர்தலைப் பற்றி தி எகனாமிஸ்ட்டின் 1967 ஜூலை 8 இதழில் வந்த செய்தியில், "பல நூற்றாண்டு களில் முதல் முறையாக, சென்னையின் கறுத்த, கீழ் சாதியைச் சேர்ந்த மக்கள் அதிகாரத்தில் அமர்ந்திருக்கிறார்கள்" என்று குறிப்பிடப்பட்டிருக்கிறது (*The Economist* ccxxv, no. 6463, 107). உச்சரிக்க முடியாத பெயர்கள் என்று எங்கும் குறிப்பிடப் படவில்லை.

கலியுகத்தில் சூத்திரர்கள் ஆள்வார்கள் என மகாபாரதத் திலும் ஸ்ரீமத் பாகவதத்திலும் குறிப்பிட்டிருக்கிறது: கலியுகத்தில் சூத்திரர்கள் பதவிக்கு வருவார்கள் என்கிற மகாபாரதத்தின் வனபர்வம். கிருஷ்ணரின் புகழைப் பாடும் ஸ்ரீமத் பாகவதம் புராண வகையைச் சேர்ந்தது.

உரை 3

வீரகுடி வேளாளர் என்ற கற்பனை சாதி: *புதுக்கோட்டை சமஸ்தானத்தில் இருந்த ஒரு சாதி. கற்பனை சாதி என்பது ஒரு குறிப்பிட்ட குழுவினரின் நலனை முன்னிறுத்தி உருவாக்கப்படும் ஒரு சாதி.*

இதனை நாடார்கள் முன்பே கண்டறிந்தனர்: *1860களில் தாங்களும் பிராமணர்களைப் போல இருபிறப்பாளர்கள் என்று இவர்கள் சொன்னார்கள். ஆனால், 1920களில் இதை வலியுறுத்துவதை விட்டுவிட்டனர்.*

கடலூரைச் சேர்ந்த இளைஞர்... டாய்லர்ஸ் பார்ட்டி: *1951இல் நடந்த வன்னிய குல சத்திரிய சங்கத்தின் மாநில மாநாட்டில் சட்டமன்றத்தில் வன்னியர்களைப் பிரதிநிதிப்படுத்த தமிழ்நாடு உழைப்பாளர் கட்சியைத் துவங்கி 1952ஆம் வருடத் தேர்தலில் போட்டியிட முடிவுசெய்யப்பட்டது. இக்கட்சியின் தலைவராக முப்பத்து மூன்று வயதேயான எஸ்.எஸ். ராமசாமி படையாச்சி (1918–1992) தேர்வுசெய்யப்பட்டார்.*

இன்னொரு வழக்கறிஞர்... டாய்லர்ஸ் காமன்வீல் பார்ட்டி: *1951இல் டாய்லர்ஸ் பார்ட்டி துவங்கியவுடனேயே உள்ளூர் வன்னிய அமைப்புகளிடையே மோதல் ஏற்பட்டது. இதனால் இரண்டாவதாக ஒரு வன்னியர் கட்சி உருவானது. இதன் பெயர் உழைப்பாளர் பொதுநலக் கட்சி. தலைவர் எம்.ஏ. மாணிக்கவேலு நாயக்கர். தென்னாற்காடு, சேலம் மாவட்ட வன்னியர்களிடையே டாய்லர்ஸ் கட்சி செல்வாக்குடன் விளங்கியது. வடஆற்காடு, செங்கல்பட்டு மாவட்டங்களில் காமன்வீல் கட்சி செல்வாக்குடன் விளங்கியது.*

கேரளாவின் ஈழவர்கள்: *நாடார்களைப் போல் கேரளாவில் கள் இறக்குவது, நார் திரிப்பதைத் தொழிலாகக் கொண்டவர்கள். நாடார்களைப் போலவே முன்பு தீண்டத்தகாத சாதியாகக் கருதப்பட்டு, பிறகு சமூக ரீதியாகவும் சாதி ரீதியாகவும் முன்னேறிய நிலையை அடைந்தவர்கள். கேரளாவின் மாபெரும் சமூக சீர்திருத்தவாதியான நாராயண குரு (1854–1928) இவர்களின் முன்னேற்றத்தில் பெரும் பங்கு வகித்தார்.*

மூக்கையாத் தேவர்: *பி.கே. மூக்கையாத் தேவர் (1926–79). பார்வர்டு பிளாக் கட்சியைச் சேர்ந்தவர். முத்துராமலிங்கத் தேவரின் சகா.*

1885ஆம் வருடத்திய கிராண்ட்–இன்–எய்ட் விதிமுறைகள்:

சமூகத்தில் பின்தங்கிய பிரிவினரின் நலனை மேம்படுத்தும் விதத்தில் எடுக்கப்பட்ட முதல் உறுதியான நடவடிக்கை. தற்போது இந்திய அரசியல், சமூகக் கொள்கைகளில் மிக முக்கிய இடத்தை வகிக்கும் இடஒதுக்கீடு என்பது இக் கொள்கையின் அடிப்படையிலானதே. 1885ஆம் வருடத் தின் சென்னை அரசு கொண்டுவந்த கிராண்ட்ஸ் – இன் – எய்ட் விதிமுறைகள்தான் இன்றைய இடஒதுக்கீட்டுக் கொள்கையின் அடிப்படை. தீண்டத்தகாத சாதியினராக அக்காலத்தில் கருதப்பட்ட மாணவர்களின் கல்விக்கு நிதியுதவி அளிக்க இது வழிவகுத்தது.

பட்டியல் இனத்தினர், பழங்குடியினர்: முன்பு தீண்டத்தகாத சாதியினராகக் கருதப்பட்டவர்கள் தற்போது அதிகாரபூர்வ மாகப் பட்டியல் இனத்தினர் என்று அழைக்கப்படுகிறார்கள். 1935ஆம் வருட இந்திய அரசு சட்டம் நிறைவேற்றப்பட்ட திலிருந்து பட்டியல் இனத்தினர் என்ற வழக்கு புழக்கத்திற்கு வந்தது. இந்தச் சட்டம் ஒடுக்கப்பட்ட மக்களின் நலனுக்கான பிரிவுகளைக் கொண்டிருந்தது. 1936ஆம் வருட இந்திய அரசு ஆணை (பட்டியல் இனத்தினர்)யின்படி இந்தப் பிரிவில் வரும் சாதியினர், இனத்தினரின் பட்டியலை இந்திய அரசு வெளியிட்டது.

மாநிலச் சேவைகளுக்கு மட்டுமே இடஒதுக்கீடு. மத்திய அரசுப் பணிகள், பொதுத் துறை நிறுவனங்கள், தொழில் நிறுவனங் களில் கிடையாது: இப்போது இது மாறிவிட்டது. மத்திய அரசுப் பணிகளிலும் சேவைகளிலும் 27 சதவீதம் பிற் படுத்தப்பட்டவர்களுக்கு ஒதுக்கீடு செய்ய வேண்டும் என மண்டல் கமிஷன் பரிந்துரைத்தது. 1990 ஆகஸ்ட்டிலிருந்து இது நடைமுறைக்கு வந்தது.

பிற்படுத்தப்பட்டோர் கமிஷன்... ஜனதா அரசு: 1978 டிசம்பர் 20இல் மொரார்ஜி தேசாய் தலைமையிலான மத்திய அரசு பிற்படுத்தப்பட்டோர் கமிஷன் ஒன்றை அமைக்க முடிவு செய்திருப்பதாகச் சொன்னது. மத்திய அரசு அமைக்கும் இரண்டாவது பிற்படுத்தப்பட்டோர் கமிஷன் அது. பி.பி. மண்டலை (1918–1982) தலைவராகக் கொண்டு 1979 ஜனவரி யில் இந்தக் கமிஷன் நியமிக்கப்பட்டது. 1980 டிசம்பரில், அதாவது சட்டநாதனின் இந்த உரைக்கு முன்பாகவே மண்டல் தனது அறிக்கையைத் தாக்கல் செய்தார். 1990 ஆகஸ்ட் வரை இந்த அறிக்கையின் மீது எந்த நடவடிக்கையும் எடுக்கப்படவில்லை. அந்த நேரத்தில் ஆட்சியிலிருந்த விஸ்வநாத் பிரதாப் சிங் தலைமையிலான தேசிய முன்னணி அரசு, மண்டல் கமிஷன் அறிக்கையைச் செயல்படுத்துவதாக

அறிவித்தது. இந்த அறிவிப்பு பெரும் கவலரத்தை ஏற்படுத்தியது. பல மேல்சாதி மாணவர்கள் தீக்குளித்தனர். மேலும் பலர் காவல்துறையினருடனான மோதலில் கொல்லப்பட்டனர்.

அவர்களுக்கு இடையே பல இடங்களில் மோதல்கள் நடந்தன: வட தமிழகத்தில் வன்னியர்களுக்கும் பறையர்களுக்கு இடையேயும், தென் தமிழகத்தில் தேவர்களுக்கும் பள்ளர் களுக்கும் இடையேயும் இம்மோதல்கள் நடந்தன.

●